மௌனவலிகளின் வாக்குமூலம்

சமூக சிற்பிகள்

தொகுப்பு :

கௌரி அனந்தன்

இது ஒரு
நக்கீரன்
வெளியீடு

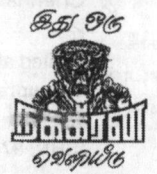

மௌனவலிகளின் வாக்குமூலம்

தொகுப்பு
கௌரி அனந்தன்

மொழிபெயர்ப்பாளர்
ஷர்மிளா சுப்ரமணியம்

முதல் பதிப்பு 2017 மே (இலங்கை)
இரண்டாம் பதிப்பு 2018 ஜனவரி (இந்தியா)
பக்கங்கள் **248**
நூன் அளவு (14 X 21.5) டெம்மி
விலை : ரூ.150 /-

வெளியீடு
நக்கீரன்
105 ஜானி ஜான்கான் சாலை
இராயப்பேட்டை
சென்னை 14
தொடர்புக்கு 044 43993000

அட்டை வடிவமைப்பு
கௌதமி அய்யாதுரை, அருண், பிரஷானந்தன் பாஸ்கரன்

நூலழகு
மதுரன், டி.எஸ்.ஏ. இளைஞர் குழு, அம்பாரா, சுதர்ஷினி மனோகரன், காஞ்சி கைலாசம், அட்சரா முத்து.

கட்டமைப்பு
ஆர்.எஸ்.பைண்டர்ஸ்
சென்னை 5

அச்சாக்கம்
சாருபிரபா பிரிண்டர்ஸ்
சென்னை 14

Maunavalikalin Vaakkumoolam

Compiled by
Gowri Ananthan

Translator by
Sharmila Subramaniyam

First Edition 2017 May (SriLanka)
Second Edition 2018 January (India)
Pages **248**
Book Size (14X21.5) Demy
Price : Rs.150 /-

Published by
Nakkheeran
105 Jani Jahankhan Road
Royapettah, Chennai 14
Ph 044 43993000

Wrapper Designed by
Gowthamay Iyathurai, Arun Em and Pirashaanthan Baskaran

Layout by
Mathuran, TSA Youth Group, Ampara, Sutharshini Manoharan, Kanchi Kailasam and Atchara Muthu

Binding by
R.S.Binding Works
Chennai 5

Printed at
Saaruprabha Printers
Chennai 14

ISBN: 978-955-7435-00-8

உள்ளடக்கம்

முன்னுரை v

தொகுப்பாளர் உரை vii

நன்றியுரை ix

01. யாழ்ப்பாணம் ஒரு திறந்தவெளிச் சிறைச்சாலை *01*
ஜெயப்பிரசாந்தி ஜெயபாலசேரம்

02. நான் இன்னும் உன்னைத் தேடுகிறேன் *23*
லக்மாலி கௌசல்யா பஸ்நாயக்க

03. ஆர்.டி.ஓ காக்கா *43*
ஐ.எல்.ரிப்நாஸ்

04. அமுதாவாகிய நான் *61*
அமுதமலர் செல்வராசா

05. புழுதிக் குமாரி *81*
எஸ்.சிசிர குமார

06. மரணங்கள் மலிந்த பூமி *97*
தட்சனாமூர்த்தி லிசாலினி

07. சோனகத் தெரு *115*
பிரதௌவுஸ் மொஹமட் பஸாரத்

08. வெற்றியின் நினைவுச்சின்னம் *125*
தங்கராசா அஜந்தன்

09. சலீம் முதலாளி எங்கே? *133*
முஹம்மது ஹுசைன் முஹம்மது சியான்

10. கறைபடிந்த சட்டைப்பை *139*
மரினா மரியநாயகம்

11. குருவிக்கூடு *147*
பெனடிக் ஸ்ரீபன்

12. வீடு நோக்கிய பயணம் — 151
   துஸ் - கரைச்சி
   தினு ___ கரைச்சி
   கேதி ___ கண்டாவளை

13. கால்நடைகளாகப் புத்தளம் நோக்கி — 153
   நைனா முஹமட் அப்துல்லாஹ்

14. வயல் மீது கவிந்த போர்க்கால மேகங்கள் — 163
   அருளானந்தராஜா நவேந்திரராஜா (நீதன்)

15. சந்தேகத்தின்பேரில் — 169
   நஜிமுதீன் மொஹமட் நிப்ராஸ் மற்றும்
   மொஹமட் ரில்வான் ரில்சானா

16. பூனைகள் ஒருபோதும் புலிகளாகாது — 181
   வரதராசா நவநீதன்

17. உயிர்காத்த பலிபீடங்கள் — 189
   காளிதாசன் சனுஜன்

18. குண்டுதுளைத்த தரப்பால் கூரைகள் — 203
   யோகவதனி குணபாலசிங்கம்

19. அழியாத ரணங்கள் — 217
   கந்தையா மநேந்திரன்

20. குருதியில் நனைந்த வெண்கொடிகள் — 221
   சமூக சிற்பிகள்

21. துறவியுடன் ஒரு சந்திப்பு — 229
   கிறிசாந்தி ராஜகருணா

பங்களிப்பாளர்கள் சுயவிபரம் — 239

முன்னுரை

இந்தப் புத்தகத்துக்கான "முன்னுரையினை" நான் எழுதுவதற்காக அமர்ந்தபோது, ஒரு தொலைபேசி அழைப்பு வந்தது. "சமூகச் சிற்பிகள்" அறங்காவலர்களில் ஒருவர் அழைத்தார். "நடக்க இருக்கும் நிகழ்ச்சி சம்பந்தமாக, இங்கே யாழ்ப்பாணத்திலே ஒரு பிரச்சினை" என்றார். எனது பதில் "என்ன புதிதாக?" என்பதுதான். அவர் கூறினார், "இன்னொரு அறங்காவலர் இந்தப் புத்தக வெளியீட்டில், கர்நாடகத் தமிழ் இசையை (பஜனை) ஓர் இளைஞர் குழு இசைப்பதை விரும்பவில்லை, ஏனென்றால் அவர் ஒரு கிறித்துவர். அந்த இசை "இந்துயிசம்" மூலம் வருகிறது" என்றார். "நல்லிணக்கம் என்ற சொல்கூட, கிறித்துவத்திலிருந்து வந்ததுதான்" என்றேன் நான். "அதனால் நாம் இலங்கையில், நல்லிணக்கம் பற்றிப் பேசக் கூடாது என்று அர்த்தமா?" என்று கேட்டேன். இப்படியாக நான் அந்தப் பேச்சை முடித்துக் கொண்டேன்.

நல்லிணக்கத்தைப் பற்றிப் பேசுவதற்கான சூழலில் ஒரு விவாதத்தைத் தொடங்கும் போது கூட மேலே கூறிய பிரச்சினைகளை எதிர்கொள்ள வேண்டிய நிலைதான் தற்போது உள்ளது. போரின் நேரடி விளைவுகளான உயிரிழப்புகள், உறவுப் பிரிவுகள், உடைமை இழப்புகளின் வலியை, அனுபவபூர்வமாக எதிர்கொண்ட இளைஞர்களின் கருத்துக்களை, அனுபவங்ககளை, பன்முக வரலாற்றுச் சித்தரிப்புகளை, நாம் புரிந்து கொள்வதற்கே இந்தப் புத்தகம்.

நாங்கள் "அநுராதபுர, அம்பாறை, கிளிநொச்சி, யாழ்ப்பாண" இளைஞர்களிடம் பணியாற்றும் போது, தொடர் மோதல்களின் விளைவாக, அங்கிருந்த பலரும் ஏதோ ஒரு விதமான வெறுப்பில் சிக்கிக் கொண்டு, சோகத்தில் தத்தளித்துக்கொண்டிருப்பதைக் காணமுடிந்தது. "ஏன் நாம் இந்தக் கடன்வாங்கப்பட்ட சொல்லான, "நல்லிணக்கத்தை" வைத்துக்கொண்டு நம்மை நாமே முட்டாளாக்கிக் கொள்கிறோம்?" என்று எனக்கு நானே அப்போது சொல்லிக்கொண்டது நினைவிற்கு வருகிறது. இந்தக்காலகட்டத்தில் பல விவாதங்களை அந்த இளைஞர்களிடம் நடத்திய போது, குறைந்தபட்சம் அநுராதபுரம், அம்பாறை, கிளிநொச்சி, யாழ்ப்பாணம் இளைஞர்கள் மத்தியிலாவது, அவர்களது "வாழ்க்கை அனுபவங்களில் இருந்து", வரலாற்றை மறுவாசிப்புக்கு உள்ளாக்கும் கருத்தை, அவர்களுக்குள்ளேயே பரிமாறிக் கொள்ளலாம் என்ற எண்ணம் வந்தது. வேறு விதத்தில் சொல்லப்போனால், நாம் இந்த இளைஞர்களுடன் சேர்ந்து, கலந்துரையாடப்பட்ட நினைவுகளிலிருந்து, ஒரு புதிய வரலாற்றை படைத்தால் என்ன என்ற ஒரு எண்ணம் தோன்றியது. இந்தப்படைப்பின் பயணம் இதிலிருந்துதான் தொடங்கியது..

சமூக சிற்பிகளின் இளையோர் குழுவானது இலங்கை சுதந்திரமடைவதற்கு முன்பு நடந்தவற்றையும், போர்க் காலத்தில் நடந்த நிகழ்வுகளையும் பற்றித் தெரிந்து கொள்ள விரும்பியதோடு, அவர்களது

மூதாதையரும், அவர்களோடு வாழ்ந்த முதியோரும் கடந்தகாலத்தின் பெரும்பகுதியை சொல்லாமல் "மௌனித்து" விட்டதையும், சில வேளைகளில் உண்மையில்லாத சம்பவங்களை கூறிவந்ததையும் புரிந்து வைத்திருக்கின்றார்கள் என்பதை எங்களால் அவதானிக்க கூடியதாக இருந்தது.

இளையோர் குழுவின் அங்கத்தவர்கள் பெரும்பாலும் தமது பாதகமான அனுபவங்களை தாங்கள் மாத்திரம் தான் அனுபவித்தோம் என்ற ஓர் எல்லைக்குட்படுத்தப்பட்ட மனநிலையில் இருந்தார்கள். அங்கே ஒன்றுக்கு மேற்பட்ட உண்மைகள் இருந்திருக்கலாம், தமது அனுபவத்தை மற்றவரும் அனுபவித்திருக்கலாம் என்ற சிந்தனை, அவர்களிடம் குறைவாகவே இருந்தது. இதை அவர்களிடையே கொண்டுவருவதற்கான ஒரு முயற்சியே இத்தொகுப்பு.

இளையோர் குழுவின் அங்கத்தவகள், போர்ச்சூழலில் பிறந்து, பல இழப்புக்களை சந்தித்திருந்தாலும் எழுதுகின்ற நுட்பத்தை விரைந்து கற்றுக்கொண்டார்கள். தாங்கள் வாழ்ந்த அனுபவங்களின் ஊடாக "குரல்களின் வரலாற்றுக் காலங்களில்" படம்பிடித்து, "அரசியல் ரீதியாக மௌனமாக்கப்பட்ட", அனுபவங்களை முன்வைத்துள்ளனர். தமிழர்கள், முஸ்லிம்கள், சிங்களவர்கள் என இலங்கையின் மூவின சமூகங்களின் போர்க் கால அனுபவங்களை இவை முன்னிறுத்துகின்றன. "தரவுகளின் அடிப்படையில் உள்ள உண்மைகளையும் உணர்வுகளின் அடிப்படையில் உள்ள உண்மைகளையும் இணைத்து விவரிப்பதே இப்படைப்பாகும்"

இளைஞர்கள் ஒரு புரிதலுடன் தங்களது எதிர்காலத்தை செம்மையாக்கிக் கொள்வதற்காக, இணைந்து பணியாற்றியதன் விளைவுதான் இப்புத்தகம். "எதிரி என்று ஒருவர் உண்டென்றால், அது அடுத்த சமூகமல்ல, மக்கள் மீது நசுக்கக்கூடிய, மக்களது வாழ்வை அவர்களிடமிருந்து பறித்துக் கொண்டு தனது கட்டுப்பாட்டுக்குள் வைத்துக்கொள்ளும், வன்முறையின் அலைகள் தான் அந்த எதிரி. "போர்தான் அந்த எதிரி" என்பதே அந்தப் புரிதல்.

ஷெரீன் சேவியர்
சமூக சிற்பிகள்

தொகுப்பாசிரியர் உரை

இளைஞர்களின் வளமான எதிர்காலத்தைப் பிரதான நோக்காகக் கொண்டு இயங்கும் சமூக சிற்பிகளின் முதலாவது தொகுப்பான "மௌனவலிகளின் வாக்குமூலம்" என்ற இந்நூலைத் தொகுத்தளிப்பதில் நான் மிகவும் பெருமையடைகிறேன். தரப்பட்ட மிகவும் குறுகிய காலத்துக்குள் என்னால் இயன்றவரை இப் பணியைச் செவ்வனே செய்திருக்கிறேன் என நம்புகிறேன்.

இந்தக் கதைகளில் வரும் சம்பவங்களும் கதை மாந்தர்களும் நிஜத்தைப் பிரதிபலிப்பவை. எனினும், எந்த ஒரு தனிநபரையோ, இயக்கத்தையோ அல்லது வேறு எவரையுமோ புண்படுத்தும் நோக்கத்தில் இந்தத் தொகுப்பு வெளியிடப்படவில்லை. வரலாற்றை ஆவணப்படுத்தும் நோக்கத்துடன், உண்மைக் கதாபாத்திரங்களின் வாக்குமூலத்தின் அடிப்படையிலேயே எமது இளையோரினால் இக்கதைகள் தொகுக்கப்பட்டிருக்கின்றன. இதில் பதினெட்டு தமிழ் மூலக் கதைகளும் மூன்று சிங்களக் கதைகளின் மொழி பெயர்ப்புகளும் அடங்கியுள்ளன.

இந்த இருபத்தியொரு கதைகளுக்குள்ளும், இலங்கை வரலாற்றின் முக்கிய சில பக்கங்கள் - தமிழ், சிங்கள, முஸ்லிம் இன மக்களின் பார்வையில் சொல்லப்பட்டிருப்பது மேலதிக சிறப்பைப் பெறுகிறது. பல்வேறு பிரதேச வழக்கங்களையும், மொழிநடைகளையும் உள்வாங்கி மிகவும் குறுகிய காலத்துக்குள் செம்மைப்படுத்துவதென்பது மிகவும் சிரமமான காரியமாகவே இருந்தது. எனினும் வேறுபட்ட மொழி நடைகளுக்கு அப்பால் அவற்றில் பிரதிபலித்த மக்களின் உணர்வுகளின் வலிமை, நிச்சயமாக எந்தவொரு வாசகரையும் கட்டிப்போடும் தன்மை மிக்கதாக இருக்கும். எனவே இவற்றில் எது சரி, எது பிழை என்பதை ஆராய்வதற்கு அப்பால், அவரவர் உணர்வுகளை உள்வாங்கி அவற்றுக்கு மதிப்பளித்து எம் அனைவரினதும் எதிர்காலத்தை வளப்படுத்த முனைவதே சாலச் சிறந்தது.

இத் தொகுப்பை வடிவமைப்பதிலும் அட்டைப்பட வடிவமைப்பிலும் சிறப்புற உதவிபுரிந்த நண்பர் மதுரனுக்கு எனது இதயபூர்வ நன்றியைக் கூறிக் கொள்வதோடு, மிகச் சிறந்த காலத்தின் கண்ணாடிகளாக விளங்கக் கூடிய இத்தகைய ஒரு வரலாற்றுச் சிறப்புமிக்க ஆவணத்தைத் தொகுத்தளிக்கும் அளப்பெரும் பணியை வழங்கியமைக்கு சமூக சிற்பிகளுக்கும் எனது மனமார்ந்த நன்றியைக் கூறிக் கொள்கிறேன்.

கௌரி அனந்தன்
தொகுப்பாசிரியர்

நன்றியுரை

இலக்கியங்கள் என்பன காலத்தைப் பிரதிபலிக்கும் பிம்பங்கள். அவை காலத்தின் கண்ணாடிகளாகும். இலங்கையின் மூவின மக்களின் வரலாற்றை, உள்ளத்தின் வலிகளை, உண்மைகளின் சாட்சிகளாக எழுத்துருவில் வடித்தெடுத்ததே இம் "மௌனவலி களின் வாக்கு மூலம்" ஆகும். இம்முயற்சியில் தோள் கொடுத்த பலரின் துணையுடனே இந்நூல் வெளிவருகின்றது.

மிகக் குறுகிய காலத்தினுள் அனைத்து விடயங்களையும் சிறப்பாகச் செய்து முடித்த ஆசிரியர் குழாமுக்குச் சமூக சிற்பிகள் தமது மனமார்ந்த நன்றியைத் தெரிவித்துக்கொள்ள விரும்புகின்றனர். மேலதிகமாக, எமது கடந்த மற்றும் நிகழ்கால அநுராதபுர, கிளிநொச்சி, அம்பாறை, யாழ்ப்பாண மற்றும் சென்னை அணியினர் தொடர் உழைப்பை வழங்கினர். BFW மற்றும் NED யினரின் ஆதரவுடன் இவ்விடயத்தை நிஜமாக்கிய எம் அணியினருக்கும் நன்றி தெரிவித்துக் கொள்கிறோம்.

உங்கள் எதிர்காலத்தைத் தீர்மானிப்பவர்கள், உங்கள் கண்ணோட் டத்தைச் செவிமடுக்க வைப்பதற்காக, உங்கள் சொந்தக் கதைகளின் ஊடாக வரலாற்றைப் பதிவுசெய்ய நினைத்த உங்கள் துணிவை மதித்து, உங்கள் எதிர்காலம் செம்மையானதாக அமைய எங்கள் வாழ்த்துகள்.

சமூக சிற்பிகள்

யாழ்ப்பாணம்
ஒரு திறந்தவெளிச் சிறைச்சாலை

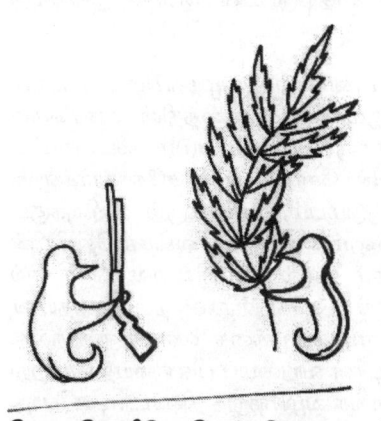

"பட்... பட்...", "பட... பட..." என வெடிச்ச பட்டாசுச் சத்தத்தால் கண் விழித்த நான், ஒரு கணம் பிரமித்துப் போனேன். "அடடா, இன்று சித்திரை வருடப் பிறப்பாச்சே... பார்க்க வேண்டிய வேலை எவ்வளவோ இருக்க இப்பிடித் தூங்கி விட்டேனே" என எண்ணித் துள்ளிக் குதித்துப் படுக்கையை விட்டு எழுந்தேன். அறை முழுவதும் பரவிய ஊதுபத்தியின் நறுமணம் என் நாசியைத் துளைத்தது. அது என் மனைவியின் கைங்கரியம் என்பதை உணர்ந்து அவசரமாகக் குளிப்பதற்கென வெளியே சென்றபோது, முற்றத்து மாக்கோலம் என்னைப் பார்த்து நகைத்தது.

ஒருவாறு என் காலைக்கடன்களை முடித்துவிட்டு, கைக்குள் படியமறுத்த மடமடத்த புதிய வேட்டியைப் பெரும் பிரயத்தனப்பட்டு சீராக உடுத்திக் கொண்டு மனைவியின் அழைப்புக்கிணங்க சாமி கும்பிடச் சென்றேன். சாமிப்படத்துடன் வைக்கப்பட்டிருந்த என் அன்புச் சின்னண்ணாவின் படம் என்னைப் பார்த்துச் சிரிப்பதுபோல் இருந்தது. அக்கணமே அடியோடு என் நிலை மறந்து, கடந்து வந்த கசப்பான நினைவுகளுக்குள் தள்ளப்பட்டேன்.

இந்தியாவில் இருந்து வந்த பாணன் ஒருவன், குருடனாய் இருந்தபோதும் யாழிசை வல்லவனாக இருந்தான். அவன், யாழ் மீட்டிப் பெற்றுக் கொண்ட பரிசாகக் கருதப்படும் யாழ்ப்பாணமானது வடக்கிலும் கிழக்கிலும் இந்தியப் பெருங்கடலாலும், தெற்கில் யாழ்ப்பாணக் கடல்நீரேரியாலும் சூழப்பட்டது. இலங்கை திருநாட்டில் வடகோடியில் அதன் தலைபோல் அமைந்திருக்கும் இப்பகுதி, தொண்டமனாறு மற்றும் உப்பாற்றுக் கடல் நீரேரிகளால் வலிகாமம், வடமராட்சி, தென்மராட்சி, தீவகம் எனப் பிரிக் கப்பட்டு, நாட்டில் வரண்ட பகுதிகளில் அளவில் சிறியதாக இருந்தாலும் சனத்தொகையை மிகவும் செறிவாகவே கொண்டுள்ளது. தமிழர், முஸ்லிம் கள் என இரு சமூகத்தவர் வாழ்ந்தாலும், தமிழ் சமூகத்தினரே இங்கு பெரும் பான்மையாக வாழ்கின்றனர். எனினும் இரு சமூகத்தவரினதும் பேசும் மொழி தமிழ் ஆகும். இத்தகைய சிறப்புகள் கொண்ட யாழ் தீபகற்பத்துக்கு வருவோரது கண்களில் முதலில் தனித்துவமாகத் தென்படுவது, பல மைல் கணக்கில் பரந்து விரிந்திருக்கும் பனந்தோப்புகளே. யாழ்ப்பாண மக்களின் மனவலிமை மற்றும் இல்லையென்னாது வழங்கும் வள்ளண்மை என்ப வற்றைப் பறைசாற்றுவனவாக கரு கருவென நிமிர்ந்து நிற்கும் பனைமரங் களில் நுங்கு, பனம் பழம், ஓலை, மட்டை, வைரம்பதித்த தனதுடல் என தன்னை முழுவதுமே தானம் செய்யக் காத்திருப்பன போல் இக்கற்பக தருக்கள் காட்சியளிக்கின்றன.

இவ்வாறு - அழகு, தமிழ் உணர்வு, தன்மானப்பற்று, பழந்தமிழ் பண்பாடு, நாகரிகம் என்பவற்றில் சிறந்து விளங்கும் யாழ்ப்பாணத்தின் கரையோர எல்லையில், நெய்தலும் மருதமும் கொஞ்சி விளையாடும் வடமராட்சி கிழக்கின் சிற்றூர் ஒன்றிலே, என்னுடன் சேர்த்து ஏழு சகோதரர்களும், அம்மாவும் அப்பாவும் கொண்ட என்குடும்பம், அன்புக்கும் அறிவுக்கும் அழகுக்கும் குறைவில்லாது வாழ்ந்தாலும், ஏனோ லட்சுமிதேவியின் கடைக்கண் பார்வை சிறிதளவேனும் நம் மேல் விழவில்லை. நாம் எல் லோரும் ஓரிரு வயது இடைவெளி கொண்ட சகோதரர்கள். நம் தந்தையின் சிறிய பலசரக்குக் கடையை நம்பியே எம் வாழ்க்கை வண்டி நகர்ந்தது. காலப்போக்கில் பொருளாதார நெருக்கடிகள் வறுமைப் பிணியைத் தோற்று விக்க அன்றாட வாழ்வின் சுமையைத் தாங்க வழியற்றுத் திண்டாடியபோது எங்கள் பெரியண்ணா, தன் படிப்பைப் பாதியிலே நிறுத்தி "குருவி தலையில் பனம் பழம் சுமப்பது போல்" என்பார்களே, அதுபோல் அப்பாவின் தொழிலுடன் தானும் இணைந்தார்.

இவையாவும் நிகழ்ந்தது 1987 காலகட்ட பின்னணிகளில்தான். அப்போது நான் பதின்ம வயதுச் சிறுவன் என்பதால், அப்போதைய யாழ்ப்பாண நகரின் அரசியல் நிலைவரங்களைப் பத்திரிகை, வானொலி, பெரியவர் களின் உரையாடல்கள் என்பவற்றின் மூலம் அறிந்துகொள்வேன். பத்தி ரிகை, வானொலி என்பவற்றின் பயன்பாடு அரிதாக இருந்ததால் நான் அதிகம் தகவல்களைப் பெற்றது பெரியவர்களின் வாய்வழியாகவே. ஏனெ னில் எனக்கு அதற்கான சந்தர்ப்பங்கள் அதிகமாக இருந்தன.

இரவு நேரங்களில் எங்கள் அப்பா, கடையை மூடிக்கொண்டு திரும்பியதும் அவருடன் வரும் பக்கத்து வீட்டு பசுபதிமாமா, பின் வீட்டு கந்தப்பு, மாதா கோவிலடி ஆரோக்கியம் அண்ணர் ஆகியோர் எம் வீட்டு முற்றத்து மாமர நிழலில் அமர்ந்து, அரட்டை அடிப்பர். அதனைச் சாதாரண அரட்டை எனக் கூறமுடியாது. ஏனெனில் நானும், என்னிலும் இரு வயது அதிகமான சின்னண்ணாவும் அவ்வரட்டை அரங்கின் மூலமாகவே பற்பல அரசியல் விடயங்களை அறிந்து கொண்டோம். எங்கள் வீட்டிலே எதற்குமே அதிகப் படியான கண்டிப்பு இல்லை என்பதால், நானும் சின்னண்ணாவும் பெரிய வர்கள் நாட்டு நடப்புகளை ஆரப்பித்ததுமே அவர்கள் அருகில் போய்விடு வோம். இடையிடையே சந்தேகங்கள் வரும்போது குறுக்கிட்டுத் தெளிவு பெறுவோம். ஏனெனில் அவர்களின் வாயைக் கிளறினால் நாம் பிறப்பதற்கு முன்னர் நிகழ்ந்த வரலாறுகள் எல்லாம் சுவையாகச் சொல்வார்கள். இவ் விதம் நான் அறிந்துள்ள சில நிகழ்வுகள், என்மனதில் பசுமரத்தாணி போல இன்றும் இருக்கின்றன.

1987ஆம் ஆண்டின் மே, ஜூன் மாதங்களில் "ஒப்பரேஷன் லிபரேஷன்" என்ற பெயரிலே தமிழீழ விடுதாலைப் புலிகளின் கட்டுப்பாட்டிலிருந்த வடமராட்சியைக் கைப்பற்றும் நோக்கோடு, இலங்கை இராணுவம் கடும் தாக்குதலை மேற்கொண்டது. தமிழர்களைத் தமது சொந்த வீடுகளில் இருந்து விரட்டியடிக்கும் இனவாத நடவடிக்கையாகவே இது இருந்தது. பலாலியிலிருந்து குரும்பசிட்டி ஊடாக முன்னேறிய இராணுவத்தினர், அங்கிருந்த தமிழ் மக்களின் வீடுகளை இடித்துத் தரைமட்டமாக்கினர். பலாலியிலிருந்து திருச்சி நோக்கிய சர்வதேச விமானப்போக்குவரத்து இடைநிறுத்தப்பட்டு முழுமையான இராணுவ விமானத்தளமாக்கப்பட்டது. மக்களின் பூர்வீக நிலங்கள் பலாத்காரமாகப் பறிக்கப்பட்டு விமான நிலையம் விஸ்தரிக்கப்பட்டது. இதன்போது கிட்டத்தட்ட நாற்பதினா யிரத்துக்கும் மேற்பட்ட மக்கள் பாதிக்கப்பட்டனர்.

இச்சமயத்தில்தான் ஜூன் 04ஆம் திகதி, இலங்கை வான்பரப்பினுள் அத்து மீறி நுழைந்த இந்திய வான்படை, யாழ்ப்பாணத்தில் "பூமாலை நடவ டிக்கை" என்ற பெயரில் உணவுப் பொட்டலங்களைப் போட்டனர். அத்து டன் வடமராட்சி நடவடிக்கைக்கு முன்னர் தமது முகாம்களில் முடங்கி யிருந்த இலங்கை இராணுவம், இதன் பின்னரே தொண்டமனாறு, வல்வெட்டித்துறை இராணுவ முகாம்களின் ஊடாக முன்னேறி வடம ராட்சியை ஆக்கிரமித்தனர். இந்த இராணுவ நடவடிக்கையின்போது இலங்கை இராணுவத்தால் கொடூரமாகப் பாதிக்கப்பட்டதன் விளைவா கவே இந்தியாவின் தலையீட்டைத் தமிழ் மக்கள் கோர நேர்ந்தது என்பதை பின் வீட்டுக் கந்தப்பு, மிகப்பெரும் துயரத்துடன் அடிக்கடி கூறி பெருமூச்சு விடுவது இன்றும் என்மனதில் நிழலாடுகின்றது.

இவரது பெருமூச்சின் காரணம் நானும் அறிந்ததுதான். ஏனெனில் காந்தி தேசத்தின் காவலர்கள் என அழைக்கப்பட்ட இந்திய இராணுவம், "அமைதிப்படை" என்ற பெயரில் பசுத்தோல் போர்த்திய புலிகளாக, எம்

மீது அடக்கு முறைகளைப் பிரயோகித்ததை நானும் உடனிருந்து அனுபவித் திருந்தேன். இந்தியன் பீஸ் கீப்பிங் போஸ் (ஐ.பி.கே.எப்) என ஆங்கிலத்தில் இவர்கள் அழைக்கப்பட்டாலும், இந்தியன் பீப்பிள் கில்லிங் போஸ் என்பதே இவர்களுக்கு மிகவும் பொருத்தமானதென நம்மவர்கள் பேசிக் கொண்டோம்.

இவ்விதம் இந்திய - இலங்கை ஒப்பந்தத்தின் சரத்துகளை நடைமுறைப் படுத்துவதே நோக்கம் எனக் கூறிக்கொண்டு வந்தவர்கள், யாழ்ப்பாணத்தை புலிகளிடமிருந்து மீட்டு, அவர்களின் போர்க்கருவிகளை களைவதற்காக பலாலி, காங்கேசன்துறை, யாழ்ப்பாணக் கோட்டை ஆகிய இடங்களி லிருந்து விமானத் தரையிறக்கம், கடல்வழித் தரையிறக்கம் எனப் பல படை யெடுப்புகளுடன் மூன்று கிழமைகளாக நடந்த கொடுமையான போரின் பின்னர், இலங்கை இராணுவம் மூன்று ஆண்டுகளாக முயன்று முடியாமற் போன யாழ்ப்பாணத்தை இந்தியப்படையினர் கைப்பற்றினர். இச்சம்பவம், பெரியவர்கள் மூலமாக மட்டுமன்றி நானும் நேரடியாக உணர்ந்ததுதான். அக்கொடுமைகளை எவ்விதம் எடுத்துரைப்பேன். நினைத்தாலே உடம் பெல்லாம் வியர்க்கிறது.

ஒருகணம் என் கண்களை இறுக மூடித் திறக்கின்றேன். கைமுட்டிகள் கோபக்கனலால் விறைக்கின்றன. ஏனென்றால் அன்று இந்தியப்படை யாழ். குடாநாட்டைக் கைப்பற்றிய பின் தொடர்ந்து முப்பத்தியைந்து நாட் களுக்கு ஊரடங்கு பிறப்பிக்கபட்டது. இலங்கை சரித்திரத்திலேயே அதிக நாட்களைக் கொண்ட ஊரடங்குச்சட்டம் இதுவாகவே இருந்தது. இதன் போது வீட்டுக்கு வெளியே வந்த அனைவரும் தயவுதாட்சணையின்றிச் சுட்டுக் கொல்லப்பட்டனர். குழந்தைகள், பெண்கள், முதியவர்கள், நோயா ளிகள் என எல்லா வயதினரும் இதனுள்ளே அடக்கம். ரத்தத்தைக் கொதிக்க வைக்கும் சம்பவங்களாகக் கர்ப்பிணிப் பெண்கள் பலர் வைத்தியசாலை செல்லமுடியாமல் வலியால் கதறித் துடித்ததும், பொறுக்க முடியாமல் பிரச வத்துக்காகக் கொண்டு சென்றவர்கள் மீதும் அமைதிப்படை தன் அராஜ கத்தைக் காட்டியது.

இந்தக் கொடூரச் சம்பவங்களைக் கேள்வியுற்றபோது, எங்கள் வீட்டு ஏணை யில் உறங்கும் பிறந்து ஒரு மாதமேயான சின்னத்தம்பியையே அனைவர் கண்களும் கண்ணீருடன் மொய்க்கும். இன்றும் அவனைக் காணும் போதெல்லாம், அன்று அநியாயமாகக் கொல்லப்பட்ட சிசுக்களும் தாய் மாருமே என் நினைவுக்கு வருவர்.

அமைதி பேச வந்தவர்களால் எம் அமைதி குலைந்தபோது நம் வீட்டு முற்றத்து மாமரமும் வெறிச்சோடிப்போனது. எங்கள் அரட்டையரங்கம் அடக்குமுறைக்குப் பயந்து தானாகவே அடங்கிக்கொண்டது. கூடியிருந்து பேசினால், இவர்கள் புலிகள் எனக்கூறி கொடுமைக்குள்ளாவர். அதைத் தவிர்ப்பதற்காகவே நம் வீட்டு முற்றம் மௌனம் காத்தது.

"ரவுண்டப்" என நம்மவரால் கூறப்படும் சுற்றிவளைப்புகள் அடிக்கடி இடம்பெற்றன. இதில் பல தடவைகள் அகப்பட்டும், சில தடவைகள் என் அம்மாவின் புத்திக் கூர்மையால் தப்பித்தும் இருக்கிறேன்.

ஒரு சமயம் அப்பா வீட்டில் இல்லை. அம்மா எனக்கும் சின்னண்ணாவுக்கும் பச்சையரிசிச் சோறும், எங்களுக்குப் பிடித்த அம்மாவின் கைப்பக்குவம் மிகுந்த கருவாட்டுக் குழம்பும், சுட்ட மிளகாயும் சாப்பிடத் தந்து விட்டு, தங்கைகள் இருவருக்கும் அப்போதுதான் எங்கள் கழுத்து வெட்டி வெள்ளைக் கோழி இட்ட முட்டையை அரை அவியலாக மசித்து ஊட்டிக் கொண்டிருந்தாள். திடீரென எங்கோ நாய்கள் குரைக்கும் சத்தம். அவற்றுடன் சேர்ந்து எங்கள் வீட்டு பப்பியும் வள் வள் என்றது. அதைக் கூர்ந்து கவனித்த எங்கள் அம்மா, "பப்பியின் வள் வள்" இல் ஓர் அச்சம் இருப்பதைக் கண்டுவிட்டு, "வருவது இந்தியன் ஆமிதான்" என்றார்.

ஆசையாய் அள்ளி அள்ளிச் சாப்பிட்ட எனக்கு, அடுத்த தட்டுச் சோற்றுக்கு கறி இருக்காது என்பது கறிச்சட்டியின் மீதான அம்மாவின் ஏக்கப்பார்வை உணர்த்தியது. அப்போது அழையாமல் அங்கே வந்துகொண்டிருக்கும் விருந்தினர்களுக்கு கருவாட்டுக்கறி என்றால் கொள்ளைப்பிரியம். அதுவும் அம்மாவின் கறி, சொல்லவும் வேண்டுமா? அதை அவசர அவசரமாக எங்கு ஒளித்தாலும் நாசியைத்துளைக்கும் அதன் வாசம் காட்டிக்கொடுக்குமே என்ற ஏக்கத்தோடு அமர்ந்திருந்தோம்.

வெளிவாசற் கதவை, எங்கள் பப்பியைக் கட்டும் சங்கிலியால் கட்டி, பெரிய ஆமைப்பூட்டால் இழுத்துப் பூட்டியும் ஒரு பயனும் இல்லை. ஏனெனில் அவர்கள் ஒருபோதும் வாசலால் வருவதில்லை. சுற்றியுள்ள மட்டை வேலியை காலால் உதைத்து மிதித்துத் தள்ளிக்கொண்டு சுமார் 300 தொடக்கம் 400 பேர் வரை வீதியெங்கும் நிறைந்து நிற்க, கறையான்கள் புற்றிலிருந்து கிளம்பி சாரை சாரையாகச் செல்வதுபோல எங்கிருந்து வருகிறார்கள் என்பதை உணரமுன்னரே "திபு திபு" என நுழைந்தார்கள். அவர்களுடன் கலந்து வந்த ஒருவித நெய் வாடை, வயிற்றைக் குமட்டியது. அவர்களின் மூக்குவிடைத்து கண்கள் பளபளப்பதில் இருந்து கருவாட்டுக் குளம்பு மணத்தை மோப்பம் பிடிக்கிறார்கள் என்பது தெரிந்தது. நீண்ட குடுமியும் அதன் மேல் அணிந்த சிவப்புத் தலைப்பாகையும், கத்திரிக்காது அலங்கோலமாய் வளர்க்கப்பட்ட தாடியுமாய் இருந்த அவர்களில் ஒருவன், என்னருகில் வந்து, எனது சோற்றுத்தட்டைக் கண்களால் விழுங்கியவாறு, தனது காற்சட்டைப் பைக்குள் கையை விட்டு சப்பாத்தி ஒன்றை எடுத்து, தனது பொந்து போன்ற வாயினுள் விட்டு முழுங்கினான். அதிலிருந்து வீசிய ஒருவகை நெய்யின் நாற்றத்தைச் சுவாசிக்க முடியாமல் மூக்கைப் பொத்தப் போன என்னை அண்ணாவின் பார்வை எச்சரித்தது.

அந்நேரம் அவர்களுள் தலைவன் போல் தோன்றிய ஒருவன் ஏதோ உரக்கச் சொல்ல, சிறியவன் ஒருவன் அடுப்படியில் இருந்த கறிச்சட்டியை அப்படியே தூக்கிக் கொண்டான். ஒருமுறை எங்கள் அனைவரையும் தங்கள்

13 சமூக சிற்பிகள்

கழுகுப் பார்வையால் கூர்ந்து நோக்கிவிட்டு வெளியேறத் தொடங்கியவர்கள், முற்றத்துக் கயிற்றுக் கொடியிலே அழகிய கோர்வைகளாகக் காயப் போட்டிருந்த பனங்கிழங்குகளை வாரி எடுத்தார்கள். அத்தோடு விடாமல், நிறைமாதக் கர்ப்பிணி போல குலை தள்ளி நின்ற கிணற்றடித் தென்னையை நோக்கி ஆவலுடன் நடந்தார்கள். கண்களில் மகிழ்வுடன் சின்னண்ணாவின் கையைப்பிடித்து தரதரவென இழுத்துச் சென்று, தென்னையிலேறி அக்குலைகளைப் பறித்துத் தருமாறு உத்தரவிட்டார்கள்.

அதுவரை சின்னத்தம்பியை மார்போடு அணைத்தவாறு செய்வதறியாது திகைத்து நின்ற அம்மா, ஓடிச்சென்று அவர்களைத் தடுத்தார்.

"என் மகன் சின்னவன்... அவன் மரம் ஏறமாட்டான்..." என அழுது புலம்பினாள். அவர்களோ அசைவதாக இல்லை.

கதறல்கள், கண்ணீர்கள், புலம்பல்களின் இறுதியில் "அப்பா வந்தவுடன் பறித்துத் தருகிறோம்.." என்ற அம்மாவின் மன்றாடல் ஜெயித்தது.

என்றாலும் தங்கள் கோபம் மாறாமல் அண்ணாவின் தலையில் ஒரு குட்டு வைத்துவிட்டு "பீடி" வாங்கி வருமாறு கடைக்கு அனுப்பி விட்டு அவனைத் தொடர்ந்தனர்.

வீட்டிலே அடித்த புயல் ஓய்ந்தாலும் என் மனதில் பெரும் புயல் அடித்துக் கொண்டிருந்தது. அம்மாவின் கதறல், சின்னவளின் சிணுங்கல், தங்கைகளின் கண்ணீர், அண்ணாவின் அச்சம் இவற்றுடன் இணைந்து என் கையாலாகத்தனமும் என்னை வருத்தியது. கோழி தன் குஞ்சுகளைச் சிறகினுள் மறைப்பது போல், அம்மா எங்கள் அனைவரையும் அணைத்தவாறு அண்ணனின் வரவை எதிர்நோக்கியிருந்தோம். சில நிமிடங்கள் நகரத் திரும்பி வந்த அண்ணாவின் முகத்தில் அவமானமும், எதிலோ தோற்றது போன்ற உணர்வும் தோன்றின. யாரும் எதுவுமே பேசவில்லை. பெரும் மௌனம் குடிகொண்டிருந்த அந்த நிசப்த நேரம், சின்னத்தம்பியின் அழுகுரல் எங்கள் சிந்தனையைக் கலைத்தது. அம்மாவின் மடியில் இருந்து பால் குடித்துக் கொண்டிருந்த போதும் அவனது அழுகை ஓயவில்லை. அம்மாவின் முகத்திலோ வெறுமை படர்ந்திருந்தது. ஏதோ புரிந்தது போல சின்னண்ணா ஓடிச்சென்று தம்பியைத் தூக்கிவிட்டு, முதலில் அம்மாவைச் சாப்பிடுமாறு வற்புறுத்தினான். எனக்கு எதுவோ புரிந்தது போல் இருந்தது. "ஓ... எங்கள் தமிழ் மண் தன் குழந்தைகளின் துயர் துடைக்கமாட்டாமல் வெற்றுக் கண்ணீர் சொரிவது போல் தான், அம்மாவும் தம்பியின் பசி போக்கும் சக்தியற்றுத் தவிக்கிறாவா?" என்றிருந்தது.

எதிரே தட்டிலே போட்ட வெறும் சோற்றைச் சுட்டமிளகாயுடன் பிசைந்து கொண்டிருந்த அம்மா, தொண்டையில் அடைத்த சோற்றை விழுங்க முடியாமல் செம்பில் இருந்த தண்ணீரைச் சோற்றினுள் ஊற்றிப் பிசைந்து அள்ளி அள்ளி வாயினுள் திணித்தாள். குழந்தைக்குப் பாலூட்ட வேண்

டுமே என்ற வேகம் அவள் செயலில் தெரிந்தது. என் கன்னங்களில் ஈரத்தை உணர்ந்த போதுதான் நான் அழுகிறேன் என்பது எனக்கே புரிந்தது.

இவ்விதமாகவே எங்களின் அன்றைய வாழ்க்கை நகர்ந்தது. நாட்கள் ஒவ்வொன்றும் துயர்களைச் சுமந்த வண்ணம் மெல்ல நகர்ந்தன. கடையில வருமானம் போதாததால் இப்போதெல்லாம் பெரியண்ணா, பக்கத்து வீட்டு மாமாவுடன் கடலுக்குச் செல்லத் தொடங்கியிருந்தார். கடற்றொழில் என்றால் எப்போதுமே பீதிதான். கடல்மேற் சென்றவரை இயற்கை அழிக்குமோ, இராணுவம் அழிக்குமோ என்ற ஏக்கம் எஞ்சியிருக்கும். இக் காலத்தில் தொழிலுக்கும் பயங்கரக் கட்டுப்பாடுகள் விதிக்கப்பட்டிருந்தன. மீன்பிடிக்குச் செல்வதற்கு "பாஸ்" நடைமுறை என்ற பெயரில் மீனவ குடும்பங்கள் பட்டினி போடப்பட்டன. இந்த நிலையில்தான் எங்கள் பெரியண்ணாவும் பக்கத்து வீட்டு மாமாக்கள் சிலரும் இரகசியமாக நடந்து சென்று வலைகளை கடலிலே கட்டி விடுவர். பின்னர் இரவிரவாகவே பிடிபட்ட மீன்களை வலைகளுடனேயே வீட்டுக்கு எடுத்து வந்து வைத்துத்தான் தெரிந்து எடுப்பர். முன்பெல்லாம் சிறுவர்கள், பெண்கள், முதியவர்கள் என அனைவரும் கடற்கரை மணலில் பாதங்கள் புதைய நிண்டு மீன் தெரிக்கும் இனிய காட்சிகள் மறைந்து, இப்போதெல்லாம் எங்கள் சொந்தத் தொழிலையே மிகுந்த அச்சத்துடன் அதுவும் கடற்கரையில் வைத்துச் செய்யவேண்டிய வேலைகளை வீடுகளுக்குள்ளேயே பரமரகசியமாகச் செய்யவேண்டிய துர்பாக்கிய நிலை எங்களுக்கு.

இத்தகைய சூழ்நிலையில்தான் 1988ஆம் ஆண்டின் ஓர் அதிகாலை வேளை எங்கள் வீட்டுக்கு இரு வீடுகள் தள்ளியுள்ள நாகராசா என்ற மீனவனை, இரு கைகளையும் உயர்த்தியவாறு கடலுக்குள் நடக்கச் சொல்லிவிட்டு, இந்திய அமைதிப்படை சுட்டுக்கொன்றது. இச்செய்தியை அறிந்த அவனது வீட்டார், கடற்கரை சுடுமணலில் வீழ்ந்து புலம்பிய ஒப்பாரி இன்னும் என் காதுகளில் ஒலிக்கின்றது. இந்த மரண வீட்டின் ஓலம் மறையத்தொடங்கிய சிலநாட்களின் பின்னர் எங்கள் பிரதேசத்தைச் சேர்ந்த இ.மகேந்திரராசா என்பவர் உலாந்தாக் காட்டுத் தென்னையில் இளநீர் பிடுங்கச் சென்றபோது, இந்திய ராணுவத்தால் இரக்கமற்றுச் சுடப்பட்டார். இவ்விரு கொலைகளுக்குமான காரணம் புரியாமல், தமிழராய் பிறந்த ஒரே காரணத்தால் நாம் பட்ட துன்பங்களுள் இவையும் ஒன்றெனக் கூறிப் பெருமூச்சுடன் கடக்கிறோம்.

நம் வீட்டுச்சுவரிலே தொங்கிய பஞ்சாங்கக் கலண்டர் தன் தினத்தாள்களை வேகமாகப் புரட்டிக் கொண்டிருந்தது. நம் மாமரத்து முற்றம் மௌனம் காத்ததால் சில நாட்களாக என்னால் நாட்டுநடப்புகளை அறிய முடியவில்லை.

என்ன செய்வதென யோசித்தவாறு அமர்ந்திருந்த எனக்கு, "எட மோன... தம்பி... மோன.." என்ற கந்தப்பு தாத்தாவின் சற்றுத் தளர்வான குரல் கொல்லைப்புற மட்டைவேலியால் காற்றோடு வந்து என் காதுகளை எட்டியது. விழுந்தடித்துக்கொண்டு எழுந்து ஓடினேன்.

“என்னண அப்பு... ஒரு மாதிரிக் கூப்பிடுறியள்” என்றேன்.

“ஓம் மோன, உவள் பிள்ள வீட்டார் தாளையடி அந்தோனியார் கோவிலுக்குப் போட்டினம். வீட்ட ஒருத்தரும் இல்ல மோன, எனக்குக் கொஞ்சம் சளி வருத்தம் தானே..” என வார்த்தையை முடிக்க முன்னர், “கம்... கம்...” என நெஞ்சைப் பிடித்துக்கொண்டு இருமினார்.

“பொறண அப்பு நான் வாறன் உடன” எனச் சொல்லி வேலிப் பொட்டுக் கால் புகுந்து ஓடிப்போய் அவரைக் கைத்தாங்கலாய்ப் பிடித்துச் சென்று சாக்குக்கட்டிலில் லேசாப் படுக்க வைத்தேன். திரும்பி ஓடி அம்மாவிடம் வந்து சுடுதண்ணீர் எடுத்துச் சென்று குடிக்கக் கொடுத்து விட்டு, நெஞ்சிலே இதமாக ஒத்தடமும் கொடுத்தேன். சில வினாடிகளின் பின்னர் சிறு செருமலுடன் எழும்பி இருந்த கந்தப்பு கதைக்கத் தொடங்கினார்.

அன்று அவர் மூலம் சில பல நாட்டு நடப்புகளைத் தெரிந்து கொண்டேன். உடல் தளர்ந்த போதும் பெரியவர் ஆங்காங்கே வருவோர் போவோர் மூலம் அத்தனை அரசியலும் அறிந்திருந்தார் என்பது எனக்கு வியப்பூட்டியது. அவர் சொன்ன பலவற்றுள் இன்றும் என்மனதில் புரையோடிப் போயுள்ள சில சம்பவங்களை மீட்டிப்பார்க்கிறேன்.

1987ஆம் ஆண்டு ஒக்டோபர் மாதம் தீபாவளித் திருநாள் அன்று யாழ்ப்பாண பொதுமருத்துவமனையில் இந்தியப்படையால் 68 தொடக்கம் 70 வரையான பொதுமக்கள் கொல்லப்பட்டனர். இதில் மருத்துவர்கள், தாதியர்கள், பணியாளர்கள், நோயாளர்கள் என அனைவரும் உள்ளடங்குகின்றனர். அன்றும் அதற்கு முந்திய சில நாட்களின் முன்னரும் யாழ். குடாவின் பல பகுதிகளிலும் இந்தியப்படைகளின் துப்பாக்கிச் சூட்டுக்கு இலக்கானோர் சுமார் 70 இற்கும் மேற்பட்ட அப்பாவித் தமிழ் மக்கள் [illegible]ருந்தனராம்

எனவே, அன்று விடுமுறை நாளென்றும் பாராமல் சேவை மனப்பாங்குடன் பணிபுரியச் சென்றவர்கள், அமைதிப்படையினரின் சரமாரியான துப்பாக்கிச் சூடு மற்றும் கிரனைட் தாக்குதலுக்கும் உள்ளாகினராம். இதில் மனதை உருக்கும் விடயம் என்னவென்றால், அன்று இரவு முழுவதும் துப்பாக்கிச் சன்னம் துளைக்காமல் தப்பித்து, மறுநாள் காலை 08.30 மணியளவில் டொக்டர் சிவபாதசுந்தரம் என்பவரும் மேலும் சில தாதிகளும் தங்கள் கைகளை மேலே உயர்த்தியவாறு “நாம் வெறும் மருத்துவரும் தாதியரும் தான், நாங்கள் சரணடைகிறோம்” என உரக்கக் கத்தியவாறு வந்த போதும், அவர்கள் மேல் குண்டு மழை பொழிந்ததால் அந்த அருமையான டொக்டர் அவ்விடத்திலேயே உயிர் பிரிந்தாராம்.

இதைப் பெரியவர் சொல்லக் கேட்டபோது என் இதயம் வலித்தது. மனதில் இருந்த நீண்டநாள் தாகம் விழிகளில் மின்னிட என் மெலிந்த கைகள் துப்பாக்கியைத் தாங்குமா என ஆராய்ந்தேன். என் மனக்குமுறல் விழி

வழியே தெரிந்தது போலும். பெரியவர் என் தலையை ஆசீர்வசிப்பது போல் தடவியவாறு தொடர்ந்தார்.

இதே ஆண்டின் நவம்பர் மாத நடுப்பகுதியில் ஊரடங்குச்சட்ட வேளையில், இந்தியப்படையால் படுகாயமுற்ற நால்வர் சண்டிலிப்பாயிலிருந்து யாழ்ப் பாணம் நோக்கி வெள்ளைக் கொடியோடு மருத்துவத் தேவைக்காகச் சென் றுகொண்டிருந்த நிலையில், மீண்டும் அவர்களின் துப்பாக்கிச் சூட்டால் இருவர் கொல்லப்பட்டனராம். இவ்விதம் மாவட்டத்தின் பல பகுதிகளிலும் இந்தியப்படை எம் மக்களை எமலோகத்துக்கு அனுப்பிக் கொண்டிருந்தது.

மேலும், "ஒப்பரேஷன் லிபரேஷன்" நடவடிக்கையால் இடம்பெயர்ந்து இந்தியப்படையின் வருகையுடன் மீண்டும் சொந்த இடத்துக்குத் திரும்பிய வடமராட்சி மக்களின் நிலை பற்றியும் கந்தப்பு அறிந்திருந்தார்.

இலங்கைப் படையிடமிருந்து காக்க வந்த காவல் தெய்வங்கள் என இந்தியப்படையை நம்பி, ஆனந்தக் கண்ணீர் சொரிந்துகொண்டு மெல்ல மெல்ல தென்மராட்சியிலிருந்து கொண்டு, வடமராட்சிக்கு வந்து சிலகாலம் செத்த வீடு, துக்க விசாரிப்புகள், உடமைகளின் இழப்புகள் என உடைந்த வீடுகளைச் சரி பண்ணியவாறு காலம் நகர்ந்ததாம்.

எனினும் முகாமிலிருந்து முன்னேறிய சிங்கள இராணுவத்தால் ஆங்காங்கே புதைக்கப்பட்ட நிலக்கண்ணி வெடிகளால் காலை இழந்த ஆடு, மாடு, மனிதர்கள் பற்றிய சோகம் ஒருபுறமும் தெருவை விட்டு இறங்கி நடந்தால் காலை இழந்து விடுவோம் என்ற பயமும் இருக்கத்தான் செய்ததாம். இந்திய இராணுவம் தாங்கள் அமைதிப்படைதான் என்பதை அம்பலப்படுத்து வதற்காக வீதியில் வருவோர், போவோர் எல்லோரையும் மறித்து, யூஸ் கொடுத்துவிட்டு "நீங்கள் பட்ட துன்பங்களுக்கெல்லாம் உதவத்தான் நாம் வந்துள்ளோம். என்ன தேவைப்பட்டாலும் முகாமில் வந்து கேளுங்கள்" என்று தேனொழுகப் பேசினராம். இதை நம்பி அவர்களிடம் போனவர் களை அவர்கள் விசாரித்தது "எல்.ரீ.ரீ.ஈ" பற்றித்தானாம்.

இதற்கு முன்னர் இலங்கைப் படையினர் "கொட்டியா கொட்டியா" எனக் கேட்டு, குடலை உருவியது போக, இவர்கள் புதுவிதமாக எல்.ரீ.ரீ.ஈ எங்கி ருக்கிறது? எல்.ரீ.ரீ.ஈ எந்த வழியால் போவார்கள்? எனத் துருவினார்களாம்.

இவற்றுடன் பொலிகண்டியில் பொதுமக்களின் வீடுகள் பலவற்றைத் தங்கள் முகாமாக மாற்றியதோடு, நியாயம் கேட்கப்போன வீட்டு உரிமை யாளர்களை விரட்டி அடித்தனராம். உடுப்பிட்டியிலே பெண்கள் பாட சாலை ஒன்றை இராணுவ முகாமாக மாற்றிவிட்டு "நாங்கள் ஒருபுறம் இருக் கிறம், நீங்கள் ஒருபுறம் பாடசாலையை நடத்துங்கள்" என்று கூற, சில காலம் அவ்வாறே நடந்ததாம். பின்னர் மாணவிகளிடம் அவர்கள் தகாத முறையில் நடக்க முற்பட்டதால், பெண்பிள்ளைகளைப் பெற்றோர் பாட சாலைக்கு அனுப்புவதைத் தவிர்த்தனர். இதனால் அப்பாடசாலை முழு வதும் இராணுவ முகாமாக மாற்றப்பட்டது.

இவ்விதம் வலிநிறைந்த வடமராட்சியின் துயர், கந்தப்ப தாத்தாவின் மனதிலிருந்து என் மனதில் ஏறிக்கொள்ள, பெரும்சுமையுடன் வீடு நோக்கி நகர்ந்தேன்.

ஒட்டுமொத்த யாழ். குடாவின் நிலை இவ்வாறு இருக்க, எமது பிரதேசத்திலும் கெடுபிடிகள் அதிகரித்து, எந்த நேரம் என்ன நடக்கும் என்று தெரியாமல் இருந்தது. இந்திய அமைதிப்படையினரின் ஆதிக்கமே இருந்தாலும் காலைவேளைகளில் குடுமியும் தாடியும் சிவப்பு தலைப்பாகையும் கையிலே சுமந்த எஸ்.எல்.ஆர் ஆயுதமும் கூடவே வரும் ஒருவித நெய் வாடையுமாக இந்தியன் ஆமி ரோந்து வந்து போன பின்னர் பொழுதுபடும் வேளைகளில் சாரம் அணிந்து இடுப்பில் துப்பாக்கியும் உடலில் குன்றாத வலிமையும் நெஞ்சில் கனன்றெழும் தமிழீழத் தாகமுமாக இளைஞர் குழுக்கள் இரவோடு இரவாக இரகசியமாக வந்து போயினர். இவ்வாறு வரும் இளைஞர் குழுக்கள் எங்கேயும் படைமுகாம் மீது தாக்குதல் நடத்தினாலோ அல்லது இருபடைத்தரப்பும் நேருக்கு நேர் முட்டிக்கொண்டாலோ வீரம் மிக்க இளம்புலிகளை வெல்ல முடியாமல் தோற்று ஓடிவிட்டு எல்லாம் ஓய்ந்த பின்னர் தங்கள் வீரத்தை எம்மீதே காட்டுவார்கள்.

அன்று முழுவதும் எம்மக்கள் காலை முதல் மாலைவரை நட்டநடு வெயிலிலே ஆடு, மாடுகளைப் போல் உட்கார வைக்கப்பட்டு, அன்ன ஆகாரம் எதுவும் இன்றி உருட்டி மிரட்டி விசாரிக்கப்படுவார்கள். இவ்விசாரணைக்குக் குழந்தைகள், பெண்கள், முதியவர்கள் என்ற எவ்வித வேறுபாடும் கிடையாது.

யாழ்ப்பாண மாவட்டமே ஒரு பெரும் திறந்தவெளிச் சிறைச்சாலையாகச் செயற்பட்டுக் கொண்டிருந்த நேரம், அதன் சிறுபகுதியான வடமராட்சி கிழக்கிலே இரு குட்டித் திறந்தவெளிச் சிறைச்சாலைகள் இயங்கிக் கொண்டிருந்தன என்றே கூற வேண்டும்.

ஏனெனில் அவர்களின் இந்த ரவுண்டப் நடவடிக்கையின் போது வீடுகளில் புகுந்து மக்களை ஆடு, மாடுகளை மேய்ப்பது போல் "சலோ, சலோ" என உரக்கச் சத்தமிட்டுக் கொண்டு போவார்கள். இவ்வாறு சாய்த்துக்கொண்டு போன நாகர்கோவில், குடாரப்பு, மாமுனை, செம்பியன்பற்று மக்களை தாழையடிக் கடற்கரைக் கிரவுண்டிலும், மருதங்கேணி தொடக்கம் கேவில் வரையான மக்களை ஆழியவளை வைரவர் கோவிலடி முற்றத்திலுமாக அமர்த்தி வைப்பார். இவ்விரு இடங்களுமே எங்கள் பகுதித் திறந்தவெளிச் சிறைச்சாலைகள். இங்கு தான் விசித்திரமான பல சித்திரவதைகள் எல்லாம் இடம்பெறுகின்றன.

காலையிலிருந்து உணவு, தண்ணீர் எதுவும் இன்றி மலசலம் முதலிய அத்தியாவசியத் தேவைகளையும் மக்கள் அடக்கியே வைத்திருந்தனர். ஊரிலே எந்தநேரமும் வெற்றிலை குதப்பிக் கொண்டு திரிபவர்களை இந்தச் சிறைச்கூடங்களில் கண்டுவிட்டால் வெற்றிலைக்குப் பதில் மண்ணை

அள்ளிச் சாப்பிடுமாறு கூறிவிட்டு பலாத்காரமாக அவர்களது வாயில் சுடுமணல் திணித்த கொடூரங்களையும் நான் கண்டுள்ளேன். ஒருமுறை ஆழியவளை வைரவர் கோவிலடியில் துரைசிங்கம் என்பவரைச் சுடுமண லில் கழுத்து வரை புதைத்து வைத்தனராம் என என் நண்பன் கூறினான்.

இவ்வாறான நேரங்களில் ஆகக்குறைந்தது பத்துப் பதினைந்து பேருக்காவது கட்டிவைத்து அடிப்பார்கள். மரணவலியில் அவர்கள் துடித்துக் கொண்டி ருக்க "ஹிந்திப் பாட்டுப் பாடுங்கள், உங்களை விட்டுவிடுகின்றோம்" என ஏளனம் செய்து நகைப்பார்.

அமைதியின் காவலர்கள் இத்தகைய கொடூரங்களிலிருந்து தப்புவதற்காய் ஒருமுறை எங்கள் அம்மா தூரத்திலே நாய்கள் குரைப்புச் சத்தம் கேட்கும் போதே ஓடிச்சென்று முற்றத்து வேம்பிலே ஒரு கெட்டு இலைகளை முறித்து வாசலிலே சொருகி விட்டு வேகமாக வந்து எங்களை எல்லாம் படுக்க வைத்துப் போர்த்தி, ஆங்காங்கே வேப்பிலைகளைப் பரப்பிவிட்டு தானும் கையிலே ஒரு வேப்பிலைக் கொத்துடன் அமர்ந்துவிட்டார். சில விநாடிகளின் பின்னர் நம் வாசலடியில் பல காலடிகள் சில கணம் தாம தித்த பின்னர் மிக விரைவாக அங்கிருந்து நகர்ந்தமை புரிந்தது. இதற்கான காரணத்தை அம்மாவே கூறினார். இந்தியப் படையினர் "அம்மை நோய்" என நாங்கள் கூறும் "சின்னமுத்து" என்றால் தலை தெறிக்க ஓடுவார்களாம். எனவே, அவர்களின் இந்த பலவீனம் தான் சிலசமயங்களின் மிகப்பெரும் பலமாக நின்று எம்மைக் காத்தது.

இவ்விதம் அவர்கள் நம்மை மேய்த்துக் கொண்டு போக வரும்போது வீட்டில் உள்ள பெண்கள் வீட்டை பூட்டிவிட்டு வெளியில் தான் நிற்பார். ஏனென்றால் வீட்டினுள் இருந்த பெண்களிடம் இந்தியப்படை, பாலியல் ரீதியான துன்புறுத்தல்களைப் பிரயோகித்த சம்பவங்களும் இடம்பெற்றிருந் தன. எனவே தான், வீடு பெண்களுக்கு காவல் தர மறுத்ததால் அவர்கள் வெளியேறி முற்றங்களில் நின்று கற்பைக் காத்தனர்.

இப்படித்தான் அன்றும் ஓர் அதிகாலை விடிந்தது. வழக்கம்போல் அப்பா வும் பெரியண்ணாவும் கடை திறக்கச் சென்றுவிட்டனர். எங்களைப் பள் ளிக்கு அனுப்பும் அவசரத்தில் இருந்த அம்மா, பானையில் இருந்த ஒரு சுண்டு மாவைக் கொண்டு ஏழு வயிற்றையும் நிறைக்கும் நோக்குடன் அதனுள் ஒரு செம்பு தண்ணீர் முழுவதையும் ஊற்றி, அந்தக் கரைசலைத் தோசை ஆக்கிட முயன்று கொண்டிருந்தாள்.

அச்சமயம் நாய்களின் குரைப்புச் சத்தமும் "தட.. தட.." என்ற காலடி ஓசை யும் கொச்சைத் தமிழ் பேச்சும் காற்றிலே கலந்து வந்த நெய் வாடையும் வருவது யார் என்பதைப் பறைசாற்றியது. அம்மா பதறியடித்துக் கொண்டு எழுந்தார்.

"சலோ சலோ... சுறுக்கா வாங்க, கடற்கரைக் கிறவுண்டுக்கு விசாரிச்சிட்டு விடுறம்... சலோ சலோ" என வந்திருந்த அமைதிப்படையைச் சேர்ந்த ஒருத்தன் அவசரப்படுத்தினான்.

அம்மாவோ அடுப்பிலே பாதிவெந்த தோசையையும் ஒட்டி உலர்ந்த எங்கள் வயிறுகளையும் மாறிமாறி பார்த்துக் கண்ணீர் வடித்தபடி "இதோ வாரன் மாத்தையா" எனக் கிளம்புவது போல் பாவனை செய்து அவர்கள் அடுத்த வீடு சென்றதும் குழந்தைகளுக்கு வெயில் பொறுக்காது என்று எண்ணி எம்மை அறையினுள் விட்டுப் பூட்டித் திறப்பை எடுத்துக்கொண்டு காடையர்கள் மீண்டும் வந்து கதவை உதைக்கும் முன் "சத்தம் போடாமல் இருங்கோ, அம்மா இப்போ வந்திடுவேன்" எனக் கூறியதோடு அண்ணா விடமும் என்னிடமும் கண்களால் தங்கைகளைக் காட்டிக் கவனம் என எச்சரித்துவிட்டுக் கிளம்பினார்.

அறையினுள் அடைக்கப்பட்ட நானும் சின்னண்ணாவும் பசியால் துடிக்கும் தங்கைகளின் கண்ணீரைத் துடைப்பதற்காய் பெரும்பாடுபட்டு ஜன்ன லேறிக் குதித்து குசினிக்குள் சென்று எமக்குத் தெரிந்த அரைகுறைச் சமையற் கலையில் தோசைகளைச் சுட்டு எடுத்து வந்து ஜன்னலாயே அவர்களுக்கு அளித்துவிட்டு, "அப்படியே சாப்பிட்டுப் படுத்துத் தூங்குங்க... அண்ணாக்கள் அம்மாவை கூட்டி வாறம்" எனச் சொல்லிப் புறப்பட்டோம்.

தெருவெங்கும் மயான அமைதி குடிகொண்டிருந்தது. ஆங்காங்கே சீருடை தரித்தவர்கள் எஸ்.எல்.ஆர் பொறிக்கப்பட்ட துப்பாக்கிகள் ஏந்திய வண் ணம் கண்களில் கொலை வெறித் தாண்டவமாட நின்று கொண்டிருந்தனர். காரணம் புரியவில்லை. அவர்கள் கண்களில் பட்டால் எங்கள் ஆத்மா அவ் இடத்திலேயே சாந்தியடைந்துவிடும் எனப் புரிந்தது. எனவே, நாம் இருவ ரும் விடலைப்பருவத்துக்குரிய துடுக்குத்தனத்துடனும் அம்மாவை என்ன செய்கிறார்களோ என அறியும் ஆவலுடனும் ஒளிந்து ஒளிந்து ஒருவாறு அந்தச் சனத்திரளை அடைந்தோம்.

கடற்கரை மைதானம் மனிதக்கும்பலால் நிரம்பி வழிந்தது. குழந்தைகள், பிள்ளைகள், ஆண்கள், வயதானோர், நோயாளிகள் என அத்தனை பெரிய கூட்டத்தையும் ஒரு சிறு வட்டத்தினுள் அடைத்து, சுற்றிவர இராணுவ வேலி இடப்பட்டிருந்தது. அதற்குள் நுழைந்து நுழைந்து முன்னேறிய போது வழமையாக நிகழும் சித்திரவதைகள் தான் அரங்கேறிக் கொண்டிருந்தன. எனினும் சோர்வுறாது அம்மாவைக் கண்டுபிடிக்கும் ஆர்வத்தோடு முன் னேறிய போது, அங்கு நடந்த காட்சியைக் கண்ணுற்றதும் நான் என்னை அறியாமலேயே "ஐயோ அப்பா" என அலறினேன். எனினும் என் குரல் வெளியே வராமல் அண்ணனின் கரங்கள் என் வாயை மூடின. ஆனாலும் அவனது கண்களில் இருந்தும் கண்ணீர் மழை பொழிந்து கொண்டே இருந்தது.

அங்கே பல ஆண்கள் பின்புறமாகக் கைகள் கட்டப்பட்ட நிலையில் மண்டி யிட்டவாறு இருக்க, சீருடை தரித்தவர்கள் பச்சை மட்டையால் அவர்களின் வெற்றுடம்பின் மீது விளாசிக் கொடிருந்தனர். அதிலே முதலில் தெரிந்தவர் எம் அருமை அப்பா தான். ஏன் இந்த நிலை என்பதைப் பின்னர் தான் அறிந்தோம்.

அன்று காலை எங்கள் ஊருக்குத் தெற்கே இருந்த காட்டுப்பாதை ஒன்றில் இந்தியப் படையும் இளைஞர் குழுவும் எதிர்பாராத விதமாக மோதிக் கொண்டதாம். இவர்களைக் கடுமையாகத் தாக்கிய இளைஞர் அணி இவர்கள் "கண்ணில் மண்ணைத் தூவி விட்டு" மறைந்து விட்டனராம். இதன்போது இளம் வீரன் ஒருவனது கையில் பாண் மூடை ஒன்றும் இருந்ததாம். "காகம் இருக்க பனம் பழம் விழுந்தது போல்" அவ்வேளையில் அப்பாவும் வழமைக்கு மாறாகக் கடைக்கு அதிகமான பாண்கள் வாங்கியிருந்தார். இதுதான் அவர்களின் கோபத்துக்குக் காரணம். அந்த இளம் வீரனின் கையில் இருந்த பாண்மூடை அப்பா கொடுத்ததே என்று தம்மை நியாயப்படுத்தி அப்பாவை "எல்.ரீ.ரீ.ஈ" என முத்திரை குத்தினர்கள். ஆனால், எமக்கல் லவோ தெரியும் இரு நாட்கள் பட்டினி கிடந்த எம் எழுவர் வயிற்றுக்கே அப்பா அதிகம் பாண் வாங்கினார் என்ற உண்மை.

அன்று எம் உள்வீட்டுப் பட்டினிப் போர் உள்நாட்டுப் போருக்குத்துணை போனதாக அம்பலப்படுத்தப்பட்ட போது, எங்கள் உடலும் உள்ளமும் கொதித்தெழுந்தன.

ஏற்கெனவே எம்மவர்கள் மீது கட்டவிழ்த்து விடப்பட்ட அடக்குமுறை களால் சிறிது சிறிதாக எம்முள் மூண்டெழுந்த தீச்சுடர், அன்று பெரும் சுவாலையாகக் கனன்றது. நாம் சின்னஞ் சிறியவர்களாய் இருந்தபோது எங்கள் வீதி தோறும் இளைஞர் குழுக்களால் நிகழ்த்தப்பட்ட வீதி நாடகங் களால் கவரப்பட்டு, அவர்கள் மீது ஓர் ஈர்ப்பு வளர்ந்து கொண்டே இருந்தது. ஓர் இரவு, கடற்கரை மணலில் நிகழ்த்தப்பட்ட நாடகம் ஒன்றில் வரும் "போரம்மா போரம்மா புலிவீரன் நானம்மா" என்ற பாடல் வரிகளுக்கு கறுப்பு உடை அணிந்தவாறு பாயும் புலிபோல் சீறிச்சினந்து அவர்கள் ஆடிய நடனமும் என்னிடம் இருந்த தமிழ் மண்பற்றைத் தட்டி எழுப்பியது.

அன்று நடைபெற்ற இத்துயர நிகழ்வால் தூண்டப்பட்ட சின்னண்ணாவும், நானும் அன்று மாலையே இளைஞர் குழுவில் இணைந்தோம். எங்கள் வீட்டார் பிரிவைத் தாங்காது வேதனைப்படுவார்கள் தான், என்றாலும் அவர்களின் இன்றைய கண்ணீரைப் பார்த்துக் கலங்கினால், நாளை மேலும் மேலும் நம் தாய் மண் வடிக்கும் கண்ணீரைத் துடைக்க வழியற்றுக் கை கட்டி, வாய் பொத்தி அமர்ந்திருக்க வேண்டிய நிலைதான் ஏற்படும் என்பதை உணர்ந்து மகிழ்வுடனே பயிற்சிக்களம் சென்றோம். கோப்பாய் காட்டுப்பகுதி மற்றும் முல்லைத்தீவு காட்டுப்பகுதி என இரு பயிற்சிக் களங்களிலும் இரு வருடங்களாக பயிற்சியை முடித்து பின்னர் சின்ன ண்ணா மருத்துவப் பிரிவு என்பதால் வன்னிப்பகுதியிலும், நான் கடற்ப

டையைத் தேர்ந்தெடுத்ததால் எங்கள் வடமராட்சி கிழக்கிலும் பணியாற்ற அனுப்பப்பட்டோம். நானும் சாரம் அணிந்த புலியாக எங்கள் வீதிகளில் ரகசியமாக வலம் வரத் தொடங்கினேன்.

இரு வருடங்களுக்குப் பின்னர் அம்மாவின் கைப் பக்குவத்தை நள்ளிரவில் சுவைக்க முடிந்தது. சோற்றுடன் தன் கண்ணீர் துளிகளையும் சேர்த்து பிசைந்து தருவார் அம்மா. தன் துயரை மனதில் மறைத்து ஆதரவாய் தலையைத் தடவுவார் அப்பா. முன்பெல்லாம் மடிமீதும் தோள் மீதும் ஏறி விளையாடும் தங்கைகள் இருவரும் இருவருட வளர்ச்சியால் சற்று எட்ட நின்றே புன்னகை புரிந்தனர். நான் போகும்போது ஏணையில் உறங்கும் தம்பி இன்று தளிர்நடை நடந்து தன் மழலை மொழியில் "யார் இந்த மாமா?" என அம்மாவைக் கேட்டான். இவற்றையெல்லாம் பாராமல் பெரியண்ணாவோ என் இடுப்பில் இருந்து அவரின் கைக்கு மாறிவிட்ட சிறியரக துப்பாக்கியை ஆவலுடன் ஆராய்ந்து கொண்டிருந்தார். இவ்வாறு எங்களது மறைமுக வாழ்வின் போது எங்கள் குடும்பம் போன்ற இன்னும் பல தமிழ் குடும்பங்களின் ஆதரவு தாராளமாகக் கிடைத்தது.

இச்சமயத்தில் யாழ்ப்பாண மாவட்டம் பூராகவும் எங்களைப்போல் மறைமுகமாக உலவிய நம் தோழர்களால் நாட்டு நிலைமைகளைப் பகிர்ந்து கொள்வோம். இதன்போது நாம் அனுபவித்த துன்பங்களில் மிக முக்கியமானது அக்காலத்தில் யாழ்ப்பாண மக்கள் அனுபவித்த பொருளாதார நெருக்கடிகளே. அன்றாடத் தேவைக்கு வேண்டிய பொருட்கள் மருந்துக்குக் கூடக் கிடைக்காமல் மக்கள் திண்டாடினர். குழந்தைகளுக்கான பால் மா மற்றும் செமன்ரின் போன்ற சில பொதி செய்யப்பட்ட பொருட்களுக்காக கூப்பன் கடை வாசல்களில் மக்கள் முண்டியடித்தனர்.

அரசும் அங்குமோர் அடக்குமுறையைப் பிரயோகித்தது. அரச உத்தியோகஸ்தர்களுக்கு விசேட சலுகை வழங்கியதால் சாதாரண பொதுமக்கள் கால் கடுக்க வெயிலில் நின்றும் பயனற்றுப் போயினர். ஏனென்றால் மனிதத் தன்மையற்ற அரச ஊழியர்கள் வரிசையில் நிற்காது தங்கள் விசேட டோக்கன்களைக் காட்டி டசின் டசினாகப் பால்மாப் பொருட்களைப் பெற்றுச் சென்றனர். இதனால் கால் கடுக்க நின்ற மக்களின் முறை வந்தபோது அங்கே பொருட்கள் முடிந்தன எனக் கூப்பன் கடைகள் இழுத்து மூடப்பட்டன.

இதனால் தாய்மார்கள் கையிலே கதறும் குழந்தைகளுடன் இராணுவ முகாம்களில் வரிசையில் நின்று "நாய்களுக்கு எறிவது போல்" அவர்கள் போடும் பொருட்களைப் பெற்றுச் சென்றனர்.

எத்தனையோ வீடுகளின் அடுப்புகளில் உலை கொதிப்பது நீண்டநாள் கனவாகவே இருந்தது. மேலும் மண்ணெண்ணெய், பெற்றோல் முதலிய எரிபொருட்களின் முடக்கத்தால் பல வாகனங்கள் இயங்க மறுத்துத் தெருக்கள் தோறும் தேங்கிக் கிடந்தன. சிலர் எஞ்சியிருந்த டீசலுடன் வீட்

டிலே காய்ச்சிய நல்லெண்ணெய், தேங்காய் எண்ணெய் என்பவற்றையும் கலந்து அவசர தேவைகளுக்கு இயந்திரங்களுக்கு உயிர் கொடுத்த வரலாறுகளும் உள்ளன. மேலும் சவர்க்காரம், சலவைத்தூள் முதலியவற்றைக் காண முடியாததால் கந்தையானாலும் கசக்கிக் கட்டுகின்ற நம் மக்கள், பனம் பழம் போட்டுத் தோய்த்தும் உடைகளையும் உடல்களையும் சுத்தப்படுத்தினார்.

இவ்வாறு துயர் சுமந்த எமது நாட்கள் ஆமை வேகத்தில் நகர்ந்து கொண்டிருந்தபோது 1990களில் அமைதிப்படையும் நாட்டை விட்டு வெளியேறியது. ஓர் ஆசுவாச மூச்சை எம்மக்கள் விட்டபோது இலங்கை இராணுவத்தின் இரும்புக் கைகள் அவர்களின் வாயை இறுகமூடித் தம் இருப்பை நிலைநாட்டின. எனவே, அடுத்தடுத்து நடிகர்கள் மாறினாலும் ஒரே கதையே திரும்பத் திரும்ப அரங்கேற்றப்படும் இன்றைய தமிழ் சினிமா போன்றே, அன்றும் சித்திரவதைக்கூடங்களும் சித்திரவதைகளும் ஒன்றாக இருக்க அதனைச் செயற்படுத்தும் அரக்கர்கள் மட்டும் சற்று உருமாறியிருந்தனர்.

இந்தியன் ஆமி வெளியேறிய பின் மீண்டும் "பழைய குருடி கதவைத் திறடி" எனப் பழையபடி இலங்கை இராணுவம் தன் கைவரிசையைக் காட்டத் தொடங்கியது. நாங்களும் வழமைபோல் எங்கள் மறைமுக நடவடிக்கைத் தொடர்ந்த வண்ணம் இருந்தோம்.

1990ஆம் ஆண்டு ஓகஸ்ட் மாதம் என்று நினைக்கின்றேன். அன்று தான் மட்டக்களப்பு காத்தான்குடியில் தமிழ் மக்கள், நம் சகோதர இனமான முஸ்லிம்களால் கொல்லப்பட்டனர். எனவே, இதன் விளைவாக யாழிலும் வடக்கின் ஏனைய பகுதிகளிலும் தமிழர்களுடன் கலந்து வாழும் முஸ்லிம்களின் மீது எம்மவர்கள் தாக்கிவிடக்கூடாதே என்ற நல்லெண்ணத்துடன் எம் அமைப்பினரால் அனைத்து முஸ்லிம்களும் பாதுகாப்பாக வெளியேற்றப்பட்டனர். இதனைச் சான்றுபடுத்துவதற்கு முஸ்லிம் இளைஞர்கள் பலரும் எம் குழுக்களில் இருந்தமை கூறலாம். ஏனெனில் இவர்கள் தமிழ் பேசும் மக்கள் என்ற வகையில் எம்மைப்போல் அடக்குமுறைக்குள் விடுதலை அமைப்பில் விரும்பியே இணைந்திருந்தனர்.

ஆனால், இன்று வயிற்றுப்பிழைப்புக்காக அல்லாடும் அரசியல்வாதிகள் பலரும் இனச்சுத்திகரிப்பு என்ற பெயரிலே முஸ்லிம்களை அடித்து விரட்டி அடிக்கப்பட்டதாக வாய்கிழியப் பேசுவதை நினைத்தால் அழுவதா சிரிப்பதா என்றே தெரியவில்லை.

இதனைத் தொடர்ந்து வந்த காலங்களில் மேலும் பல அடக்குமுறைச் சம்பவங்கள் ஆங்காங்கே நிகழ்ந்தன. குறிப்பாக 1995ஆம் ஆண்டு செப்டெம்பர் மாதம் நிகழ்ந்த நாகர்கோவில் பாடசாலை மீதான விமானத் தாக்குதலை எண்ணிப்பார்க்கையில் என் நெஞ்சில் உதிரம் வடிகிறது. ஆம், அன்றும் வழமை போல் ஓர் அதிகாலை விடிந்தது. வழக்கம்போல், நாகர்

கோவில் பள்ளி நோக்கி மாணவர்கள் வெள்ளையுடையுடன் துள்ளி ஓடினராம்.

சுமார் 12.30 மணியளவில் மதியநேர இடைவேளைக்கான மணி அடித்ததும் சிட்டுக் குருவிகள் போல் விட்டு விடுதலையாகிய உணர்வுடன் ஒரு சிலர் உணவருந்த, இன்னும் சிலர் ஓடிப்பிடித்து விளையாடினராம். சரியாக 12.50க்கு எங்கிருந்தோ வந்த புக்காரா விமானத்தின் பேரொலியால் பீதியுற்ற சிறார்கள், மரமொன்றின் கீழ் பதுங்கிட அவ் அரக்கன் சரமாரியாகக் குண்டு மழை பொழிந்து விட்டு, வந்த வேகத்திலேயே திரும்பினான்.

சற்று நேரத்துக்கும் முன்புவரை துள்ளி விளையாடிய நம் சிறார்களோ வெண்பஞ்சுக் குவியல்களாய் இரத்த வெள்ளத்தில் மிதந்து கொண்டிருந் தனர். அவர்களில் சுமார் 39 பேர் அவ்விடத்திலேயே பலியாகிட 200 பேர் வரை படுகாயமுற்றிருந்தனர். இவர்களுள் ஆறு முதல் பதினாறு வரையான சிறார்களே அதிகம் எனக் கண்ணீருடன் எங்கள் நண்பன் கூறிமுடித்த போது, எங்கள் கன்னங்களும் நனைந்து போயின. பிறகென்ன வழக்கம் போல் ஊடகத்தணிக்கை இடம்பெற்று அப்பாவிக் குழந்தைகளின் மரணம் மண்ணோடு மண்ணாக மூடப்பட்டது.

இதுபோலத்தான் இதே ஆண்டிலேயே நவாலி சென் பீற்றர்ஸ் தேவாலயத் தில் அப்பாவிப் பொதுமக்கள் அநியாயமாகக் கொல்லப்பட்டனர். இதன் போது நான் என் பணியின் நிமித்தம் வன்னிப்பகுதிக்கு இடமாற்றம் செய்யப்பட்டிருந்ததால் இத்துயர் யாவற்றையும் யாழ். குடாவில் உளவுப் பணிபுரிந்த நண்பர்கள் மூலமே அறிந்து கொண்டேன். இவ்வாறு அறிந்த வற்றில் மேலும் சில சம்பவங்கள் யாழ்பாணத் தமிழரின் துயர் சுமந்த வரலா றாக என் மனதில் எழுதப்பட்டன. அவற்றை எண்ணிப் பார்க்கும்போதெல் லாம் கனன்றெழும் சினத்தை நான் சந்தித்த போர் முனைகளிலே வெளிக் காட்டிப் பகைவரை அழித்து வந்தேன். இவ்வாறு என் வீரமும் தீரமும் இரு மடங்காக அதிகரிக்கக் காரணம் 1985களில் யாழ்ப்பாணத்தில் இடம்பெற்ற குமுதினிப்படகுப் படுகொலை மற்றும் 1996இல் கிருஷாந்தி படுகொலை என்பனவே ஆகும். குமுதினி படுகொலை ஒருபுறம் நெஞ்சை அரிக்க மறு புறம் மாணவி கிருஷாந்தியின் படுகொலையை எண்ணிப்பார்க்கிறேன்.

சுண்டுக்குழி மகளிர் கல்லூரி மாணவி ஒருத்தியை இராணுவ வாகனம் மோதிக் கொன்றது. இவ் அநீதியைத் தட்டிக்கேட்க வழியற்று நம் தமிழர் தலைகுனிந்து ஊமைகளாய் அழுதவாறு அவளின் இறுதிச்சடங்கை நிறைவேற்றிக் கொண்டிருந்தனர். இந்நிகழ்வில் கலந்து கொண்ட சகமா ணவி கிருஷாந்தி, மாலைவேளை தன் சைக்கிளில் வீடு திரும்பிக் கொண்டி ருந்தபோது வழிமறித்த காடையர் கூட்டம், அப் பிஞ்சு மலரை முகர்ந்து பார்க்கத் துடித்தபடி, அவள் கதறக்கதறத் தம் முகாமுக்குள் இழுத்துச் சென்று பாலியல் பலாத்காரம் புரிந்து, படுகொலை செய்தது. அது மட்டு மல்ல நேரம் ஆகியும் வீடு திரும்பாத மகளைத் தேடிச் சென்ற வீட்டினர்

மூவரைத் தம் முகாமினுள் கட்டி வைத்துச் சுட்டுக் கொன்றது அரக்கப் படை.

இவற்றை எல்லாம் எண்ணி எண்ணி எம் இரத்தம் கொதித்தபோது எம் வெஞ்சினம் யாவற்றையும் போர் முனைகளில் காட்டினோம். இந்நிலையில் தான் பரந்தனை ஊடறுத்துக் கொண்டு ஆனையிறவை கைப்பற்றும் முயற்சி 1996 களிலேயே எம்மால் திட்டமிட்ட போதும் 1997 தான் அந்நடவடிக்கை மேற்கொள்ளப்பட்டது. இந் நகர்வுக்கு முன்னிலை வகித்த சாள்ஸ் அன்டனி சிறப்புப்படையினருக்குப் பக்கபலமாக நாமும் சென்று கொண்டிருந்தோம். யுத்தம் உக்கிரமடைந்தபோது முனைப்புடன் செயற்பட்டுக் கொண்டிருந்த என் தோள்பட்டையைப் பிய்த்துக் கொண்டு சென்றது எதிரியின் சன்னம்.

உடனடியாகப் பின்தளத்துக்குக் கொண்டு செல்லப்பட்டேன். அங்கு எனக்கு மருத்துவ உதவிகள் செய்யப்பட்டுக் கொண்டு இருந்த போது நான் அரை மயக்கத்தில் தான் இருந்தேன். என்றாலும் என் தோள்களை பற்றியிருந்த அந்த மருத்துவரின் கரங்களில் ஓர் பரிச்சயமும், பரிதவிப்பும் இருப்பதை உணர்ந்தேன். கொஞ்சம் கொஞ்சமாக சுய உணர்வு வந்ததும் அங்கு கழுத்தில் ஸ்டெதஸ்கோப்புடன் பம்பரம் போன்று சுழன்றவாறு காயமுற்ற போராளிகளைக் கவனித்தவர் என் சின்னண்ணா என்பதை உணர்ந்தேன். ஓடிச்சென்று கட்டியணைக்க வேண்டும் போல் இருந்தது. சூழ்நிலை அறிந்து அடக்கிக்கொண்டேன். என்றாலும் "தான் ஆடாவிட்டா லும் தசை ஆடும்" என்பார்களே, அந்த உணர்வைக் கட்டுப்படுத்த இயலா மல் களமுனையைப் பார்வையிட்டேன்.

இறுதியாக அந்தப்போர் எதிர்பார்த்த வெற்றியைத் தராததால் எதிரிப்படைக் குப் பாரிய ஆயுத இழப்பையும் ஏற்படுத்திவிட்டுப் பின்வாங்கினோம். அன்று தான் நான் என் சின்னண்ணாவை இறுதியாகக் கண்டது. ஏனெனில் அந்த ஆண்டு நவம்பர் மாதம் 2ஆம் திகதி முல்லைத்தீவுப் பகுதியில் தரைதட்டிய சரக்குக் கப்பலில் இருந்து பொருட்களை இறக்கும் பணியில் ஈடுபட்டிருந்தபோது இடம்பெற்றிருந்த "கிபிர்" தாக்குதலில் வீரமரணம் எய்தி, மாவீரன் லெப்டினன் புலித்தேவன் ஆக முள்ளியவளைத் துயிலும் இல்லத்தில் நீள்துயில் கொள்கின்றார். கனத்த மனத்தை ஒருமுறை தடவிய வாறு தொடர்ந்த சம்பவங்களை மீட்டிப்பார்க்கின்றேன்.

ஓயாத அலைகள் மூன்றில் 2000ஆம் ஆண்டு இடம்பெற்ற வடமுனைச் சமரின்போது ஆனையிறவுப் படைத்தளம் எம்மால் கைப்பற்றப்பட்டது. பின்னர் குடாரப்பில் தரையிறக்குவதற்கென வெற்றிலைக்கேணியில் இருந்து கடல் வழியே பாரியளவிலான படைநகர்வை முன்னெடுத்தோம். சுமார் 34 நாட்களாக நடைபெற்ற இச் சமரில் மிகப்பெரும் வெற்றியடைந்த தோடு நான் பிறந்த மண்ணும் எம் வசமாகியது. எனினும் இவ்வேளை இடம்பெயர்ந்து வன்னிக்குச் சென்ற என் வீட்டினரோ சின்னண்ணாவின் இழப்பைத் தாங்க முடியாது கதறியதுடன் என்னையும் இழந்து விடக் கூடாது என்பதில் குறியாக இருந்தனர். இதனால் எங்கள் அம்மா விளக்க

மாக ஒரு கடிதம் எழுதித் தலைவரிடம் சேர்த்ததன் விளைவாக, நான் வலுக்கட்டாயமாகப் பணியிலிருந்து விலக்கப்பட்டுக் குடும்பத்தாருடன் இணைக்கப்பட்டேன்.

பின்னர் யுத்தம் ஓய்ந்ததும் மீண்டும் ஊர் திரும்பி சிலகாலம் வாழ்ந்த பின்னர், 2006ஆம் ஆண்டு ஏ9 வீதி மூடப்பட்டபோது மறுபடியும் இடம் பெயர்ந்து வன்னி மண்ணில் குடியமர்ந்தோம்.

அங்கே நான் சோழன் வாணிபத்தில் கணக்காளனாகப் பணியாற்றிக் கொண்டிருந்தேன். இவ்விதம் எமது வாழ்வில் சஞ்சலங்கள் ஓய்ந்து அடைக்கலம் தந்த வன்னி மண்ணிலே சந்தோசமாய் இருந்தபோது எம் தாயாம் யாழ்ப்பாண மண்ணில் நம் மக்களோ பேரவலங்களை அனுபவித் தனர். அவற்றை எல்லாம் பத்திரிகை மூலமாகவும் ஆண்டுக்கொருதரம் எம் உறவுகளின் கண்ணீர்க் கதறல்களைச் சுமந்த வண்ணம் வரும் கடிதங்கள் மற்றும் புலிகளின் குரலின் ஊடாகவும் அறிந்து கண்ணீர் வடித்தேன். அப்போது எம் மக்களுக்காய் அழ மட்டுமே முடிந்தது.

பொருளாதார விலையேற்றம் பொருட்களின் தட்டுப்பாடு என்பவற்றால் பஞ்சம், பசி, பட்டினி என்பன ஒருபுறமும் மறுபுறம் வெள்ளைவான் கடத்தல்கள், தலையாட்டிக் கொடுமைகள், துப்பாக்கிச் சூடுகள், ஊரடங் குச் சட்டங்கள் என எம் மக்கள் காணாமற்போயும் கைது செய்யப்பட்டும் காரணமின்றிக் கொலை செய்யப்பட்டும் கொண்டிருந்தனர். இரவு நேரங் களில் மக்களின் வீடுகளில் புகுந்து கதவுகளைத் தட்டி அங்கும் இங்கும் ஆண்களைத் துப்பாக்கி முனையில் அழைத்துச் சென்று வெள்ளை வானில் கடத்திச் சென்றனர். இவர்கள் பெரும்பாலும் சீருடை தரித்தவர்களாகவும் சிங்கள மொழியில் உரையாடிக் கொண்டும் இருந்ததாகவும் மக்கள் கூறுகின்றனர். இவர்களுடன் தமிழ் பேசிக் கொண்டு ஈ.பி.டி.பியினரும் இருந்ததாகவே இன்று மக்கள் சாட்சியம் கூறுகின்றனர்.

இவற்றுடன் சுற்றிவளைப்பு என்ற பெயரில் மக்களை அழைத்துச் சென்று வீதிகளில் நிறுத்திவிட்டு கறுப்புக் கண்ணாடி கொண்ட அவர்களின் ஜீப்பில் இருந்து இறக்கப்படும் கறுப்பு உடை அணிந்த இரு கண்கள் மட்டுமே தெரியுமாறு மூடிய தலையாட்டிகளின் முன்பாக நிறுத்தப்படுவர். அன்று அவன் தலையாட்டும் விதத்தில் தான் எம் மக்களின் தலையெழுத்து இருந் தது. சந்திக்குச் சந்தி நின்று எம் மக்களை காட்டிக் கொடுத்தனர். இதனால் மக்கள் வீட்டை விட்டு கிளம்பும் போது வெகு அவதானமாகவே செல்ல வேண்டிய நிலை காணப்பட்டது.

இவ்வாறு தினந்தோறும் தலையாட்டி பொம்மைகளின் முன் ஊர்வலம் போதல், சுற்றி வளைக்கப்படல், துப்பாக்கி முனையில் கடத்தல், வீதிக ளிலும் வீடுகளிலும் வைத்து நாய்களைப் போல் சுடப்படல், காணாமற் போதல்கள் என யாழ்ப்பாண மக்கள் கரைந்து கொண்டிருந்தனர். இத்தகைய கொடுமைகள் ஒருபறம் இருக்க ஏ9 பிரதான வீதி மூடப்பட்ட

மையைக் காரணமாக வைத்து யாழ்ப்பாண மக்களின் வயிற்றில் அடித்தது இலங்கை அரசு.

நாளாந்தம் பட்டினிச்சாவுகள் மலிந்தன. பெரும்பாலான பள்ளி மாணவர்கள் காலையுணவு இன்றியே செல்வதனால் பாடவேளைகளில் மயங்கி விழுந்தனர். உணவுப் பொருட்களின் விலையேற்றம் மற்றும் பற்றாக்குறை, பெற்றோருக்கு வேலைவாய்ப்பின்மை போன்ற பல காரணங்களால் அதிகமான பிள்ளைகள் பட்டினிச்சாவை எதிர்நோக்கியதோடு கூப்பன் கடை, இராணுவ முகாம் மற்றும் பேக்கரி வாசல்களிலும் புத்தகப்பையுடன் கால் கடுக்கக் காவல் நின்றனர். அரிசி கிலோ 140-180 ரூபாய்க்கும் மா 150 ரூபாய், சீனி 400 ரூபாய்க்கும் மேலும் செத்தல் மிளகாய் மல்லி போன்றவை 500 ரூபாயைக் கடந்தும் இவை தவிர பால்மா பொருட்கள் முற்றுமுழுதாகச் சந்தையில் இல்லாத நிலையும் காணப்பட்டது.

இத்தகைய விலையேற்றங்களின் விளைவால் நடந்த கொடூரங்கள் இன்றும் கண்களில் நீராய் கசிய வைக்கும் நிகழ்வொன்று என் நினைவுக்கு வருகிறது. இச்சமயத்தில் கால்வலிக்கக் கூப்பன் கடையில் காவல் நின்று ஒரு கிலோ கிராம் அரிசியைப் பெற்ற பெண் ஒருவர் மானிப்பாய் வீதியில் சென்று கொண்டிருந்த போது எங்கிருந்தோ வேகமாக வந்த 50 வயது மதிக்கத்தக்க முதியவர் ஒருவர் அவ் அரிசிப்பையைப் பிடுங்கிக் கொண்டு ஓடத்தொடங்கினார். திகைத்த பெண்மணி "திருடன் திருடன்" எனக் கத்தவே சூழ்ந்து கொண்ட மக்கள் கூட்டம் பசிக்களையால் தள்ளாடியபடி ஓடிய முதியவரை பிடித்தபோது, நான்கு நாட்களாக வீட்டிலே பட்டினி கிடக்கும் குழந்தைகளின் பசியைப் போக்க வழி தெரியாமலே இந்த வேலை செய்தேன் என விம்மலுடன் கூறிய செய்தியைக் கேட்டதும் அன்று முழுவதும் சோற்றில் கை வைக்க முடியாமல் உட்கார்ந்திருக்கத்தான் என்னால் முடிந்தது.

தொடர்ந்தும் இக்காலத்தில் மருந்துப் பொருட்களின் வருகையின்மையால் யாழ்ப்பாண மருந்தகங்கள் யாவும் வெறிச்சோடிக்கிடந்தன. சாதாரண காய்ச்சலுக்கோ தலையிடிக்கோ பனடோல் கிடைக்காத நேரம் பெருவருத்தங்களால் பீடிக்கப்பட்டவர்கள் என்ன செய்வர்? இந்நிலையிலும் சில மருந்தகங்கள் பதுக்கி வைத்திருந்த மருந்துப் பொருட்களை உயர்விலைக்கு விற்றுக் கொள்ளை லாபம் ஈட்டினர்.

இவ்வாறு துன்பங்களும் துயரங்களுமாய் யாழ்ப்பாண மக்கள் மடிந்த நேரம் நோர்வே, சுவிஸ் என ஒவ்வோர் இடமும் பேச்சுவார்த்தைகள் இடம்பெற்ற வண்ணமே இருந்தன.

"பாலா அண்ணாவும் தமிழ்ச்செல்வன் அண்ணனும் சென்றால் வெற்றி தான். பாதை திறக்கும், எம்துயர் தீரும்" என நம்பியிருந்த மக்களுக்கு ஏமாற்றம் தான் மிஞ்சியது. பேச்சுவார்த்தைகள் எல்லாம் வெறும் பேச்சாகவே பயனற்றுப் போயின.

இந்நிலையில் யாழில் இருந்து வெளியிடங்களுக்கோ அல்லது தென்பகுதிக்குக் கப்பலில் செல்வதற்காகப் போனவர்களின் துயரோ சொல்லில் அடங்காது. மாதக்கணக்கில் காவல் இருந்து நாளாந்தம் தம் அலுவல்களுக்கும் அலைந்து திரிந்தனர். முதலில் கிராம அலுவலரிடம் கடிதம் ஒன்றைப் பெற்று அதனை உரிய சிவில் அதிகாரியிடம் காட்டி அனுமதி பெற்ற பின்னர், அவர் தரும் படிவம் ஒன்றைப்பூர்த்தி செய்து மீண்டும் கிராம அலுவலரின் ஒப்பம் பெற்றுப் பின்னர், பகுதிப்படைத் தலைமையகம் சென்று அவற்றைக் கையளித்த பின்னர், மாதக்கணக்கான காத்திருப்பைத் தொடர்ந்து எத்தனையோ ஆவணங்களின் போட்டோ பிரதிகளுடன் பயணம் நிறைவேறும்.

இதன்போது ஈ.பி.டி.பியினரும் தம் பங்குக்கு இவர்களை அலைக்கழித்தனர். "விரைவாக அனுமதி பெற்றுத் தருகிறோம்" எனக்கூறிப் பெருந்தொகைப் பணத்தையும் பறிமுதல் செய்து பல மணிநேரம் காக்கவைத்து விட்டு இறுதியில் இந்தக் கப்பலில் இடமில்லை அடுத்த கப்பலுக்கு வாருங்கள் எனக் கையை விரித்தனர். இப்படி யாழ். குடாவில் இடம்பெற்ற கொடூரங்களுக்குக் காரணமாய் இருந்தோரையும் அவர்களின் வலதுகைகளாய் செயற்பட்ட தமிழினத் துரோகிகளையும் அவ்வப்போது சுட்டுக் கொன்று "எல்லாளன் படையினர்" எனத் தம்மை உரிமைகோரிய நிகழ்வுகள் எமக்கு ஓரளவு நிறைவைத் தந்தன.

இவ்விதம் நாட்கள் நகர, வன்னியில் தமிழ் இன அழிப்பின் இறுதிக்கட்ட யுத்தத்துக்குள் நாம் அகப்பட்டுக் கொண்டோம். இதன்போது நாம்பட்ட துன்பங்களை நினைத்துப்பார்க்கவே என்னால் முடியாதுள்ளது. ஒருவாறு 2009 மே 18இல் நந்திக்கடலால் வெளியேறி வவுனியா செட்டிக்குளம் முகாம்களில் அடைக்கப்பட்டோம். அங்கும் சிலகாலம் அவல வாழ்வைத் தொடர்ந்த பின்னர், யாழ்ப்பாண மக்களைச் சொந்த இடத்துக்கே அனுப்புகின்றோம் எனக் கூறி வாகனம் வரை கொண்டு வந்த நிலையில் யாரோ ஒரு துரோகி என்னை முன்னாள் போராளி என அடையாளப்படுத்த, என் குடும்பத்தில் இருந்து பிரிக்கப்பட்டு தடுப்பு முகாமுக்குக் கொண்டு செல்லப்பட்டேன்.

அங்கும் பல துன்பங்களை அனுபவித்தேன். முதலில் வவுனியா பம்பைமடுவிலும் பின்னர் பொலன்னறுவை திருக்கோணமடு கந்தக்காடு என இடம்மாற்றி மாற்றி அலைக்கழிக்கப்பட்டேன். புனர்வாழ்வு என்ற பெயரில் தொடர் விசாரணைகளும் இராணுவத்தினரின் தோட்டங்களில் கடும் உழைப்புகளுமாக என் வாழ்க்கை நகர்ந்த போது, என் குடும்பத்தினரோ சொந்த இடத்திலேயே "நலன்புரி நிலையம்" என்னும் பெயரில் சிறை வைக்கப்பட்டிருந்தனர். நான் இடம்மாறி மாறி ஓடும்போதெல்லாம் தங்கள் பாஸ் நடைமுறைகளை எல்லாம் கடினப்பட்டு சகித்துக் கொண்டு பலகாரப் பையுடன் ஓடி வருவர் என் வீட்டார். "எங்கள் சொந்த மண்ணிலும் நாம் அகதிகள் தானா அண்ணா?" என்ற கேள்வியுடன் வரும் தங்கையின் கடிதங்

களைப் பார்த்து ஏக்கப் பெருமூச்சு மட்டுமே என்னால் வெளிப்படுத்த முடிந்தது.

இவ்வாறு சிலகாலம் உருள, என் வீட்டினரும் கொடிகாமம் இராமாவில் நலன்புரி நிலையத்திலிருந்து எம் சொந்த மண்ணுக்கு அனுப்பப்பட்டனர். அதுவும் "மீள்குடியேற்றம் என்ற பெயரில் மீண்டும் ஓர் அகதி வாழ்க்கை தான் அண்ணா. எங்கு பார்த்தாலும் சீருடை தரித்தவர்கள் தான். ஏனென் றால் இப்போது அவர்கள் தான் எங்கள் உறவினராம்" எனக் கூறிய தங் கையின் கடிதம் மீண்டும் என்னைச் சிந்திக்க வைத்தது. நான் இங்கே யாருக்கோ ஊழியம் புரிய, அங்கு என் காணியைத் துப்புரவாக்கி அதற் குள்ளே ஒரு வீட்டை அமைத்து, அடிப்படை வசதிகளை உருவாக்கிக் கொள்ள என்ன பாடுபடுகின்றனரோ எனப் புழுங்கினேன். வீட்டிலிருந்து வரும் கடிதத்துக்கான என் காத்திருப்புகள் தொடர்ந்தன. அப்போதைக்கு என் காகித உறவு மட்டும் தான் என்னை வாழவைத்துக் கொண்டிருந்தது. மேலும் சில காலங்கள் நரகமாய் நகர நான் புனர்வாழ்விலே புனர்நிர்மானம் செய்யப்பட்டவன் என்ற முத்திரையுடன் என் உறவுகளைச் சேர்ந்தேன்.

உற்றார், உறவினர்கள் அயலவரின் நலம் விசாரிப்புக்குப் பின்னர் ஒருவாறு நான் சுதந்திரமாக மூச்சு விட்டேன். சிறைக் கம்பிகளுக்குள்ளே இருளுக்குப் பழக்கப்பட்ட என் கண்கள் என்னை ஆவலுடன் வரவேற்ற ஒளி வெள்ளத் தால் கூசின. தொடர்ந்தும் சிலகாலம் தங்கைகளுக்காய் உழைத்தேன். ஆனால், யார் கண்பட்டதோ மீண்டும் என் வாழ்வில் சோதனை ஆரம்ப மானது.

"சீஐடி"இனரின் குறுக்கு விசாரணைகள் "ரிஐடீ" இனரின் மிரட்டல்கள் என நாள்தோறும் துயரம் தான். பொழுது விடிந்தால் இன்று யார் வந்து கதவைத்தட்டுவார் என்ற அச்சம் தொற்றிக் கொள்ளும். எந்நேரமும் சட்டைப் பையில் அடையாள அட்டை மற்றும் புனர்வாழ்வு அட்டை என்ப வற்றுடனே பயணிக்க வேண்டியிருந்தது. என்போன்ற சில நண்பர்களிடம் வந்து புனர்வாழ்வு அட்டையைத் தருமாறு வாங்கிச் சென்றுவிட்டு சிலநாட் களில் பின்னர் உங்களிடம் புனர்வாழ்வு அட்டை இல்லை எனக் காரணம் கூறி விசாரணைக்கு என அழைத்துக் கொடுமைப்படுத்தினராம். இவ்வாறு சிலரை மீண்டும் கைதுசெய்த சம்பவங்களை அறிந்தபோது நான் மிகவும் கவனத்துடனேயே இருந்தேன்.

ஒரு சில சமயங்களில் என்னைத்தேடி இராணுவத்தினர் வரும்போது வீட்டி னுள்ளே என்னை ஒளித்து விட்டு "அண்ணா வெளியே எங்கோ போய்விட் டார்" எனத் தங்கைகள் கூறும்போது, மீண்டும் என் கையாலாகாத்தனம் வருத்த, 1987களில் இருந்த யாழின் நிலைவரம் இன்றும் மாறவேயில்லை என்றே எனக்குத் தோன்றியது.

இந்நிலையில்தான் எனக்குத் திருமணம் செய்துவைக்கப் பெற்றோர் விரும் பினர். நானே ஒளித்து ஒளித்து எந்நேரம் மீண்டும் என்னைக் கைது செய்

29 சமூக சிற்பிகள்

வார்கள் எனத் தெரியாத நிலையில் நரக வாழ்க்கை வாழ்ந்து கொண்டிருக் கின்றேன். எதற்கு இன்னோர் ஜீவனும் என்னுடன் இணைந்து துன்பம் சுமக்க வேண்டும் என மறுத்துவிட்டேன். பலத்த போராட்டங்களின் பின்னர் வீட்டினரே வெற்றி பெற்றனர்.

இன்று நான் திருமணமாகி இரு குழந்தைகளுக்கு தந்தையாகிய போதும் யாழின் நிலை மாறவே இல்லை என்றுதான் எனக்குத் தோன்றுகிறது. அண்மையில் சாவகச்சேரியில் இடம்பெற்ற வெள்ளை வான் கடத்தல், பழைய யாழ்ப்பாணத்தையே நினைவூட்டுகின்றது. அத்துடன் இன்று யாழின் மலிந்துபோன போதைப்பொருட் பாவனைக்கு நம்மவர் கூறும் காரணங்களில் ஒன்றாக "அரசு திட்டமிட்டுச் செய்யும் சதி" என்பதை வாய்கிழிய உரைத்துக் கொண்டு புத்திபேதலித்துப் போய் அச் சதிவலையில் வீழ்ந்து தம்மைத் தாமே அழித்துக் கொண்டு மடிகின்றனர் எம் மக்கள்.

எங்கு பார்த்தாலும் வாள் வெட்டு, கத்திக் குத்து, கசிப்பு உற்பத்தி என நாள்தோறும் அவலங்கள். அன்று கிருஷாந்தியை கூட்டு வன்புணர்வு புரிந்த இராணுவத்தின் பாணியை அப்படியே பின்பற்றி இன்று புங்குடுதீவு வித்தியாவை நம்மவரே அழித்துள்ளனர். இதற்கும் மஹிந்த அரசுக்கும் தொடர்பு இருப்பது அம்பலப்பட்டாலும் நம் நாட்டுச் சட்டத்தின் ஓட்டைகளால் அவர்கள் தப்பி விடுகின்றார்கள்.

"ஓட்டைச்சட்டியானாலும் கொழுக்கட்டை வெந்தாற்சரி" என்பதுபோல், யார் அழிந்தால் என்ன, அழிவது தமிழராக இருக்க வேண்டும் என்பதே இலங்கை அரசின் பேரவாவாக இருக்கிறது. அன்று நாம் அழிந்தது போக எஞ்சியதை அழிக்க அமைதிப்படை என்ற பெயரில் இந்தியப்படை செய்த அரக்கத்தனத்தை ஆசுவாசத்துடன் பார்த்து நகைத்தனர். அதிலும் எஞ்சிய எம் இனத்தை ஓட விரட்டி முள்ளிவாய்க்காலின் நந்திக்கடலுடன் கலந்த இரத்தப்பேராற்றில் மிதக்கவிட்டார்கள். அதிலும் உயிர்பிழைத்து மீண்டும் யாழ்ப்பாண மண் வந்து சேர்ந்த நம் மீது இன்று நம்மையே ஏவி விட்டு வேடிக்கை பார்க்கின்றனர்.

எனவே தான் அன்றும் இன்றும் யாழ்ப்பாணம் ஒரு திறந்த வெளிச் சிறைச் சாலையாகவே என் கண்களுக்குத் தெரிகிறது என எண்ணியவாறே என் கன்னத்தில் வழிந்த விழிநீரைச் சுட்டு விரலால் துடைத்த நேரம், "அப்பா வாங்க பட்டாசு கொளுத்துவம்" என வேட்டியைப் பிடித்திழுத்தான் சின்னண்ணாவின் பெயர் சூட்டப்பட்ட என் சின்னமைந்தன் செந்தூர்.

தொகுப்பு: ஜெயப்பிரசாந்தி ஜெயபாலசேகரம்

நான் இன்னும் உன்னைத் தேடுகிறேன்

காட்டுபுளியங்குளம் எனும் குக்கிராமமானது குளத்தாலும் வனத்தாலும் சூழப்பட்ட கெப்பத்திகொல்லாவ நகரத்தை மையமாகக் கொண்டது. இக் கிராமமானது வவுனியாவில் இருந்து திருகோணமலை செல்லும் பிரதான பாதையின் நடுவே கெப்பத்திகொல்லாவைக்கும் வவுனியாவுக்கும் இடையே காணப்படுகின்றது. கெப்பத்திகொல்லாவையிலிருந்து ஐந்து மைல் தூரமும், வவுனியாவிலிருந்து பத்து மைல் தூரத்துக்குமிடையே இச் சுந்தரமான கிராமம் அமைந்துள்ளது. காட்டுபுளியங்குளம் எனும் கிராமத் துக்கு தமிழ்மொழியில் பெயர் சூட்டப்பட்டுள்ளமையானது ஓர் ஆய்வின் அடிப்படையிலாகும். அதன் சிங்கள மொழிபெயர்ப்பானது "சியம்பலா வெள" என அழைக்கப்படுகிறது.

இக்கிராமத்தில் ஏழு ஆண் பிள்ளைகளைக் கொண்ட குடும்பத்தில் சின்ன வளாக நான் இவ்வுலகைக் கண்டது 1969ஆம் ஆண்டின் பத்தாவது மாத, எட்டாவது நாளன்று வவுனியா பொது வைத்தியசாலையிலாகும்.

எமது கிராமம், அந்நாளில் பதினைந்து சிறுசிறு மண் வீடுகளைக் கொண்ட தாகவும், அதில் நான்கு தமிழ் வீடுகளையும் உள்ளடக்கியதாகக் காணப் பட்டது. வயல் மற்றும் சேனைப்பயிர்ச் செய்கையை மேற் கொண்டு, நாங்களும் அவர்களும் மிகவும் அந்நியோன்யமாக வாழ்ந்து வந்தோம். அது தவிர பயிர்ச்செய்கை மற்றும் கால்நடை வளர்ப்பின் மூலம் ஒரு சிறியளவு பணத்தை எங்களால் சம்பாதிக்க முடிந்தது.

நான் பிறந்து சிறிது காலம் கழிந்த பிறகு முதன் முதலாக மரணத்தின் பயம் எம் கிராமத்தைப் பற்றிக் கொண்டது. தாய்மார் உயிர் மீது ஆசை கொண்டு காட்டில் ஒளிந்திருப்பதற்கு ஆரம்பித்தனர். அது 1971இல் ஷேகுவேரா கல வரம் என்று எனது தாயார் எனக்குக் கூறினார்.

கிராமத்தின் மூலையில் காணப்படும் புளியமரங்கள் மற்றும் இலுப்பமர கூட்டம் காணப்படும் இடத்தை எல்லையாகக் கொண்ட வரைக்கும் எனது வீடு அமைந்திருந்தமை எனக்கு நினைவிருக்கிறது. மாமர நிழலில் ஒரு சிறிய சோலைக்கு மத்தியில் வரிச்சு, களிமண்ணால் சூழப்பட்ட, ஓலைகளால் வேயப்பட்ட வீடு எனக்கு ஓரளவு ஞாபகம் இருக்கிறது. அக்காலத்தில் எமது தந்தை நாட்டு வைத்தியராக இருந்தமையால் கிராமவாசிகள் மருத்துவம் செய்துகொள்ள எமது வீட்டுக்கே வருவார்கள். குடும்பத்தில் பன்னிரெண்டு பிள்ளைகள் மற்றும் அம்மாவை வாழவைப்பதற்கு, இதற்கு மேலதிகமாக சேனைப் பயிர்ச்செய்கையில் எனது தந்தை ஈடுபட்டார்.

எனக்கு நான்கு வயதாகும்போது எனது தந்தை திடீரென நோய்வாய்ப்பட்டு சுவர்க்கத்தை அடைந்தார். அப்போதிலிருந்து என் தனிமைக்கு ஒரேயொரு துணையாக இருந்தது எனது தாய் மாத்திரமே. என் தந்தை இறந்த பிறகு பன்னிரெண்டு பேரையும் வாழவைக்கும் பொறுப்பை எனது தாய் அவளது தோள்களில் சுமந்ததோடு எங்களை வாழவைக்க அவள் எடுக்காத முயற்சி களே இல்லை. சில நாட்களில் வீட்டுத் திண்ணையின் மீது எங்களை அமர வைத்து மாறி மாறி சோறு ஊட்டும்போது தனது வயிற்றுப் பசியை மறந்து விடுவார்.

அக்காலத்தில் அதிகாலையில் எழுந்து நெல்லுக் குத்தி, சமைத்து உணவு தந்து, மாட்டிலிருந்து பால் எடுத்து அவற்றைக் கிராமத்தில் பால் சேகரிக்கும் மாமாவின் வீட்டுக்குக் கொண்டுபோய்க் கொடுத்துவிட்டு, எங்களைப் பாடசாலை அனுப்பிவிட்டு, மண்வெட்டியையும் கூடையையும் எடுத்துக் கொண்டு சேனைப் பயிர்ச்செய்கைக்குச் சென்றுவிடுவார்.

கோரையால் பின்னப்பட்ட அல்லது பனை ஓலையால் பின்னப்பட்ட பையினுள் சிலேட்டும், கல்லுகுச்சியையும் போட்டுக்கொண்டு நான் ஹல்மில்லவெட்டிய எனும் கிராமத்தில் அமைந்துள்ள பாடசலைக்குச் சென்றேன். அது முதலாம் தரத்துக்கு மாத்திரமே ஆகும். இரண்டாம் தர வகுப்புக்கு அண்ணன்மார் கெப்பித்திகொல்லாவ பாடசாலைக்குச் செல்வ தனால் அம்மா என்னை அங்கே மற்றினார்.

அக்காலத்தில் எமது பாடசாலையில் மூன்று கட்டடங்கள் மாத்திரமே இருந்தன. அதில் சில கட்டடங்கள் களிமண் சுவரால் கட்டப்பட்டு, பாலமர கம்புகளால் கூரையிடப்பட்ட சிறிய சிறிய வகுப்பறைகளைக் கொண்டிருந் தது. அக்காலத்தில் பொதுப் போக்குவரத்துச் சபைக்குச் சொந்தமான பேருந்து ஒன்று சேவையில் ஈடுபட்டமை ஞாபகமிருக்கிறது. ஆனாலும் அவை மட்டுப்படுத்தப்பட்டதனாலோ என்னவோ எங்களுக்குப் பாட சாலை செல்லக்கூட அப்பேருந்து எமக்காக நிறுத்தப்படவே இல்லை. நாங் கள் அதிகமாகப் பாடசாலைக்குச் சென்றது எங்களது இரு கால்களின் பலத் தினாலேயே ஆகும். ஆனாலும் நான் மிகவும் விருப்புடன் பாடசாலைக்குச் சென்றேன்.

நண்பர் கூட்டத்தில் குழப்பங்கள் செய்தபடியே பாடசாலை நோக்கிப் பறந்து செல்லும் நான், விமலா எனைப் பார்த்ததும் "வாயாடி" எனும் பெயரில் என்னைக் கூப்பிட்டதற்குக் காரணம் எனது குழப்படியும் வாயாடித் தனமும் ஆகும். எழுத்துகளைக் கற்பதற்கு என்னுள் இருந்த அதீத விருப்புக் காரணமாகக் களிமண்ணால் செய்யப்பட்ட அறைகளை நோக்கி, கூர்மை யான கற்களைக் கொண்ட கரடுமுரடான பாதையில் செல்ல நேரிட்ட போதும் அவை ஒருபோதும் இடையூறாக அமைந்ததில்லை.

பாடசாலை நிறைவடைய மணி ஒலிப்பதோடு, கோரையால் பின்னப்பட்ட பையைத் தோளில் சுமந்து நாங்கள் ஓடி வருவது சீக்கிரமாக வீடுசெல் வதற்கு என்றாலும், நடுவழியில் பாதையில் கிடைக்கும் பாலைப்பழம், சடு குடாப்பழம், வீரப்பழம் போன்றவற்றைப் பிடுங்கி, பொறுக்கி குளத்து மண லில் ஓடி சேட்டைகள் செய்து நாம் வீடு செல்லும்போது அத்தூரம் எங்க ளுக்கு மறந்து போகும். சில நாட்கள் எங்களுடைய வெள்ளைச் சட்டை யைக் கிழித்துக்கொண்டும், சேறு பூசிக்கொண்டும் நாங்கள் வீட்டுக்குள் நுழைவது வழமையாகும். அவ்வாறான நாட்களில் அம்மா சிறிது கண்டிப் பானவராக மாறிவிடுவார். என்றாலும் வீட்டுப்பாடங்களை ஒழுங்காகச் செய்வதால் அம்மாவின் கோபம் மறைந்துபோகும். அதனால் தான் என்னவோ என்னுடைய குழப்படித்தனம் நாளுக்குநாள் அதிகரித்ததே தவிர குறையவே இல்லை.

சேனை, வயல் வேலைகள் செய்தும், அவை இல்லாவிட்டால் பால் கொடுத்துப் பெற்றுக்கொள்ளும் சிறிய அளவு பணத்தொகையைக் கொண்டு பாடசாலை செல்ல எமக்குச் சீருடை கொண்டு வந்து கொடுத்தார். வீட்டில் உள்ள குறைகள் அவளது கையால் மாத்திரமே நிறைவடைந்தன. என்ன குறைகள் இருந்தாலும் அம்மா ஒவ்வொரு வருடமும் தந்தைக்காகத் தானம் கொடுத்து புண்ணியங்களைச் செய்வதற்கு ஒருபோதும் மறக்கவில்லை. அதற்காக அவர் தானத்தை வீரஹல்மில்லேவ விகாரைக்குக் கொண்டு செல்வார்.

ஆயிரத்துத் தொள்ளாயிரத்து எண்பதாம் ஆண்டு, நான் புலமைப் பரிசில் பரீட்சைக்குத் தோற்றினேன். பெறுபேறு வெளியானபோது ஆசிரியர், பாட சாலைக் கூட்டத்தில் சித்தியடைந்தவர்களின் பெயர்களைச் சொல்லும் போது "விமலா" எனும் பெயரைக் கேட்க, கனவில் கேட்பதுபோல இருந்தது.

அன்று பாடசாலையில் இருந்து ஆசிரியர்களை வணங்கி மணி ஒலிப்ப தோடு கோரையால் பின்னப்பட்ட பையை தோளில் சுமந்துகொண்டு நான் ஓடிவந்த விதம் எனக்கு இன்றுபோல ஞாபகம் உள்ளது. மற்ற நாட்களில் அமைதியாக இருந்த பாலை, வீர மரங்கள் கூட பாதையின் இரு மருங்கிலும் எழுந்து நின்று கரங்களைத் தட்டியதுபோல் அன்று எனக்குத் தோன்றியது.

நான் அன்று வாசலில் நின்று "அம்மா நான் பரீட்சையில் சித்தியடைந்து விட்டேன்" என உரக்க சத்தமிட்டவாறு அவள் அருகில் ஓடிச்சென்றேன். அம்மா என்னைக் கட்டியணைத்து உச்சிமுகர்ந்து அணைத்துக்கொண்டார்.

இக்காலத்தில் எனது மிகப்பெரிய கனவு, ஒரு பெரிய பாடசாலையில் ஆசிரியராக வரவேண்டுமென்பதே. மெல்ல மெல்லக் காலம் கடந்து போனது. நாங்கள் சிறிது சிறிதாக வளர்ந்து விட்டோம். ஆரி அண்ணாவைத் தவிர வீட்டிலிருந்து அனைத்துச் சகோதர சகோதரிகளும் படிப்படியாக குடும்பஸ்தர்களாக மாறிவிட்டனர்.

1983இல் கருப்பு ஜூலை உருவாகி கிராமம் முழுவதும் அமைதியற்றுக் காணப்பட்டது. எமது கிராமத்தில் சிலருக்கு மரண அச்சுறுத்தல் இருப்பதை அறிந்துகொள்ள முடிந்தது. சில நாட்களில் கிராமத்தில் எந்தவொரு வீட்டிலும் குப்பிவிளக்கைக் கூடப் பற்றவைப்பதில்லை. நாங்கள் இரவுவேளைகளில் காட்டில் ஒளிந்துகொள்ளும் சூழ்நிலைக்குத் தள்ளப்பட்டோம்.

எனக்கு பதின்மூன்று அல்லது பதினான்கு வயதாகும் காலத்தில் வாழ்க்கையில் முதன்முதலாக எனக்கு இன்னொருவரின் அன்பும், ஆதரவும் தேவை என்பதை உணர ஆரம்பித்தேன். நான் முதன்முதலாக காதலின் உணர்வை உணர ஆரம்பித்தேன். அவரின் பெயர் "சேகர". எங்களது கிராமத்திலேயே உள்ளவராகவும், எனக்கு நெருங்கிய கதாபாத்திரமாகவும் அவர் மாறிவிட்டார். நாங்கள் பகிடி கதைத்தவாறு மகிழ்ச்சியாகப் பாடசாலைக்கு ஒன்றாகச் சென்று வந்தோம். நாங்கள் இருவரும் ஒன்றாகச் செல்லும்போது பயணத்தின் சோர்வே தெரிவதில்லை. வெகுதூரம் நாங்கள் ஒரு களைப்பும் இல்லாமல் கால்நடையாய் நடந்து செல்வோம்.

இதனிடை நடுவே என்மீது அவருக்கு விருப்பம் இருப்பதைக் கூறினார். அன்று எனக்கு ஓர் இனம்புரியாத உணர்வு ஏற்பட்டது. அது பின்னர் அவர் மீது கவலையும், அனுதாபமும் மிக்க உணர்வு வரைக்கும் மாற்றமடைந்தது. சிறிது சிறிதாக நாங்கள் காதலிக்க ஆரம்பித்தோம். சேகர, அவரது குடும்பத்தில் ஏழாவது பிள்ளையாவார். அவரும் என்னைப் போல சிறுவயதிலேயே தந்தையின் அரவணைப்பை இழந்த ஒருவர். சேகரவின் தந்தை நெல் சூடடிக்கும் போது உழவு இயந்திரத்தில் இருந்து கீழே விழுந்து மரணமடைந்தார். அதனால் சிறுவயது தொடங்கி அவரது குடும்ப அங்கத்தவர்கள் கூலி வேலை செய்து வாழ்க்கை நடத்த வேண்டியிருந்தது. வாட்ட சாட்டமான இளைஞனான சேகரவின் அழகுக்கு மாத்திரம் அல்ல அவரது பேச்சுக்கும் நான் பெரியளவு அவர்பால் ஈர்க்கப்பட்டேன். க.பொ.த சாதாரண தரப் பரீட்சைக்குத் தோற்றி நல்ல பெறுபேற்றைப் பெற்றாலும் பொருளாதார நிலை காரணமாக சேகரவுக்கு அவரது கல்வியைத் தொடர முடியாமல் போனது.

பாடசாலைப் பயணம் பாதியிலேயே நின்று போனாலும் முடிந்த ஒவ்வொரு சந்தர்ப்பத்திலும் சேகர, என்னைச் சந்திப்பதற்கு வந்தார். கடதாசியைக் கிழித்து காதல் வார்த்தைகளை எழுதிய சிறு துண்டுகளை எனது கைகளில்

கொடுத்துச் சென்றார். நான் அவரை அதிகமாக காதலித்தாலும் எந்தவொரு சந்தரப்பத்திலும் பாடசாலை வேலைகளை விட்டுவிடவில்லை. சிறிய குப்பி விளக்கைப் பாயின் மீது வைத்துக்கொண்டு நான் படித்தது இந்த வாழ்க் கையில் மேலெழும்புவதற்கு இருக்கின்ற வழி கல்வி என்பதனாலாகும்.

1986ஆம் ஆண்டு க.பொ.த சாதாரண தரப் பரீட்சையில் நான் நல்ல பெறு பேற்றைப் பெற்றேன். என் வாழ்க்கையில் பூ பூத்தது போல் இருந்தது. மூத்த சகோதரன் ஆரி அண்ணா, க.பொ.த உயர்தரப் பரீட்சையில் நல்ல பெறு பேற்றைப் பெற்று பல்கலைக்கழகம் செல்வதற்காகக் கிராமத்திலிருந்து வெளியேறினார். கடைசியாக சிறிய குடிசையில் மீதமாக இருந்தது நானும் அம்மாவும் மாத்திரமே.

உயர்தரம் கற்பதற்காக கெப்பதிகொல்லாவ பாடசாலைக்கே சென்றேன். ஆனாலும் அந்தப் பாடசாலைப் பயணம் ரொம்பகாலம் நீடிக்கவில்லை. அது மூன்று மாதங்களுக்கு மாத்திரமே வரையறுக்கப்பட்டது. பெரியதொரு கற்பாறையைப் போல, வெயிலுக்கும் மழைக்கும் சலிக்காமல் சீவியத்தின் பாரத்தைச் சுமந்துக்கொண்டிருந்த என்னுடை அம்மா, நினையாத வண் ணம் திடீரென நோய்வாய்ப்பட்டார். எனக்கு வேறு ஒன்றும் செய்வதற்கு இருக்கவில்லை. வெள்ளைச் சீருடைக்கும், புத்தகக் கட்டுக்கும் வணக்கம் சொன்ன நான், அம்மாவுக்குப் பணிவிடை செய்வதற்காக வீட்டில் இருக்க வேண்டி ஏற்பட்டது. அது என்னை இவ்வுலகுக்குப் பெற்றெடுத்து, அதன் பிறகு ஆயிரமாயிரம் வேதனைகளை அனுபவித்த எனது அம்மாவுக்கு நன்றிக்கடன் செலுத்துவதற்கே ஆகும்.

அந்தத் தரித்திர ராத்திரி முழுவதும் நாய்கள் ஊளையிட ஆரம்பித்தன. காலையிலிருந்து வானம் மழைக்கு இருட்டியிருந்தது. முழு வானமும் கருமையாகக் காணப்பட்டது. மரம், செடி, கொடிகள் அனைத்தும் தரித் திரம் பிடித்தது போல காணப்பட்டன. அம்மா மிகவும் கஸ்டத்துடன் சுவாசித்துக் கொண்டிருந்தார். நான் அவரது தலையை என்மடிமீது சாய்த்து வருடிக்கொண்டிருந்தேன். என் கண்கள் இரண்டையும் விடாமல் பார்த்துக் கொண்டிருந்தவர் திடீரென எனது மடியில் இறுதி மூச்சை விட்டார். நான் அவளைக் கட்டியணைத்து கதறி அழ ஆரம்பிக்கும்போது அவள் தனது இறுதி பயணம் சென்று முடித்துவிட்டாள்.

1985ஆம் ஆண்டு நவம்பர் மாதம் 5ஆம் திகதி என்னுடைய வாழ்வில் உருவான துரதிர்ஷ்டமான நாள். அவளது உயிரில்லா உடல் பலரின் தோள் களின் மீது வைத்துக் கொண்டுபோகப்பட்டது. நான் தரையில் முட்டி அழு தேன். அதுவே களிமண் வரிச்சுசுவர்களுக்கிடையில் தனிமையை ஆட் கொண்ட அந்த சிறு குடிசையில் எனது துக்கத்தைக் குறைத்துக்கொள்ள வழியமைத்தது.

அம்மாவின் விடைபெறல், எனது வாழ்வில் தனிமையை ஏற்படுத்தியது. அம்மாவுக்காகத் தானத்தை ஏற்ற பின்பு எனது உறவினர்கள் அனைவரும்

அவரவர் வீடுகளை நோக்கிச் சென்றுவிட்டனர். நான் வீட்டில் தனிமையா னேன். ஆரி அண்ணாவின் பல்கலைக்கழகக் கல்வி நிறைவு பெறாததால் அவரும் கிராமத்திலிருந்து மீண்டும் சென்று விட்டார். பார்க்கும் திசைகளி லெல்லாம் வரும் அம்மாவின் நினைவுகளோடு நான் தனிமையிலிருந்தேன். இயலுமானவரை நான் விகாரைக்குச் சென்று பூஜை வழிபாடுகளைச் செய்து அம்மாவின் புண்ணியத்துக்கு வழிசமைத்தேன். அவ்வாறான சில நாட்களில் நான் சேகரவைச் சந்தித்த பிறகே வீடு வருவேன். எங்கள் இருவருக்கிடையிலும் கடித பரிமாற்றல் தொடர்ந்து நிகழ்ந்தது. இதற்கு நடுவில் விடுமுறையில் வீடு வந்திருந்த ஒரு சந்தர்ப்பத்தில் எங்களுக் கிடையில் பரிமாறிக்கொள்ளப்பட்ட கடிதம் ஒன்று ஆரி அண்ணாவின் கையில் அகப்பட்டது. ஏதோ ஒரு காரணத்துக்காக எங்கள் தொடர்புக்கு எதிர்ப்புத் தெரிவித்தார். கடைசியாக தாயின் அரவணைப்பு அற்று இருந்த நான் சேகரவுடன் வீட்டை விட்டு வெளியேறத் தீர்மானித்தேன். இதைத் தவிர வேறு வழியிருக்கவில்லை.

அந்த அழகான நாள் 1986 டிசெம்பர் 17. நாங்கள் எங்களுடைய உலகத்தில் மகுடம் சூட்டியிருந்தாலும் எங்களுடைய திருமணத்துக்கு சகோதர சகோ தரிகளின் ஆசிர்வாதம் கிடைக்கவில்லலை. பெரியண்ணா என்னைத் தேடி வந்து பலவந்தமாகவாவது வீட்டுக்குக் கூட்டிச்செல்ல முயன்றார். சேகர வீட்டில் இல்லாத வேளையில் அவர்கள் வந்ததனால் நான் அவர்களோடு போகவேண்டிய நிலைமை ஏற்பட்டது. பயணத்தின் இடை நடுவே நான் ஒரு தீர்மானத்துக்கு வந்தேன். தாய் மற்றும் தந்தைக்குப் பிறகு எனக்கு சேக ரவை இழக்க முடியாது. அது அப்படி நடந்தால் நான் சுவாசிக்க முடியாது என எனக்குத் தெரியும். கிராமத்தின் குளத்தைக் கடந்து செல்கையில் நான் குளத்தில் குதித்தேன். ஆனாலும் ஏதோ ஒரு காரணத்தின் நிமித்தம் என்னு டைய உயிருக்கு எதுவும் நேரவில்லை. நான் இன்னும் உயிரோடு இருக்கி றேன். ஆனாலும் எனக்கு மீண்டும் சேகரவிடம் திரும்புவதற்கு முடியாமல் போனது.

இரண்டு நாட்கள்வரை ஒரு கைதியைப் போல் நான் அண்ணாவின் வீட்டில் சிறைபட்டுக்கிடந்தேன். இறுதியாக சேகர கூட்டிச் செல்ல வந்தார். நான் பெரியதொரு குழப்பத்தை ஏற்படுத்தி அவருடன் அவரது வீட்டுக்குச் சென் றேன். அதன்பிறகு எனது சகோதரர்களுடன் எந்தவிதமானதொரு தொடர் பையும் ஏற்படுத்திக்கொள்ள தடைவிதிக்கப்பட்டது. சேகரவின் தாய்வீடு களிமண் வரிச்சியால் ஆன சுவர்களை கொண்டு ஓலைகளால் வேயப்பட்ட சிறிய வீடாகும். சிறிது காலம் நாம் அங்கேயே வாழ்ந்தோம். அந்நாட்களில் நாடு பூராகவும் அரசியல் குழப்பங்கள் ஏற்பட்டிருந்தன. எங்கள் கிராமத்துக் குப் பலவிதமான அச்சுறுத்தல்கள் ஏற்பட்டன.

இக்காலகட்டத்தில் எமது கிராமத்தில் 55 குடும்பங்கள் வரை வாழ்ந்து வந்தன. கிராமத்தில் இளைஞர்கள் ஒன்றுகூடி தன்னார்வமாக இரவுப் பொழுதில் காவல்காக்க ஆரம்பித்தனர். அவ்வாறான இளைஞர்கள் என் போர் சேகர மற்றும் இன்னும் இரண்டு மூன்று பேர். அப்பொழுது சேகர,

அவரது தாய் வீட்டில் இருந்து சிறிது தூரத்தில் வேறொரு இடத்தில் குடிசை அமைத்தார். அங்கு ஒருவேளை உணவு உண்டு மறுவேளை பட்டினியாய் இருக்கின்ற நிலைமையில் மிகவும் கடினமான வாழ்க்கையை வாழ்ந்து வந்தோம். இருப்பினும் அந்தக் குடிசையில் அன்புக்குக் குறைவிருக்க வில்லை. தினமும் அதிகாலையில் சேகர எனக்கு சமைப்பதற்கு உதவி செய்தார். பகல்வேளையில் கூலி வேலை செய்தார். இராப் பொழுதில் பொதுமக்களுக்காக பதுங்கு குழியில் பாதுகாப்பு கடமையில் இருப்பார். அதிகாலையில் வீடு வந்து சில மணிநேரம் நித்திரை செய்து எழும்பி விடுவார். பதுங்குகுழிக்குச் செல்லும்போது நீர் நிரம்பிய கண்களுடன் நிற்கும் என்னைச் சமாதானப்படுத்த மறுப்பதில்லை.

"பயப்பட வேண்டாம், நான் போவது அனைவருடைய பாதுகாப்புக்காகும். உன்னைத் தனியாக விட்டுச்செல்ல எனக்கும் கவலையாகதான் உள்ளது. ஆனால், ஏதாவது அவசரமாக நடந்தால் என்னுடைய அம்மாவின் வீட்டுக்குச் செல். கிராமத்தில் எல்லோரது உயிரையும் அபாயத்தில் விட்டு எனக்கு வீட்டுக்குள் இருக்க முடியாதல்லவா?" இவ்வாறு ஆயிரம் கதைகளைச் சொல்லி எனது உள்ளத்தைத் தேற்ற மறக்கவில்லை. அப்பொழுது நான் இருளில் அந்த உருவம் மறையும் வரைக்கும் இமைக்காமல் பார்த்துக் கொண்டிருப்பேன். அதன்பிறகு வீட்டினுள் நுழைந்து கதவடைத்து, விளக்கை அணைத்து விடுவேன்.

அவ்வாறான தினங்களில் வெளிச்சம் வரும் வரைக்கும் எனக்கு நித்திரையே இல்லை. தனிமையில் இருப்பதனால் சிறிய சத்தத்துக்குக் கூட உள்ளம் கலங்கும். கிராமங்களில் ஒவ்வொருவராக வாழ்ந்து வந்த தமிழ் குடும்பங்கள் தங்களது கிராமங்களை விட்டு இடம்பெயர ஆரம்பித்தனர். வாழ்க்கை வேகமாக ஓடிப்போனது. என் வயிற்றில் குழந்தை உருவானது. அந்த நற்செய்தியை கேட்ட சேகர, உலகத்தை வெற்றிகொண்டது போல ஆனந்த மடைந்தார். பிறக்கப்போகின்ற குழந்தைக்காக சேகர இன்னும் இன்னும் அதிகமாக கஸ்டப்பட்டு வேலை செய்தார். ஆனாலும் அவர் இராப் பொழுதில் பதுங்குகுழிக்குச் செல்லும் பணயத்தை நிறுத்தவில்லை.

சிறிது சிறிதாக கிராமம் அமைதி இழந்து போனது. ஒருவரை ஒருவர் சுடுவது, காணாமலாக்கப்படல் போன்ற பல சம்பவங்கள் பதிவாக ஆரம்பித்தன. கிராமம் முழுவதும் மரண பயம் குடிகொண்டிருந்தது. வெடிச் சத்தம் ஒன்றைக் கேட்கும் போது மரண பயத்தின் மத்தியில் அந்தகார இருளில் தடவிச் சென்று மரத்தடியில் ஒளிந்திருப்பேன். என்னுடைய உயிரையும், வயிற்றில் இருக்கும் பிஞ்சுக்குழந்தையின் உயிரையும் காப்பாற்றிக்கொள்ளப் பாடுபட்டேன். அப்படி நடக்கும்போது அந்தகார இருள் தேய்துபோய் சூரியகதிர் பூமியில் படும்வரை நான் மரத்தடியில் ஒளிந் திருப்பேன். அப்பொழுது கண்களுக்குத் தெரியும் வகையில் நிலத்தின் மீது வீழ்ந்து அதிர்ந்து வெடிக்கும். அக்கம் பக்கம் கேட்கின்ற சிறிய சத்தத்துக்குக் கூட என்னுள் அதிர்ந்து போகும். தேகத்தில் வழிந்தோடும் கண்ணீர் ஆறு நிலத்தை நனைப்பதை நான் கண்டிருக்கிறேன்.

சில நாட்கள் வர்ணபகவான் இராபொழுதில் என்போன்றவர்கள் மீது எந்த வித இரக்கமும் இன்றி பூமியை நனைத்துவிடுவார். ஆனாலும் யுத்த அரக்கனிடமிருந்து உயிரைக் காத்துக்கொள்ள என் கருவில் உள்ள குழந்தையுடன் கடினமாக மூச்சை இறுக்கிப் பிடித்து ஈரத்துடன் இராபொழுதை கழித்தேன். என் குழந்தை குளிரை தாங்க முடியாமல் போகும்போது இன்னும் இன்னும் வயிற்றுக்குள் மூழ்குவதை என்னால் உணர முடிந்தது. எனக்குத் தெரியும், இறைவா நான் படும் இவ்வேதனையை ஒருநாளும் என் குழந்தைக்குத் தர வேண்டாம். யுத்த பயமற்ற நாட்டில் அந்த மூச்சு வெளிவர இடம்கொடுங்கள். நான் அந்த உயிரைப் பிடித்து வைத்துக்கொள்வதற்காக என் உள்ளத்தோடு கதைத்துத் திரும்ப திரும்ப சொல்லிக்கொண்டிருந்தேன். நான் இவ்வாறு வாழ்வதற்கு இடையில் என்னுடைய சேகர, நூற்றுக் கணக்கான தாய்-தந்தையரின் உயிருக்காக உறங்காது அந்தகார இருளிலில் கிராமத்தை காவல் காத்துக் கொண்டிருந்தார். அப்போது மாதத்துக்கு 300 ரூபாய் கொடுப்பனவு அவருக்குக் கிடைப்பதற்கு ஆரம்பித்தது.

நாட்கள், கிழமைகள் கழிந்து என் வயிற்றுக்கு பத்து மாதம் பூர்த்தியானது. அன்று மாலையானபோது வழமை போல் சேகர பதுங்குழியை நோக்கி சென்றுவிட்டார். விளக்கை அணைத்து நித்திரைக்குச் சென்றவுடன் நாள் முழுவதும் எனது உடலில் காணப்பட்ட வேதனையால் எனக்கு ஏதோ போல ஓர் உணர்வு தோன்றியது. என் வேதனையானது இன்னும் இன்னும் அதிகரித்ததை உணர ஆரம்பித்தேன். அன்று வீட்டிலிருந்த சேகரவின் தாயாருக்கு இவ்விடயம் தொடர்பாக கஸ்டத்துடன் தெரிவித்தேன். அக்கம் பக்கத்தவர் பதுங்குகுழிக்குச் சென்று சேகரவைக் கூட்டி வந்தனர். எங்களது கிராமத்தில் இவ்வாறான அவசர நிலைமைகளில் பாவிப்பதற்கு ஏற்ற எந்த வாகனமும் இருக்கவில்லை. முழு கிராமத்துக்குமே இருந்த வாகனமான உழவு இயந்திரத்தில் என்னை ஏற்றி வைத்தியசாலைக்குக் கொண்டு சென்றனர்.

அந்நாட்களில் பாதைகளை கல், மணல் போன்றவற்றையிட்டு சீரமைத்திருந்தனரே தவிர வேறு ஒரு வசதியும் இருக்கவில்லை. பாதை முழுவதும் குன்றும் குழியுமாக இருந்தது. உழவு இயந்திரம் குலுங்கி குலுங்கி ஒவ்வொரு தருணமும் என்னுடல் வெடிப்பது போல உணர்ந்தேன். அந்நாட்களில் பாதையில் பார்ப்பதற்கு ஒருவரும் இல்லாமல் ஒரு மயானம் போல காட்சியளிக்கும். கெப்பித்திகொல்லாவ வைத்தியசாலையை வந்தடையும் மட்டும் சேகர, இடைவிடாமல் தேற்றுதல் வார்த்தைகளை எனக்குச் சொல்லி வேதனையைக் குறைப்பதற்கு முயற்சித்தார்.

வைத்தியசாலையில் அனுமதிக்கப்பட்டவுடன் எனது வேதனை இரட்டிப்பானதை உணர்ந்தேன். வேதனையால் நான் கதறினேன். பின்னர் எனக்கு எதுவுமே நினைவிலில்லை. நினைவு திரும்பிய பின்னர் அழகிய இரு நட்சத்திரக் கண்கள் எனது மார்பருகில் இருந்தன. பிறந்திருந்தது ஒரு மகன். அன்று எங்கள் இருவரதும் கனவு நனவாகியது. எனது மகன் 1987, ஒக்டோபர் 11ஆம் திகதி, எனக்கு 17ஆவது வயதில் பிறந்தார்.

சில நாட்களுக்குப் பிறகு நாம் எமது இடத்துக்கு எமது குமாரனை கொண்டு வந்தோம். ராஜமாளிகையின் வசதிவாய்ப்புகள் இல்லாவிட்டாலும் உள்ளம் முழுவதும் வழிந்தோடும் பிள்ளையின் சந்தோசத்தால் அந்தக் குறையே எம் முள்ளத்தில் தெரியவில்லை. நாங்கள் பெரிய பெரிய கனவுகளைக் கண்டோம். நாளுக்கு நாள் மகனின் சுட்டித்தனங்களில் வாழ்க்கை சோலை வனமானது. எனது சேகர தினந்தோறும் மாலையில் எம்மைவிட்டு தூரத் துக்குப் போகும் துக்கத்தை மறைத்துக்கொண்டு பதுங்குகுழிக்கு காவலுக் குச் சென்றார். மகன் பிறந்த பிறகு அவரது வாழ்க்கையில் பொறுப்புகள் அதி கமாகின. அப்பொழுது கிராமத்துக்குள் ஜே.வி.பி குழப்பமும் உருவாகியிருந் தபடியால் ஒருபோதும் ஓய்வாக இருப்பதற்குச் சந்தர்ப்பம் அமையவில்லை.

எமது கிராமத்தவரது கண்களுக்கு முன்னால் குணவர்தன மாமாவை பகல் வேளையில் சுட்டுக்கொன்றனர். குழப்ப சூழ்நிலைகள் உருவாகி வருவதை உணரும்போதெல்லாம் நான் மகனைத் தூக்கிக்கொண்டு காட்டுக்குள் ஓடுவேன். பின்பு சேகர, எம்மைத் தேடி அவ்விடத்துக்கு வந்தபின்பே நான் திரும்பவும் வீட்டுக்குச் செல்வேன்.

மகனின் சுட்டித்தனத்துக்கு நடுவில் அன்பால் இணைக்கப்பட்ட எங்க ளுக்கு இன்னொரு பிள்ளைச்செல்வம் கிடைக்கப் போவதற்கான அறிகுறி தென்பட்டது. நாம் அடிக்கடி அந்த ஹல்மில்லெவ விகாரைக்குச் சென்று பூஜை வழிபாடுகளில் கலந்துகொண்டோம். ஒருநாள் எனக்கு நெல்லிக்காய் சாப்பிடுவதற்கான அதீத ஆசை ஏற்பட்டது. அப்போது சேகர மிகவும் கஸ் டப்பட்டு எங்கேயோ சென்று நெல்லிக்காய் பொதி ஒன்றை கொண்டுவந்து கொடுத்தமையானது எனக்கு இன்றும் நினைவிருக்கிறது. அக்காலத்தில் மற்றைய நாட்கள் போல பகல்வேளையில் கூலி தொழிலுக்கு செல்லும் அவர் மாலையில் பதுங்குகுழிக்குச் சென்றார்.

அக்காலத்தில் அவர்களை தேசிய பாதுகாப்பு படையினர் என்றே அறிமுகப் படுத்தினர். மாதத்துக்கு 700 ரூபாய் கொடுப்பனவு சேகரவுக்கு கிடைக்கப் பெற்றது. அது 1989ஆம் ஆண்டு. முதல் பாதி வரைக்கும் சேனைப்பயிர்ச் செய்கையில் ஒரு தொகை லாபமும் பெற்றுக்கொள்ள வாய்ப்பு கிடைத்தது. வாழ்க்கை ஓட்டம் இவ்வாறு கடந்து சென்றது. யுத்தம் தீவிரமடைந்திருந்த படியால் இந்தியாவில் இருந்து அமைதிகாக்கும் படையினர் இலங்கைக்கு வந்திருப்பது கிராமத்துக்குத் தெரியவந்தது.

என்னுடைய இரண்டாவது வயிற்றுக்குப் பத்து மாதம் ஆனபோது முதல், எனக்கு நடந்தது போல பிரசவ வேதனை வீட்டிலிருந்தபோதே உணர முடிந் தது. அந்நாளும் வைத்தியசாலைக்கு உழவு இயந்திரத்திலேயே கொண்டு சென்றனர். ஆனால், முதல் தடவை போலல்லாது செல்லும் வழியிலேயே குழந்தைப் பேறு கிடைத்தது.

1989 டிசெம்பர் 8ஆம் திகதி எமக்குக் கிடைத்தது ஒரு குமாரி. எமக்கு பொருளாதார ரீதியில் பல இடையூறுகள் காணப்பட்டாலும் நாங்கள்

சந்தோசமாக வாழ்ந்து வந்தோம். நாம் எவ்வளவு பட்டினியாய் இருந்தாலும் பிள்ளைகள் இருவரும் பசியால் வாடியதில்லை. ஒருசிலவேளை பிள்ளைகள் இருவருக்கும், சேகரவுக்கும் சோறு சமைக்கும்போது சேகர பதுங்கு குழிக்குச் சென்ற பிறகு மெல்லமாக இரண்டு, மூன்று தண்ணீர் கோப்பைகளை அருந்தி பசியாற்றிக்கொள்வேன். நிரம்பிவழியும் பிள்ளைகளின் அரவணைப்பு பசியைவிட சக்திமிக்கது என்பதை நான் அறிந்திருந்தேன்.

அப்பொழுது சேகர போன்றோரை கிராம பாதுகாப்பு படையினர் என்று அறிமுகப்படுத்தினர். ஒரு நாளைக்கு 48 ரூபாய் பெறுமதியான கொடுப்பனவு படி ஒரு மாதத்துக்கு 1,440 ரூபாய் சம்பளம் கிடைக்கப்பெற்றது. ஆனாலும் அத்தொகை அன்றாடச் செலவுகளுக்குக்கூடப் போதவில்லை. பிள்ளைகளுக்கு மருந்து வாங்க, வீட்டிலுள்ள குறைகளை நிரப்ப அவசியம் என்றபடியால் நாம் வாழ்வதற்கு என்னென்ன செய்யவேண்டுமோ அவ்வளவு விடயங்களையும் செய்தோம். சேகர, மாட்டின் பால் எடுத்து கிராமத்தில் உள்ள கடைக்குக் கொடுப்பதால் கிடைக்கும் சிறிய பணத் தொகை கூட எங்களது வாழ்க்கைக்கு ஒரு பலமாக இருந்தது. சேகர அப்பொழுது பதவிய பொலிஸ் பிரிவுக்குட்பட்ட பகுதியிலேயே கடமையாற்றினார்.

வவுனியா நகரத்தில் குண்டு வெடித்தது அதன் பிறகுதான். வவுனியா தேக்கவத்தை பிரதேசத்தில் அடையாளம் தெரியாத நபர்கள் நடமாடுவதாக தெரியவந்தது. எங்கள் கிராமத்துக்குள்ளேயும் பல வதந்திகள் பரவின. கிராமத்தில் மீதமிருந்த ஓரிரு தமிழ் குடும்பங்களும் கிராமத்தை கைவிட்டுச் சென்றன. இந்த நிலைமைக்குள் கிராமத்தில் வாழ்ந்த வாழ்க்கை, முகாம் வாழ்கையாக மாறியது நாளைய நாளில் உயிருடன் இருப்பதற்காகவே.

அந்நாட்களில் குச்சட்டுவ பாடசாலையில் இரண்டு மண்டபங்கள் மாத்திரமே இருந்தன. நாம் ஒருமாதம் அளவில் அந்த முகாமில் வாழ்ந்து வந்தோம். சிறிது காலத்தின் பிறகு கிராமத்துக்கு வந்த பொலிஸார், கிராமத்துக்குப் பொலிஸ் பாதுகாப்புப் பெற்றுத்தருவதாய் கூறினர். நாம் ஒரு மாதத்துக்குப் பின்னர் திரும்பவும் எமது கிராமத்துக்குத் திரும்பிச் சென்றபோது காடுமண்டியிருந்தது. நாங்கள் அவற்றைச் சுத்தம் செய்து திரும்பவும் அவற்றில் குடிபுகுந்தோம்.

வழமைபோல நாம் வயல் உழுதும், சேனைப் பயிர்ச்செய்கை செய்தும் வாழ்க்கையை ஆரம்பித்தாலும் எல்லோரது மனதிலும் அதிகமான குழப்பமும் பயமும் காணப்பட்டது. கிராமத்துக்குள் தொடர்ந்தும் அடிக்கடி எல்.ரீ.ரீ.ஈ தொடர்பான தகவல் பரவியது. எல்.ரீ.ரீ.ஈ படையினர் கிராமத்தில் ஒவ்வொரு இடத்திலும் இருப்பதாகத் தகவல் தெரிய வந்தது. இதனாலேயே இறுதியாக கிரமத்து பாடசாலைக்கருகில் பொலிஸ் காவற்கூடம் ஒன்றை அமைப்பதற்கு முடிவெடுத்தனர். அது 1993இல் ஆகும். அதன்பிறகு மற்ற நாட்களை விட கிராமத்தின் நடவடிக்கைகள் ஒரு விசுவாசத்துடன் நடத்திச் செல்லப்பட்டன.

எமக்கும் எம்மை அறியாமலேயே காலம் கடந்து போனதுடன் மகனுக்கு ஐந்து வயது பூர்த்தியடைந்திருந்தது. அப்பொழுது கிராம பாதுகாப்பு சேவைக்காக கிராமத்திலிருந்து பத்து தொடக்கம், பதினைந்து வரையான இளைஞர்கள் இணைந்திருந்தனர். அப்பொழுது கிராமத்தின் பல இடங்களில் பதுங்குகுழி அமைத்து இரவு பாதுகாப்பு வேலையில் ஈடுபட அவர்கள் பழகியிருந்தனர்.

ஒருநாள் எமது அயலவரான கதிரா மாமா என்பவர் மாட்டை அவிழ்த்து வர குளத்துக்குச் சென்றார். ஆனால், அவர் மாலையானபோதும் திரும்பவும் வீடு வரவில்லை. கிராமத்து மக்கள் குழப்பம் அடைந்து சேகரவுடன் போய் கிராமத்திலிருக்கும் ஒவ்வொரு மூலைமுடுக்கிலும் கதிரா மாமா இருக்கிறாரா எனத் தேடிப்பார்த்தனர். அவரைக் குளத்திலேயே காண முடிந்தது. ஆனால், எவ்வித சாட்சிகளும் கிடைக்கவில்லை. கதிரா மாமாவுக்கு நடந்தது இன்றும் கேள்விக்குறியாய் உள்ளது. இந்தச் சம்பவம் கிராமத்தில் அநேகரின் உள்ளத்தை சலனப்படுத்தியது. அந்த மாதத்திலேயே கிராமத்திலிருந்து ஏதேனும் இயலுமை உள்ள அனைவரும் கிராமத்தை விட்டுப் போக ஆரம்பித்தனர். ஆனால், அதுபோல எமக்கு செல்வதற்கு ஓர் இடம் இருக்கவில்லை. அதனால் நாம் கிராமத்திலேயே தொடர்ந்தும் வாழ்வதற்கு ஆரம்பித்தோம்.

அது 1995ஆம் ஆண்டிலாகும். கொஞ்சம் கொஞ்சமாக சிங்கள - தமிழ் புத்தாண்டு நெருங்கியது. ஆனால், எமது உள்ளத்துக்கோ எதுவித பண்டிகைக்கால உணர்வும் இருக்கவில்லை. இருந்தபோதும் புதுவருடத்தை வரவேற்க சுந்தரமான யோசனை கிடைக்கவில்லை. நாங்கள் அனைவரும் நெல் அறுவடை செய்து புதுவருடத்தைக் கொண்டாட எவ்வளவாவது அதிமான பணம் ஈட்டிக்கொள்ளப் பாடுபட்டோம். கிராமம் பூராகவும் அமைக்கப்பட்டிருந்த களிமண் குடிசைகள் இடையே கிராமத்தின் குளங்களுக்கு அருகில் இருந்த இலுப்பமரகூட்டம் வரைக்கும் நீல நிறமாக மின்னி கிராமத்துக்குப் புதிய உயிரைப் பெற்றுத்தந்தது.

நாம் புதுவருடத்துக்காகக் களிமண்ணுக்கு மேல் சானம் இட்டு மெழுகினோம். ஒவ்வொரு வீட்டிலும் தங்களுக்கு முடிந்தவாறு பலகாரம், கொக்கீஸ் போன்றவைகளை செய்திருந்தனர். நாளைய தினத்தை குறித்து அறியாத எமது பிள்ளை குட்டிகள் இருவரும் பழையவருட தினத்தில் நகரின் மத்திக்குச் சென்று கேலிக் கூத்துகளில் ஈடுபட்டனர். சேகர, புதுவருட தினத்தில் பற்றவைக்க பட்டாசு சுருள் ஒன்றை கொண்டுவந்தார். நாங்கள் எங்களுக்கு இயன்றவாறு இரண்டு, மூன்று புத்தாடைகளை பிள்ளைகளுக்காக வாங்கி வந்திருந்தோம். சிறுவர்கள் இருவரும் அந்த நாள் இரவு நித்திரைக்குச் செல்லும்போது நாளைய தினத்தில் உடுத்துவதற்கு இருக்கின்ற புதிய ஆடைகள் குறித்து என்னென்னவோ சொல்லிக் கொண்டிருந்தது எனக்கு நினைவிலிருக்கின்றது. நாளை அதிகாலையிலேயே விகாரைக்குப் போய் பிக்குவிடம் ஆசிர்வாதம் வாங்கிக்கொள்ளும் எதிர்பார்ப்பு எங்களுக்கு இருந்தது.

மகன் நித்திரைக்குச் சென்றவுடன் சேகர என்னைப் பத்திரமாக இருக்கச் சொல்லி எப்பொழுதும்போல நம்பிக்கை வார்த்தைகளைக் கொடுத்து தனது கடமைக்குச் செல்ல வெளியேறினார். அவர் அந்தகார இருளில் மறையும் வரை பார்த்துக்கொண்டிருந்தேன். அதன்பிறகு விளக்கை அணைத்து நித்தி ரைக்குச் சென்றேன்.

காலையில் எழுந்த நான் வீட்டைப் பெருக்கினேன். இன்று புத்தாண்டு நாள். சேகர, அதிகாலையிலேயே வீட்டுக்கு வந்தது புத்தாண்டை கொண்டாட ஆயத்தப்படுத்துவதற்காகவே. அப்பொழுது விடிந்திருந்தாலும் பிள்ளைகள் இருவரும் நித்திரையிலிருந்து எழுந்திருக்கவில்லை. சேகர நல்ல நேரத்தில் பால் பொங்குவதற்காக அனைத்தையும் ஆயத்தப்படுத்தினார். நான் பலகா ரம் கொக்கீஸ் போன்றவற்றை மேசையில் வைத்து ஆயத்தப்படுத்திக் கொண்டிருந்தேன். ஆயிரம் மெழுகுவர்த்திகள் ஒரே தடவையில் வெடித்து சிதறியது போல பூமி அதிர்ந்து ஒரு குண்டு வெடித்தது. கையிலிருந்த பலகார பீங்கான் கீழே விழுந்து தூள் தூளாக முழுவதும் உடைந்து போனது. சுதா கரித்துக்கொண்டு மெதுவாக நான் ஓடிப்போய் அம்மா என புலம்பிக் கொண்டிருக்கும் எனது பிள்ளைகள் இருவரையும் அணைத்துக் கொண்டேன்.

"வாருங்கள் கீழே போய் ஒளிந்துகொள்வோம்" என நான் கூறியபோது சேகர, துப்பாக்கியை கையில் எடுத்துக்கொண்டு, வெடிச் சத்தம் கேட்ட திசையை நோக்கி மின்சார வேகத்தில் ஓடினார்.

பூமி அதிர்ந்ததோடு வானத்திலிருந்து மழையைப் போல துப்பாக்கி குண்டு கள் விழுவதற்கு இடையே பிள்ளைகள் இருவரையும் தூக்கிக் கொண்டு தோட்டத்தின் கீழுள்ள கொடிகளுக்கு மறைவில் புத்தபகவானை நினைத் துக் கொண்டு ஒளிந்திருந்தோம். சிறிது நேரத்துக்குப் பிறகு பயத்தால் பூமி அதிரும்படி கேட்ட குரல் கேட்காமல் போனது. சேகரவின் முகத்தைக் காணும்வரைக்கும் எனக்கு பொறுமையாய் இருக்க முடியவில்லை. பக் பக் என துடித்த இதயம் மின்சார வேகத்தில் துடித்தது. என் கை, கால்கள் நடுங்க ஆரம்பித்தன. பிள்ளைகள் இருவரையும் என் பின்னே அணைத்துக் கொண்டு இறைவனிடம் கேட்டது அவரை காத்தருளும்படி மட்டுமே.

ஏப்ரல் மாதம் 14ஆம் திகதி புத்தாண்டைக் கொண்டாடுவதற்கு எதிர்பார்த் திருந்த எங்கள் கிராமத்துக்கு சேனை ஒன்று கண்ணீர் கங்கையால் மூழ்கடிக் கப்பட்டு அடித்துச் சென்றது போல இருந்தது. கிராமத்தில் அமைக்கப்பட்டி ருந்த கிராம பாதுகாப்பு காவல்கூடத்துக்கு எல்.ரீ.ரீ.ஈ இயக்கத்தால் குண்டுத் தாக்குதல் நடத்தப்பட்டிருந்தது. பொலிஸ் சேவையில் ஈடுபட்டிருந்த பதினேழு பேர், கிராம பாதுகாப்பு படையின் நால்வர் மற்றும் பொதுமகன் ஒருவரது உயிரும் அவர்களால் பலி எடுக்கப்பட்டிருந்தது. காயப்பட்ட சிலர் கெப்பத்திகொல்லாவ வைத்தியசாலைக்குக் கொண்டு செல்லும் வழியில் இறந்து விட்டதாக அறியக் கிடைத்தது. பொலிஸ் காவற் கூடத்திலிருந்த

ஆயுதங்களில் ஒரு பகுதியை தாக்குதலின்போது எல்.ரீ.ரீ.ஈ இயக்கத்தால் கொண்டுசெல்லப்பட்டமை எங்களுக்கு அறியக்கிடைத்தது.

அன்று அந்தக் குண்டு வெடித்ததால் அங்கு அமைக்கப்பட்டிருந்த காட்டுப் புளியங்குளம் பாடசாலை நாசமடைந்திருந்தது. கட்டடங்களின் சுவர்கள் இடிந்து விழுந்திருந்தன. சிறுபிள்ளைகள் தாம் படித்த பாடசாலைக்கு ஏற்பட்ட விதியைக் கண்டு தாங்கிக் கொள்ள முடியாமல் அழுதனர்.

அந்த ஆண்டில் பாதுகாப்பு காரணங்கள் நிமித்தம் வவுனியா தொடக்கம் திருகோணமலை வரை கிராமத்தின் நடுவில் செல்லும் பாதையை மூடினர். அதன்பிறகு வவுனியா நகரத்துடன் எமது கிராமம் வைத்திருந்த சகல தொடர்புகளும் அற்றுப்போனது. தமிழ் சொந்தங்கள் ஒருபோதும் கிராமத் துக்கு வரவில்லை. நாமும் அவர்களுடன் எவ்வித தொடர்பையும் வைத்துக் கொள்ள முயற்சிகள் செய்யவில்லை. பிரதான பாதை முழுவதும் பெரு மரங்கள் வளர்ந்து காடுமண்டியது. பரம்பை மரம் மெல்லியதாக துளிர்விட ஆரம்பித்தது.

சிங்கள புத்தாண்டு தினத்தில் மேற்கொள்ளப்பட்ட இப்பயங்கரவாத தாக்கு தலின் பின்னர் எங்களுக்கு கிராமத்தில் தொடர்ந்து வசிக்க முடியாமல் போனது. அதனால் நாங்கள் நிரந்தரமாக வீடு வாசலை விட்டு பல முகாம் களில் வசித்தோம். குச்சட்டுவ பாடசாலை எங்களது சட்டரீதியான இருப் பிட முகாமாக மாறியது.

நாங்கள் கிராமத்தை கைவிட்டு வந்தாலும் சேகர என்னோடு வரவில்லை. அவர் "சேசு" கிராம பாதுகாப்பு படையினரோடு ஒன்றிணைந்து கிராமத் தின் பாதுகாப்புக்காக தங்கியிருந்தார். அவர்கள் கிராமத்தை பகலில் ஒரு குழுவினராகவும், இரவில் ஒரு குழுவினராகவும் பிரிந்து பாதுகாப்பு கடமை யில் ஈடுபட்டனர்.

இதற்கிடையே அந்த 1995ஆம் ஆண்டிலே ஹேரத் ஹல்மில்லேவ மற்றும் ஹம்மெத்தாவ போன்ற கிராமங்களுக்குள் உட்புகுந்த புலி பயங்கரவாதிகள் எந்தவொரு ஈவிரக்கமுமின்றி கிராமவாசிகள் அநேகரை மிலேச்சத்தனமாக வெட்டிக் கொத்திக் கொலை செய்தனர். அருகிலிருந்த அனைத்து கிராம மக்களும் இச்சம்பவத்தால் மிகவும் கலக்கத்துக்குள்ளாகினர். எல்லைக் கிராமங்களாக இருந்த யக்காவெள, கனுகாஹாவெள, ஹல்மில்ல வெட்டியே போன்ற கிராமங்களில் வசித்த அனைத்து கிராம வாசிகளும் இதுபோலவே குச்சட்டுவ முகாமுக்குக் கட்டவிழ்க்கப்பட்டவர்களாய் இழுத்து வரப்பட ஆரம்பித்தது. அவர்கள் பெறுமதியான ஒன்றாக ஏதாவது கொண்டு வந்தார்கள் என்றால் அது அவர்கள் தலையில் வைத்துக்கொண்டு வந்த அவர்கள் பிள்ளை குட்டிகள் மாத்திரமே.

முகாம் வாழ்க்கை எப்பொழுதுமே வசதி வாய்ப்புகள் உடையதாக அமையவில்லை. இங்கே இடம் மிக குறைவடைந்து கொண்டு போனது.

போதுமான இடத்தினைப் பெற்றுக்கொள்வதற்காகவே முகாமானது கெப்பத்திகொல்லாவவ நகரத்தில் கொண்டு செல்ல தீர்மானிக்கப்பட்டது.

இறுதியாக கெப்பத்திகொல்லாவ நகரத்துக்கு அருகில் மூன்று ஏக்கர் பரப்பு காணியில் நாங்கள் வாழ்ந்த முகாம் அமைக்கப்பட்டது. அதற்குள் பலாமரக் கம்புகளால் கூரையிடப்பட்ட எட்டடி நீளமும் பத்தடி அகலமும் கொண்ட சிறு குடிசைகள் அமைத்துக்கொள்ள எங்களுக்கு அரசாங்கத்தால் நிதியுதவி கிடைத்தது. எங்களுக்கென்றால் எமது சிறு நிழலில் கிடைக்கும் குளிர்ச்சியான திருப்திபோல அங்கே கிடைக்கவில்லை.

முகாமில் எங்களுக்குக் குறித்த நேரத்துக்கு உணவு, தண்ணீர் கிடைத்தது. இருப்பினும் உள்ளம் பூராகவும் நிறைந்திருந்த துக்கமும், தோசமும் மற்றும் குழப்பங்களும் காரணமாக நாங்கள் உணவு உண்பதையும், உண்ணாமல் இருப்பதையும் கூட உணரவில்லை. வயல் வெளிகளில் அலைந்து குளக் கரையில் நீராடி நாவல் வீரகோன் பாலை, வீர மரங்களிடையே நித்தமும் உலாவி கழித்த சிறுவர்களின் வாழ்க்கைக்கு ஓடி ஆடுவதற்கு, விளையாடு வதற்குச் சுதந்திரமாக நடமாடுவதற்கு ஒரு வாசல் கூட முகாமில் இருக்க வில்லை.

சேகர, எனக்கு இயலுமான போதெல்லாம் முகாமுக்கு வந்து எமது சுக துக்ககங்களை விசாரித்தார். அவர் வேறு பாதுகாப்பு படையினருடன் ஒன்றிணைந்து பாதுகாப்பற்ற கிராமங்களை பாதுகாக்கும் கடமையில் ஈடுபட்டிருந்தார்.

இதற்கு நடுவேதான் எமது மகன், புலமை பரிசில் பரீட்சையில் சிறந்த சித்தி எய்தி இருந்தான். அது கவலைச் சுமையுடன் இருந்த எமது உள்ளங்களுக்கு மகிழ்ச்சியைக் கொண்டுவந்த ஒரு தினமாகும். நாம் படுகின்ற வேதனை எம்பிள்ளைகளை ஒருபோதும் ஆட்கொள்ளக் கூடாது. எவ்வாறான பொருளாதார நிலைப்பாடு காணப்பட்டாலும் இதன் காரணமாக எமது பிள்ளையை கெக்கிராவ மத்திய மகா வித்தியாலயத்துக்கு அனுமதித்து சிறுவர் விடுதியில் சேர்ப்பதற்கு தீர்மானித்தோம்.

காலம் இவ்வாறு கடந்து போகையில் நான் திரும்பவும் தாயாகப் போகின்ற அறிகுறி தெரிந்தது. அப்பொழுது எனது மகள் கெப்பத்திகொல்லாவ பாடசாலையில் ஐந்தாம் தர புலமை பரிசில் பரீட்சைக்குத் தோற்றி சித்தியடைந்திருந்தாள். இருப்பினும் எமது பொருளாதார நிலைமை ஒரு போதும் உயர்ந்த இடத்தில் இல்லாதபடியால் எங்களுக்கு அவளை வேறொரு பாடசாலைக்கு மாற்றுவதற்கு முடியாமல் இருந்தது.

1996.4.16 அன்று திரும்பவும் கெப்பத்திகொல்லாவ வைத்தியசாலையில் மகனைப் பெற்றெடுப்பதற்கான அதிர்ஷ்டம் எனக்குக் கிடைத்தது. இருப் பினும் அந்த மகனை கொண்டு செல்வதற்கு ஒரு வீடு இருக்கவில்லை. நாம் அந்த மகனை முகாம் அமைந்திருந்த பூமிக்கே கொண்டு வந்தோம்.

1998ஆம் ஆண்டு முதற் பாதியளவில் எமது கிராமத்தில் திரும்பவும் பெரிய தொரு பொலிஸ் காவலரண் அமைக்கப்பட்டிருந்தது. அப்பொழுது புலிகள் குறித்த பயம் சற்று குறைவடைந்திருந்தமையால் திரும்பவும் எமது கிராமங்களை நோக்கிச் சென்றோம். அப்பொழுது எமது கிராமமானது கிராமம் என்று சொல்ல முடியாத அளவுக்கு ஒரு மயான பூமியைப்போல காட்சியளித்தது. மரம் செடி,கொடிகள் கூட பயத்தால் உறைந்து போனது போல காட்சியளித்தது. மிருகங்களும், விலங்குகளும், பூச்சிபட்டைகளும் வீட்டுக்குள் நுழைந்து யாவும் கானகம் போல காட்சியளித்தது. வீட்டின் களிமண் சுவர்களில் பூஞ்சனம் பிடித்திருந்தது. வீடுகளைக் கட்டிக் கொள்வ தற்காக சிறியதொரு உதவித்தொகை எமக்கு வழங்கப்பட்டது. அப் பணத்தை கொண்டு நாம் செங்கற்களாலான சுவற்றையும் ஓட்டுக் கூரையும் இரு அறைகளும் கொண்ட வீட்டைக் கட்டி, புதிதாக வாழ்க்கையை ஆரம் பிக்க ஆயிரம் எதிர்பார்ப்புகளோடு இருந்தோம். ஆனால், அந்த எதிர்பார்ப் புகளுக்கு நீண்ட ஆயுள் இருக்கவில்லை.

1999ஆம் ஆண்டு முதற்பாதியில் திரும்பவும் புலிகளின் குழப்பம் உருவெடுப்பதற்கான அறிகுறிகள் தென்பட்டன. இதனால் திரும்பவும் எமக்கு முகாம்களுக்கு செல்ல வேண்டி ஏற்பட்டது. இம்முறை நாங்கள் தேக்கவத்தை முகாமுக்குச் சென்றோம்.

அந்த முகாமுக்கு எங்களுடைய சுக துக்கங்கள் விசாரிப்பதற்காக வேறு பிரதேசங்களில் இருந்து மக்கள் வந்துபோயினர். சிலர் எங்களுக்கு உணவு, தண்ணீர் கொண்டு வந்து தந்தனர். வேறு சிலர் ஆடைகள் போன்றவற்றை கொண்டு வந்து தந்தனர். இன்னும் சிலர் சிறுவர்களுக்கான விளையாட்டுப் பொருட்களை கொண்டு வந்து தந்தனர். இவ்வாறு என்னத்தை கொண்டு வந்தாலும் முகாம்களில், சிறைபட்டுக்கிடக்கும் மலரைப் போன்ற சிறு பிள்ளைகளின் உள்ளத்தில் மகிழ்ச்சியை கொண்டுவர ஒருவராலும் முடியாமல் போனது. என்னத்தைக் கொடுத்தாலும் உள்ளங்களில் இருக் கின்ற கவலையை எடுத்துச் செல்ல யாராலும் முடியாமல் போனது.

இவ்வாறு காலங்கள் கழிந்தன. 2000ஆம் ஆண்டில் நாம் கிராமத்துக்கு திரும்பவும் வந்தோம். இருப்பினும் குழப்பங்கள் குறையவில்லை. தினந் தோறும் இரவை நாம் கானகத்திலே கழிக்க வேண்டியிருந்தது. அப்போதி லிருந்து கிராமத்திலுள்ள யாவரும் காட்டின் நடுவிலேயே உறங்கலாயினர். இவற்றுக்கு வேவு பார்ப்பதற்காக ஆண்கள் சிலர் மாறி மாறி அவ்விடத்தை காப்பதனை கடமையாகச் செய்து வந்தனர். மணற்றரையில் விரிக்கப்பட்ட சீத்தை துணியின் மீது எனது பிள்ளைகளை கிடத்தி முழு இரவும் தூங்காது விழித்திருந்தேன். கடி எறும்பு போன்ற சிறிய பூச்சிகள் தொடங்கி இரவில் வெளிவருகின்ற பெரிய யானைகள் தொடக்கம் அனைத்து சக்திகளும் எங்களுக்குத் தொந்தரவு செய்யக் காத்திருந்தமையைக் காண முடிந்தது.

அந்தக் காலகட்டத்தில் வவுனியா - திருகோணமலை பிரதான பாதை மூடப் பட்டிருந்தமையால் பாடசாலைப் பிள்ளைகளின் போக்குவரத்துக்காக

ஒதுக்கப்பட்ட ஒரு பேருந்து, கெப்பத்திகொல்லாவ துட்டுவெள வரைக்கும் பயணம் செய்தது. புலிகளின் குழப்பம் தொடர்பாக நாடு பூராகவும் தகவல்களை கேள்விபட்டதால் பாடசாலை பேருந்து பயணத்தை ஆரம்பிப் பதற்கு முன்னதாக அது பயணிக்கும் பாதையை சோதித்துப் பார்ப்பதற்கான நடவடிக்கையில் கிராம பாதுகாப்பு படையினர் ஈடுபட்டிருந்தனர். அதன் பிரகாரம் தினந்தோறும் காலை ஏழு மணிக்கு முன்பு பாதையின் இருமருங்கையும் சோதித்து முடித்து விட வேண்டியிருந்தது.

2001ஆம் ஆண்டு டிசெம்பர் மாதம் பாடசாலையின் விடுமுறை காரணமாக மூத்த மகன் வீட்டுக்கு வந்தார். வெகு காலத்துக்குப் பிறகு குடும்பத்தில் உள்ள அனைவரும் உறவினர் வீடு ஒன்றுக்குச் சென்றுவர ஆயத்தங்களை செய்தோம். அப்போது சிறிய மகனுக்கு ஐந்து வயதாகின்றது. சேகர மற்ற நாட்கள் போலவே கூலி வேலை செய்து வாழ்க்கையை கொண்டு சென் றாலும் அனைத்து குழப்பங்கள் கஷ்டங்களுக்கு மத்தியிலும் இன்முகத்து டன் வாழ்க்கைக்கு முகம் கொடுத்த வண்ணம் இருந்தார். அவர் மாலை பொழுதுகளில் வீடு வாசலை கூட்டிப்பெருக்கி, சிறு பிள்ளைகளுடன் பகிடி விளையாடி சிரித்து ஆனந்தமடைவார். அவர் மகளுக்கு அன்பாக பகிடி செய்ய பழகி இருந்தார்.

நாங்கள் பிள்ளை குட்டிகளுடன் குளத்துக்குச் சென்று நீராடி வந்தோம். சேகர என்னோடு சேர்ந்து சோறு கறி சமைக்க உதவி புரிய காரணம் அவருக்கு இரவு வேலைக்குச் செல்ல தாமதமாகும் என்ற படியினாலேயே. மற்ற நாட்களை போலவே காக்கி நிறம் கொண்ட சீருடையை அணிந்து கொண்டே போத்தலுக்கு தண்ணீரை நிரப்புகையில் கதைத்த விடயங்கள் நான் மண்ணுக்குப் போகும் வரையில் என்னால் மறக்க இயலாது. அவர் எமது மூன்று பிள்ளைகள் குறித்தும் மிகுந்த சந்தோஷத்துடன் கதைத்தார். என்றாவது ஒருநாள் சமூகத்தில் நல்லதொரு நிலைக்கு அவர்கள் வருவார்கள் என்பதை மிகுந்த சந்தோஷத்துடன் கூறினார்.

அப்பொழுது நேரம் மாலை 5.30 ஆகியிருந்தது. நான் சாப்பாட்டை பொதி செய்து, சுடு நீர் போத்தலில் தேநீரை ஊற்றி தொடர்ந்து கண்விழித்திருக்கும் மற்ற மூன்று நான்கு பேருடன் பகிர்ந்து கொள்வதற்காகக் கொடுத்தேன்.

"நாளைக்கு பெரியம்மாவின் வீட்டுக்குச் செல்ல ஆயத்தமாகுங்கள்" என அவர் வீட்டிலிருந்து புறப்படுவதற்கு முன்னர் பிள்ளைகளுக்கு உச்சி முகர்ந்து சொன்னார்.

ஐயோ, இறைவா அந்த நாளையதினம் திரும்பவும் எப்பொழுதுமே உதயமா காது என்பதை நான் ஒரு கணம் நினைத்திருந்தால் நான் எனது சேகரவை அந்தப் பயணத்தைப் போவதற்கு இடம்கொடுத்திருக்க மாட்டேன்.

அவர் மறையும் வரையில் நான் அவரைப் பார்த்துக் கொண்டிருந்தேன். மின் சார விளக்குகளை அணைத்து கதவு ஜன்னல்கள் அனைத்தையும் மூடி னேன். அந்தக் காலத்தில் அவ்வாறுதான் நாங்கள் வாழ்ந்தோம். காட்டில்

ஒளிந்திருந்து வீட்டுக்குள் பார்ப்பவர்களுக்கு வீட்டின் உள்ளே யாரும் இருப்பதைக் காணமுடியாமல் இருக்கும்.

மறுநாள் பயணத்தைப் போவதற்கு அதிகாலையில் எழுந்திருக்க வேண்டி யிருந்தது. இரவுப் பொழுது நன்றாக கழிந்து விடியற்பொழுது வந்தவுடன் நான் திடுக்கிட்டு நித்திரையில் எழுந்தேன். இன்று நாம் பிள்ளைகளுடன் கிராமத்துக்குப் போகும் நாள். அதிகாலையிலேயே நான் வீடு வாசல்களை கூட்டிப் பெருக்கி ஆயத்தம் செய்தேன். சுற்றுச்சூழல் அன்று வெறுமையாக காட்சியளித்தது. மற்றைய நாட்களில் கேட்கும் பறவைகளின் ஓசை கேட்டதாக எனக்கு நினைவில்லை. மூன்று பிள்ளைகளும் நித்திரை செய்கின்றனர். அவர்கள் கடும் குளிரில் சுருண்டு படுத்திருந்தனர். நான் தேனீர் தயாரிப்பதற்காக அடுப்பைப் பற்ற வைத்துக் கொண்டிருந்தேன். ஆயிரம் மெழுகுவர்த்திகள் ஒன்றாக வெடித்தாற்போல பூமி அதிர்ந்து நெருப்பு பொறியுடன் ஒரு குண்டு வெடித்தது. என் கையிலிருந்த விறகுக் கட்டையும், தீப்பெட்டியும் எங்கோ வீசுப்பட்டு விழுந்தன.

"இறைவா எனது சேகர.." என உரக்கச் சத்தமிட்டேன்.

மூன்று பிள்ளைகளும் என்னை நோக்கி ஓடி வந்து "அம்மா, அப்பா"" எனக் கத்தினர்.

"மகனே, அப்பா பத்திரமாக வீடு வருவார்" என அவர்களைச் சமாதானப் படுத்த முனைந்தேன்.

அவர்களைச் சமாதானப்படுத்த நான் அப்படிச் சொன்னாலும் உள்ளத்துக் குள்ளே எரிந்து கொண்டிருந்த நெருப்பைப்பற்றி அறிந்திருந்தது நான் மட்டுமே. கிராமத்தைச் சுற்றி குழப்பநிலை காணப்படும்போது பிள்ளைகள் மூவரையும் கூட்டிக்கொண்டு தோட்டத்தின் கீழே குளக்கரைக்குச் சென்று ஒளிந்திருந்தேன். எனது சரீரம் முழுவதும் நடுங்கியது.

சிறிது நேரத்தில் குண்டுச் சத்தமும், சூட்டுச் சத்தமும் நின்று போனது.

"அம்மா, நான் போய் அப்பாவைப் பார்த்து விட்டு வருகிறேன்" என தோளுக்கு மேல் வளர்ந்த பெரிய மகன் மின்னல் வேகத்தில் ஓடினான்.

நான் "போக வேண்டாம் மகனே.." என்று சொல்லி உரக்கச் சத்தமிட்டேன்.

எனக்கு வீட்டுக்குள் இருப்பதற்கு உள்ளம் இடம்தரவில்லை. நான் இரு பிள்ளைகளையும் கூட்டிக்கொண்டு பாதைக்கு ஓடினேன். அப்பொழுது அக்கம்பக்கத்திலுள்ள வீடுகளிலுள்ளோர் எமது வீட்டை நோக்கி ஓடி வந்துகொண்டிருந்தனர். அவர்கள் என்னைப் பாதைக்குப் போக விடாது பலவந்தமாக வீட்டுக்குள் கொண்டு சென்றது எனக்கு ஓரளவுக்கு ஞாபகம் இருக்கின்றது. அது எனக்கு ஒரு பெரும் வேதனையானது. நான் எனது சேகரவின் முகத்தைக் காண வேண்டும். அவர்கள் என்னைத் தடுப்பது

ஏன்...? எனது சேகர எங்கே? நாற்றிசையிலும் இருந்து பெரும் சனக் கூட்டத்தினர் அழுது புலம்பியவாறு வீட்டுக்குள் வந்தனர்.

நான் உரக்க ஓலமிட்டேன், "அம்மா.. எமது அப்பா...?" என்று சொல்லியவாறு பெரிய மகன் ஓலமிட்டுக்கொண்டு என்னருகில் ஓடிவந்து என்னைக் கட்டித்தழுவினான்.

அசம்பாவிதம் தெளிவானது. அதன் பிறகு எதுவுமே எனக்கு நினைவில்லை.

இறைவா, எனக்கு உலகைச் சேகரவே சொல்லிக் கொடுத்தார். தாய் தந்தையரை இழந்த குறையை அன்று நிரப்பிய உத்தம மனிதன் அவரே. குடும்பத்தில் அந்நாள் தொடக்கம் அடைக்கலம் புகுந்த எனது வாழ்க்கையின் பாரத்தைத் தோளில் சுமந்து சந்தோஷத்தைத் தந்தது அவரது அரவணைப்பே. புலிப் பயங்கரவாதிகளால் சூறையாடப்பட்டது எனது வீரனின் உயிரே.

அந்தக் கசப்பான நாள் 2001 டிசெம்பர் மாதம் 10ஆம் திகதியாகும். அவரது வாட்டசாட்டமான உடல், இரண்டு மூன்று பேரின் தோள்களில் இறுதி ஊர்வலமாய் போகும் போது நான் என்னை கிஸ்ஸா கௌத்தமியை போல உணர்ந்தேன். நான் பூமியை தழுவி அழுதேன். எனக்கு இந்த உயிர் அவசியம் இல்லை. இருப்பினும் என் மூன்று பிள்ளைகளின் வாழ்க்கை என் கையில் சிறைப்பட்டுள்ளது. அவர்களுக்காக நான் வாழ்வதற்கு நிர்ப்பந்திக்கப்பட்டேன்.

இறுதிச் சடங்குக்காக கிராம பாதுகாப்பு படையினரால் ஒரு இலட்சத்து ஐம்பதினாயிரம் ரூபாய் பணம் கையில் கிடைத்தது. இருப்பினும் என் வீரன் இல்லாத குறையை நிரப்ப எதனால் முடியும்?

"ஏன் அம்மா, அப்பா இன்னும் தூங்குகிறார்..? அப்பா இன்னும் கதைக்கவில்லையே..?" என்று சிறிய மகன் கேட்கிறான்.

அப்படியொரு வார்த்தையைக் கேட்பதற்கு இன்னும் நான் உயிருடன் ஏன் இருக்கின்றேன் என்பதைக் கேட்கின்றேன். ஐந்து வயதுக் குழந்தைக்கு யுத்தத்தின் கொடூரத்தை விளக்கிக் கூற என்னிடம் வார்த்தைகள் இருக்கவில்லை.

இறுதியாக, ஒருவாறு முப்பத்தியிரண்டாவது வயதில் யுத்தத்தின் சாபத்தால் மூன்று பிள்ளைகளுடன் தனிமையாக்கப்பட்ட வேதனையோடு இருக்கும் பெண்ணாகி விட்டேன்.

'எனது சேகர', நான் இன்னும் உன்னைத் தேடுகிறேன்.
மரண முகில் மறைந்து ஒலி உதயமாகிறது
சந்திரன் மேலெழுந்து காரிருளினுள் மறைகிறான்
நட்சத்திர பூக்கள் அந்த ஒளியில் தெரிகின்றன.

ஆயிரம் வாழ்த்துகள் நாளைய தினத்துக்காய் வாழ்த்துகின்றன
சந்திரனில்லா இருளில் மௌனமாய் எழும்புகிறேன்
அந்தக் கவலையை கண்டும் இறைவனருள் கிடைக்கவில்லையே
ஒரு நொடிப்பொழுதில் இரவு மறைந்து ஒளி மேலெழுந்து வருகின்றது
மரண முகில் என்னுலகில் மிதக்கிறது
அரக்கனொருவன் என் சந்திரனை கொண்டு போகிறான்
காலம் கழிந்து கனவில் நான் எழும்புகிறேன்...

தொகுப்பு : லக்மாலி, கெப்பத்திகொல்லாவ

ஆர்.டி.ஓ காக்கா

"துப்பாக்கி ரவைகளின் சத்தம் ஆங்காங்கே அனைவரையும் மிரட்டிக் கொண்டிருந்தது. நானும் எனது நண்பனும் பயத்தால் நடுங்கி ஒதுங்கவும், ஒளிக்கவும் இடம் தேடி ஓடிக் கொண்டிருந்தோம். சிங்கங்கள் வேட்டை யாட மற்றைய மிருகங்களை விரட்டுவதைப் போல துப்பாக்கி ரவைகளின் சத்தமும் எங்களை விரட்டிக்கொண்டிருந்தது. ஓடிக்கொண்டிருக்கும் போது எங்கள் முன்னால் இருந்த ஒரு தென்னை மரத்தின் பட்டைகளை துப்பாக்கி ரவைகள் பகுதி பகுதியாக பிரித்தெறிந்தபோது எங்கள் வாழ்வின் கடைசித் தருணம் இதுவென எண்ணிக்கொண்டே ஓடினோம். பயத்தால் உடல் முழு வதும் நடுக்கம். கால்கள் போன பாதையில் ஓடிக்கொண்டிருந்தோம். திடீ ரென அருகில் ஓடிவந்து கொண்டிருந்த நண்பன், முகம் குப்புற கீழே விழுந்தான். நான் ஓட்டத்தை நிறுத்தித் திரும்பி வந்து நண்பனைத் தூக் கினேன். அவனது பிடரியை துப்பாக்கி ரவை பதம் பார்த்திருந்தது.

உடனே திடுக்கிட்டுத் தூக்கத்திலிருந்து எழுந்தேன். உடல் முழுவதும் வியர் வையால் நனைந்திருந்தது. பயத்தால் இதயமும் அதிவேகமாக துடித்துக் கொண்டிருந்தது. பதற்றத்துடன் படுக்கையில் இருந்து எழுந்து கொஞ்சம் தண்ணீர் குடித்துக் கொண்டு அமைதியாய் சிறிது நேரம் அமர்ந்திருந்து கடிகாரத்தை உற்றுநோக்கினேன். கடிகாரத்தின் சிறிய முள் இரண்டை தொடுவதற்கு தவித்துக் கொண்டிருந்தது. வாழ்வில் நடந்த சில பயங்கரமான சம்பவங்கள் அடிக்கடி கனவுகளில் இவ்வாறு விஸ்பரூபம் எடுக்கும். இருந் தும் அதனை மீட்டிப்பார்ப்பதற்கு நான் என்றும் விரும்பியதில்லை. மீண் டும் படுக்கையில் உடலை விரித்து தூக்கத்தை அழைத்து தவம் கிடந்தேன். மின் விசிறியின் அந்த இதமான தாலாட்டு தூக்கத்தை அழைத்துக் கொண்டு வருவதை உணர்ந்தேன்.

இனியதொரு அதிகாலைப் பொழுது நெருங்கிய போது சேவல் கூவும் ஓசை என் கண்களின் இமைகளைத் தட்டியதும் இணைந்திருந்த இரு இமைகளையும் விருப்பமின்றி பிரித்துக் கொண்டு என்னைச் சிறைப்பிடித்து வைத்துக் கொண்டிருந்த தூக்கத்தை வென்று கண்களைக் கசக்கிக் கொண்டு எழுந்தேன். குயில்களின் இசை அந்த சில நொடிகள் முழுக்க உலகத்தை சூழ்ந்து கொண்டிருந்தது. இருளுக்கும் கதிரவனுக்கும் யுத்தம் சூடு பிடிக்கும் நேரம் அது. பல மணி நேரங்கள் தன்னை பிடியில் வைத்திருந்த இருளை, தன் அசூர கோபத்தால் ஆயிரம் கரங்களை விரித்து கிழித்து வீசியது கதிரவன். இருளின் உதிரம் வானம் முழுக்க சிவப்பு நிறமாக பரவி சிவப்புக் கம்பளம் விரிக்க, அடிவானத்தையும் கடலையும் பிளந்து கொண்டு கதிரவன் தன் திருமுகத்தை வெளிக்காட்டியது.

தூங்கும் பிள்ளைகளை தலை தடவி பள்ளி செல்ல எழுப்பும் தாயைப் போல அல்லிகளையும் ஆம்பல்களையும் தன் கரங்களை நீட்டி எழுப்பியது கதிரவன். மூடியிருந்த தம் இதழ்களை விரித்து சோம்பல் முறித்துக் கொண்டு எழுந்தன அல்லியும் ஆம்பலும். மெல்லிசைத் தென்றல் மெதுவாக நதியின் மேனியினை பரிகசம் செய்ய ஆனந்தத்தில் அலை அலையாய் அசைந்தோடியது நதி.

இறைவன் அமைத்த நாடகங்கள் அனைத்தும் அடுக்கடுக்காய் அரங்கேறிக் கொண்டிருந்தவேளை அது. வீட்டின் கதவைத்திறந்துகொண்டு என் வீட்டு முற்றத்து மல்லிகையும், இசை அமைக்கும் தென்றலோடு அசைந்தாடும் ரோஜாக்களையும் அந்த நாளின் முதல் காட்சிகளாகப் பார்த்துக் கொண்டிருந்தேன். "காலையில் எழுந்து கண்ணுக்குக் குளிர்ச்சியான விடயங்களை அவதானிக்கையில் அந்தநாள் முழுக்க மனசும் குளிர்ச்சியாகவே இருக்கும்" என்று எனது தமிழ்ப் பாட ஆசிரியர் எப்போதும் சொல்வார். உண்மை தான், பூக்களின் வண்ண முகங்களைப் பார்த்தும், பூக்களோடு விளையாடி உறவாடும் வண்டுகளையும், வண்ணத்துப்பூச்சிகளையும் பார்த்துப் புதிய நாளை ஆரம்பிக்கையில், அதற்கு முந்திய நாள் நடந்த அனைத்துப் பிரச்சினைகளுக்கும், மனக் கசப்புகளுக்கும் ஒரு தீர்வாய் அமைந்து விடுகிறது.

வானத்திலிருந்து விழும் சிறு பனித்துளிகள் புல்லின் தாளின் நுனியில் தங்கியிருப்பது கூட எவன் வசமோ, அந்த இறைவனை வணங்கியவனாய் அந்த நாளுக்குரிய வேலைகளைச் செய்ய ஆரம்பித்தேன். அடிவானத்தில் இருந்து கதிரவன் மெல்ல மெல்ல மேலே எழும்ப எழும்ப நான் வேலை செய்யும் வேகமும் புள்ளி மானைத் துரத்தும் சிறுத்தையின் வேகத்தைப் போல் அதிகரித்துக் கொண்டே சென்றது. அந்த காலைப் பொழுதுக்குரிய எனது அனைத்து வேலைகளையும் முடித்துக் கொண்டு குளித்து, ஆடை அணிந்து, நறுமணம் பூசி எனது வட்ட மூக்குக் கண்ணாடியை எடுத்து மாட்டிக் கொண்டு புறப்படத் தயாரானேன்.

சில நாட்களுக்கு முன்னர் வந்த ஒரு கடிதத்தில் என்னை இன்று எனது முன்னாள் அலுவலகத்துக்கு வரச் சொல்லி இருந்தது. "சில முக்கியமான

விடயங்கள் பற்றி கலந்துரையாடவும், உங்களது பொன்னான ஆலோசனைகளைப் பெறவும் உங்களது வரவை மிகவும் எதிர் பார்க்கின்றோம்" என்று அந்தக் கடிதம் முடிவு பெற்றிருந்தது.

எனது பையைத் தோளில் போட்டுக் கொண்டு வீட்டை விட்டு வெளியேறி பேருந்து தரிப்பிடத்தில் பேருந்துக்காகக் காத்துக் கொண்டு நின்று கொண்டிருந்தேன். சூரியனது வெப்பம் மெதுவாக என்னைத் தீண்ட எனது கறுப்பு நிறக் குடையை எடுத்து விரித்துக் கொண்டேன். ஆத்தோரத்தில் மீனுக்காகக் காத்திருக்கும் வெள்ளைக் கொக்குகள் போல பேருந்தின் வரவை எதிர் பார்த்துக் கொண்டிருக்கும் மாணவர்கள் என்னைப் பார்த்து "தாத்தா குடையை உங்களுக்கு மட்டும் பிடிங்க. ஊருக்குப் பிடிக்க வேணாம்" என்று சொல்லி சிரித்தார்கள். கள்ளங் கபடம் இல்லாச் சிரிப்புகள் குழந்தைகளின் முகத்தில் மட்டும் தான் மலரும். நானும் மெதுவாகச் சிரித்துக் கொண்டேன். அந்தக் குடை கொஞ்சம் பெரியதுதான்.

பேருந்துக்குக் காத்துக் கொண்டிருந்தபோது நேரம் கடந்து சென்றது. அப்போது "பாரூக் ஐயா" என்று என்னை யாரோ அழைத்தார்கள். திரும்பிப் பார்த்தால் என் முன்னால் ஒரு வாகனம் நின்று கொண்டிருந்தது. அந்த ரக வாகனம் அந்த நேரத்தில் அனைவரும் விரும்பும் ஒரு வாகனமாக இருந்தது. இன்று இவரிடம் மட்டும் தான் இருக்கின்றது என்று கூடச் சொல்லலாம். எனது பார்வையை வாகனத்தினுள் இருப்பவர் மீது கூர்ந்து செலுத்தினேன். அங்கே எனது முன்னாள் அலுவலகத்தில் எனது இருக்கையில் தற்போது இருந்து வேலை செய்யும் உயர் அதிகாரி முஸ்தபா அவர்கள் அமர்ந்து கொண்டிருந்தார். முஸ்தபாவின் தலையில் கறுப்பு நிறத்தைக் காண்பது சற்றுச் சிரமமாகத் தான் இருந்தது.

அவருக்கு வயது ஐம்பத்தியைந்தாக இருக்குமோ என்று கூட எண்ணம் தோன்றியது. அவரது கறுப்பு நிறத்துக்கும், பெரிய உருண்டை கண்களுக்கும் அந்த வட்ட மூக்குக் கண்ணாடி ஒரு களையாகத் தான் இருந்தது. முஸ்தபா அணிந்திருந்த கழுத்துப்பட்டி அவரது நெஞ்சை விட்டு முன்னோக்கித் தள்ளி இருக்கும் வயிற்றைத் தொட்டுக் கொண்டு தொங்கியது. என்னைப் போலவே அவரும் அவரது சட்டைப்பையில் மூன்று நிறங்களிலான பேனாக்களை மாட்டிக் கொண்டிருந்தார். அவரது அந்தக் கறுப்புக் கோடுகள் போட்ட வெள்ளைச் சட்டைக்கும் கறுப்பு நிற காற்ச் சட்டைக்கும் பொருத்தம் மிகவும் நன்றாகத் தான் இருந்தது.

"எங்க போகையா காத்துக் கொண்டிருக்கிறிங்க?" என்று கதையை ஆரம்பித்தார். அவருடைய அந்த கம்பீரமான குரலில் அவர் மற்றைய அதிகாரிகளை எவ்வாறு கட்டுப்பாட்டுக்குள் வைத்திருப்பார் என்று விளங்கியது.

"உங்களது அலுவலகத்துக்குத் தான் செல்வதற்காக பஸ்ஸுக்கு காத்திட்டு இருக்கேன்" என்று பதிலளித்தேன். அவர் தன் இருக்கையில் இருந்து நீண்டு முன்னே வந்து வாகனத்தின் மறுபக்கக் கதவைத் திறந்து விட்டு "வாங்

கையா, வந்து அமருங்க போவோம்" என்றார். நானும் எனது குடையை மடித்துக் கொண்டு எனது தோளில் கிடந்த பையை கையில் எடுத்துக் கொண்டு வாகனத்தில் ஏறி அமர்ந்ததும் வாகனம் மெது மெதுவாக நகர ஆரம்பித்தது.

"எதுக்கையா அலுவலகத்துக்குப் போறிங்க" என்று வினவினார் முஸ்தபா.

"இல்ல, இன்னைக்கு என்னை வரச்சொல்லி ஒரு காகிதம் போட்டிருந் தாங்க, அதான் என்னெண்டு பார்ப்போம் எண்டு போயிட்டு இருக்கன்" என்றேன்.

"ஆமாம், ஆமாம் இன்னைக்குத் தான் உங்கள வரச் செல்லி இருந்தாங்க என்னையா. சொரி ஐயா மறந்து போச்சு" என்று மன்னிப்புக் கேட்கும் தொனியில் பேசி முடித்தார் முஸ்தபா.

இவ்வாறு பேசிக் கொண்டிருக்கையில் எங்களது வாகனத்தை சைக்கிளில் செல்லும் சில பள்ளி மாணவர்கள் முந்திச் சென்று கொண்டிருந்தார்கள். அவர்களில் ஒரு சிறுவன் "இந்த கார்ல போறத்த விட்டுட்டு எறங்கி நடந்து போனா கொஞ்சம் வேகமா போவிங்க" என்று எங்கள் வாகனத்தை கேலி செய்தான். அந்தச் சிறுவன் சொன்னதை உறுதிப்படுத்தும் வகையில் வாகன மும் மிகவும் ஆமை வேகத்தில் தான் சென்று கொண்டிருந்தது.

மீண்டும் முஸ்தபா கதையை ஆரம்பித்தார் "அது ஒன்டுமில்ல ஐயா, மக்க ளுக்காக எந்த சிரமமும் பாராது, வேல செஞ்ச உங்கள மாதிரி அதிகாரிகள கௌரவப்படுத்த ஒரு விழா ஒண்டு ஏற்பாடு செய்திருக்கம். அந்தக் காலத் தில எவ்வளவோ கஷ்டப்பட்டிங்க. எத்தன பிரச்சினைகள் எத்தன ஆபத்து கள். உயிர் போகும் எண்டு தெரிஞ்சும் உங்கட கடமைகள மறக்காம மக்க ளுக்காக வேல செஞ்சிங்க. உங்கள மாதிரி அதிகாரிகள மறக்கயேலாதானே. அதுக்குத்தான் இந்த மாதிரியா காட்டத்தான் ஐயா இந்த விழா. அது சம்பந் தமாக சில ஆலோசனைகள பெறத்தான் ஐயா உங்கள கூப்பிட்டு இருக் காங்க" என்று, நான் அலுவலகத்துக்குச் சென்று பெற வேண்டிய தகவல் களை வாகனத்தில் பயணிக்கும் போதே முஸ்தபா கூறிக் கொண்டு வந்தார்.

நான் அவரது கதையைக் கேட்டவாறு வாகனத்தின் கதவின் கண்ணாடி களினூடாக வெளியில் பார்த்துக் கொண்டே வந்தேன். என்ன ஆச்சரியம், வானுக்குத் தூண் நிறுத்த எத்தனிக்கும் கட்டடங்கள் எத்தனையோ காணப் பட்டன. வீதியின் நடுவில் நிலை நிறுத்தி வைத்திருக்கும் தெரு விளக்கு களின் எண்ணிக்கையையும் அதனுடைய பருமனையும் பார்க்கின்ற போது எமது ஊருக்கு இரவில் இருள் சொந்தமில்லை என்று தான் எண்ணத் தோன்றுகிறது. கறுப்பு நிற மணி கொண்ட பாம்பைப் போல வளைந்து ஓடும் பாதைகளின் அமைப்பும் மாட்டு வண்டியில் சென்றால் கூட எந்த அசௌகரியமும் வராது போல் தான் காணப்படுகிறது. ஒன்றை ஒன்று போட்டி போட்டு முந்திச் செல்ல எத்தனிக்கும் வாகனங்களின் வேகங்

களைப் பார்க்கின்ற போது தற்போதைய மனிதன் ஓய்வில்லாமல் செய்யும் வேலைகளின் அளவை என்னால் ஓரளவு யூகிக்க முடிந்தது.

அது ஒரு வேளாண்மை அறுவடை செய்யும் காலமாக இருந்தது. இருந்தும் வயல் முழுவதும் ஊர்ந்து திரியும் இயந்திரங்களைத் தவிர மனிதர்கள் யாரையும் காண்பது அரிதாகத்தான் இருந்தது. ஒருவேளை இது இயந்திர யுகமாக இருக்குமோ என்று கூட என் மனம் எண்ணியது. அப்போது முஸ்தபா என்னை நோக்கி "ஐயா.. எப்பங்கையா நீங்க அங்க வேல பார்த் திங்க" என்று மிகவும் மெல்லிய குரலால் கேட்கக் கூடாத ஒன்றைக் கேட்ட தைப் போல் சற்று பயந்தவராக வினவினார். அவர் அவ்வாறு கேட்டதற்கு கூட ஒரு காரணம் இருக்கலாம். அவர் அவ்வாறு என்னைக் கேட்டதும். என்னை அறியாமலேயே என் நினைவுகள் என்னை பின்னோக்கி அழைத் துச் சென்றன.

1956ஆம் ஆண்டு. அது ஒரு புழுதி பிடித்த கிராமம். அது காடும் காடும் சார்ந்த முல்லைகளாக காட்சியளிக்கும் ஒரு நந்தவனம். தூர இருந்து வரும் ஒருவர் அந்தக் கிராமத்துக்குள் வந்தால், இங்கு மிருகங்களும் பறவைகளும் மட்டும் தான் வாழ்கின்றன என்று உறுதிசெய்து கொள்வார். அந்த கிராமத்தில் வலக்கால் வைத்து ஆரம்பித்து வாழ்நாள் முழுவதும் நடந்தாலும், பறவைகளின் சில்மிச சத்தங்களும், கொஞ்சும் பறவைகளின் முத்தங்களும், ஆங்காங்கே மிரட்டும் சில மிருகங்களின் உறுமல்களும் தான் நம் காதுக்குள் இசையமைக்கும் ஒரே நிசப்தம். தனிமையில் நடந்து வந்தால் நெஞ்சு படபடக்கும். எங்கோ வழி தவறி வந்து விட்டமோ என்று கூட எண்ணம் பிறக்கும். மாலை நேரம் நெருங்கும் போது, ஓர் இருள் சூழ்ந்த காட்டினுள் ஒற்றை நிலா வெளிச்சத்தில் ஊர்ந்து ஊர்ந்து போவதைப் போல்தான் அங்கும் போக வேண்டும்.

அங்கு ஒற்றையடி புழுதி நிறைந்த மணல் சுற்றி வளைக்கும் பாம்பைப் போல நெளிந்து வளைந்து ஊர் முழுவதும் ஓடிக் கொண்டிருக்கும். பாதையின் இரு மருங்கிலும் காட்டடிச் செடி கொடிகள் பூத்துக் குலுங்கிக் கொண்டிருக்கும். ஊரின் நடுப்பகுதியை வந்தடைந்தாலே கம்புகளும், காட்டுமரக் கட்டைகளும், பனைமர மட்டைகளும் மாடு தின்று மீதமிட்ட வைக்கோல்களையும், இத்துப்போன கிடுகுகளையும் கொண்டு கோர்த்துக் கட்டப்பட்ட சிறு குடிசைகள் வானில் உள்ள நட்சதிரங்களைப் போல் ஒன்றையொன்று உரசிக் கொள்ளாது ஆங்காங்கே பரவி இருக்கும். அந்தக் குடிசைகளைச் சூழ, அந்த வட்ட நிலவை மனிதன் தன்னில் ஏறித் தொட வேண்டும் என்ற எண்ணம் கொண்டு வானம் தொட எத்தனிக்கும் மரங் களும், பச்சை கம்பளம் விரித்தால் போல் புற்செடிகள் அந்த குடிசை வீடு களுக்கு ஓர் அழகைக் கொடுக்கும். ஓயாது உழைத்து விட்டு ஓய்வுக்காய் ஓடிவருபவனை, பால் அருந்தி விட்டு தாயின் மடிதனில் கவலை எதுவு மின்றி தூங்கும் பிள்ளையைப் போல தூங்க வைக்க விரித்த குடையாய் வளர்ந்து நிற்கும் மரங்களும் குடிசை முற்றத்தில் இடம் பிடித்திருக்கும்.

வயலும் வயலும் சார்ந்த மருதங்கள் சிறு சிறு பள்ளத்தாக்குகளை மூடியிருக்கும் பச்சை மரகதப் பந்தல்களைப் போல் கிராமத்தின் முற்றத்தை சூழ்ந்து இருக்கும். கிராமத்தின் அந்தம் ஆல் விழுங்கும் ஆழம் கொண்ட கடல் அன்னையின் அணைப்பில் கட்டப்பட்டிருக்கும். தங்கங்களும், வெள்ளி களும், பவளங்களும் வீசியதைப்போல் அந்த கடற்கரை மணல் காண் போரை அள்ளி இழுத்துக் கொள்ளும். வாழ்க்கையை வயிற்றுக்கு விற்ற நிறைய பேர் அந்த கடற்கரை ஓரங்களில் தான் தொலைத்த நிம்மதியைத் தேடி அலைவர். ஊருக்கு வரும் ஊராரை தான் எழுந்து சென்று வரவேற்க முடியாது என்பதால் அந்தக் கடல் அன்னை இளம் தென்றலின் கையில் பூச்செண்டு கொடுத்து அனுப்பி வரவேற்கும். தவித்து வருவோருக்கு தாகம் தீர்ப்பதற்காக பெண்களின் ரோஜா சூடிய கூந்தலைப் போலவும், அவர் களது மெல்லிடை போலவும் அல்லிகளையும் ஆம்பல்களையும் சூடிக் கொண்டு நெளிந்து, வளைந்து, ஒளிந்தோடும் ஆறுகள் என்றும் சப்தம் இட்டுக்கொண்டே இருக்கும்.

இந்தக் கிராமத்தில் வாழும் பல மனிதர்களுக்கும் மிருகங்களுக்குமிடையில் இன்னும் வித்தியாசக் கோடுகள் கிழிக்கப்படவில்லை என்று தான் சொல்ல வேண்டும். இந்தக் காடுகள் விலங்குகளுக்கு குடியிருப்பு. அப்படித்தான் மனிதர்களுக்கும். இந்தக் காடுகள் மிருகங்களுக்கு உணவுச் சாலை. மனிதர் களும் அப்படித்தான் உபயோகிக்கின்றனர். இரவுகளில் மிருகங்களும், மனிதர்களும் இனப் பெருக்கத்துக்காகவே விழித்திருக்கின்றனர். இவர்களது ஊதியம் அந்தக் கடலிலும், அந்தக் காட்டிலும், அந்த வயலிலும் தான் தங்கியுள்ளது. காலைச் சூரியன் கண் விழிக்க முன் தோள்களில் வலை களைச் சுமந்து கொண்டு சிலர் கடலை நோக்கியும், தூண்டில் கம்புகளோடு கைகோர்த்துக் கொண்டு சிலர் ஆற்றங்கரையை நோக்கியும் பயணத்தைத் தொடருவர். அந்த நேரம் கடல் முழுவதும் சிம்மி விளக்குகளோடு சிறு சிறு தோணிகள், நட்சத்திரங்கள் இரவு வானை அலங்கரிப்பதைப் போல் அலங் கரிக்கும். இவர்களுக்கு எதிர்த்திசையில் இன்னும் சிலர் கையில் மண் வெட்டியோடும் பையில் மதிய உணவோடும் வயல்களை நோக்கி ஊர்ந்து செல்வர். இவர்களின் யாப்புக்கு அடங்காத சிலர் தான் கல்வியைக் கண்ணெ னக் கொண்டு கிராமத்தை சூழ்ந்திருக்கும் இருளை நீக்கக் கற்பவர்கள். அந்தக் கிராமத்தில் தான் நானும் பிறந்தேன். அந்தக் கால கட்டத்தில் வறுமை என்ற ஒன்றைத் தவிர வேறு எதுவும் அவர்களுக்குக் குறையாய் அமைந்ததில்லை. அவ்வப்போது உழைக்கும் பணம் தண்ணீரில் போட்ட கோலம் போன்று நிலைத்து இருப்பதில்லை. அன்றே உழைத்து அன்றே உண்டு வாழும் மக்களாகத் தான் அவர்கள் இருந்தார்கள். அன்று ஆண்கள் மட்டுமல்ல ஆண்களைப் போலவே பெண்களும் அவர்களது வயிற்றுப் பசியைப் போக்க வயல் காட்டில் புல்லுப் பிடிங்கி, கதிர் பிறக்கி சம்பாதியம் தேடினார்கள்.

வறுமையின் துயரங்கள் வாட்டிய போதிலும் அந்தக் காட்டில் வாழும் கொஞ்சும் பறவைகளைப் போலவும், குதித்து விளையாடும் குரங்குகள்

கூட்டம் போலவும் அவர்களும் சந்தோசமாகத்தான் இருந்தார்கள். உண்ண உணவு ஒரு பிடி தான் இருக்கும் போதிலும் அதனை இருக்கும் அனை வரும் சேர்ந்து ஒன்றாய் சேர்ந்து உண்பார்கள். யானைப் பசிக்கு ஒரு போதும் சோளப் பொரி போதாது தான். இருந்தும் ஒன்றாய் கூடி உண்ப தால் அந்த அன்பு வயிற்றுப் பசியைப் போக்கி விடும். ஒரு வீட்டில் சோறு சமைத்திருக்கும் ஆனால் கறி இருக்காது. ஆனால், உரிமையோடு பக்கத்து வீட்டுக்குச் சென்று ஒரு கோப்பை கறி வாங்கி வந்து உண்பார்கள். அந்த உணவில் தான் உப்பாய் அன்பும், ருசியாய் பாசமும் கலந்திருக்கும்.

காக்கை, குயில்களோடு காலையில் எழுந்து வயல்காட்டுக்கு வேலை செய்ய செல்லும் ஒவ்வொருவரது உணவுப் பைகளிலும் அவரவர் பசியைப் போக்கி இன்னும் இரண்டு பேரது பசியைப் போக்குமளவுக்கு அங்கு உணவு இருக்கும். போகும் வயல் காடுகள் வீடுகளில் இருந்து பல மைல் தூரத்தில் இருந்தன. அங்கு உண்பதற்கோ, குடிப்பதற்கோ சிறு கடைகள் கூட இல்லை. அதனால் தான் பசியால் பதறி வருபவர் யாருக்காவது கொடுக் கலாம் என்று தான் அவர்கள் அவ்வாறு உணவுகளைக் கொண்டு செல்வார் கள். ஆனால் எப்போது வீடு திரும்பினாலும் அமாவாசை இரவு வானம் போல அவர்கள் உணவு கொண்டு போகும் பெட்டிகளும் வெறுமையாகத் தான் இருக்கும். வெட்ட வெளிகளில் வைக்கப்பட்ட மீதிச் சோற்றை காகங்கள் கூவி அழைத்து கூடி உண்பதைப் போல அவர்களும் மதிய நேரம் வந்து விட்டால் கூவி அழைத்துக் கூடித்தான் உண்பார்கள்.

சேற்றில் காலூன்றி சோற்றுக்காக உழைத்த போதிலும் அங்கு அன்புக்கு பஞ்சமில்லை அரவணைப்புக்குத் தூரம் இல்லை. வீசும் காற்றைப் போல எங்கும் பரவி இருந்தது அன்பும் நேசமும். ஒற்றுமை என்ற ஆயுதம் ஒன்றே அவர்களுக்கு போதும். வயல் காடுகளை நோக்கிவரும் யானைப் படை களைக் கூட வாழைப்பழத்தில் ஊசியை ஏற்றுவதைப் போல் இலகுவாக விரட்டி விடுவார்கள்.

*1988*ஆம் ஆண்டில் ஒருநாள் வழமை போலவே அழகாகவும், அமைதி யாகவும் தான் அந்த காலைப் பொழுதும் உதயமானது. வழமையான வேலைகள் வரிசையாக நடந்து கொண்டே போக, வெள்ளைச் சட்டையும் நீல வேட்டியும் கட்டிக் கொண்டு ஆர்.டி.ஓ காக்கா அந்த வழியால் வந்து கொண்டிருந்தார். வெள்ளை முகத்துக்கு ஏற்றால் போல் நரைக்க தயாராகும் தாடியும், வட்டக் கண்களும், வடிவான தோற்றமும், மரங்களோடு போட்டி போட்டு வளரும் உயரமும், என்றும் புன்னகை கொண்ட முகமும் அவரை அழகாகக் காட்டும். அவர் வந்து கொண்டிருக்கும் போது கடையில் தேனீர் அருந்தியவாறு நின்ற கறுப்பு நிறத்தைக் கௌரவமாக கொண்ட பக்கீர் தம்பி, ஆர்.டி.ஓ காக்காவை நோக்கி “என்ன காக்கா, விட்ட விடிய எங்கே போக போறிங்க, வாங்களேன் தேயிலை ஒண்டு குடிப்போம்” என்று அழைத்தார். “இல்லடா தம்பி நேரம் போயிட்டு இருக்குது. கொஞ்சம் பொத்துவில் பக்கம் போய் மாடு ஒண்டு பார்த்திட்டு வரப்போரன்” என்று கூறியவாறு நடந்தார்.

அந்தக் காலம், அப்போது தான் எங்கள் கிராமத்தில் நாகரிகமும் தொழிநுட்பமும் பிறந்து வளர்கின்ற காலம். வீடுகளும், வீதிகளும் ஆங்காங்கே அழகாய் மாறி இருந்தன. ஓலை, மட்டை, கிடுகளுக்குப் பதிலாக கற்கள், மணல்கள், களி மண் சேர்த்துக் கட்டப்பட்டு ஓடுகளால் கூரை போடப்பட்ட வீடுகளாகவும் சில வீடுகள் சீமெந்து வீடுகளாகவும் முன்னேறி இருந்தன. ஊரின் முற்றத்தில் அரணாக இருந்த காடுகள் அகற்றப்பட்டு அழகாகக் காட்சியளித்தது. வீதிகள் பள்ளங்களாக இருந்த போதிலும் கொஞ்சம் அகலமாக ஊரை வளைத்து ஓடிக்கொண்டிருந்தது. வீதியின் ஓரங்களில் மரக்கட்டைகள் நாட்டப்பட்டு அதில் ஆங்காங்கே தெரு விளக்குகள் மின்னிக் கொண்டிருந்தன. ஓர் ஊரில் இருந்து இன்னொரு ஊருக்குச் செல்வதற்காக பேருந்துகள் பல மணி நேரங்களுக்கு ஒருமுறை எங்கள் ஊரையும் கடந்து செல்லும். அவ்வாறு தான் காலை 6.30 மணிக்கு ஒரு பேருந்து சரியாக எங்கள் ஊரின் முற்றத்தைக் கடக்கும். அந்தப் பேருந்தில் செல்வதற்காகத் தான் ஆர்.டி.ஓ காக்கா வேகமாக நடந்து வந்து கொண்டிருந்தார்.

ஆர்.டி.ஓ காக்கா, பேருந்து தரிப்பிடத்தை வந்தடைந்ததும், கும்பிடப்போன தெய்வம் குறுக்கே வந்தது போன்று பேருந்தும் சரியாக வந்தடைந்தது. பேருந்து மஞ்சள் நிறத்தில் மின்னிய போதிலும் காயம்பட்ட மாம்பழங்களைப் போன்று பேருந்தின் வெளித்தோற்றம் கறளினால் தோற்றம் அளித்தது. ஆர்.டி.ஓ காக்கா பேருந்தில் ஏறியதும் அவருக்கென ஏற்கெனவே ஓர் இருக்கை ஒதுக்கப்பட்டு இருப்பதைப் போன்று யாருமில்லாத ஆசனத்தைத் தேடி உடனே அந்த இருக்கையில் போய் அமர்ந்து கொண்டார். வாகனம் மெதுவாக அசைய ஆரம்பித்தது. வாகனத்தின் வேகமும் குறைவாக இருந்தது. அதனையும் வீதியில் காணப்படும் பள்ளங்கள் மேலும் குறைத்தது. ஆனால் வாகனத்தின் சத்தம் மட்டும் வேகமாகவே இருந்தது.

ஆர்.டி.ஓ காக்காவின் முகத்தில், பேருந்து கொஞ்சம் வேகமா போகாதோ என்ற ஏக்கம் தவித்துக் கொண்டிருந்தது. போகும் வழியில் இடையிடையே நிறுத்தி நிறுத்தி மனிதர்களை இறக்குவதும் ஏற்றுவதுமாக இருந்தது. இதனைப் பார்த்துக் கொண்டே ஆர்.டி.ஓ காக்கா அமைதியாய் ஆசனத்தில் அமர்ந்து கொண்டிருந்தார்.

"எங்க போறிங்க ஐயா" என்று கத்தியவாறு ஆர்.டி.ஓ காக்காவை நோக்கி வாகனத்தின் நடத்துநர் வந்தார். அவரது அந்த வேலைக்கு அவ்வாறு இருந்தால் தான் அனைவரையும் சமாளிக்க முடியும். "அக்கரப்பத்துக்கு ஒண்டு தம்பி" என்று ஆர்.டி.ஓ காக்கா பேருந்துக்கான கட்டணத்தைச் செலுத்தி பற்றுச் சீட்டைப் பெற்று, கள்வனிடத்திலிருந்து தங்க ஆபரணத்தை பாதுகாக்கும் பெண்ணைப் போல அந்த பற்றுச் சீட்டை தனது பைகளுக்குள் மறைத்து வைத்துக் கொண்டார்.

வாகனத்துள் அனுமதியின்றி நுழைந்த இதமான காற்று ஆர்.டி.ஓ காக்காவை தலை தடவி தூங்க வைக்கும் தாயைப் போல தூங்க வைக்க, அதற்கு ஏற்றவாறே வாகனமும் அசைந்து ஆடிக்கொண்டு மெதுவாக

நகர்ந்து கொண்டிருந்தது. இடையிடையே சிறிய சிறிய பள்ளங்களில் வாகனம் இறங்கி ஏறும்போது ஆர்.டி.ஓ காக்கா தூக்கம் விட்டு எழுந்து தொலைந்த பிள்ளையைத் தேடும் தாயைப் போல பதற்றத்துடன் அங்கும் இங்கும் பார்த்து வாகனம் பயணிக்கும் பகுதியை அடையாளம் காண்பார். மீண்டும் தூக்கத்தில் ஆழ்ந்து போவார்.

"எல்லோரும் இறங்குங்க, எல்லோரும் இறங்குங்க" என்று பஸ் நடத்துநர் உரத்த குரலில் கத்தியதும் ஆர்.டி.ஓ காக்காவை திடுக்கிட வைத்தது. எழுந்து பார்த்ததும் பஸ்ஸில் இருந்த எல்லோரும் கீழ் இறங்கிக் கொண்டிருந்தனர். "அக்கரப்பத்து வந்துட்டா" என்றார் ஆர்.டி.ஓ காக்கா. "வந்துட்டு, வந்துட்டு. இறங்குங்க" என்றவாறே இறங்கி சென்றார் நடத்துநர். ஆர்.டி.ஓ காக்காவும் பஸ்ஸில் இருந்து இறங்கினார்.

ஓரளவு மனிதர்கள் பதற்றத்துடன் நடமாடும் இடம் அது. அங்கும் இங்கு மாய் ஓடிக் கொண்டிருக்கும் பஸ் வண்டிகளும் சைக்கிள்களும் அந்த பதற்ற நிலையை இன்னமும் அதிகரித்தது. வீதியோரங்கள் முழுவதும் பழங்களும், காய்கறிகளுமாய் அள்ளி வீசப்பட்டதைப் போன்று பரப்பிக் கிடந்தன. ஒன்றாகக் கூடி ஆயிரம் காகங்கள் கரைந்தாலும் அந்தச் சந்தையில் எழும் சத்தத்தை மீற முடியாது.

ஒரு முனையில் மரக்கறி விற்பவர்களது. கூச்சல் சத்தம், மறுமுனையில் மீன் வியாபாரிகளின் சத்தம், அந்த பகுதி முழுவதையும் அப்படியே சூழ்ந்து கொள்ளும். இப்படியாக அல்லங்காடிச் சந்தைகள், சிறு பெட்டிக் கடைகள் வீதி ஓரங்களை ஆக்கிரமித்து இருந்தன. ஓட்டம் பிடித்து ஓடி வந்து ஓய் வெடுக்கும் சில பஸ் வண்டிகளும் அங்கு நிறுத்தப்பட்டிருந்தன. பச்சை மரங் களின் பசுமையான நிழல்கள் வீதியோரங்களுக்கு குடை பிடித்தன. இவற்றையெல்லாம் ஓரக்கண்களில் பார்த்தவாறு ஆர்.டி.ஓ காக்கா, சிறு சிறு கற்களும், கிரவலுமாகப் பரம்பிக் கிடக்கும் வீதியால் தன் பயணத்தை கால் நடையாகத் தொடர்ந்தார்.

காக்காவின் பயணம் நெடுந்தூரமானது. இரண்டு மூன்று நாட்களுக்கு நடந்தே செல்ல வேண்டிய நிலைமை. அக்கரைப்பற்றிலிருந்து பொத்துவில் வரைக்குமாக அதனிடையே காணப்படும் சிறு சிறு கிராமங்களிலும் சிறந்த மாடுகளைப் பெற்றுக் கொள்வதே காக்காவின் பயணத்தின் இலக்கு. காக்காவின் பயணம் தொடர்ந்தது.

ஆர்.டி.ஓ காக்கா மீண்டும் வீட்டை வந்தடைய எப்படியும் நான்கு, ஐந்து நாட்களாகும். அவரின் வீட்டிலும் சரி, எங்கள் ஊரிலும் சரி ஆர்.டி.ஓ காக்காவைப் பற்றி அவ்வளவு பேச்சு ஏதும் இல்லை. மாடு தேடிச் சென்ற வர் வருவதற்கு எப்படியோ ஐந்து நாட்களாகும் என்பது எல்லோரும் அறிந்த விடயம் என்பதால் அவர்கள் தங்களது வேலைகளைச் செய்த வண்ணமே இருந்தார்கள். கடிகாரத்தின் முட்களின் சுழற்சிகளோடு கால முும் சுழன்று கொண்டே சென்றது. சுட்டெரிக்கும் சூரியனைத் தொடர்ந்து

கட்டியணைக்கும் நிலவும் ஒன்றன் பின் ஒன்றாக மாறி மாறி இரவுகளையும் பகல்களையும் உண்டாக்கியது. இவ்வாறே நாட்கள் பல உருண்டோடின.

பல நாட்கள் கடந்த போதிலும் ஊரில் ஆர்.டி.ஓ காக்காவின் வருகையை எவரும் எதிர்பார்க்கவில்லை. இன்னமும் மாடு கிடைக்கவில்லையோ என்று சிலரது மனதில் எண்ணம். பல கிழமைகள் கடந்தபோது அவரது வருகையை அவரின் வீட்டாரும், அவர் சொந்தங்களும் "எங்கே சென்றார்? எப்போது வருவார்?" என்ற கேள்விகளோடும் பயம் கலந்த பதற்றத்தோடும் எதிர்பார்த்தது. அவரின் வீட்டில் உள்ளவர்களின் தூக்கம் சிறிது சிறிதாக பறிபோனது. கடலின் அலைகளின் சத்தம் மனங்களைத் தளரச் செய்தது. இரவுகள் விடியல்களாக மாறுவதற்கு பல நாட்கள் செல்கிறதோ என்று அவர்களது இதயம் தவித்தது. இருந்தும் ஒரு சிறிய நம்பிக்கை, விரைவில் வீடு திரும்பி விடுவார் என்று. மாதங்கள் பல கடந்த போது ஆர்.டி.ஓ காக்காவின் வருகையை "மாடு வாங்கச் சென்றவர் இவ்வளவு மாதங்கள் கடந்தும் ஏன் வரவில்லை. என்னாச்சோ ஏதாச்சோ?" என்று ஒரு பக்கம் கதைகள் எழும்ப, "ஒருவேளை வேறங்காவது, வேற யாரையாவது இரண் டாம் முறையாக திருமணம் செய்து கொண்டாரோ?" என்று மறுபக்கம் மறுபேச்சு ஊரின் நாலா புறத்திலும் இதுவே கதையாய் மாறியது. ஊர் வாயை மூடுவது, சூரியனை கையால் மறைப்பது போன்றுதான்.

இவ்வாறே நான்கு, ஐந்து மாதங்கள் கழிந்து சென்றன. அன்று ஊரின் முற்றத்தில், எங்கோ இருந்து ஓடி வந்து ஓய்வெடுப்பதற்காக நின்றதைப் போன்று வாட்டத்துடன் நிற்கும் பேருந்திலிருந்து இறங்கிய பெண்ணின் பாதம் ஊரின் உள்நோக்கி மெதுவாக அசைந்தது. ஒரு நடுவயதான பெண் ணாக இருந்த போதிலும் முகத்தில் இருந்த வாட்டங்கள் அவள் வயதை மேலும் கூட்டியது. வெயிலோடு கிடந்து, வெயிலோடு விளையாடி, வெயி லோடு வாழும் அந்த ஏக்கங்கள் அவள் கண்களில் தெளிவாக தெரிந்தன.

பழைய புடவை என்றாலும் கிழிஞ்சல்கள் எதுவுமின்றி ஓரளவுக்கு ஒழுங் காகத்தான் உடுத்திருந்தாள். வாழ்க்கை தொலைந்த போதிலும், வாழ்க்கை யைத் தேடிச் சென்று வயதைத் தொலைத்தவள். அவள் வாழ்க்கையை வறுமைக்கு விற்றவள், வறுமையை வெல்ல அவள் இளம் வயதில் தான் பிறந்த செம்மண்ணை விட்டுத் தொலை தூரம் சென்றவள். பல வருடங்களின் பின், அவளது இளமை இறந்ததன் பின் வறுமையை விரட்ட முடியவில்லை என்றாலும் வயிற்றுக்காய் வாழ்ந்தவள் மீண்டும் தன் ஊரை வந்தடைந்திருக்கிறாள். எத்தனையோ வருடங்கள் முன்னாள் தஞ்சம் பிழைப்பதற்காய் எங்கள் ஊரிலிருந்து தாண்டியடி கிராமத்தை நோக்கி சென்றவள் தான் அவள்.

அக்கரைப்பற்றுக்கும், பொத்துவிலுக்கும் இடையில் தான் அந்த பிரதேசம். காடுகளாலும், மலைகளாலும் சூழ்ந்து காணப்படும் ஒரு சிறிய கிராமமம். "மனிதர்களும் மரத்தில் தான் தங்கி வாழ்கிறார்கள்" என்று எண்ணும் அளவுக்கு அங்கு குடிசைகளை காண்பது கடினம் ஓட்ட பந்தயத்தில்

59 சமூக சிற்பிகள்

இறுதியில் வரும் வீரனைப்போல எல்லாக் கிராமங்களும் முன்னேறி இருந்த போதிலும் இக் கிராமம் பன்மடங்கு தொலைவில் பின்னோக்கி நின்றது. ஆனால் மரங்களும், பறவைகளும், மிருகங்களும் மரித்துப் போகாமலும், மறைந்து போகாமலும் இங்கு தான் சுதந்திரமாக வாழ்கின்றன என்று தான் சொல்ல வேண்டும். ஒருவேளை அங்கு உள்ள மனிதர்கள் அந்த மரங்களுக்காகவும், அந்த பறவைகளுக்காகவும், மிருகங் களுக்காகவும் வாழ்கிறார்களோ என்னவோ? இயற்கையின் ஒட்டு மொத்த அழகும் அப்படியே இருக்கும் ஓர் இடம். அங்கு தான் இவள் இந்த சொந்த ஊரை விட்டு சென்று பல வருடங்கள் வாழ்ந்தாள்.

வாட்டத்துடன் வதங்கியவளாக வரும் அவளை தேனீர் கடைகளில் தேனீர் அருந்திக் கொண்டிருந்தவர்களது கண்களும் சந்தைகளில் சமைக்க கறிகள் வாங்க வந்தவர்களது கண்களும் உற்று நோக்கின. கூர்ந்து பார்த்த பின்பே எங்கோ மூலையில் புதைந்து கிடந்த சில நினைவுகளை புதுப்பித்து இவளை சில பேர் அடையாளம் காண மற்றவர்களும் உறுதி செய்தனர்.

உடனே அவளை நோக்கி சில பேர் "நீ தானா? நீ எங்க இருந்த இவ்வளவு நாளும்? எப்படி இருக்க? என்ன செய்றாய்?" இவ்வாறு கேள்விகள் ஒன்றன் மேல் ஒன்றாக அடுக்கப்பட்ட வண்ணமே இருந்தன. அவளை கண்ட ஆதங்கங்களின் வெளிப்பாடலாகக் கூட இருக்கலாம். ஆனால் அவளின் வருகை ஆர்.டி.ஓ காக்காவின் கதையில் ஒரு திருப்பத்தை ஏற்படுத்தியது.

பயந்தவளாய், நடுங்கியவளாய் பதற்றத்துடன் பேச ஆரம்பித்தாள் "என்ன விடுங்க. நான் எப்படியோ, உயிரோட கிடக்கன். நான் ஒண்டு சொன்னா நீங்க நம்புவிங்களோ தெரியல்ல. நம்ம ஆர்.டி.ஓ காக்காவ யாரோ படுபா விங்க கொலை செய்து விட்டாங்க" என்ற அவளது அந்தச் செய்தி கேட்ட அனைவரையும் திகைத்துப் போயினர். அவர்களது மனங்களும் அப்படியே திகைத்துப் போனது.

பயமும் பதற்றமும் எங்கு இருந்து தான் வந்ததோ தெரியவில்லை "என்ன? என்ன சொல்ற நீ? எப்படி உனக்கு தெரியும், யாரு சொன்ன உனக்கு, சும்மா ஒழராம போ" என்று அந்த தகவல் பொய்யாக இருக்க வேண்டும் என்ற எண்ணத்தில் அவர்களை அறியாமலேயே பேச்சுகள் பறந்தன.

"இல்ல காக்கா. நான் சொல்றது உண்மை. என்ட கண்ணால கண்டேன். ஆர்.டி.ஓ காக்காவே எந்த அசைவும் இல்லாம கிடந்தாரு. அவர உடம்பு முழுக்க காயம். படுபாவிங்க அவ்வளவு சித்திரவதைப்படுத்தி இருந்தாங்க காக்கா. என்னால அவர பார்க்க முடியல. மனசு பதறி போச்சு காக்கா. என்ன நம்புங்க" என்று அவளை அறியாமலே அழுது கொண்டே கூறிக் கொண்டு கீழே விழுந்து அழுதாள். அந்த இடத்திலே சில பேர் சிலையாய் உறைந்து போனர். காட்டுத் தீ போல இந்தச் செய்தி ஊர் முழுக்க பரவியது. ஊரே சோகத்தில் ஆழ்ந்து உறைந்து உருக்குலைந்து போனது. ஊரெங்கும் அமைதி.

மாடு தேடிச் சென்ற ஆர்.டி.ஓ காக்காவை யாரோ ஒரு கும்பல் பிடித்து, அடித்து, சித்திரவதை செய்து, வலையில் கட்டி இழுத்துக் கொண்டு தாண்டி யடிப்பக்கம் கொண்டு போனார்களாம் என்ற செய்தி ஆர்.டி.ஓ காக்காவின் வீட்டுக்குச் சென்றபோது அவரது மனைவி அங்கு அழுதவளாய், சோர்ந்து போனவளாய், அரை உயிரில் வாழ்பவள் போன்று உடைந்துபோன போதும் "இல்ல... அப்படி இருக்காது, அவருக்கு ஒன்றும் நடந்திருக்காது" என்று தன் கொள்கையில் உறுதியாய் இருந்தாள்.

ஊரோடு சேர்ந்து அவளும் சோகத்தில் இருந்த போதிலும், அவ்வாறு எது வும் நடந்திருக்காது என்று உறுதியாய் இருந்தாள். பிறை போன்ற நெற்றி யையும், சற்றுப் பெரிய வட்டக் கண்களையும், வடிவான முகத் தோற்றத் தையும் கொண்டவள் செந்தாமரையாய் எப்போதும் புன்னகையுடனே இருப்பாள். இன்று தன் கணவர் இறந்து விட்டார் என்று ஊரே நம்பிய போது அவள் அதை மறந்தாலும் செந்தாமரை முகம் வெந்தாமரையாய் வெளுத்துப் போய் இருந்தது. நெடு நாட்களாய் தன் கொள்கையில் உறுதி யாய் இருந்த அவள் ஆறு, ஏழு மாதங்களின் பின்னே அதனை உண்மை யென ஒப்புக்கொண்டாள். வேதனையால் வெயிலில் விழுந்த புழுவை போல துடித்தாள். இதுவரை ஆர்.டி.ஓ காக்காவின் உடல் வீடு திரும்ப வில்லை.

எப்போதும் இயற்கையோடு இன்பமாய் வாழ்ந்த ஊர் மக்களுக்கு அந்த நிகழ்வு ஒரு பயத்தை ஏற்படுத்தியது. இரவுகள் அவர்களை முறைத்துப் பார்ப்பது போன்று தோன்றின. இரவு நடமாட்டம் குறைந்தது. இரவுகளில் ஊரே உறைந்து போய் கிடந்தது. அந்த நிகழ்வைத் தொடர்ந்து, கிழமை களில் ஒருமுறை திங்கள் வருவதை போல் "அக்கரைப்பற்றில் யாரையோ சுட்டதாம், பக்கத்து கிராமத்தில் தூங்கியவரை காணவில்லையாம், எங்கோ இருந்து வந்த இளைஞனை நடு வீதியில் துண்டு துண்டாய் வெட்டி போட்டுள்ளனராம்" என்ற செய்திகள் அடிக்கடி கேள்விப்படலாயிற்று. பயங்கள் ஊரை ஆட்சி செய்தன. வேலை நிமித்தம் வெளியூர்களுக்குள் செல்ல எவரும் தயாராக இல்லை. இரவுகளில் உறக்கம் பறிபோனது. நிம்ம தியற்றுக் கிடக்கும் மக்களை இரவுகளில் தூங்க வைக்க காற்று சற்று வேக மாக வீசினாலுமே யாரோ எம்மைச் சூழ்ந்து கொண்டார்கள் என்று எண்ணும் அளவுக்கு பயம் அவர்களைப் பிடித்துக் கொண்டது. இவ்வாறே பயத்தோடு நாட்கள் கடக்கத் தொடங்கின. அந்தச் சம்பவம் எங்கள் ஊர் மக்களை நோக்கிவரும் ஒரு பாரிய துன்பத்துக்கான எதிர்வு கூறல் என்று யாரும் உணரவில்லை. ஓரிரு வருடங்கள் எவ்வாறோ மெது மெதுவாகச் சுழன்று முடிந்தன.

அது 1990ஆம் ஆண்டு. அந்தக் காலகட்டமும் விவசாயமே பிரதான தொழி லாக இருந்தது. சூரியன் மறைகையில் சூரியனோடு வீடு திரும்புவார்கள். ஊரிலிருந்து தொலை தூரத்தில் தான் வயல் காடுகள். அன்று ஒருநாள் அதிகாலை அனைவரும் மிக ஆர்வத்தோடு எழுந்து, உற்சாகமாக வயல் களை நோக்கிப் புறப்பட்டார்கள். அன்று விதை விதைக்கும் நாள் என்ப

தால் சந்தோசத்துடனே விதைகளை விதைக்க ஆரம்பித்தார்கள். விதை விதைக்கும் நாளை திருவிழா போன்று உற்சாகத்துடனே ஆரம்பம் செய்வது அவர்களது வழக்கம். காலம் செல்லச் செல்ல காலத்தோடு சேர்ந்து நாற்று களும் வளர ஆரம்பித்தன. நாற்றுகளுடன் போட்டி போட்டுக் கொண்டு களைகளும் ஓங்கி வளர்ந்தன. களைகளைப் பிடுங்குவதற்கென பெண்களும் ஆண்களும் அணிவகுத்துச் செல்வார்கள்.

அன்று 1990.06.08ஆம் திகதி ஓர் அழகிய மாலைப் பொழுது செங்கம்பளம் விரித்துச் சூரியனை வழியனுப்ப வானம் தயாராகிக் கொண்டிருக்கும் பொழுது, திடீரென கீழ் வானை இரவு சூழ்ந்தது. வானத்தை உற்று நோக்குகையில் வானமோ சோகத்தில் மாறியது. இதமான மாலைப் பொழுதில் இனிமையான தென்றலோடு மெதுவாக வானமும் சிணுங்க ஆரம்பித்தது. சிறிய தூறல்கள் வேலை செய்து களைத்துப்போனவர்களுக்கு உற்சாக பானமாய் அமைந்த போதிலும், பெரு மழை எம்மைச் சிறை பிடிப்பதற்குள், வேகமாகக் கூடு தேடிப் பறக்கும் குருவிகள் போல சில ஆண்களும் சில பெண்களும் வயல் காடுகளை விட்டு வீடு நோக்கி வேகமாக நடை போடலாயினர். நாளைக்கு அறுவடைக்காகத் தயாராக இருக்கும் வயலையும், வேளாண்மையையும் கண் குளிரப் பார்த்து விட்டு, வயலும் வயல் சார்ந்த மருத நிலமும், சூரியனது கரங்களை பூமி படாமல் தடுக்கும் அளவுக்கு மரங்கள் ஓங்கியும், பரந்தும் வளர்ந்தும் இருக்கும் மரிக்குளத்திலிருந்து வீடு திரும்பிக் கொண்டிருந்தார்கள். அந்தப் பகுதியில் வேளாண்மை செய்யும் சிலர் விரல் விட்டு எண்ணக் கூடிய அளவுக்குத்தான் மனிதர்கள் வாழ்ந்தார்கள். ஓரிரெண்டு வீடுகள் மாத்திரமே ஆங்காங்கே காணப்பட்டன.

மரிக்குளத்திலிருந்து வந்தவர்களோடு தான் மூங்கில் உடலும் முட்டைக் கண்ணும், ஓங்கி வளர்ந்த உயரமும், மெல்லிய கறுப்பு நிறமும், எப்போதும் முறைத்துப் பார்க்கும் குணமும் கொண்ட லத்தீப்பும் அவரோடு பேசிக் கொண்டவாறு குள்ளமான, பருத்த குண்டு உருவமாய் நையாண்டிப் பேச்சுகளை நாவில் எப்போதும் சுமந்து கொண்டு, தன்னையும் சந்தோசப் படுத்தி, மற்றவர்களையும் சந்தோசப்படுத்தும் தன்மை வாய்ந்த குழந்தையும் சைக்கிளில் மெதுவாக மெதுவாக ஊர் நோக்கிப் புறப்பட்டு வந்துகொண் டிருந்தார்கள். பேச்சும் சிரிப்பும் அவர்களது பயணத்தின் தொலை தூரத் தைக் காட்டவில்லை. இருந்த போதிலும் மழைத்துளிக்கு அஞ்சி இவர்கள் இருவரையும் தவிர மற்ற அனைவரையும் முன்னோக்கிச் சென்று விட்டார் கள். இவர்கள் இருவரும் நத்தை வேகத்தில் நந்தவனத்தில் நடமாடும் காதல் ஜோடி போல சிரித்து, மகிழ்ந்து நாளைய சிந்தனைகள் எதுமின்றி வரலா யினர். அணைகின்ற தீபம் அணைவதற்கு முன் சற்று பிரகாசமாய் எரிந்து அணையும் என்பதும் உண்மை தான்.

கரு மேகங்கள் வானை சூழ்ந்து, மங்கலான வெளிச்சத்தையும் மறைத்தது. ஊழி திரண்டால் போல் ஊர் முழுவதும் இருளில் அகப்பட்டது. வீசும் காற்றும் தன் வேகத்தை மாற்றி பேய் காற்றாய் அவதாரம் எடுத்தது. அந்த

மாற்றம் வயலில் வேலை செய்து வதங்கி போய் வந்த பெண்கள் கூட்டத்தை சற்று நடுங்க வைத்தது. ஏதோ ஓர் ஆபத்து நிகழப்போகிறது என்பது மட்டும் தெட்டத் தெளிவாய் வெட்ட வெளியில் போட்டுக் காட்டியது. ஆனால் அந்தப் பெண்களின் கற்பனை மட்டுப்படுத்தப்பட்டிருந்தது போலும். "அடியே பெரிய முழக்கமும், மின்னலும் அடிக்கப் போவுது. ஆர்ர மண்டைல உழப்போகுதோ தெரியா, வேகமா எடுங்கடி. பேக்காத்தும் அடிக்குது. எட்டி வேகமாக போடுங்கடி" என்று தளர்ந்த குரலில், தன் வாழ் நாட்களையே வயலில் கழித்த, முதுமையை சுமந்த அந்த தாயின் அனுபவம் அப்படிப் பேசியது. யாரும் எதிர்பாராத வண்ணம் திடீரென "டப்... டப்... டப்... டுப்... டுப்... டுப்.." என்ற சத்தம் அனைவரையும் தூக்கிக் குத்தியது. பறவைகளின் கீச்சல்களும் கத்தல்களும், கதறல்களும் நெஞ்சடைக்க வைத்தன. காற்றின் வேகமும் "பூஹ்ஹ்ஹ்.." என்ற காற்றின் இரைச்சலும், நெஞ்சில் சொட்டு நீர் இல்லாமல் மாற்றியது. புதற்றத்தில் என்ன நடக்கிறது? ஏது நடக்கிறது? என்று யூகிக்க முடியாத நிலையில் அந்தப் பெண்களின் மனம் பயத்தால் பதறியது. அவர்களின் இதயத் துடிப்பின் வேகம் அதிகரிக்க அதற்கு ஏற்றால் போல் நடையின் வேகமும் அதிகரித்தது. யாருக்கும் பயத்தில் பேச்சு வரவில்லை.

அந்த பெண்களின் பதற்றத்தையும், பயத்தையும் போக்குவதற்கு துணைக்கு என்று எந்த ஆண்களையும் கண்களுக்கு எட்டிய தூரத்தில் காணவே இல்லை. சில தூர நடைக்குப் பின் அவர்களை நோக்கியவாறு மெலிந்த மேனியும், வட்ட முகமும், வடிவான தோற்றமும், சிறிய கண்களும் அதற்கு ஏற்றால் போல் மூக்கும், ஓயாமல் பேசும் தன்மையும் கொண்ட சுதுது வுடன், வயதான போதிலும் தளராத நடையும், உரத்த பேச்சும், வெள்ளை நிற முடிகள் தலையில் சூழ்ந்திருக்க தலையின் நடுப்பகுதியில் ஆசைக்கு கூட எந்தவொரு முடி கூட இல்லாத போதும் அதவும் ஆதம் காக்காவின் முகத்துக்கு அழகைத் தான் கொடுத்தது. அந்த ஆதம் காக்காவும் காகத்தை முந்திச் செல்லும் அளவுக்குக் கறுப்பு முகமும், சிரித்தால் மட்டும் தெரியும் வெள்ளைப் பற்களும், கம்பீரமான உடலும், கர்ச்சிக்கும் குரலும், வீர நடையும் கொண்ட இளம் வயது நிரம்பிய அனஸ் காக்காவின் மகனும், கைகளில் தாக்கத்தியும், சோறும், மண்ணெண்ணெய் போத்தலும், சிம்மி விளக்குகளும், ஒரு டோர்ச் லைட்டும் கொண்டவாறு வயல்காடுகளுக்கு இராக் காவலுக்காய் மூன்று பேரும் சைக்கிள்களை கைகளில் பிடித்துக் கொண்டு தள்ளியவாறு பேசிக் கொண்டே வந்தார்கள். அவர்களது முகங் கள் பார்ப்பதற்கு பிரகாசமாகவும் அழகாகவும் இருந்தன. அவர்களைக் கண் டதும் அந்தப் பெண்களுக்கு பிரிந்து சென்ற உயிர் திரும்ப வந்தது போன்று ஓர் உற்சாகம். இருந்தும் அந்தப் பெண்கள் கேட்ட சத்தம் துப்பாக்கிகளின் சத்தம் தான் என்பதை அவர்களால் ஓரளவு உறுதி செய்ய முடிந்தது.

"டேய், எங்கடா தம்பிகள் போகப் போரிங்க, வயல் காட்டுப்பக்கம் போற என்டா போகாதிங்க. தோக்கால சுடுட சத்தம், கத்துற சத்தமெல்லாம் கேக்குது, நாங்கள் பயந்து போய் தான் ஓடி வாரோம். நீங்க இண்டைக்கு

63 சமூக சிற்பிகள்

அங்கால போகாம, திரும்பி வாங்க போவம்" என்று அந்த அனுபவம் நிறைந்த வயதான பெண், வந்த மூன்று பேரையும் உரிமையுடன் உரத்த குரலால் கட்டளையிட்டாள். இருந்தும் அந்தக் காலத்து ஆண்கள் ஆணவம் கொண்டவர்கள் தானே, இளம் வயது ரத்தம் கொதித்தெழுந்து பேசியது. "யாரு எங்கள சுடுர, தாக்கத்தியால கழுத்த வெட்டி போட்டிட்டு வந்துட்டே இருப்போம்" என்றான் அனஸ் காக்காவின் மகன். ஏன் என்றால் இதுவரை அந்த வயல் காட்டுப் பக்கம் அப்படி எந்தச் சம்பவமும் நிகழ்ந்ததில்லை என்ற நம்பிக்கையில், இப்படி நடந்து இருக்காது என்று அவன் முடிவு செய்தான்.

"அவர் அவர்களது காலம் முடிந்து விட்டால் அவர்கள் இரும்பிலாலான கோட்டை அமைத்து அதனுள் ஒளிந்திருந்தாலும் மரணம் வந்தே தீரும்" என்ற இறை வார்த்தைதான் அந்த பெண்ணின் மனத்துக்கு உடனே தோற்றம் காட்டியது. முடியுமான வரை போராடிப் பார்த்தாள். ஆனால் அவளால் அவர்களை திரும்பி வர வைக்க முடியவில்லை. இவள் மனதில் பதற்றம் இவர்களுக்கு என்னவாகப் போகுதோ என்ற பயம்.

"அவகட காலம் முடிந்துட்டுப் போல, அவகட நேரம் தான் அவகள இழுத்துக்குப் போகுது" என்று எண்ணியவள் வீடு நோக்கித் தன் பயணத் தைத் தொடர்ந்தாள். சிணுங்கும் மழைமேகங்களோடு, வீரக்காற்றும், சூழ்ந்த இருளும் அனைவரையும் பயமுறுத்திக் கொண்டே இருந்த போதிலும் நாளை சில வயல்களில் அறுவடை இருப்பதனால் அவர்களுக்கு அன்று காவலுக்குச் சென்றே ஆகவேண்டிய நிலை.

மின்னல்களும், முழுக்கங்களும் பலமான அவதாரம் எடுக்க ஆரம்பித்தன. நானும் அலுவலக வேலைகளை எல்லாம் முடித்து விட்டு அலுவலகத் திலிருந்து தொலை தூரம் வந்து விட்டேன். நேரம் கிட்டத்தட்ட 5.30 மணியாக இருக்கும். சிணுங்கும் மழைகளில் இருந்து என் குடையை விரித்து என்னைப் பாதுகாத்துக் கொண்டேன். எனது மோட்டார் வாகனத் தில் அமர்ந்து கொண்டு குடை பிடித்தோடுவது சற்றுக் கடினமாகத்தான் இருந்தது. அது சீ.டி.50 மோட்டார் வண்டி. ஐந்து வருடங்கள் முதல் வாங்கியது. அதனது வேகமும் சற்று குறைவுதான். எவ்வாறோ ஒரு வழியாக பாதுகாப்பாக வீடு வந்து சேர்ந்து விட்டேன்.

நேரம் ஆறு அல்லது ஏழு மணியளவில் இருக்கும். ஊர் முழுவதும் இருளில் சூழப்பட்டிருந்தது. மழைத் தூறல்களுக்கும், மின்னும் தெரு விளக்குகள் பளபளப்பைக் கொடுத்தன. வீடுகளில் விளக்குகளும், மின் குமிழ்களும் வெளிச்சத்தைப் பரப்பியன. வீதியோரங்களில் உள்ள சில கடைகளின் முன் கூரைகளின் கீழ் மாடுகளும், ஆடுகளும் நனைந்து ஒதுங்கி நின்றன. நான் வீட்டில் வந்து இறங்கியதும் எனது ஆடைகள் சற்று நனைந்து இருந்தால் என் பையை மேசை மீது வைத்துவிட்டு என் ஆடைகளைக் கொஞ்சம் நீரில் நனைதது காறறில வடடு முன கூரைய்ின கிழ உலரபபபாடடு விடடு, என

இரவு ஆகாரத்தையும் உண்டு விட்டு வழமையான நேரத்துக்குச் சற்று முன்பே உறங்கப் போய் விட்டேன்.

மழையின் சாரலில் நனைந்ததால் சிறிது அசதியான தூக்கம் தூங்கிக் கொண்டிருக்கையில் ஏதோ கூச்சலிடும் சத்தம் என்னை நித்திரையில் இருந்து எழுப்பியது. விழிப்பதற்கு கஸ்டப்பட்டுக் கொண்டு இமைகளை விரித்ததும் கூச்சல் சத்தம் சற்று அதிகரித்ததாகவே உணர்ந்தேன். படுக்கையில் இருந்து எழும்பி என்னவென்று பார்ப்போம் என்று வெளியே செல்ல முயன்றபோது என் வீட்டின் கதவில் யாரோ "டமார்... டமார்..." என்று கொட்டும் சத்தம் என்னை நிலை குலையச் செய்தது. எழுந்து வேகமாகச் சென்று கதவுகளைத் திறந்தேன். என் நண்பன் பதற்றத்தோடு, சோர்வுற்றவனாய் நின்றான்.

"என்னடா? என்னாச்சு ஏதும் பிரச்சினையா?" என்று நானும் பதற்றத்துடனும் மனம் நிறைந்த பயத்துடனும் அவனை நோக்கிக் கேட்டேன். அவனுக்குப் பேச்சு எதுவும் வரவில்லை, பதற்றத்துடனே நின்று கொண்டி ருந்தான்.

என்னை அறியாமலே ஆத்திரத்தில் "என்னடா? பேயன் மாதிரி நிக்காம என்ன என்டு சொல்லேன்டா" என்று சற்று உரத்த குரலில் கேட்டதும் அப்போது தான் ஞானம் பெற்றவனைப் போன்று, "கிரவில் புட்டில நம்முட ஆக்கள் கொஞ்சப் பேர வெட்டிக் கிடக்குதாம், ஊரே ஒதுங்குது. என்ன என்டு தெரியல்ல வா பார்க்க போவம்" என்றதும் என் நிலையை என்னால் அறிந்துகொள்ள முடியவில்லை.

உடனே சட்டையை எடுத்து மாட்டிக் கொண்டு நேரத்தை உற்று நோக்கி னேன். அதிகாலை 3.30 ஆவதற்கு சில நிமிடங்கள் கிடந்தன. உடனே நானும் அவனுமாய் புறப்பட்டு கிரவல் புட்டியை நோக்கி பயணமானோம். அந்த இடத்தில் காணப்படும் மண் கிரவல் வகையை சேர்ந்தது. வீதி களுக்கான கிரவல் அவ்விடத்தில் இருந்தும் எடுக்கப்படும். வயல் நிலங் களைப் போல வீதி ஓரங்களில் மட்டும் பச்சை நிற மரங்கள் கிரவல் மேடுகளில் பச்சை புல்வெளிகள் படர்ந்து கிடக்கும். அந்த இடத்தை நோக்கியே எங்கள் பயணம் தொடர்ந்தது. பாதைகள் முழுவதும் ஊர் மக்கள், இறைவனைத் துணைக்கு அழைத்தபடி தலையில் அடித்துக் கொண்டு ஓடலாயினர். வீடுகள் சில திறந்த படியே கிடந்தன. சில ஆண்களும் பெண்களுமாய், இரவு தூங்க உடுத்த ஆடைகளோடு ஓடிவந்து கொண்டிருந்தனர். ஊரின் அலறல் சத்தம் அந்த விண்ணைத் தொடு மளவுக்கு உயர்ந்து இருந்தது.

ஒரு வழியாக கிரவல் புட்டியை அடைந்தபோது தான் அதிர்ச்சி எங்களுக் காகக் காத்திருந்தது. அந்த புட்டியை கூடியிருக்கும் கூட்டத்தை கலைத்துக் கொண்டு உள் நுழைய சற்று சிரமமாகத்தான் இருந்தது. மலை ஏறி மலை உச்சியை அடைவதைப் போல கூட்டத்தினூடு நுழைந்து முன்னே சென் றோம். நெஞ்சடைத்துப் போனோம், கிரவல் மேடுகளில் பச்சை கம்பளம்

விரிக்கப்பட்டதைப் போல் இருந்த அந்த இடம், இரத்த வெள்ளத்தில் மூழ்கிக் கிடந்தது. ஒன்றல்ல இரண்டல்ல 16 உயிர்கள் வலியுறுத்தி பிடிங்கி எடுக்கப்பட்டிருந்ததை துப்பாக்கிச் சூட்டுக் காயங்களும், அரிவாள் வெட்டுக் காயங்களும் வெளிப்படுத்தின. அந்த உயிர்கள் எவ்வாறு சித்திரவதைப் பட்டுப் பிரிந்திருக்கும் என்று கூடி இருந்த மக்களின் அலறலும், ஒப்பாரி கையும் அந்தக்காட்டை முழுவதுமாய் சூழ்ந்து கொண்டது. காக்கைகளும், குருவிகளும் தூக்கம் கலைந்து எழுந்து அதனுடைய ஓசைகளை வானோக்கி உயர்த்தியது. பாலையும் தண்ணீரையும் பார்த்துப் பழகிய சில பேர் இரத்தத்தை பார்த்ததும் மயங்கி கீழே விழுந்துகிடந்தனர். இன்னும் சில பேர் அழுது அழுது சோர்ந்தவர்களாய் கீழே விழுந்து கிடந்தனர்.

சற்று இருள் நீங்கி வெளிச்சம் பிறந்த நேரம் அது. இறந்த உடல்களை ஊருக்கு எடுத்துச் செல்ல ஆயத்தமானார்கள். அந்த 16 பேரில் எங்களது பக்கத்து ஊரைச்சேர்ந்த இருவரும், எங்கள் ஊரைச்சேர்ந்த 14 பேரும் என்று அடையாளம் காணப்பட்டனர். அந்த 14 பேரில் தான் மரிக்குளம் இருந்து தனது கடைசி தருணங்களை புன்னகையோடு கழித்துக் கொண்டு வந்த லத்தீப்பும், குழந்தையும் இரண்டு பேரும் பக்கத்தில் வானம் நோக்கிய விழிகளாய் ஆயிரம் கனவுகளை தங்களுக்குள்ளே புதைத்துக் கொண்டவர்களாய் மாய்ந்து போய்க் கிடந்தனர். சற்று கண்களை நகர்த்துகையில் மீன் வியாபாரத்துக்காகச் சென்ற முஸ்தபா, தான் காலையில் பெற்ற மீன்களை விற்பனைக்காக தொலைதூரம் கொண்டு போய் விற்று விட்டு அந்த காசுகளை தன் பிள்ளைகளுக்கு உணவு போடவும் உடுக்கை கொடுக்கவும் கொண்டு வந்தாரோ தெரியவில்லை. ஆனால் அவர் எப்போதும் காசு வைக்கும் பை கிழிக்கப்பட்டிருந்தது. முஸ்தபாவின் கண்களில் இருந்த வெட்டுக் காயங்களில் இருந்து வடியும் உதிரம் தன் குடும்பத்தை விட்டு பிரிந்த கவலையில் அழுவதைப் போல அவர் கன்னங்களினூடகா வழிந்தது.

நாளை அறுவடை செய்ய வேண்டும் என்பதனால் வயலை இராக்காவல் செய்வதற்கு சென்ற சுதுதுவும், ஆதம்காக்காவும், அனஸ் காக்காவின் மகனும் காவல் காக்கும் வயலை அடையும் முன், அவர்களது உயிர் காவு கொள்ளப்பட்டிருந்தது. இரவில் வெளிச்சம் ஏற்றுவதற்காய் கொண்டு சென்ற சிம்மி விளக்குகளை ஏற்றுவதற்குள் அவர்கள் மூன்று பேரும் அணைந்து கிடப்பதன் மாயம் என்னவோ? வீரப் பேச்சுடனும் வீராப்புடனும் சென்ற இளம் சிங்கமும், துப்பாக்கி ரவைகளின் வேகங்களுக்கு ஈடு கொடுக்க முடியாமல் சின்னாபின்னமாகிக் கிடக்கும் மர்மம் என்னவோ?

பறிக்கப்பட்டது 16 உயிர்கள் அல்ல. 16 பரம்பரைகள். எத்தனை கனவுகள், எத்தனை ஆசைகள், என்னவென்னவெல்லாம் எண்ணி வாழ்ந்தார்களோ இறைவன் மட்டுமே அறிவான். நாளை வாப்பா வருவார் என்றெண்ணி தூங்கும் பிள்ளைகள் கணவன் வீடு சேர்ந்து விடுவார் என்றெண்ணி உணவு உண்ணாமல் காத்துக் கிடந்த மனைவிகள், உண்பதற்கு உணவும், உணவு

சமைக்க அரிசி வாங்க காசும் தன் மகன் கொண்டு வருவான் என்றெண் ணிக் கிடந்த தாய்மார்களுக்கும் இறுதியில் மிஞ்சியது ஏமாற்றம் ஒன்றே.

கூடியிருந்த ஊர்மக்கள் அனைவரும் நெருப்பில் விழுந்த புழுவைப்போல துடித்தனர். எழுந்து நடக்க சக்தி இல்லாதவர்களாய் கீழே விழுந்து கிடந்தனர். யாருக்கு யார் ஆறுதல் சொல்லுவது, ஊரோடு ஒத்து ஒன்றாய் கிடந்து, ஒன்றாய் வாழ்ந்த எங்களில் இருந்து பிரிந்த அந்த 16 பேரின் உயிர் மட்டும் போகவில்லை. ஒட்டுமொத்த ஊரின் உயிருமே உறைந்து போனது. மனசைக் கல்லாக மாற்றிக் கொண்டு இறந்து கிடக்கும் எங்களரின் உடல் களை தூக்கி சுமந்து கொண்டு ஊரை நோக்கி அசைய ஆரம்பித்தோம்.

நினைவுகளை மீட்டிக்கொண்டிருந்த என்னை, முஸ்தபாவின் வாகன ஹோர்ன் சத்தம் மீண்டும் இவ்வுலகுக்குக் கொண்டுவந்தது.

தொகுப்பு : ஐ.றிப்னாஸ்

அமுதாவாகிய நான்

12.04.2016 அன்று நான் வழமை போல இரணைமடு திருவருள்மிகு கனகாம்பிகை அம்மன் ஆலயம் சென்றேன். அன்று எமது ஊரின் எல்லைப்பகுதியில் காவல் தெய்வமாக இருக்கும் அம்பிகைக்குத் திருவிழா ஆரம்பநாள். பத்து நாட்கள் நடைபெறும் விழா. அம்பிகையின் வலது பக்கத்தில் விநாயகப் பெருமானும் இடது பக்கத்தில் சுப்பிரமணியப் பெருமானும் எழுந்தருளிகளாக உள்வீதி வெளிவீதி வலம் வந்து அடியவர்க் கெல்லாம் அருள் பாலித்திருக்கும் நன்நாளான இன்று நானும் ஆலயம் சென்று வழிபாடு செய்துகொண்டிருந்தேன்.

என் உயிரைக் காப்பாற்றிச் சொந்த ஊருக்குத் திரும்பவும் எம்மைக் கொண்டுவந்து சேர்த்த அம்பிகையை மனமுருகி நன்றி கூறி வழிபட்டுக் கொண்டிருந்தேன். பூஜை முடிந்ததும் பிரசாதம் வாங்கிக்கொண்டு வழக்கம் போல அன்னதானம் வாங்குவதற்கு அன்னதான மண்டபம் நோக்கிச் சென்றேன்.

"அமுதா வா இங்க..." என எமது ஊரைசேர்ந்த பெரியவர் ஒருவர் கூப்பிட, அவர் அருகில் சென்றேன்.

என்னைச் சற்றுநேரம் பார்த்தபடி இருந்தார் அந்தப் பெரியவர்.

"என்ன அங்கிள், அப்படிப் பார்க்கிறிங்கள்?" என அன்புடனும் சிறு அச்சத் துடனும் கேட்டேன்.

"இல்லையம்மா உங்கட அப்பாவ நான் 2008ஆம் ஆண்டு 9ஆம் மாதம் 20ஆம் திகதி இடப்பெயர்வு நேரம் கண்டனான்" என மிகவும் கவலையுடன் கூறினார். நான் என் அப்பாவின் முக சாயலில் இருக்கிறேன் என்று அனைவரும் சொல்வார்கள். அதனை அப்போது தான் உணர்ந்தேன்.

அன்னதான இடத்தில் அன்னதானம் வாங்கிக்கொண்டு வீடு செல்வதற்குத் திரும்பியபோது ஆலய முகப்பிலிருந்த ஆலமரம், என்னையும் எனது ஆருயிர் நண்பி சித்திராவையும் ஊஞ்சல் ஆட அழைத்தது. அந்த ஆலமரத் தில் அணில்கள், புலினிகள், மயில்கள், குயில்கள் போடும் இசைப்பாடல் களுக்கு முறையாகத் தலையாட்டி ரசித்து நின்றது. எனக்கு வலப்பக்கம் இருக்கிற ஊஞ்சல். நான் வலப்பக்க ஊஞ்சல் கேட்டதற்கு காரணம் இடதுபக்க ஊஞ்சலில் ஒருபக்க செயின் கழன்று காணப்பட்டது.

"அதுக்கென்ன. நீ அதுல ஆடு நான் இதுல ஆடுறன்" என அவள் தனக்கே உரிய அமைதியான சுபாவத்துடன் விட்டுத்தந்தாள். என் நட்பின் உயிரான வள் எனது நண்பி என்றே கூறுவேன். நான் கொஞ்சம் பிடிவாதக்காரி. கொஞ்சம் என்ன நிறையவே என்று சொல்லலாம்.

எனது கிராமம் இரணைமடுக் குளத்துக்கு அருகிலேயே மிகவும் அழகாக காட்சி தரும் கிராமமாகும். இங்கு வாழும் மக்கள் விவசாயம் செய்பவர் களாகவே காணப்படுகிறார்கள். இரணைமடுகுளத்துக்கு மேற்கு பக்கத்தில் கனகாம்பிகை அம்பாள் குளத்தை கிழக்கு வாசலாக கொண்டு காட்சி தருகிறாள். குளத்தில் பிடிக்கும் ஜப்பான் மீன், இறால், விலாங்கு, விரால் மீன்களைத் தேடி வாங்கி சுவைப்பவர்கள் அதிகம் என்றே கூறலாம். எமது ஊரில் கல்விமான்கள் அதிகமாகவே காணப்படுகின்றனர். கற்றவர்கள் முதல் மற்றவர்கள் வரை விவசாயத்தையே ஜீவனோபாயமாகக் கொண்டு வாழ்கிறார்கள் என்பது பெருமைக்குரிய விடயம் என்றே கூறலாம்.

அப்பொழுது சற்றுத் தொலைவில் வந்த எண்பத்தினாலு வயதான மணியம் மாமாவைக் கண்டதும் என் மனம் பல எண்ணங்களின் வசப்பட்டது. மாமா இந்த வயதிலயும் கம்புபோல நடக்கிறார். நான் இந்த வயசில "சாகிறன் பந்தயம் பிடி" எண்டெல்லோ நடக்கிறன் என எண்ணியவாறே "மாமா கோவிலுக்கே போறிங்கள்" என மாமாவின் வயதுக்கேற்ற பணிவு டன் நான் மரியாதையாகப் பேச்சை ஆரம்பித்தேன்.

"ஓம் மோன... எங்கட செல்வராணின்ட மகளே" என அவரின் ஞாபக சக்தியை என்னை நினைவு வைத்ததில் இருந்து கண்டுகொண்டேன்.

"அந்தக் காலத்தில இந்த மரத்தடியில நிண்டு கொண்டு எத்தன கூத்து போட்டிருப்பம்" அவர் எண்ண அலைகள் முணுமுணுப்புடன் நகர்ந்து சென்றன. "மாமா பழசை இன்னும் மறக்கேல போல" பதிலுக்கு நானும் கிண்டல் அடித்தேன். அப்பொழுது முன்பொரு நாள் மாமா கூறியது நினைவுக்கு வந்தது.

மணியம் மாமாவுக்கும் எனக்கும் நெருங்கிய தொடர்பு உண்டு. எனது மூன்றாவது அக்காவின் கணவனின் தந்தை தான் மணியம் மாமா. அவரை அடிக்கடி சந்தித்துப் பழைய கதைகளை கேட்டறிந்து வைத்துக்கொள்வேன். "1974களில் நாட்டில மழை பெய்யாதிருந்தது" என்று தொடங்கும்போது அவர் முகம் கவலையின் உச்சத்துக்குச் சென்றதை அவர் முகவாட்டத்தில் அறிந்துகொண்டேன். அவர் தெடர்ந்து பேசினார்.

வருட மழை வீழ்ச்சி குறைந்து, அதால மக்களுடைய சாப்பாட்டுக்கே வயல் விதைக்கமுடியாத நிலைமை இருந்தது. நானும் குறுக்கே கேள்விகளைக் கேட்டு அவரின் கதையில் உள்ள முழுமையான கருத்துகளைப் பெற்றுக் கொள்ள விரும்பியவளாய் "அப்ப மாமா அரிசிக்குத் தட்டுப்பாடு இருந்திருக்குமே" என்றேன்.

"ஓம்... அரிசிவகையள வெளிமாவட்டங்களுக்குக் கொண்டுபோகக்கூட ஏலாது" என்ற மாமாவின் சிந்தனை முழுவதும் அப்பொழுது 1974ஆம் ஆண்டையே முற்றுகையிட்டிருந்தது. "அப்பேக்க சிறுவர்களும் வயோதிபர்களும் பாணுக்காக வரிசையில நிண்டகாலம் அது" மாமா கூறும்போது என் நினைவுகள் முள்ளிவாய்க்காலைச் சென்றடைந்தன.

முள்ளிவாய்க்காலுக்கு முன்னுள்ள பகுதிகள் மட்டும் நல்லதா இருந்ததாக நினைவில்லை. 2007ஆம் ஆண்டு காலப்பகுதியில் தமிழருக்கு தமிழர் துரோகிகளாக ஆனார்கள். பக்கத்து வீட்டு ரவி, கணினிப் பிரிவில் சேர்க்கப் பட்டான். எங்கட வீட்டிலயும் என்ர பெயர்தான் வந்திருந்தது. "அமுதாவையும் கொண்டு போய் கணினிப் பிரிவில் சேர்ப்பம்" எண்டு எனது மூத்த அக்காவின் கணவர் அடிக்கடி கூறுவார். அவரும் முன்னாள் போராளி என்பதால் விடுதலைப் போராட்டத்தில் பற்றுள்ளவர் என்பதைக் காட்டிக் கொண்டார்.

என்னைப் பெற்ற அம்மாவும் அப்பாவும் "இல்லை... என்ர பிள்ளையக் கொண்டுபோய்க் குடுக்கிறதோ" என்று தடுத்தார்கள். பெற்ற மனம் பித்து என்பதை அப்போது நான் உணர்ந்துகொண்டேன். இயக்கத்தில சேர்ந்தால் கொண்டுபோய் முன் லைன்ல விட்டு சாகடிச்சு நாலாம் நாள் வீரவணக்கம் என்ற பெயரில் துயிலும் இல்லம் கொண்டுபோய் தாட்டுவிடுவார்கள் என்று நினைப்பதே பெத்தமனம்.

மறுபக்கம் "நீபோய் நல்ல படையணியாய் சேரன்" என்று மூத்த அக்கா அடிக்கடி கூறி என் மனநிலையில் வெறுப்பை ஏற்படுத்திக்கொண்டிருந் தார்கள். காரணம் அவள் கணவன் ஒரு பொறுப்புவாய்ந்த போராளி. அவளும்தான் என்ன செய்வாள்? போராளிகள் யாரையும் ஒளித்து வைத் திருந்தால் பதினையாயிரம் ரூபாய் தண்டப்பணம் அறவிடப்படும் என்று கூறி, போராளிகளுக்கு ஒரு வெருட்டுத்தான்.

பாவம் எங்கட மூன்றாவது அக்கா. "அவள அவங்களா கண்டுபிடித்து கொண்டுபோனால் சரி, நான் எவ்வளவு நாளைக்கு மறைச்சு வைச்சிருக்க ஏலுமோ அவ்வளவு நாளைக்கு வச்சிருப்பன்" என அவள் பங்குக்குக் கதைத்தாள்.

வீதியால் வெள்ளை வாகனங்கள் அடிக்கடி சென்றுகொண்டிருந்தன. அம்மாவின் முகத்தில் உணர்வே இல்லை. அப்பாவின் உயிரையே காண வில்லை. அனைத்து மக்களின் நிலையும் அதுதான். மறுநாள் மூன்று வெள்ளை வாகனங்கள் எமது காணியின் முன் முற்றுகையிட்டு நின்றன.

"நாசமா போனவங்கள் வந்திட்டாங்கள்" என்று கூறிய அப்பாவின் குரலில் தெரிந்த நடுக்கம் என்னையும் நடுங்க வைத்தது. அப்பொழுது நான் உருவத் தில் சிறியவளாய் இருந்ததால் என்னை தப்பிக்க வைக்க எனது தங்கச்சியின் பெயரைக் கூறினார் எனது மூன்றாவது அக்காவின் கணவர்.

"இவா வினிதா... இவாக்கு இப்ப தான் 13 வயது" எனக் கூற, பிடிக்க வந்த வங்கள் "பரவாயில்லை. பொய்சொல்லாதிங்கோ, உங்கட ஊர் ஆக்கள்தான் எங்களுக்குச் சொன்னவையள். அப்படி இல்லையென்றால் விசாரணை செய்திட்டு விடுறம்" எனக் கூறினார்கள்.

மாமரத்தடியில் விறைத்துப்போன மனநிலையுடனிருந்த எனது அப்பாவை ஓடிச்சென்று கட்டித்தழுவிவிட்டு "அப்பா கவலைப் படாதிங்கோ... நான் ஓடிவர ஏலும் என்டா ஓடி வந்திடுவன்" என்றேன். அது தற்காலிக நிம்மதிக் கான வார்த்தைகள் தான் என்று அப்பாவுக்கும் தெரியும், எனக்கும் தெரியும்.

காலங்களும் நேரங்களும் யாருக்காகவும் காத்திருக்கவில்லை. ஓடிச்சென்று கொண்டே இருந்தது. காலம் நேரம் மட்டுமல்ல, எம் உறவுகளும் ஓடிக் கொண்டு தான் இருந்தார்கள். எனது குடும்பத்தினரும் திருவையாறு கிரா மத்திலிருந்து வட்டக்கச்சிக்குச் சென்றிருந்தார்கள். அப்பொழுது 2008.03.05 அன்று என்னை வீட்டுக்குச் சென்று வருமாறு கூறினார்கள். நான் எனது வீடு சென்றேன். என்னுடன் எனது பாதுகாப்புக்காக இன்னுமொருவரும் வந்திருந்தார்.

அன்று எனது அப்பாவின் முகத்தில் முழு நிலவையே பார்த்தது போல் இருந்தது. என் வீட்டு செல்லநாய் சீனுவும் கூட சந்தோஷத்தில் என் தோள் வரை தாவி வரவேற்றது. என்னை வீட்டுக்கொருவர் என அழைத்துச்சென்ற போது அப்பா என் நினைவுகளை மறக்கமுடியாமல் தூக்குப்போடப்

போனாராம் என அக்காவும் தங்கையும் எனது காதருகே கூறியதைக் கேட்டு எனது நெஞ்சம் நடுநடுங்கியே போய்விட்டது. அப்பா இல்லையென்றால் என் குடும்பநிலை எப்படியாக இருக்கும்?

என்னைக் கண்டதும் அம்மாவின் கால்கள் நிலத்திலயே நிற்கவில்லை. "என்ர பிள்ளை என்ர பிள்ளை... என்னைப் பார்க்க வந்திட்டுது" என அடிக்கடி என்னைக் கட்டித் தழுவிச் செல்வதும், "என்ன சமைக்கிறது? என்ன கறி?" என்று என் விருப்பம் கேட்டுக்கேட்டு சமையலில் ஈடுபட்டி ருந்த என் அம்மாவின் முகத்தை நானும் சற்று கவனித்திருந்தேன். கவலை ஒருபுறம் இருக்க அவர் வழமைக்கு மாறாக சந்தோஷத்தில் காணப்பட்டார்.

மூன்று நாட்கள் எப்படி ஓடிமறைந்தன என்றே தெரியவில்லை. அப்பொ ழுதும் கூட அவர்களிடம் நான் கூறிய ஆறுதல் வார்த்தைகள் கொஞ்ச நஞ்ச மல்ல. "எப்ப என்னால ஓடிவரமுடியுமோ அப்ப ஓடி வந்திடுவன். உங்கள எங்கயாவது தேடிப்பிடிச்சு வந்திடுவன்" என்று கூறி விடை பெற்றேன்.

எனது குடும்பம் ஓட்டப்பந்தயத்துக்கு மீண்டும் தயாரானது. எங்கே செல் வது என்று தெரியாமல் அனைவரும் நடைபிணங்களாக இடத்துக்கிடம் மாறிமாறிச் சென்று கொண்டிருந்தார்கள். நாமும் அதற்கு விதிவிலக்கல்ல. கடற்கரையை நெருங்க நெருங்க மக்கள் கூட்டம் அதிகரிக்க விதவிதமான குண்டுகளும் ஷெல்களும் வந்து விழுந்து மக்களைத் திகிலுக்கு உள்ளாக்கி நடுநடுங்க வைத்துகொண்டிருந்தன. கொத்துக் குண்டுகளும் மல்ரி பெரல் களும் பரவலாக விழுந்து எங்களைத் துரத்திக்கொண்டிருந்தன.

"ஐயோ அம்மா", "ஐயோ அண்ணா", "என்ர பிள்ளை", "என்ர அக்கா" என மக்கள் ஓலங்கள் என் காதுகளில் இடைவிடாது எதிரொலித்துக் கொண்டி ருந்தன. குண்டு மழையால் இறந்த எம் மக்கள் சடலங்களாக கால், தலை, கைகள் துண்டிக்கப்பட்டு நான் கால் பதித்து நடக்கையில் மிதிபட்டன. எங் கும் இரத்த வாடை வீசி ரணகளமாக இருந்தது. எம் மக்களின் குடிசை களுக்கு நடுவே குண்டு வீழ்ந்து குடும்பங்களாக இறந்துகிடக்கின்ற காட்சி களைக் கண்டு மனம் பதறிப்போய் கிட்ட நின்று பார்க்க முடியாமல் அச்சத் துடன் சென்று கொண்டிருந்தேன்.

அப்பொழுதும் கூட அப்பாவிக் குழந்தைகளின் உடலை உண்பதற்கென வந்த உடற்பசி குண்டுமழைகளில் குடலையே பிய்த்தெறிய பிஞ்சு உடல்கள் பஞ்செனப் பறந்தன. பாம்பு கடித்து இறந்த தன் மகனை மடியில் போட்டு அலறிக்கிடந்த சந்திரமதியின் மனநிலை போலவே அனைவரினது மன நிலையும் ஆயிற்று. இடைவெளியில்லாது மக்களின் ஓலக்குரல்கள் இடை நடுவில் உயிர்போகக் காத்திருந்த உடல்களின் முனகல் சத்தங்கள், தம் கடைசி ஆசையை யாரிடமாவது கூறிவிடவேண்டும் என்ற ஆசையுடன் அவர்களின் இதயம் துடித்துக்கொண்டிருந்ததை என்னால் அப்பொழுது நன்றாக உணரமுடிந்தது.

அப்போது திடீரென ஒருவர் "என்ர பிள்ளையும் மனிசியும் செத்துப்போட்டு துகள்... இந்தப் பிள்ளையையாவது நான் காப்பாத்திவிடுவன்" என்று கூறிக் கொண்டு தன்னையே மறந்த நிலையில் ஓடிவந்துகொண்டிருந்தார். காலனோ "உன் இந்த பிள்ளையைக் கூட விடமாட்டேன்" என்று கூறுவது போல் எங்கிருந்தோ வந்த ஷெல்லின் ஒரு பகுதி அவர் தூக்கிச் சென்ற பிள்ளையின் தலையை அறுத்துச்சென்றது.

அதை அறியாதவராக மீண்டும் "என்ர பிள்ளைய நான் காப்பாத்திடுவன்" என்று கூறி தலையை தடவியவர் அதிர்ச்சியுற்றவராக "ஐயோ என்ற உயிர பறிச்சிட்டாங்களே" எனக் கூறி அப்பிள்ளையை மடியில் கிடத்தி அணைத் துக்கொண்டு ஓலமிட்டார்.

அந்தப் பிஞ்சுக் குழந்தைகள் எதிரிக்கு என்னபாவம் செய்தார்கள்? பிஞ்சு களின் நெஞ்சு பிளந்தும், தாயின் மார்பில் பால்குடித்துக் கொண்டிருந்த வண்ணமும், கைகால்கள் இழந்தும் உடல்கள் வீதிகள் முழுதும் பரவிக் கிடந்தன. பல உயிர்கள் ஒவ்வொரு நொடிகளும் பறிக்கப்பட்டும் "அம்மா ஓடுங்கோ... அப்பா பங்கருக்க போங்கோ... அங்க விழுந்து படுங்கோ... மரத்தடியில படுங்கோ..." என்பது மட்டுமே மக்களின் பேச்சாக இருந்தது.

2009.04.27 அன்று ஏனோ என் வீட்டு உறவுகளதும் என் நண்பி சித்திராவின தும் நினைவுகள் வழமைக்கு மாறாக வந்துகொண்டிருந்தன. மறுபக்கத்திலி ருந்து வந்த கோதை அக்கா "பங்கருக்க போய் இரும். நான் வாரன்" என்று கூறி ஓர் ஆலமரத்துக்கடியில் இருந்த மூடுபங்கரைக் காட்டிச் சென்றார். நானும் பாதுகாப்பாக இருக்கப்போகிறேன் என்ற நினைவுடன் பங்கருக்குள் சென்று இருந்தேன். சற்றும் எதிர்பாராமல் இருந்த நேரத்தில் கிசுகிசுவென ஷெல் வந்து நான் இருந்த பங்கரைப் பதம்பார்த்தது.

சற்றும் எதிர்பாராத நேரத்தில் ஷெல் விழுந்ததால் பங்கர் புகைமண்டலமாக காட்சி தந்தது. நேரம் செல்ல செல்ல என் சுய நினைவை இழந்தேன். இச்சம் பவம் 27.04.2009 அன்று மாலை 2.30 மணியளவில் இடம்பெற்றது. நான் மறுபடியும் கண் விழித்துப் பார்க்கும்போது சுற்றிவர வேதனை ஓலங்களாக இருந்தன.

"டொக்டர் எனக்கு உயிரோட இருக்க விருப்பம் இல்லை.. ஊசிபோட்டுக் கொல்லுங்கோ.. என்னால படுக்க ஏலாமல் இருக்கு.. தலைக்குள்ள புழு நெளியிறமாதிரி இருக்கு.. என்ன உயிரோட விடாதிங்கோ.." என்றவாறாக பலரும் தத்தமது வேதனைகளை வெளிப்படுத்திக்கொண்டிருந்தனர்.

இன்னும் சிலர் "நாங்கள் வீட்டுக்குப் போகணும். எங்கட அம்மா அப்பா வோட விடுங்கோ... நான் அவையள பார்க்கணும்... என்ர தங்கச்சியையும் பிடித்தவங்களாம் அவங்கட நிலைமை என்னவோ.." என வேதனைகளை வார்த்தைகளால் வெளிப்படுத்தினார்கள். அவ்வார்த்தைகள் எல்லாம் என் காதுகளில் விழுந்ததே தவிர என் மனமோ ஷெல் விழுந்த இடத்தை விட்டு மீளவே இல்லை. பங்கருக்குமேல் விழுந்த ஷெல்லில் காயப்பட்டு மெடி

ஷின் கொண்டுவந்து சேர்க்கப்பட்டுள்ளேன் என்பதனை அப்பொழுது தான் உணர்ந்தேன்.

என் கை அசைவைக் கண்ட வைத்தியர் என் அருகில் வந்து என் கண்களை திறந்து பார்த்துவிட்டு "உங்கட பெயர் என்னம்மா?" எனக் கேட்டார். நானும் பதிலுக்கு எனது பெயரைக் கூறினேன். அவருக்குப் புரியவில்லை.

அப்பொழுது ஒரு பெண் வைத்தியர் என் அருகில் வந்து "அட கதைக்கத் தொடங்கிட்டாள் போல... பாவம் அண்ணா இவள்.." என அனுதாபம் கலந்த பாவனையுடன் பேசியவர் தொடர்ந்து, "இவா 27ஆம் திகதி இங்க வந்தவா. வந்து இன்றைக்கு 9 நாட்கள் ஆகிற்று. இண்டைக்குத் தான் கண் விழிச்சிருக்கிறா" என்று கூறவும் என்னால நம்ப முடியவில்லை. "ஒன்பது நாட்களா நான் கண் விழிக்கவில்லையாமே" நினைக்கையில் மனம் பதை பதைத்தது.

"என்ன இது? என்னால பேச முடியுது தானே, ஏன் குரல் வருதில்லை?" என்று என்னை நானே கேட்டுக்கொண்டிருக்கும்போது வைத்தியர்கள் மீண்டும் தமது பேச்சைத் தொடர்ந்தார்கள்.

"இவான்ர உடல்ல முதுகுப்பக்கமா சரி அரைவாசி காயமாதான் இருக்குது. வயிற்றுக்குள்ள பீஸ் இருந்தபடியால பின்முதுகு காயத்த கட்டிப்போட்டு வயிற்றில ஒப்பரேஷன் செய்து தான் பீஸ் துண்ட எடுத்தனாங்கள். அதவிட இடதுபக்க வயிற்றுக்கு மேல முழுக்கக் காயம் தான். மருந்து கட்டவே மிகவும் சிரமப்பட்டுப்போனம்" என அந்த வைத்தியர் மிகவேதனையுடன் கூறியதைக் கேட்ட எனக்கு இதயமே வெடித்ததுபோல இருந்தது. நான் ஏன் உயிருடன் இருக்கிறேன் என்ற எண்ணமும் கூடவே வந்தது.

"இவாக்கு முள்ளந்தண்டிலயும் ஒரு பீஸ் இருக்கு... அத எடுத்தா இவான்ர உயிர் உடல விட்டுப் போகக்கூடிய சந்தர்ப்பம் இருக்கு. இல்லாட்டியும் இடுப்புக்குக் கீழ இயங்காமலும் போகக்கூடும். அதால அந்த பீஸமட்டும் எடுக்கல" என்று கூறிய அந்தப் பெண் வைத்தியர், பரிதாபம் கலந்த பார்வையை என்மீது ஓடவிட்டார். பின்னர் என்னிடம், "நான் சொல்றத கவனமா கேளும்" என்றவர் தொடர்ந்து, "மூச்சு வராததுக்காக மூக்குவளியாக சுவாசப்பைக்குப் போகக் கூடியமாதிரி வயர் வச்சிருக்கிறம். அத எக்காரணம் கொண்டும் எடுக்கக்கூடாது" எனக் கூறிய வைத்தியர், "கழிவு ரத்தம் எடுக்குறதுக்கு ரெண்டு பக்கமும் ஐஸ்டியுப் பூட்டி இருக்கு" என்றார். அனைத்தும் விளங்கியவளாய் தலை அசைத்த நான் எழுந்திருக்க எத்தனித்தேன்.

"ஆ வேணாம்" என்று கூறி என்னைத் தடுத்த அந்த வைத்தியர் "என் பெயர் தீபன். நான் தான் இனி உமமள பாரககபோறன. நான சொல்றத தான் இனி நீர் கேட்கவேணும். என்னவேணுமானாலும் ஓர் அண்ணாவாகவும் ஒரு வைத்தியராகவும் உமக்கு வேண்டியதை செய்து தருவேன்" என்று கூறினார். தீபன் அண்ணாவை பார்த்ததும் "காயப்பட்டுக் கண்விழித்த செய்தியை என்

வீட்டுக்கு எப்படியாவது கூறிவிடவேண்டும். ஆனால், எனக்கு குரல் வரவில்லையே" என்ற கவலை மேலோங்கியது.

இப்படி அனைத்து வீடுகளிலும் கவலை ஓலமுமாக இருந்துகொண்டு இருக் கையில் ஒருசில வீடுகளில் எந்தக் கவலையுமற்று வீட்டுக்கொருவரை விடு தலைப்போரட்டத்தில் இணைக்காது விடுதலைப் புலிகளுக்கு பணம் கொடுத்து இருந்தனர். அவர்களில் எமது ஊரைச்சேர்ந்த பாடசாலையின் பிரபலமான அதிபர் ஒருவரும் இருந்தார். இப்பொழுது அவர் ஓய்வு பெற் றுள்ளார். அவரின் மூன்று பிள்ளைகளும் யாழ்ப்பாணம் பல்கலைக் கழகத்தில் வைத்தியர்களாகக் கல்விகற்றுக் கொண்டிருக்கிறார்கள். அடுத்த மகள் மற்றும் மகன் என இருவர் இவர்களுடன் இருந்தார்கள். எமது ஊரில் அவரை கடவுள் என்றும் சொல்கிறார்கள். அவரின் மருமகனை வைத்திய சாலையில் கண்டதும் என் நினைவுகள் நிழலாடின.

பன்னிரெண்டு வயது முதல் ஆண், பெண் என அனைவரையும் போராட் டத்தில் இணைத்துக்கொண்டிருந்த நேரம், இறுதியாகப் பிடிக்கப்பட்ட சில சிறுவர்கள். ஒரு 85பேர் இருப்பார்கள். என் கண்முன்னே வந்த கிபீர் போட்ட குண்டில் மாண்டு போனர்கள். அவர்களது பெற்றோர் இன்றும் கூட அவர்களைத் தேடிக்கொண்டு இருக்கிறார்கள். இதற்கு முன்னர் சின்னஞ்சிறுமிகளை சண்டை லைனில் விடுவதற்கென ஒரு முப்பது பேரை கொண்டுவந்திருந்தார்கள். அதில் நானும் கோதை அக்காவும் இருந்தோம்.

நானும் கோதை அக்காவும் இருபத்தியைந்து மீற்றர் இடைவெளியில் நின்றி ருப்போம். இரட்டைவாய்க்கால் பகுதி அது. "கிபீர் குண்டுபோட போறான். எல்லாரும் பங்கருக்க இருங்கோ. வெளியில் வராதேங்கோ" என்று கோதை அக்கா பலமாகக் கத்துகிறார். அவரின் குரல் ஓய்வதற்கு முன்னரே ஒரு லைனாக அடித்துக்கொண்டு வந்த கிபீர் குண்டுகள் மூன்று ஒரே இடத்தில் விழுந்தன. அதுவும் 25 பிள்ளைகளும் இருந்த பங்கரின் மேலே விழுந்திருந் தது. நான் மணலால் மூடப்பட்டேன். ஒரே புகை மண்டலம். சுற்றியிருந்த இடமெங்கும் இருபதடி ஆழமான கிடங்குகள் மட்டுமே காட்சி தந்தன.

நடுநடுங்கிப் போயிருந்த என்னைத் தூக்கிவிட்ட கோதை அக்கா "பங்கருக்க போயிரும். நான் வாரன்" என்றார். அது தான் அவர் என்னிடம் கூறிய கடைசி வார்த்தை. அவ்வளவு தான். எங்கிருந்தோ பறந்துவந்த ரவுன்ஸ் ஒன்று கோதை அக்காவின் நெஞ்சைத் துளைத்துச்சென்றது. உயிர் பிரிந்த அக்கணத்தில் கோதை அக்காவின் குரல் என் காதுகளைச் செவிடாக்கியது போல் இன்றும் உணர்கிறேன்.

என் எண்ண அலைகளைத் திசைதிருப்புவது போல அருகில் வந்த தீபன் அண்ணா, "தங்கா இந்தாரும். வீட்டுக்கு செய்தி ஏதும் சொல்றது எண்டால் எழுதித் தாரும்" எனக் கூறி கடதாசியையும் பேனாவையும் தந்தார். என் னால் அப்பொழுது கைதூக்கி எழுதக்கூட முடியாது தான். என்றாலும் போராளியாக இருந்த சாள்ஸ் அன்டனி சிறப்புப் படையணியைச் சேர்ந்த

தமிழரசனுக்குத் தகவல் கொடுக்கும்படி எழுதியிருந்தேன். தகவல் மறு நாளே வீடு சென்றிருந்தது.

“என்ர பிள்ளைக்கு ஒன்றும் நடக்காது. அப்படி எதுவும் நடந்தால் நான் செத்த பிறகு தான் நடக்கும்” என்று அப்பா அடிக்கடி சொல்வாராம். அப்பாவின் உன்னதமான வார்த்தைகள் உண்மையானவைதான் என எனக்குச் சில சமயங்களில் எண்ணத்தோன்றுவது உண்டு.

வைத்தியசாலையில் மேலும் ஓரிரு நாட்கள் ஓடி மறைந்தன. 09.05.2009 அன்று காலை எட்டு மணிக்கெல்லாம் எனது மூத்த அக்காவும் மூன்றாவது அக்காவும் வந்திருந்தார்கள். அவர்களின் உள்ளுணர்வுகள் என்ன சொல்லியிருக்கும் என்பதை அப்பொழுது உணரமுடியவில்லை. என் வாய் அசைவை மட்டும் அவர்களால் புரிந்துகொள்ள முடிந்தது. அன்று காலை பத்து மணிவரைக்கும் இருவரும் என்னுடனேயே இருந்தார்கள். நான் கொஞ்சம் தற்துணிவு கொண்டவள். ஆகையால் எழுந்து நடக்க முயற்சி செய்துகொண்டிருந்தேன். போக்கர் என்று சொல்லப்படும் தாங்கு கருவி எனக்கு தரப்பட்டிருந்தது. அதன் மூலம் எழுந்து நிற்கத் தயாராகிக் கொண்டிருந்தேன்.

நான் கண்விழித்து சரியாக ஆறு நாட்கள் ஆகிவிட்டிருந்தன. எனது உடலில் இருந்து ஊனம் வடியத்தொடங்கியிருந்தது. வைத்தியசாலையில் மருந்து இல்லாத காரணத்தால் மருந்து கட்டுவது கிடையாது. கால்கள் நடுநடுங்க போக்கரைப் பிடித்து நின்றேன். பார்வை மங்கலாகவே தெரிந்தது. உடலெங் கும் ஈக்கள் மொய்த்துக்கொண்டிருந்ததால் குற்றூசி போல் குத்திக்கொண் டிருந்தது.

வைத்தியசாலையில் இருந்தவர்களில் “மக்கள் யார் போராளிகள் யார்” என்றுகூட அடையாளம் தெரியாத நிலைமையாகவே இருந்தது. அங்கு வந்த போராளிகளை சேர்ந்த இருவர் “எல்லோரையும் பாதுகாப்பான இடத்துக்கு கொண்டுபோகப் போகிறோம். அந்த இடத்தில நிக்கிற பஸ்களில போய் ஏறுங்கோ” என அவர்களுக்குரிய தொனியில் கட்டளையிட்டனர். ஏனோ என்னால் அக் கட்டளையை ஏற்றுக்கொள்ளமுடியவில்லை. அந்த பஸ்ஸை உற்றுநோக்கினேன். பஸ்ஸை சுற்றி வெள்ளை துணியால் கட்டப்பட்டு ஒரு சூனிய பிரதேசத்தை பார்ப்பது போல தெரிந்தது. அக்கணம் ஏதோ அசம் பாவிதம் நடக்கப்போகிறது என்பது மட்டும் என் மனதுக்குப் புலப்பட்டது.

“அமுதா வா... வீட்ட போவம்... இனி எங்க கொண்டு போவங்களோ தெரியாது” என எனது சகோதரிகள் தமது கவலையை வெளிப்படுத்தினார் கள். எனக்கு ஒரு கணம் வெறுப்பாகவும் ஒரு கணம் சந்தோஷமாகவும் இருந்தது. என் காயத்தின் வலி என்னை ஏதோ செய்துகொண்டிருந்தது. வலியின் தாக்கம் என்னைக் கோபத்துக்குள்ளாக்கியது. அப்போது எனது அக்காமாரின் கைகளும் ஊன்றுகோலாக மாறி துணைபுரிய, சற்றுத் தூரம் அவர்களின் துணையுடன் நடந்து சென்றேன். ஓர் எழுபத்தியைந்து மீற்றர்

தூரம் சென்றபின் என் கால்கள் இரண்டும் ஒன்றுடன் ஒன்று பின்னி, நடு நடுங்கி, மரணபயம் மேலிட உடல் முழுவதும் சோர ஆரம்பித்தது. அருகில் பனைமரம் ஒன்றைக் கண்டதும் அவர்களிடமிருந்து விலகிய நான் "பனை மரத்தடியில என்னை விடுங்கோ... என்னால ஏலாமல் இருக்குது" என அமர்ந்துகொண்டேன்.

அப்போது பாதுகாப்புக்காக ஏற்றப்பட்ட காயமடைந்த போராளிகள் தமது இறுதிக்கணம் என்று நினைத்திருப்பார்களோ தெரியவில்லை. வரிசையாகச் சென்று ஏறியவர்களின் முகத்தில் பாதுகாப்பான இடத்துக்குச் செல்கின்றோம் என்ற சிறுதுளி சந்தோஷம் காணப்பட்டது. அவர்கள் அனைவரும் ஏறி முடிந்த சிறிது நேரத்தில் இருபது மீற்றர் அடி உயரம் வரை மேலெழுந்த பஸ்கள் இரண்டும் அடையாளம் தெரியாமல் உருக்குலைந்து விழுந்தன. அந்த இடம் முழுவதுமாக புகைமண்டலமாகக் காணப்பட்டது. என் இதயம் படபடப்பில் செத்துக்கொண்டிருந்தது. சுற்றிவர மக்களின் கூடாரங்கள் எரிய, அவர்களின் ஓலங்களும் அவலங்களும் காதைப் பிளந்தன.

"ஐயோ... எங்கட உறவுகள் எவ்வளவு நம்பிக்கையோடு பஸ்ஸில ஏறினதுகள். அதுகள தாய் தகப்பனிட்ட ஒப்படைச்சிருந்தாலும் தப்பி இருக்குங்கள்" என்று அந்தக் கணத்தில் என் மனதில் தோன்றியது.

"நாசமா போனவங்கள். விட்டிருந்தாலும் ஒரு விதத்தில தப்பக்கூடியதுகளாவது தப்பி இருக்குங்கள். நாசமாக்கிட்டாங்கள். நம்பிக்கைத் துரோகிகள்.." என அருகிலிருந்த மக்களில் சிலர் வசைபாடித் தீர்த்தார்கள். முன்பெல்லாம் இராணுவத்திடம் சிக்கிய போராளிகளை ரவுன்ஸ் எம்டிகளை குத்தி சித்திரவதை செய்து சர்வதேச செஞ்சிலுவை சங்கத்தினூடாக அனுப்பிவிடுறவங்கள் தானே. அதால தான் தாங்களே கொன்றுவிடுவம் என்று நினைச்சாங்களோ தெரியல என நினைத்தேன்.

அப்போது என்னை அவ்விடத்திலிருந்து வெளிக்கிடும்படி எனது அக்கா வற்புறுத்தவே மிகுந்த சிரமத்துடன் நான் எழுந்துகொள்ள மூவருமாக புறப்பட்டோம். குண்டுகள் அருகருகாக விழுந்து உடலில் ஒருவகை எரிவையும் மூச்சுவிட முடியாமலும் தவித்தபடி சென்றுகொண்டிருந்தோம். அவ்விடம் எங்கிலும் புகைமண்டலமும் ரவுன்ஸ்கள் குண்டுகளும் எம்மைத் துரத்து கையில் காயமடைந்து விழுந்துகிடந்த மக்களும் போராளிகளும் "என்னையும் உங்களுடன் கூட்டிக்கொண்டு போங்களன்" என்று கெஞ்சினார்கள். வாகனங்கள் கன்டைனர் பெட்டிகள் என அனைத்திலும் இறந்துபோன மக்கள் உடல்கள் நிறைந்திருந்தன. எனது காயங்களிலிருந்து ஊனம் வடிந்த வண்ணம் இருந்தது. என்னால் மேற்கொண்டு நடக்க முடியவில்லை. இருந்தும் அருகில் வந்து விழுந்துகொண்டிருந்த ஷெல் சிதறல்கள் என்னை நடக்கச் செய்தன.

"ஐயோ.. அம்மா அப்பா என்னை காப்பாத்துங்க... ஐயோ என்ர பிள்ளை.." என்று சனம் முழுதும் கத்தி ஓலமிட்டுக்கொண்டிருந்தனர். ஓடவும் இட

மில்லை. இறுதி என்பதால் எம் மக்களை ஒட்டுமொத்தமாகக் கொன்று போடுவதற்கு அதிக சனநெருக்கடியானது ஷெல்கள் குண்டுகளுக்கு வசதி யாக இருந்தது. கால் வைத்து நடக்க இடமில்லாத நிலையில் மக்களின் பிணங்கள், ஊனம் வடியும் வாகனங்கள் நிறைந்து காணப்பட்டன. சாப் பாடு ஏதும் இல்லாமல் கஞ்சி வாங்கச்சென்று வரிசையில் நின்று உறவு களை இழந்த மக்கள், பசிபட்டினியால் நடப்பதற்குக் கூடத் தெம்பு இல்லாமல் இருந்தன.

"அம்மா என்னால நடக்க ஏலாமல் இருக்கு, தூக்கிக்கொண்டு போங்கோ" என ஏழு வயது சிறுவன் சொல்கிறான். அவன் கை துண்டிக்கப்பட்டு இரத்தம் ஓடிக்கொண்டிருந்தது. அவ்வளவும் நடந்தும் கூட உடற்பசி எடுத்த குண்டுகள் உணவுப் பசியுடன் இருக்கும் குடல்களைக் குடைவதற்கென வருவதை நேரடியாகப் பார்த்துக்கொண்டிருக்கவே முடிந்தது.

பரா வெளிச்சங்களுடன் வெடிச்சத்தங்களும் ஓலக்குரல்களும் என இரவு பகல் தெரியாது மாறியே போய்விட்டது. எம் மக்கள் பொருட்கள் வாங்க முடியவில்லை. ரொட்டிகளே சாப்பாடாய் மாறி இருந்தன. வகைவகையாய் விழுந்த குண்டுகள் உணவு வாங்கச்சென்ற மக்களின் உயிர்களை வாங்கிக் கொள்கிறது. உயிர்களே விலைபோனதாய் நினைத்தேன். உலக நாடுகளின் பொல்லாத குண்டுகளால் நிலங்களை நனைத்த இரத்தம் சிவப்பு வர்ணம் தீட்டி அபாய எச்சரிக்கை செய்தது. அவை இன்றும் கூட என் கனவுகளில் ஏனோ கறுப்பாகத் தெரிகின்றன. "எம்மக்கள் எம்மக்கள்" என்று கூறிய விடுதலைப் புலிகள், பலரது உயிரற்ற உடல்கள் கூட எமக்காய் துடிப்பது போல உணர்ந்தேன். அந்நேரங்களில் கல்லறையில் காவிய நாயகர்களாக உறங்க வேண்டிய எம் வீரர்கள் ஷெல்லடியின் அகோரத்தால் சிதறிய சிதறல் களாகிய பின்னரும் இதயம் மட்டும் "எம்மக்கள்" என்று துடித்தபடி இறந்து கிடந்ததைப் பார்த்தேன்.

ஒருவாறாக எமது முள்ளிவாய்க்கால் வீட்டுக்குச் சென்று சேர்ந்தோம். இரண்டு மூன்று நாட்களாக என் அப்பா என்னை விட்டு அகலவில்லை. "என்ன நடந்தாலும் சரி என்ர பிள்ளையோட தான் நான் இருப்பன்" என்று கூறியவர், "என்னம்மா வேண்டி தாரது, என்ன விருப்பமா கிடக்கு உனக்கு" எனக்கேட்டுக் கொள்வதும் பங்கர் வெட்டுவதுமாக இருந்தார்.

13.05.2009 அன்று பத்து மணியளவில் அப்பா சென்று, அம்மாவிடம் "இவ்வளவு நாளும் பிள்ளையள் எல்லாரையும் கூட்டிக்கொண்டு போவம் எண்டு இருந்தனாங்கள், இனி யாரையும் பார்க்கிறேல. பன்னிரெண்டு மணிக்கு உள்ளுக்க எல்லாரையும் விடுவாங்களாம். நானும் நீயும் அமுதா வும் வினிதாவும் போவம்" என்று ஒரு சிறு கோவமும் வேதனையும் மேலோங்க சொல்லிக்கொண்டிருந்தார். அப்பொழுது எனக்கு நெஸ்ட மோல்டும் மைலோவும் கலந்து ரீ குடிக்கவேணும் போல ஓர் ஆசை. அப்பா எனக்கு பிடிச்சதை பார்த்து பார்த்து செய்து தருவார். சின்ன வயசில இருந்து அப்பாவின்ட செல்லப் பிள்ளையா நான் தான் இருந்தனான்.

"அப்பா எனக்கு நெஸ்டமோல்ட்டும் மைலோவும் கலந்து ரீ குடிகணும் போல கிடக்குது" என்று நான் கூறியது மட்டும் தான் தெரியும், உடனடியாக அந்த இடைவிடாத ஷெல் மழையின் மத்தியிலும் சென்று நான் கேட்டதை வாங்கிக்கொண்டு வந்தார். அந்த நேரம் அம்மாவையும் ஏற்றிக்கொண்டு எங்கட பெரிய அத்தான் வந்திருந்தார் நான் ஆவலுடன் அம்மாவை பார்க் கிறேன், அம்மாவும் என்னைப் புரிந்துகொண்டவளாய் "தேத்தண்ணி கொண்டுவந்தனான். பொறுவாறன்" எனக் கூறிவிட்டு எனக்கும் அப்பாவுக் கும் மாவையும் கலந்து கொண்டுவந்தார்கள். ஓரிருவாய் குடித்திருப்போம், எங்கோ விழுந்த ஷெல்லில் ஒரு துண்டு வந்து எனது அப்பாவின் மார்பைத் துளைத்தது.

என் அப்பா கண்களை இமைக்காது என்னையே பார்த்தபடி "என்னைக் காப்பாத்துங்கோ நான் போகேக்க என்ர பிள்ளைய தூக்கிக்கொண்டு போக வேணும்" என்று கூறியவரது பேச்சு வரமறுத்து, கண்கள் மேலாகச் செருக ஆரம்பித்தன. அப்பாவுக்குச் சரியாக அப்போது 50 வயது. 30.05.1959இல் தான் பிறந்தவர்.

அப்பாவை ஒரு போர்வையால் சுற்றி வைத்தியசாலைக்குக் கொண்டுசெல்ல தயாரானார்கள். "ஏன்டா என்ர அப்பாவ பெச்சீட்ல சுற்றி தூக்கிறிங்க. என்ர அப்பாக்கு ஒன்றுமில்லையடா. இறக்கி விடுங்கோ" என கதறி அழுதார் எனது மூன்றாவது அக்கா. எனது எண்ணமும் அக்கணத்தில் அப்படித்தான் இருந்தது. வைத்தியசாலைக்குக் கொண்டு சென்றதும் அப்பாவின் உயிர் உடலை விட்டுப் பிரிந்துவிட்டதாம் என்று அத்தான் வந்து கூறினார்.

அவரை அங்கேயே விட்டுவிட்டு வந்துவிட்டாங்கள். "அங்க பெரிய கிடங்கு ஒன்று வெட்டி இருக்காங்கள், அதில தான் செத்த எல்லாரையும் போடி னம்" என, கூட வந்த தம்பி ஒருவர் கூறினார். அவனுக்கு எங்க தெரியப் போகுது எங்கட வேதனை.

வீட்டிலுள்ள அனைவருக்கும் தகவல் சென்றடைந்தது. "இல்லை.. என்ர அப்பாவுக்குக் காயம் மட்டும் தான். அவருக்கு மருந்து கட்டி கூட்டி வந்திடு வம். அவருக்கு கால், கை இல்லாட்டியும் நான் அவர தூக்கிக்கொண்டாவது போவன்" என என் தங்கை கூறினாள். அவளுக்கு அப்போது பதினாறு வயது தான். அவள் அப்பா மீது வைத்த பாசத்தை உணர்துகொண்டேன்.

அப்போது ஒரு மணியளவில் அப்பா இறந்ததை அவளுக்குக் கூறினோம். அவள் அலறலைப் பார்க்கமுடியவில்லை. சுற்றிவர ஷெல் அடித்துக் கொண்டிருந்தார்கள். "நானும் சாகப்போகிறேன்... என்ர அப்பாவே இல்லை இனி நான் உயிரோட இருக்கமாட்டேன்" என பங்கருக்குள் வராமல் அடம்பிடித்து அலறினாள். அப்பொழுது என் அம்மா சக்தியற்ற வளாக "நீ செத்தால்..? அமுதாவும் இந்த நிலமையில.." என்று கூறி கவலை யைக் கண்ணீரால் வெளிப்படுத்தவும் எனது தங்கை கொஞ்சம் சமாதானம் ஆகினாள்.

அப்பாவின் மனதில் நிறைய ஆசைகள் இருந்தன. சிலவற்றை என்னிடம் கூறுவார். அதன் பின் அப்பா இறந்த இடத்தில் இருக்க முடியவில்லை. நந்திக்கடலை நோக்கி அனைவரும் சென்றுகொண்டிருந்தோம். மூன்றாம் நாள் அப்பாவுக்கு சமைத்துப் படைக்க வேணும். அப்பாவின் இறந்த உடலைக் கூடப் பார்த்து அழமுடியாத மகாபாவிகளாக இருந்தோம். மீன் ரின் வாங்கி அப்பாவின் ஆத்ம சாந்திக்காகப் படைத்துவிட்டு ஷெல் ரவுன்ஸ் குண்டுகள் என அனைத்தையும் தாண்டி 16.05.2009 அன்று மாலை இரண்டு மணியளவில் இராணுவத்திடம் சென்று சரணடைந்தோம்.

"புலி", "கொட்டியா" என பல வார்த்தைகளால் எம்மை இராணுவம் கேலி செய்தனர். பசி, பட்டினி, உறவுகளின் இழப்பு அனைத்தையும் தாண்டி செல்கையில் அவர்களின் இழிவான பேச்சுகள் எம்மை அருவருப்புக் குள்ளாக்கின. சென்ற அனைவரையும் இராணுவம் "போலிங் போலிங்" என அடித்து ஒதுக்கினார்கள். போலிங் என்று அவர்கள் கூறும் வார்த்தையின் அர்த்தம் அப்பொழுது எம்மில் பலருக்குப் புரியவில்லை. பசியால் சோர்ந்து காணப்பட்டனர். சாப்பாட்டுப் பார்சலை இராணுவம் தூக்கி எறிந்தது. அனைரும் ஓடிச்சென்று அச் சாப்பாட்டுப் பார்சல்களை எடுக்கின்றனர். அதிலும் கூட இராணுவத்தினருக்கு விளையாட்டுத்தான்.

சன நெரிசலுக்குள் சிக்கி நான்கு சிறுவர்கள் வரையில் இறந்தனர். "தமிழர் களுக்குக் கிடைத்த சாபமா இது?" என அப்போது எண்ணத்தோன்றியது. அதன் பின் ஒவ்வொருவராக சோதனை செய்யப்பட்டது. எனது உடலில் ஊனம் வடிந்த வண்ணமாக இருந்தது. பெண் இராணுவம் உடைகளை கழற்றச் சொன்னார்கள். நான் அப்பொழுது அச்சத்துடன் இருந்தேன். எமது ஊர், எமது மண், எமது மக்கள் - இன்றுமொரு இனத்துக்கு உடைகளை களற்றிக் காட்டவேண்டிய துர்ப்பாக்கிய நிலைமைக்குத் தள்ளப்பட்டதை எண்ணி வெட்கித்துப்போனேன்.

ஊடையை கழற்றியதும் எனது ஊனம் வடியும் நிலையிலிருந்த காயங்களை பார்த்த பெண் இராணுவத்தினர் "சீ சீ மூடு மூடு" என்று எனது மனம் நோகும் படியான கொச்சை வார்த்தைகளை கூறி சினந்துகொண்டார்கள். எனது கையைப் பிடித்து இழுத்துச்சென்று அவர்களது மேல் அதிகாரியின் முன் நிப்பாட்டி, சிங்கள மொழியில் ஏதோ கூறினாள். அப்பொழுது என்னால் எதையுமே புரிந்துகொள்ள முடியவில்லை.

அப்போது அனைத்து மக்களுக்குமான ஓர் அறிவித்தலானது அனைவருக் கும் கேட்கும்படியாக தமிழ் மொழியில் அறிவிக்கப்பட்டது. அனைவரும் ஒலிபெருக்கியை நோக்கி அறிவித்தலைச் செவிமெடுத்தனர்.

"ஒருநாள் போராளிகளாக இருந்தாலும் எம்மிடம் வந்து சரணடைந்து விடுங்கள். இல்லாவிடில் நாம் பிடித்துச்செல்ல நேரிடும்" என அறிவிப்புச் செய்யப்பட்டதும் சிறியவர்கள் கூடச் சென்று அவர்களிடம் சரணடைந் தார்கள். ஏனெனில் இறுதிநேரத்தில் பன்னிரெண்டு வயது சிறுவர்களை

கூடப் பிடித்துப் போராட்டத்தில் இணைத்திருந்தார்கள். நாம் அவர்களிடம் சரணடையாவிட்டால் எம் மக்களே எம்மைக் காட்டிக்கொடுப்பார்கள். ஆரம்ப காலத்தில் 2007களில் பிள்ளைகளைப் பிடிக்கும்போது கூட அப்படித்தானே நடந்தது.

பின்னர் இராணுவம் ஓர் உந்துருளியை சுட்டிக்காட்டி "ஷெல்களில் காயம் அடைந்த மக்கள் அனைவரும் மெசின்பெட்டியில் ஏறுங்கள். உங்களை வைத்தியசாலைக்குக் கொண்டு செல்லப்போகிறோம்" என்று கூறியதும் நானும் அந்த மெசினில் சென்று ஏறினேன். அப்பொழுது எனது குடும் பத்தையும் பிரிந்துசெல்லவேண்டிய சூழ்நிலைக்குத் தள்ளப்பட்டிருந்தேன்.

"என்னால ஏலாமல் கிடக்குது" என்பதைக்கூட எனக்குள் நானே சொல்லிக் கொள்ள வேண்டியதாக இருந்தது. அந்த நேரத்தில் இராணுவத்தினர் தமது மொழியில் ஏதேதோ பேசினார்கள். எம்மை உதாசினப்படுத்தி ஏதோ பேசுகிறார்கள் என்பதை மட்டுமே புரிந்துகொள்ளமுடிந்ததே தவிர வேற்று மொழியாகையால் எதுவும் விளங்கவில்லை. எமது தமிழினத்தின் வைத்தி யர்களும் சரி போராளிகள், பொதுமக்கள் என யாராக இருந்தாலும் காயம டைந்தவர்களைக் கண்டாலே அவர்களுக்கு என ஒரு தனி மரியாதையும் துணையுமாகவே இருந்தார்கள்.

காயமடைந்த அனைவரையும் ஒரு மெசின் பெட்டியில் ஏற்றினார்கள். அனைத்துக் காயம் அடைந்தவர்களும் வேதனையும் வெயிலும் வாட்டிட "நாங்கள் ஏன் தான் வந்தமோ, முள்ளிவாய்க்காலிலேயே செத்திருக்கலாம்" என்ற முனகல்களுடன் நெருக்கடிமிக்க மெசினில் ஏற்றி வவுனியா வைத்திசாலைக்குக் கொண்டுசெல்லப்பட்டோம்.

இராணுவத்தினர் எம்மை வைத்தியசாலை முன்பாக தள்ளி விழுத்துவது போல அவசர அவசரமாக இறக்கிவிட்டுச் சென்றுவிட்டார்கள். எம்மைப் பார்க்க அவர்களுக்கு அருவருப்பாக இருந்தது. வவுனியா வைத்தியசாலை வந்தடையும்போது நேரம் மாலை ஆறு மணியைத் தாண்டியிருக்கும் என நினைக்கிறேன். சற்று நேரத்தில் நாம் நின்ற இடத்துக்கு வைத்தியரும் தாதி யர்களும் வந்தார்கள்.

நாம் இருபத்தியைந்து பேர் இருப்போம். எம்மைப் பார்த்த வைத்தியர் "எனக்குப் பின்னுக்கு வாங்கோ" எனக்கூறி எம்மைக் கூட்டிச்சென்றார். காயப்பட்ட ஆக்கள் நிறையபேர் அதால உள்ளுக்க கட்டில்கள் போதியள வில் இல்ல என்பதால் "இங்கு இரவுக்கு இருங்கோ, காலையில பார்ப் போம்" என்று கூறிவிட்டுச் சென்றுவிட்டார்கள்.

அந்த நேரத்தில் அவசர அவசரமாக ஏற்றிக்கொண்டு வந்ததால என்னட்ட எந்த ஒரு பொருட்களும் இல்லை என்பது அப்பொழுதுதான் என்மனதில் பட்டது. கவலை மேலோங்க ஏனோ அன்று இரவு தூக்கம் வர மறுத்தது. புதிய இடம், புதிய மனிதர்கள், புதிய வார்த்தைப் பிரயோகங்கள் என

அனைத்துமே புதிதாக இருந்தது. இரவு நேரம் ஆகையால் எம்மை கவனிக்க அங்கு யாருமே இருக்கவில்லை.

வைத்தியசாலையில் குடிதண்ணீர் எங்குள்ளது என்பது கூட தெரியாது. எமது இடத்திலிருந்து பதினைந்து மீற்றர் தூரத்தில் ஒரு காவலாளியை மட்டும் காணமுடிந்தது. காவலாளி வேற்றுமொழி பேசுபவரோ என்ற அச்சம் மேலோங்கியதால் எதுவும் கேட்கமுடியவில்லை. மெசின்பெட்டி யில் இருந்து வந்தபடியால் எனது உடலிலிருந்து நீர் கூடுதலாக வடிந்து உடை நனைந்தது. உடல் வேதனை ஒருபுறம் கவலை ஒருபுறம். "கடவுளே என்னை மரணிக்கவைத்து விடு" என்று மனம் ஓலமிட மரணம் அங்கும் என்னைத் துரத்தியது போல ஓர் உணர்வு. காலை எப்பொழுது விடியும் என்ற எண்ணம் வட்டமிட்டுக்கொண்டிருந்தது.

இப்படியே ஏழு நாட்கள் கழிந்தன. ஏழாவது நாள் சிலரது பெயர்கள் ஒரு வைத்திய தாதியால் வாசிக்கப்பட்டது. அதில் என்ர பெயரும் இருந்தது. ஏன் எதற்கு என்று யோசனை செய்ய முதலே "வாசித்த பெயர் உள்ள ஆக்கள் மன்னார் ஆஸ்பத்திரிக்குப் போகத் தயாராகுங்கோ" என்று கூறப்பட்டது.

வவுனியாவிலிருந்து மன்னார் வைத்தியசாலைக்கு மாற்றப்பட்டேன். வைத்தியசாலையே வாழ்வாகியது. அங்கு தமிழ் வைத்தியர், எமக்கு என்ன தேவை என்பதைப் பார்த்து பார்த்து செய்து வந்தார். மாற்று உடை கூட இல்லாத நிலையில் சென்ற எனக்கு மன்னார் வைத்திசாலையில் தேவை யான பொருட்கள் ஓரளவுக்குக் கிடைத்தன என்றே சொல்லமுடியும். வைத் தியசாலையில் யாருமற்ற நிலையில் அங்கு தரும் சாப்பாட்டையும் தேனீரை யும் உணவாக எடுத்து நாட்களைக் கழித்து வந்தேன். என் வீட்டு உறவுக ளைக் காணவேண்டும் போல இருக்கும். எனக்குத் தெரிந்த அனைத்து முகாம்களுக்கும் கடிதம் அனுப்பி அனுப்பி களைத்துப் போய்விட்டேன் என்றே கூறலாம்.

அப்பொழுது தான் ஒருநாள் எனது இரண்டாவது அக்காவின் மாமா, நான் இருந்த இரண்டாவது வோட்டுக்கு வந்தார். என்னைக் கண்டதும் அருகில் வந்து "பிள்ளை நான் கன ஆஸ்பத்தியள்ள தேடிட்டன். இஞ்ச இப்பதான் வந்தனான். நல்லதாய் போச்சு" என்று கூறிக்கொண்டு தான் வாங்கிவந்த நெஷ்டமோல்டயும் பிஸ்கட்டையும் எடுத்துத் தந்துவிட்டு, "இந்தா பிள்ளை உன்ர அம்மாவையள் இருக்கிற இடத்து அட்ரஸ்" எனக்கூறி ஒரு பேப்பரை எடுத்து தந்து விட்டு, அவசரமாக செல்பவர் போல் சென்றுவிட்டார்.

எனக்குத் தகவல் தெரியாததால் எவரும் எதுவும் கொடுத்துவிடவில்லை போல. கையில் பணம் இல்லாததால் தேவையான பொருள் எதும் வேண்ட வசதியில்லை. அப்பொழுது சிறுதொகை பணம் இருந்தால் நல்லா இருந் திருக்கும் என எட்டா பழத்துக்குக் கொட்டாவி விட்ட கதைபோல நினைக்க மட்டும் தான் முடிந்தது.

அதன் பின் சில நாட்களுக்குப் பிறகு மன்னார் கச்சேரி ஊடாக காயப்பட்ட ஒவ்வொருவருக்கும் பத்தாயிரம் படி பணம் தரப்பட்டது. அதனை வைத்துத் தான் எனக்கு விருப்பமான பொருட்களை வாங்கிச் சாப்பிட்டேன். அத் தோடு தேவையான பொருட்களையும் வாங்கினேன். அதன் பின் என் குடும் பத்தினர் முகாம் வாழ்வை விட்டு விடுதலை பெற்று நம் சொந்த ஊருக்குச் சென்றனர். ஊருக்குப் போகப் போகிறார்கள் என்பதை நினைக்க ஒருபுறம் சந்தோஷமாகவும் மறுபுறம் கவலையாகவும் இருந்தது.

நானும் என்னைப் பார்வையிட்டுக்கொண்டிருந்த வைத்தியரிடம் சென்று "டொக்டர் எங்கட அம்மாவையள சொந்த இடத்துக்கு அனுப்புறாங்களாம். நானும் போகலாமா?" என்று கேட்டேன்.

அப்பொழுது அவர் "உங்கட முதுகு காயம் இன்னும் வடிவா மாறயில்ல. இன்னும் மூன்று மாதம் அளவில இருக்கவேண்டி வரும்" என்று கூறினார். என் மனம் முழுவதும் "மூன்று மாதங்கள் எப்பொழுது முடியும்" என்று மட்டும் தான் நினைவாக இருந்தது.

ஊருக்குச் சென்ற அம்மா, தங்கையின் நிலை என்னவோ? அப்பாவும் இல்லை... அத்தான் மாரும் தடுப்பில இருக்கிறதால தனியாக்களா நின்று என்ன செய்யுதுகளோ என்ற கவலை மேலோங்கியது.

20.08.2010 அன்று காலை வைத்தியர் எமது இருப்பிடம் வந்து, "அமுதா நீங்கள் வீட்ட போக வெளிக்கிடுங்கோ. என்னை ஒருக்கால் வந்து சந்திச் சிட்டு போம்" என்று கூறினார்.

நானும் வைத்தியரைச் சந்திக்க சென்று அவருக்கு முன் உள்ள இருக்கையில் அமர்ந்தேன். "அமுதா, ஒருமாதம் முன்னம் 25 பிள்ளைகள அனுப்பினான். அவையல காணயில்லை என்று தேடுகினம்" என்று அவர் சொல்லிக் கொண்டிருக்கும் போது, என் உடல் நடுங்க ஆரம்பித்தது.

"என்னையும் அவையின்ட பெற்றோர் கேட்டவையல். அதால நான் உம்மல வவுனியா அனுப்புறன். அங்கயிருந்து பஸ் ஏறி வீட்ட போம்" என தன்னால் முடிந்த அறிவுரை வழங்கினார். அவர் எனக்கு மட்டுமல்ல எனக்குமுன் வீடு சென்ற அனைவருக்கும் சொல்லித் தான் அனுப்பியிருந்தார்.

நான் இரண்டு கைகளையும் கூப்பி அவரை வணங்கி "நன்றி டொக்டர் நான் போய்ட்டு வாரன்" என்று கூறிவிட்டு பின்னர் என்னுடன் இருந்த சக உறவு களுக்கும் நான் செல்லும் விடயத்தை கூறிவிட்டு ஆயத்தமானேன். அங்கி ருந்து வவுனியா வைத்தியசாலை வந்தடைந்து பின்னர் அங்கிருந்து கிளி நொச்சி என்று பெயர் பலகை போட்டிருந்த பஸ்ஸில் ஏறி அமர்ந்து கொண்டேன்.

நான் வைத்தியசாலையிலிருந்து புறப்பட்டதிலிருந்து மூன்று இடங்களில் சோதனை நடைபெற்றது. பலத்த விசாரணைகளும் நடந்தன. வைத்திய

சாலையின் நோய்நிர்ணய அட்டையும் மெடிக்கலும் என்னைக் காப்பாற்றி எம் ஊர்வரை கொண்டுவந்துவிட்டது.

இரணைமடு சந்தி இறங்குங்கோ சத்தம் கேட்டு தட்டுத்தடுமாறி இறங்கினேன். சந்தியிலிருந்து எமது வீடு மூன்றரை கிலோ மீற்றர் தூரம் இருக்கும். எப்படிச் செல்வது என்று யோசிக்கும் போது மீள்குடியேற்றத்துக்கென யாழ்ப்பாணத்திலிருந்து வந்த ஒரு குடும்பத்தைக் கண்டேன். எனது வீட்டிலிருந்து சிறிது தூரத்தில் இருப்பவர்கள். அவர்கள் என்னைக் கண்டதும் "அமுதா வாவன் இதில போவம்" என்று ஆரவாரப்படுத்தி ஏற்றினார்கள். நானும் அவர்களது வானில் ஏறி வந்து வீட்டுச் சந்தியில் இறங்கினேன்.

ஒன்றறை வருடம் கழிந்து வந்து எனது ஊரைப் பார்த்தபோது வாழ்ந்த காலங்களின் சந்தோஷம் முற்றாக நிசப்தமாகி இருந்தது. சந்தியிலிருந்து எனது வாழ்க்கையையும் எடுத்துக்கொண்டு நடக்க ஆரம்பித்தேன். என் உறவுகளுடனும் நண்பர்களுடனும் ஆடிப்பாடி மகிழ்ந்து திரிந்த இடம் இன்று ஒற்றையடிப் பாதையானது. அதில் கடந்த காலங்களை எட்ட நின்று நினைத்துப் பார்த்துக்கொண்டு நான் மட்டும் தனியே நடக்கிறேன்.

மூன்று வயது முதல் எனக்கு உற்ற தோழியாக இருந்த சித்திராவை இங்கே தான் நெஞ்சு நிறையப் பார்த்துப் பழகியிருந்தேன். எம் நட்பை ஊரே வியந்தது. அயல்வீட்டு சைலி, எம்மைப் பார்த்துப் பொறாமை கொண்டு "உங்கள் ரெண்டு பேரையும் நான் பிரித்துக் காட்டுறன் பாருங்கோ" என்று அடிக்கடி எம்மிடம் சொல்வாள். நாங்களும் பதிலுக்குச் சவால் விட்டுச் செல்வோம்.

எம் ஊரில் எமக்கென பல இனிமையான நினைவுகள் உள்ளன. என் பசி போக்க கஞ்சி காய்ச்சித் தந்த என் ஊர். அப்பா குடித்துவிட்டு வைத்த பனம் கள்ளில் நானும் ருசிபார்த்து சில நொடிகள் மயங்கிக் கிடந்தேனாம் என்று அடிக்கடி அம்மா சொல்வார். "பனம் கள்ளு குடிச்சனி தானே" என்னில் ஏதும் கோவம் என்றால் தங்கையின் வாயிலிருந்து வரும் முதல் வார்த்தை இதுதான். அம்மன் கோவிலடியில நானும் என் நண்பியும் போட்ட திருகு தாளத்துக்கு அளவே இல்லை. இப்ப நினைச்சாலும் மாறாத வடுவா மன சில நிறைஞ்சிருக்கிறது. ஐந்து வயதில் தென்னை மரத்தில் ஏறி என் அப்பா விடம் கத்திப்பிடியால் அடிவேண்டினேன்.

இரணைமடு மாதா கோவிலில் திருப்பிரசாதம்... ஏடாகுடமா என் நண்பன் ரவி நாக்க நீட்ட, சிஸ்டர் அவன பார்த்திட்டு சிரித்துக்கொண்டு போனார். அன்றிலிருந்து அவனைக்கண்டால் நாங்கள் எல்லோரும் ஒரே நக்கல் தான். அவனையும் இயக்கம் பிடித்துக் கொண்டுபோனார்கள். இப்ப அவன் உயிரோட இல்லை. ஒரே மாதிரி உடுப்பு ஒரே கடையில் எடுத்து மாறி மாறிப் போட்டு நானும் என் நண்பியும் கண்ணாடி முன் நின்று இரசித்த காலமும் கண்ணுக்குள்ள இன்னும் காட்சியாய் இருக்கு.

பழைய ஞாபகங்களோடு வீட்டு வாசலை அண்மித்த நான் வீட்டைப் பார்த்தேன். பழைய மண் வீடு. அழிந்தேபோய் அடையாளம் தெரியாது பாழடைந்திருந்தது. நிறைய தூரம் நடந்துவந்து நிறைய சோகம் நெஞ்சில் வாங்கிக்கொண்டு வந்திட்டன். என் நெஞ்சில் வாழ்ந்த என் நண்பி இந்த நேரம் என் அருகில் இல்லையே எனும்போது கண்கள் நிறைய கண்ணீர் தான் மிஞ்சி இருந்தது. எங்கும் என் அப்பாவின் நினைவுகள். கூடவே நண்பர்கள் அயலவர்கள் வாழ்ந்திருந்த அடையாளம் தான்.

"யார் என்று பாருங்கோவன்" என்ற தங்கையின் குரல் கேட்டு திடுக்கிட்டுப் போன நான், அப்பொழுது தான் சுய நினைவுக்கு வந்தேன். என்னைப் பார்ப்பதற்கு அயலவர்கள், உறவினர்கள் எனச் சிலர் வந்துசென்றார்கள்.

ஆறு தடிபோட்டு தரப்பால் இழுத்துக்கட்டி அம்மாவும் தங்கையும் இந்த இறப்பர் வீட்டில் வாழ்ந்திருந்தார்கள். "அப்பா இல்லாதது இப்ப தான் தெரியுது" என்று அடிக்கடி தங்கையின் வாயிலிருந்து வந்த வார்த்தைகள் அனைவரையும் மௌனமாக்கியது.

அன்று சைலியும் அவளுடைய அம்மாவும் என்னைப் பார்க்க வந்திருந் தார்கள். எப்பொழுதும் அதிகமாகப் பேசும் சைலி அன்று மௌனமாக இருந்துவிட்டுச் சென்றாள். சில நேரம் என்னையும் என் நண்பி சித்திரா வையும் பிரித்துவிட்டேன் என்ற எண்ணம் தான் அவளை என் முன் மௌனமாக்கியதோ? சித்திராவின் அக்கா ஒருவர் ஆசிரியராக உள்ளார்.

ஒருநாள் எங்கள் வீட்டுக்கு வந்தவர் என்னைப் பார்த்ததும் "உன்னை மாதிரி காயப்பட்டு வந்திருந்தாலும் நாங்கள் சந்தோஷப்பட்டிருப்பம். குடும்பத் தையே கொண்டுபோனவள் என்னை மட்டும் விட்டிட்டு போட்டாளே" என்றவரின் கவலை முழுவதும் சித்திராவையே நினைத்திருந்தது. என்னை கட்டித்தழுவி அழுகையை வெளிப்படுத்தினார். அவருக்கு ஆறுதல் கூற முடியவில்லை. அவர்களின் இழப்புச் சிறிய இழப்பில்லை.

16.05.2009 அன்று அவர்கள் குடும்பமாகப் பங்கருக்குள் இருந்தபோது விழுந்த ஷெல்லில் கமலா ரீச்சரும் அப்பாவும் தம்பியும் தான் உயிர் தப்பினார்கள். மூன்று தங்கைகள், அம்மா, கணவன், பிள்ளை என எல்லாரு மாக ஆறு பேர் இறந்துவிட்டார்கள். என்னாலேயே எனது நண்பியின் இழப்பைத் தாங்கமுடியவில்லை. அவருக்கு எப்படியிருக்கும்?

அவள் பின்னிவிடும் இரட்டை சடையும் சிரிக்கும்போது விழும் கன்னக் குழியும் கண்களால் கூறும் கதைகளும் அனைவரையும் கவரும் பேச்சுகளும் மறக்கக் கூடியதா? எங்கு செல்வதாயினும் என்னையும் அழைத்தே செல் வாள். 12.05.1989இல் பிறந்த அவளது ஒவ்வொரு பிறந்தநாளுக்கும் நான் கோவிலுக்கு சென்று அவள் பெயரில் அர்ச்சனை செய்யும்போது கோவில் குருக்களின் கண்கள் கூட கலங்கியிருக்கும். "உங்களைக் காலம் தான் பிரிக்கும்" என்று அவர் முன்பு சொல்வார். அது எவ்வளவு உண்மை என இப்பொழுது தான் உணர்கிறேன்.

எங்கள் இருவருக்கும் மிகவும் பிடித்த விளையாட்டு பல்லாங்குழி. பிடித்த பொழுதுபோக்குச் சிறுகதை எழுதுவது. வைத்தியசாலையில் தினமும் ஆத்மாக்கள் குவிகையில் கூட நான் நினைத்திருக்கவில்லை. ஆவிகள் அழுகையும் காகங்களின் கரையலும் மயானங்கள் அதிகரிக்கின்றன என்பது மட்டும் தான் என் மனதில் புலப்பட்டது. செத்தவர்களைக் கிடங்குகளில் கொட்டிவிட்டார்கள். அப்பொழுதும் என் நண்பி என்னைவிட்டுச் சென்று விடுவாள் என்று நான் நினைக்கவில்லை.

சமாதானக் கொடி பறப்பதுபோல அமைக்கப்பட்டிருந்த மக்களின் தரப் பால் கொட்டகைகள் எதையும் இராணுவத்தினர் பொருட்படுத்தியதாய் தெரியவில்லை. மாத்தளனில் அடங்கி நின்றது வலைஞர் மடத்தில் உடைப்பெடுத்தது முள்ளிவாய்க்கால் கரைப்பகுதி எல்லாம் கடந்து குருதி பாய்ந்தது. தலையில்லாத மரங்கள் கூட ஊதுபத்தி புகையாகி சோகத்தை மிகைப்படுத்திக்கொண்டிருந்தன. அதில் என் நண்பர்களும் சுற்றத்தவர் களும் கூட தும்சமாகப்பட்டுள்ளார்கள் என்பதை நான் மட்டும் தான் அறியவில்லை.

முள்ளிவாய்க்காலில் நடந்த இனப்படுகொலைகளைப் பார்த்துப் பேய்களே அழுதுவிட்டன. இதயங்களில் குழிவெட்டி எம் உணர்வுகளைப் புதைத் தாலும் அப்பொழுதும் "கடவுளே நீ கூட ஷெல்லில் செத்துவிட்டாயா?" என என்னுள் நானே கடவுளைச் சபித்துக்கொண்டு இருந்தேன். ஏன் என்று கேட்டவர்களுக்குக் கண்ணீர் தான் பதிலாகியது. கருணை இல்லாதவனை கடவுள் எனச் சொல்வதா என மனதுக்குள் சொல்லிக்கொள்வேன்.

வானொலியின் இசையரசி அவள் இசைப்பிரியா என்னும் நல் நங்கை. அவள் குரல் கேட்பதற்கு வானொலி அருகே காத்திருப்பவள் நான். "இசைப்பிரியாவின் காணொளியாம், சனல் 4இல் காட்டுறாங்களாம்" என்று யார் யாரோ கூறுகிறார்கள். அவள் கைகளால் நான் பொது அறிவு போட்டியில் முதலிடம் பெற்று பரிசில் பெற்றுள்ளேன். கேட்டபோது மனம் நம்பவில்லை. சிங்கள வெறியன் என் இசைக்குயில் இசைப்பிரியா அக்கா வுக்குச் செய்த துரோகத்தைப் பார்த்தபோது என்முன்னே அவனைக் கொண்டுவந்தால் கத்தியால் குத்தியே கொல்வேன் என்று பாஞ்சாலி சபதம் எடுத்தது போல எடுக்கவேண்டும் என உள்ளம் குமுறிக்கொண்டிருந்தது. இசைப்பிரியா என்னும் பாஞ்சாலியை அப்பொழுது காப்பாற்றுவதற்கு பாண்டவர் ஒருவரைக் கூட வெளியில் விட்டுவைக்கவில்லை. கொடிய துரி யோதனும் துச்சாதனும் கர்ணனும் சேர்ந்து பாண்டவர்களைச் சிறையில் அடைத்துவிட்டுத் துணிந்து இந்த ஈனச் செயலைச் செய்திருக்கிறார்கள் என்பது மட்டும் புலப்பட்டது.

சிறிது காலம் ஊரில் இராணுவக்கட்டுப்பாடு, வெளியில் செல்வதற்கே அச்சமாக இருந்தது. 1087ஆம் ஆண்டு காலப்பகுதியின் இந்திய அமைதிப் படையின் ஆட்சிக்காலம் போலத் தோன்றியது. ஆறுமணிக்கெல்லாம் ஆண்கள் கூட வீடுவந்து சேர்ந்துவிடுவார்கள். இடையிடையே சந்தி சந்தி

யாக இராணுவ விசாரணைகள் நடக்கும். அதைவிட வீடுகளில் அடிக்கடி விசாரணைகளும் கணக்கெடுப்புகளும் என்று கூட்டம் கூட்டமாக எங்கும் இலங்கை இராணுவத்தின் ஆட்சியாகவே இருந்தது. வாய் நிறைய எங்கட போராளிப்பிள்ளைகள் என்று கூறியவர்கள் போராளிகள் என்று கூட சொல்லமுடியாமல் தாய்மார்களின் இரகசிய பேச்சுகளில் மட்டுமே கேட்க முடிந்தது. அச்சம் நிறைந்த வாழ்க்கை வாழ்ந்துகொண்டிருந்தோம். அப்பொழுது மக்களுக்கான வீட்டுத்திட்டம், வீதிகள் திருத்தம் இன்னும் இன்னும் புனரமைப்புகள் என்று நடைபெற்றுக்கொண்டிருந்தன. கீறப்பட்ட நிலம். அதில் தார் கொட்டி கறுப்பு நிறமாகக் காட்சி தந்த வீதிகளில் விபத்துகளும் அதிகரித்து மீண்டும் எம் உறவுகளின் உயிர்களை குடித்துக்கொண்டிருந்தன. "அவர்கள் இருக்கும்போது வீதியில் ஒரு சாவை பார்த்திருப்பமோ, இப்போ பாருங்கோ" என்று மக்கள் அரசாங்கத்தை திட்டித்தீர்த்தார்கள். குடிசைகள் கல்வீடுகளாகின. எனது வீடும் தான். எமது வீடுகளை நிறுவனங்கள் வந்து நோட்டம் பார்த்தன. கதவு இல்லை ஜன்னல் கூட இல்லை. "லோன் தந்தால் வீட்டைத் திருத்திவிடுவிங்களோ?" என்று கேட்க, எம்மவர்கள் சிலர் ஊக்கக் கடன் பெற்றுக்கொண்டனர்.

எமது வீடுகளின் உள்ளேயிருந்து வெளியில் பார்க்கலாம். வெளியில் நின்று உள்ளே பார்க்கலாம். தைக்காமல் தந்த வீடு. அதனால் நாம் எல்லோரும் வெளியில் நின்று பார்த்தவர்களுக்கு எவ்வாறு தெரிந்தமோ அப்படியே வீடும் இருந்தது. அரசாங்கத்துக்கு எம் மக்கள் எவ்வாறு தோற்றமளித்தனர் என்பதை எம்மால் யோசனை செய்யக் கூட முடியவில்லை. கிராமங்களில் மகளிர் சங்கம் அமைத்தார்கள். மக்களுக்கு உதவி புரியப் போகிறார்கள் என்று நாமும் நினைத்தோம். ஆனால், மங்கையர் சிலரை மர்மமாகக் கடத்திச் செல்ல கிறிஸ்பூதம் என்னும் பெயரில் மர்ம மனிதர்கள் வந்து செல்கிறார்கள். கிறிஸ்பூதமாம், பெண்களைக் கடத்திச் செல்கிறதாம். இது ஒவ்வொருவரது கதையாகவும் இருந்தது. சில காலம் இவ்வாறு கடந்தன.

மனதளவில் பாதிக்கப்பட்ட எம் மக்களுக்கு வடக்கின் வசந்தம் என்னும் பெயரில் மின்சார வயர்கள் தொடுத்து மின்சார மீற்றர் போட்டனர். சிறிது நேரம் கூட சந்தோஷமில்லாத வீட்டுக்கு மின்சாரம். எமக்கு மனம் வெறுப்பிலிருந்தது. இறுதிப் போர் முடிந்து இத்தனை வருடங்களின் பின்னர் பெரியப்பா வீடு செல்வதற்காக பஸ்ஸில் ஏறிய நான், அக்கராயன் நோக்கிச் சென்று கொண்டிருந்தேன். பஸ், கிளிநொச்சி முறிப்பு மாவீரர் துயிலும் இல்லத்துக்கு அண்மையில் சென்றுகொண்டிருந்தது. திரும்பிப் பார்க்கிறேன், "ஐயோ எங்கட உறவுகளின் உன்னதமான இடம் இப்பிடி இடிந்து போய்க் கிடக்குதே" எனக் கதறி அழவேண்டும் போல இருந்தது. ஆனால் அழமுடியவில்லை. மனம் மட்டும் கலங்கி நின்றது.

தொகுப்பு: அமுதமலர் செல்வராசா

புழுதிக் குமாரி

கானகத்துக்குள்ளே யக்காவெள கிராமம் இருந்தது. கெப்பத்திகொல்லாவ நகரத்திலிருந்து வவுனியா நோக்கிச் செல்லும் பாதையில் சுமார் ஒரு கிலோ மீற்றர் தூரத்துக்குச் சென்றவுடன் வலது பக்கத்தில் ஒரு பாதை இருக்கின் றது. அதுதான் தல்கஹாவெல - கெப்பத்திகொல்லாவ பாதை. பாதையின் நெடுகே ஏழு கிலோமீற்றர் தூரத்துக்குச் சென்றவுடன் ஹல்மில்லவெட்டிய பாடசாலையைக் காணமுடியும். அங்கிருந்து ஐம்பது மீற்றர் தூரத்துக்குச் சென்றவுடன்தான் யக்காவெல சந்தி.

அந்நாட்களில் இச்சந்தியில் இரண்டு, மூன்று சிறிய கடைகள் இருந்தன. பாதையின் நெடுகே சென்றால் கனுகஹவெல, தல்கஹாவெல ஊடாக திக்க வெவைக்குச் செல்ல முடியும். சந்தியில் இடது பக்கம் திரும்பி இரண்டு கிலோமீற்றர் தூரத்துக்குச் செல்லும் போதுதான் எங்கள் கிராமம் வருகிறது.

அந்தக் காலகட்டத்தில் கெப்பத்திகொல்லாவையிலிருந்து ஹல்மில்ல வெட்டிய - கனுகஹவெல வரைக்கும் அரசாங்கத்தால் பாதை செப்பனிட்டு தரப்பட்டது. ஆனாலும் ஹல்மில்லவெட்டியவிலிருந்து யக்காவெல வரைக் கும் இன்னமும் இருப்பது குழிகள் நிறைந்த சரளை மண் பாதையே. பாதை யின் இரு மருங்கிலும் பெரிய காடு. அதிகமாக பரம்பை மரங்கள் பாதைக்கு அருகில் வளர்ந்திருக்கும். கிராமத்துக்குச் செல்வதாயின் இந்த கானகத்துக்கு நடுவே தான் செல்ல வேண்டும். இராப்பொழுதுகளில் இந்தப் பாதையில் யாருக்கும் செல்ல முடியாது. ஏனென்றால் எப்பொழுதும் பாதையின் குறுக்கே காட்டு யானைகள் கடந்து செல்லும். கிராமத்தில் மாமா ஒருவரும் யானையால் தாக்கப்பட்டு, இந்தப் பாதையில் மரணித்தும் இருக்கிறார்.

அநேகமாக பிரயாணங்கள் செல்வது பேருந்துகளிலேயே. கிராமத்தில் குறிப்பிட்டளவு உழவு இயந்திரங்கள் இருக்கின்றன. அதுபோலத்தான் துவிசக்கரவண்டிகளும். இவற்றினூடாகத்தான் நகர்புறங்களுக்கெல்லாம்

செல்வது. எமது பிரதேசத்தில் ஆறு கிராமங்கள் இருக்கின்றன. இந்த ஆறு கிராமத்துக்கும் இருப்பது ஒரே ஒரு பேருந்துதான். ஒரு மஞ்சள் நிறமான பெரிய பேருந்து. ஆனால், என்ன நடக்குமென்றால் ஒரு நாளைக்கு மூன்று, நான்கு தடவைகள் அது பழுதடைந்துவிடும். பேருந்தில் செல்வதைவிட மக்கள் நடந்தே செல்வர்.

கிராமத்து மக்கள் அந்தப் பேருந்தை "புழுதிக் குமாரி" என்பர். ஏனென்றால் எப்பொழுதுமே பேருந்து புழுதியில் குளித்திருப்பதால் அது காக்கி நிறம் தான். பேருந்து, ஒரு நாளைக்கு மூன்று தடவைகள் கிராமத்துக்கு வந்து போகும். நகரத்திலிருந்து மக்களை ஏற்றிக்கொண்டு விஹாரமில்லேவை கடந்து ஹல்மில்லவெட்டியவில் இருக்கும் யக்காவெல சந்திக்கு வரும். அவ்வாறு வரும் பேருந்தில் இருக்கும் ஹல்மில்லவெல, கனுகஹவெல, திக்கவெல என்று சொல்லப்படும் கிராமத்து மக்களை அவ்விடத்தில் இறக்கிவிடுவார்கள். பிறகு யக்காவெலயை நோக்கிச் செல்வார்கள். அவ்வாறு சென்று மக்களை ஏற்றிக்கொண்டு, நகரத்துக்குப் போகும் மக்க ளையும் ஏற்றிக்கொண்டு திரும்பவும் யக்காவெல சந்தியை நோக்கி வரும். அதன் பிறகு சந்தியில் இறக்கிவிடப்பட்ட மக்களைத் திரும்பவும் பேருந்துக் குள் ஏற்றிக்கொண்டு கனுகஹவெல, தல்கஹாவெல, திக்கவெல சென்று மீண்டும் நகருக்கு வரும்.

பிரயாணங்கள் மாத்திரம் போவதற்காக அல்லாமல் நெல் மூட்டை, வாழைக்குலை, கொஞ்சம் மரக்கறி என்பவற்றை விற்றுக்கொள்வதற்கு என்று எந்தவொரு வேலைக்கும் பேருந்து மட்டும்தான். இவ்வாறுதான் எங்கள் கிராமத்தில் பிரயாணங்கள் நடந்தன.

எனது பெயர் பவித்ரா மல்காந்தி கருணாதாஸ. ஐந்து பிள்ளைகள் கொண்ட குடும்பத்தில் நான்தான் கடைக்குட்டி. மூத்த அக்கா சுஜீவா மல்காந்தி, இரண்டாவது அக்கா மஞ்சுளா நயன காந்தி, சிறிய அக்கா தினுஸா திஸ்ஸ காந்தி. எனக்கிருந்தது ஒரே அண்ணன் தமித் பிரியங்கர. அம்மா இந்திரா வதி. அப்பா கருணாதாஸ. இது தான் எங்கள் குடும்பம். நாங்கள் சந்தோஷ மாக இருந்தோம். கஷ்டங்களும் இல்லாமல் இல்லை.

எங்களுக்கு இருந்தது ஒரு சிறிய வீடு. அது யக்காவெல பாடசாலைக்கு அருகில் இருந்தது. பெரிய வீடாக இல்லாவிட்டாலும் இரண்டு அறைகள், ஒரு சாலை, சமயலறையும் இருந்தன. முன்பகுதி செங்கற்களால் கட்டப் பட்டு, ஓட்டால் வேயப்பட்ட கூரை. அதன் பின்பகுதி கட்டப்பட்டி ருந்ததோ களிமண்ணால். எனது தந்தைக்கு அதிகமாக களிமண்ணால் கட்டப்பட்ட அறையிலிருக்கவே விருப்பம். அப்பொழுது அது உடலுக்கு மிகவும் சுவாத்தியமானது என எனது தந்தை சொல்வார். எங்கள் வீட்டுக்கு முன்னே ஒரு மாமரம் இருக்கின்றது. நாங்கள் விளையாடுவது அங்கேதான். நாங்கள் உட்கார்ந்து கொள்வதற்காக சிறியதொரு வாங்கு ஒன்றைச் செய்திருந்தார். எங்கள் தோட்டத்தைச் சுற்றி அருகருகே கொடிகள் காணப் பட்டன. இடது பக்கத்தில் எங்கள் அத்தையின் வீடும், வலது பக்கத்தில்

எங்கள் பெரியப்பாவின் வீடும் இருந்தது. அதனாலேயே நாங்கள் ஒரு போதும் தனிமையை உணரவில்லை.

எனது அப்பா கட்டுமஸ்தானவர். அவர் உயரமானவர், தாடியை கட்டை யாக வெட்டி, தலைமுடியை நேர்த்தியாக வாரியிருப்பார். சாதாரணமாக அப்பா காற்சட்டை அணிவதில்லை. அவர் எப்பொழுதுமே சாரமும் மேற் சட்டையுமே அணிந்து, தோற்றத்தில் அசல் கிராமத்தவர் போல இருப்பார். அப்பாவைப் போன்று எங்கள் அம்மா, உயரம் கிடையாது. ஆனால், நிறத் தால் வெண்மையோ வெண்மை. கூந்தல் அவ்வளவு நீளமாக இல்லாதுவிட் டாலும் தோற்றத்துக்கு அந்த கூந்தல் மிகவும் ஒத்துப்போனது. அவருக்கு இருந்தது ஒரு சிறிய முகம். சிரிப்போ சந்தோஷம் பொங்கும் ஒரு சந்திர னைப்போல. அவர் சிரிக்கும்போது பார்த்துக்கொண்டிருப்பதே எனக்கு விருப்பம். என்னை அணைக்கும்போது உடலில் வரும் ஸ்பரிசம் இந்த ஜென்மத்தில் மாத்திரம் அல்ல பல ஜென்மங்களுக்கு வேண்டும் போல தோன்றும்.

சீத்தையும் மேற்சட்டையும் அணியவே அம்மாவுக்கு விருப்பம். அநேகமாக எப்பொழுதும் அவர் வெள்ளை நிறம், இளஞ்சிவப்பு நிற மேற்சட்டையே அணிவார். அம்மாவுக்கு அதுவே விருப்பம். அது அவருக்கு மிக அழகாக இருக்கும்.

அப்பா விவசாயமே செய்தார். எமக்காகத் தந்தை மிகவும் கஸ்டப்பட்டார். அம்மாவும் அப்பாவைப் போலவே எங்கள் வேலைகளையும் செய்து கொண்டு அப்பாவின் சேனை வயல் வேலைகளுக்கும் நிறையவே உதவி செய்தார். எங்கள் குடும்பத்தில் எல்லோரும் உயர்ந்தது அவரவர் கஷ்டப் பட்டே ஆகும். எனது நினைவிடுக்கின்படி என் வாழ்க்கையில் எல்லாமே மாறிப்போகும் போது நான் நான்கு வயதுடையவளாக இருந்தேன்.

அது 2006ஆம் ஆண்டு. அப்பொழுது பெரியக்கா திருமணமாகி சிறிய மக னும் இருந்தார். அவர் திருமணம் செய்திருந்தது கடற்படையில் பணியாற் றும் ஓர் அண்ணாவைத்தான். பின்பு அவர் பணியிலிருந்து விலகி எமது கிராமத்தில் கடையொன்றை நடாத்தி வந்தார். அந்த காலகட்டத்தில் நாட் டின் நிலைமை அவ்வளவு நன்றாக இருக்கவில்லை. யுத்தமும் சண்டை களும் நடைபெற்ற வண்ணம் இருந்தன. அதனால்தான் அந்த அண்ணா வீட்டில் நின்றிருப்பார் போல. மஞ்சு அக்கா அப்பொழுது வேலைக்குச் சென்றுகொண்டிருந்தார். அவர் கெப்பத்திகொல்லாவ ஆடைத் தொழிற் சாலையில் வேலை செய்து கொண்டிருந்தார். காலையிலிருந்து மாலை வரைக்கும் வேலைக்குப் போய் வருவார். அவர் என்னோடு மிகவும் அன்பானவர். அவர் எனது அம்மாவைப் போலவே எமக்கு ஏதாவது மாலை வேளையில் வாங்கி வர ஒருபோதும் மறந்ததில்லை. எனது சிறிய அக்கா க.பொ.த சாதாரண தர பரீட்சைக்குத் தோற்றி விட்டு வீட்டிலிருந்தார். நிதமும் எனக்கு அவரோடுதான் சண்டை.

வீட்டிலுள்ள அனைத்து வேலைகளும் செய்ய எனது சிறிய அக்காவுக்கு முடியும். குடும்பத்தில் உள்ள ஒரே ஆண்பிள்ளை அண்ணா. அவர் அப்பொழுது பாடசாலை சென்றுகொண்டிருந்தார். நான் நினைக்கிறேன் அவர் தரம் எட்டில் கல்வி கற்றார் போல. கிராமத்தில் இருந்த பாடசாலை. அதனால் ஐந்தாம் தரம் வரைக்கும் மட்டுமே வகுப்பறைகள் இருந்தன. அதனால் சின்ன அண்ணா ஹல்மில்லவெட்டிய பாடசாலைக்கே சென்றார். அங்கே பதினோராம் தரம் வரைக்கும் வகுப்பறைகள் உள்ளன.

எங்கள் கிராமத்தில் நிறையபேர் விவசாயமே செய்தனர். இருபது பேர்வரையில் கிராமபாதுகாப்பு திணைக்களத்தில் வேலை செய்தனர். என்ன வேலையை யார் செய்தாலும் கிராமத்தில் உள்ள அனைவரும் விவசாயம் செய்தனர். அப்பாவின் சேனை இருந்தது உஸ்கல எனுமிடத்தில். "உஸ்கல", கிராமத்திலிருக்கும் ஒரு சிறிய மலை. அதில் முன்பொரு காலத்தில் விகாரை ஒன்றிருந்ததாக கிராம மக்கள் கூறுவர். கல்வெட்டு ஒன்றும் அங்கிருக்கிறது. அந்த மலைக்குக் கீழேதான் எங்கள் சேனை இருந்தது. அம்மாவும், அப்பாவும் இணைந்தே சேனையில் அனைத்து வேலைகளையும் தனியாகவே செய்வர். சில நாட்களில் சின்னக்காவும், சின்னண்ணாவும் கன்றுகளை நாட்டுவர். அதுபோல வேலைகளுக்கு கூட்டிச் செல்வார்கள். அறுவடை காலம் வரும் வரைக்கும் நிறையவே கஸ்டப்பட வேண்டியிருக்கும். காய் காய்க்கும் காலத்தில் சேனைக்கு செல்வதற்கு எனக்கு மிகவும் விருப்பம். அக்காலத்தில் சோளத்தை அங்கேயே அவித்து சாப்பிடலாம். அப்பா சேனையில் மிளகாய், பயிற்றங்காய், பூசணி, குரக்கன், பெரிய சோளம் போன்றவற்றைப் பயிரிடுவார்.

சேனைப் பயிர்ச்செய்கையில் ஈடுபட்டாலும் பயிர் முளைத்த நாள் தொடக்கம் சேனையை துப்புரவு செய்து வீடு போகும் நாள்வரைக்கும் அதனை பாதுகாப்பதற்கு நிறையவே பாடுபட வேண்டியிருக்கும். ஏனென்றால் அந்தப்பகுதியில் யானை, பன்றி, மான் போன்ற நிறைய விலங்குகள் இருக்கின்றன. அதனாலேயே அப்பா, பகல் வேளைகளில் சேனை வேலையில் ஈடுபடுவது போலவே இராப் பொழுதுகளிலும் பயிர்களைக் காக்க வேண்டியிருந்தது. எங்கள் அம்மா, இரவு சாப்பாட்டை நேரத்துடனேயே தயார் செய்துவிடுவார். மாலை ஆறு மணிக்கெல்லாம் சமைத்து முடிந்தாகிவிடும். பிறகு அம்மா, எங்கள் அனைவருக்கும் அலுமினிய கோப்பையில் சாப்பிடுவதற்காக சோறு போட்டுத்தருவார். தினமும் மாமரத்தடியில் இருந்துதான் மாலையில் சாப்பிடுவோம். மீன், இறைச்சி சமைக்கின்ற நாட்களில் அண்ணா எனது தட்டிலிருந்து களவாக எடுத்துச் சாப்பிடுவார்.

"அம்மா... அண்ணா களவாகச் சாப்பிட்டார்" என்று சொல்லிக்கொண்டு நான் அழும்போது அம்மா வந்து அண்ணாவுக்கு ஏசுவார். அப்போது அண்ணாவைப் பார்த்துச் சிரிப்பேன்.

அப்பா, அநேகமாக நேரத்துடன் சாப்பிடுவதில்லை. அம்மா கட்டிக் கொடுக்கும் சோற்றையும் எடுத்துக் கொண்டு மாலை ஆறுமணி அளவில் பயிர்

களைக் காக்க சேனைக்குச் சென்றுவிடுவார். இனி அவர் அடுத்தநாள் தான் வருவார். காலையில் அவர் வரும்போது நாங்கள் பாடசாலை சென்று விடுவோம். அப்பாவுக்கு சேனை இருந்தது போல இன்னொரு வயலும் இருந்தது. அது கிராமத்தில் இருந்த குளத்துக்கு கீழே இருந்தது. வயல், சேனைகள் செய்கின்ற காலத்தில் சமயச் சடங்குகளை செய்துதான் அதனை ஆரம்பிப்போம். அறுவடை நன்றாக இருப்பதற்கும் விலங்குகளிடம் இருந்து பயிர்களைக் காத்தும் தரவேண்டுமென காணிக்கை ஒன்றை கட்டி நேர்த்திக்கடன் செய்வோம். முதன்முதலாக விஹாரமில்லேவையில் இருக்கும் விஷ்ணு தேவாலயத்தில் எல்லைக்கடவுளுக்கு நேர்த்திகடன் செய்வோம். பின்பு பிள்ளையார் கடவுளுக்கு நேர்த்திக்கடன் செய்வோம்.

எங்கள் கிராமங்களில் சேனை வயல்களை அறுவடை செய்வது சிங்கள-தமிழ் புத்தாண்டு காலம் நெருங்கும்போதே ஆகும். அப்பொழுது கையில் கொஞ்சம் காசு இருக்கும். அப்பா நெல்வயலை துப்புரவு செய்து அதனை சூடு மிதித்து பிறகு அதில் முதலாவதாக கொஞ்சம் நெல்லைக்குத்தி அரிசியாக்கி வைத்துக்கொள்வார். அந்த அரிசியை இரண்டு பகுதிகளாக பிரித்து அதில் பாற்சோறு சமைப்பார்கள். அதற்கு கிரிஹெர என்று சொல்வார்கள்.

கிரிஹெர பூஜைக்கு அவர் தனியாக செல்வதில்லை. நானும், அம்மாவும், அண்ணாவும் உடன் செல்வோம். நாங்கள் ஒரு பேருந்திலேயே செல்வோம். அதற்காக நாங்கள் விஹாரமில்லேவ விகாரைக்குச் செல்வோம். விகாரைக்குள் விஷ்ணு தேவாலயம் ஒன்று உள்ளது. பூசாரிக்கு ஊதுபத்தி, பூ, பழங்கள், கிரிஹெர, வெற்றிலை, பாக்கு ஆகியவற்றை கொடுத்தவுடன் அதை வைத்து புத்த பகவானுக்குப் பூஜைகள் செய்வார். பின்னர் தெய்வங்களுக்கு தானம் கொடுப்பார். தேவாலயத்துக்குள்ளே நடுவில் இருபக்கமும் பிரிக்கப்பட்டு ஒரு பக்கம் புத்த பகவானின் உருவமும், மற்றப் பக்கத்தில் விஷ்ணு கடவுளின் உருவமும் நிறையவே இருக்கின்றன.

கிரிஹெர பூஜைக்கு பிறகு அப்பாவுக்கு, பூசாரி நெற்றியில் ஓர் அடி அடித்து ஒரு மந்திரத்தைச் சொல்லி கையில் நூல் ஒன்றைக் கட்டுவார்.

“சமன் கடவுளினதும், பத்தினி அம்மாவினதும் எல்லைக் காவல் தெய்வத்தினதும் பாதுகாப்புக் கிடைக்கட்டும்” என்று கூறி ஆசீர்வதிப்பார். அதன் பின்னர் பூசாரியை வணங்கி நாங்கள் வீடு திரும்புவோம்.

அதன் பிறகு ஒரு நல்ல காரியம் நடக்கும். அது என்னவென்றால் பிள்ளையாருக்கு நேர்த்திக்கடன் வைப்பது. அதற்கு நாங்கள் பிள்ளையாரை வணங்குவது அல்லது தெய்வத்தை வணங்குவது என்று சொல்லுவோம். கிராமத்தில் உள்ள அனைவரும் ஒரு வருடம் கஸ்டப்பட்டு நெல் அறுவடை செய்து சூடுமிதித்ததற்கு பிறகு புத்தாண்டுக்கு முன்னர் பிள்ளையாரை வணங்குவோம். பிள்ளையாரை வணங்குவதற்கு முன்னர் அந்த கிரிஹெர பூஜையை செய்திருத்தல் வேண்டும். அதன் பிறகு திருவிழாவுக்கு கொண்டு செல்ல பலகாரங்கள், வாழைக்குலை போன்றவற்றை ஆயத்தம் செய்வோம்.

பலகாரங்களை அம்மா செய்வார். ஆனால் பிள்ளையாரை கும்பிடும் இடத்துக்கு அம்மா செல்ல மாட்டார். பிள்ளையாரை கும்பிடும் இடத்துக்குச் செல்ல பெண்களுக்குத் தடை. ஆனால், சிறுபிள்ளைகளுக்கு என்றால் பரவாயில்லையாம். அதனால் எனக்கு அந்த இடத்துக்குச் செல்வதற்கு முடியுமாக இருந்தது.

அவ்வாறு போவதற்கு முன்னர் கிராமத்தில் உள்ள அனைவருக்கும் சொல்வார்கள். சில நாட்களில் கிராமத்தில் உள்ள இரண்டு, மூன்று பேர் பிள்ளையாரை வணங்குவார்கள். பலகாரம், வாழைப்பழம், வெற்றிலை, தேங்காய், அரிசி போன்றவற்றை எடுத்துக்கொண்டு செல்வது அண்ணனின் நண்பர்கள். மாமாமார் தேவையான அனைத்தையும் எடுத்துச் செய்வர்.

இந்த பிள்ளையாரை வணங்கும் இடம் இருந்தது குளத்தின் அருகே இருந்த ஒரு மலையின் மூலையில் பெரிதாக வளர்ந்த ஆலமரத்தினடியில் முப்பது அடி உயரமான பெரிய நிழலில் ஆகும். பிள்ளையார் கோவிலுக்கென தனியான கட்டடம் கிடையாது. மரத்தின் மூலையில் இருக்கும் ஒரு கல்லில் பிள்ளையாரை வணங்கிக் கொள்வார்கள். இது வருடா வருடம் நடக்கின்ற ஒன்று. அதன்பிறகு வாழைக்குலையின் மீது பூக்கள், விளக்கு ஆகியவற்றை வைத்து பூஜைக்கான ஆயத்த வேலைகளைத் தொடங்குவர். கிராமத்தில் உள்ள வயது வந்த ஆண்பிள்ளைகள், தேங்காய் துருவுவார்கள். அப்பாவும், பெரியப்பாவும் குளத்து நீரில் அரிசியைக் கழுவுவார்கள். அன்று நாங்கள் குளத்து நீரையே குடிப்போம். பாற்சோறு சமைத்ததன் பிறகு கடவுளுக்கு ஒரு பகுதியைப் படைத்து பூஜையை செய்வார்கள். அதன்பிறகு எல்லோரும் குளத்தின் அருகில் இருக்கும் மலை நெடுகே அமர்ந்துகொள்வர். பின்பு அனைவருக்கும் வாழைப்பழத்துடன் பாற்சோறு பரிமாறப்படும். பெரியவர்கள் அன்றைக்கு பாற்சோறு சாப்பிட மிளகாய், தேசிக்காய், உப்பு ஆகியவற்றைக் கொண்டு ஒரு சொதியைத் தயார் செய்து கொள்வர். அதையும் பாற்சோறு சமைக்கும் இடத்திலேயே சமைப்பர். அவற்றை அரைப்பதற்கு அரிக்கன்சட்டியையே பயன்படுத்துவர். பின்னர் ஒரு சிரட்டையில் தண்ணீர் எடுத்து ஊற்றுவர். நான் என்றால் அந்த சொதியை ஒருபோதும் சாப்பிட்டதில்லை.

அனைவரும் ஒன்று சேர்ந்து பாற்சோறு சாப்பிடுவது பார்ப்பதற்கு மிக அழகாக இருக்கும். குளத்தில் இருந்து வரும் தென்றலோடு ஓர் இனிமை தோன்றும். எனக்கென்றால் மோதகமும் பாற்சோறும் சாப்பிடுவதற்கே ஆசை. அப்பா எனக்கு நிறைய மோதகம் தருவார். அனைவருக்கும் பாற்சோறு சாப்பிட கொடுத்து வீடுகளுக்குக் கொண்டுசெல்லவும் பகிர்ந்து தருவார். இது கிராமத்தில் நடக்கும் ஒரு சிறிய உற்சவம் போன்றது. இந்த காலத்தில் ஒவ்வொருவரும் அவரவர் பிள்ளையாரை வணங்குவர். நாங்கள் போவதென்றால் பாற்சோறு சாப்பிடுவதற்காகத்தான். அதற்கு மேலாக விளையாடுவதற்கு. கிராமத்தில் உள்ள பிள்ளைகள் அனைவரும் வருவதால் குளத்திடையில் புல் திடல்களில் நாங்கள் விளையாடுவோம். அநேகமாக ஓடிப்பிடித்து விளையாடுவோம்.

எனது நெருங்கிய நண்பி யஷோதா. அவள் எங்கள் வீட்டுக்கு அருகிலேயே வசிக்கிறாள். சிறுபராயம் தொடக்கம் நாங்கள் இருவரும் ஒன்றாகவே இருக்கின்றோம். நாங்கள் இருவரும் ஒரே வகுப்பிலேயே கல்வி கற்றோம். ஒரே பாடசாலைக்கே சென்றோம். அது யக்காவெல ஆரம்ப பாடசாலை. அந்தப் பாடசாலை எங்கள் வீட்டிலிருந்து ஐம்பது மீற்றர் தூரத்திலேயே அமைந்திருந்தது. எமது பாடசாலையில் இருந்ததோ நான்கைந்து வகுப் பறைகள்தான். அதுவும் ஒரே கட்டடத்தில்தான் அமைந்திருந்தது. முழு பாடசாலையிலும் மொத்தமாக நாற்பது பேர் வரையில்தான் இருந்திருப்பர். அவர்கள் அனைவரும் எமது கிராமத்தவர்களே. எனது வகுப்பறையில் பத்து பேர்வரையில் இருந்தனர். அதில் எனது அருகிலேயே இருந்தவள் யஷோதா. நாங்கள் விளையாடுவது என்றாலும் ஒரே அணியிலேயே விளையாடு வோம்.

நான் சிறு வயதில் கல்வி கற்பதில் மிகவும் திறமைசாலி. எங்களுக்கு ஒரு நல்ல ஆசிரியர் இருந்தார். அவர்தான் சந்தன் சேர். அவர் கொஞ்சம் கருமை நிறமானவர், உயரமானவர். சிலவேளை அவருக்கு நாங்கள் பயப்படுவோம். ஆனாலும் அவர் எங்களுக்கு மிகவும் அன்பானவர். நன்றாகக் கற்றுக் கொடுப்பார்.

எமது பாடசாலையில் ஒரு பெரிய அரச மரம் இருக்கின்றது. நாங்கள் அவ்விடத்திலேயே விளையாடுவோம். எமது கிராமத்தில் ஒரு விகாரை இல்லாததால் கிராம மக்கள் அவ்விடத்திலேயே விரதம் பிடித்தனர். கிராமத் தில் உள்ள அனைவரும் பணை சொல்வதற்கு அவ்விடத்துக்கே வருவர். நோய்வாய்பட்டவர்கள் ஏழு நாட்கள் வரையில் அவ்விடத்துக்கு வந்து போதி பூஜைகளைச் செய்வர். கையில் பூக்களையும், வெண்ணிற ஆடை களையும் உடுத்திக்கொண்டு அனைவரும் அப்பூஜைகளைச் செய்ய அவ் விடத்துக்கு வருவர். சிலவேளைகளில் பிக்குகளை அழைத்து வந்து தர்ம போதனைகளையும் செய்வர். சிறிய அளவில் அது நடைபெற்றாலும் அது பெரியதொரு புண்ணியமாகும்.

இவ்வாறு கிராமத்தில் நடைபெறுகின்ற விடயங்களில் எனது அப்பா தலைமை தாங்கி நடாத்துவார். சமூக சேவை என்று சொன்னால் அவருக்கு வீட்டில் உள்ள வேலைகள் அனைத்தும் மறந்துவிடும். ஆதலால் எனது அம்மாவுடன் இணைந்து குடும்பத்தில் உள்ள யாவரும் போதி பூஜை செய்வதற்காக செல்வோம். அன்றைய தினம் கிராமத்திலுள்ள அனைவரும் வருவர். கையில் பூக்களையும், வெண்ணிற ஆடைகளையும் உடுத்திக் கொண்டு அனைவரும் அப்பூஜைகளைச் செய்ய அவ்விடத்துக்கு வருவர்.

எனது கிராமம் மிகவும் அழகானது. கிராமத்திலுள்ள அனைவரும் ஒருவருக் கும் தொந்தரவின்றி தாங்கள் தங்களின் வேலைகளை தங்களுக்கு விருப்ப யான முறையில் செய்து கொண்டு வாழ்ந்து வந்தனர. ஆனால், மீண்டும் யுத்தம் ஆரம்பித்தவுடன் இந்நிலைமை தலைகீழாக மாறிப்போனது. அந்த மக்களுக்கு இருந்த ஒரேயொரு எதிர்பார்ப்பு தங்களதும் தங்களின் உறவினர்

களின் உயிரையும் பாதுகாத்துக்கொள்வதும், தங்களின் சேனைகளையும் வயல்களையும் பாதுகாத்துக்கொள்வதும் மாத்திரமேயாகும்.

அப்பொழுது மாவிலாறு சண்டையுடன் யுத்தம் ஆரம்பித்து சிறிது காலம் கடந்திருந்தது.

அடிக்கடி துப்பாக்கிச் சூடுகளைப் பற்றியும், குண்டுகள் வெடிப்பது பற்றியும் கேள்விப்பட்டோம். அதேபோல கிராமத்தவர்கள் தாங்கள் எல்.ரீ.ரீ.ஈ உறுப்பினர்களைக் கண்டதாக கிராமத்தவர்கள் அடிக்கடி கூறிவந்தனர். இவ்விடயங்களை கேட்கையில் எங்களது பயம் நாளுக்குநாள் அதிகரித்தது. இதன் பாதிப்பானது வெகுவாக சேனைப்பயிர்ச் செய்கையை பாதித்தது. புலிகளின் மீது கொண்ட பயத்தினால் அப்பாவுக்குப் பயிர்களைக் காப்பதற்கு செல்ல முடியாமல் போனது. எமது வீட்டில் வயதுக்கு வந்த எந்த ஆண்களும் இல்லாதபடியால் அனைவரையும் பாதுகாத்துக் கொள்வதற்கான பொறுப்பை முழுமையாக எனது அப்பா ஏற்றார்.

இதனால் அப்பாவின் விவசாயம் தடைப்பட்டது. சேனை வயல்கள் பாழடைந்தன. காட்டு விலங்குள் வந்து அவற்றைச் சாப்பிட்டு நாசமாக்கிச் சென்றன. இந்த நாட்களில் அநேகமாக நாங்கள் இரவுப் பொழுதை காட்டுக்குள்ளேயே கழித்தோம். இராப்பொழுதுகளில் வீடுகளில் நாம் தங்கியிருந்தால் புலிகள் வெட்டிக்கொன்று போட முடியும். இப்படித்தான் கிராமம் முழுவதும் பரவிய கதைகளில் கூறப்பட்டது.

அந்தக் கதைகள் வெறுமனே கட்டுக்கதைகள் மாத்திரம் இல்லை என்பதை பின்னர் நடந்த சம்பங்களினூடாக வெளிப்பட்டது.

1995ஆம் ஆண்டு ஹேரத்மில்ஹேவ கிராமத்திலுள்ள மக்களை புலிகள் வெட்டிக்கொன்று கிராமத்தைத் தீயிட்டுக் கொளுத்தியிருந்தனர். இதனால் எங்கள் அம்மாவும் அப்பாவும் எப்போதும் பயத்துடனேயே இருந்தனர். அம்மாவும் அப்பாவும் தினமும் எங்களை காட்டுக்குக் கூட்டிச்சென்று தங்க வைக்க ஆரம்பித்தனர். காட்டுக்கு உள்ளே முன்பே தயார் செய்த ஓரிடத்தில் நாங்கள் அனைவரும் உறங்குவோம். நான் எப்பொழுதும் அம்மாவின் அருகிலேயே உறங்குவேன். அண்ணாவும், மஞ்சு அக்கா மற்றும் அனைவரும் ஓரிடத்தில் சுருண்டு படுத்துக்கொள்வார்கள். அப்பா என்றால் உறங்குவதே இல்லை. இரவு முழுவதும் விழிப்புடன் இருப்பார். காடு முழுவதும் நிறைய நுளம்புகள்.

"அம்மா... நுளம்பு கடிக்குது..." என நான் அடிக்கடி அம்மாவிடம் முறையிடுவேன். அப்பொழுது அம்மா என்னை அருகே அணைத்துத் துணியால் மூடிக்கொள்வாள்.

இப்படி நாங்கள் காட்டுக்குள் தினமும் உறங்காவிட்டாலும் கிராமத்தில் யாராவது ஒருவர், புலிகளை எங்காவது கண்டோம் எனக் கூறினால் அன்றைய தினம் நாங்கள் நிச்சயமாக காட்டில்தான் உறங்குவோம்.

அருகிலுள்ள கிராமங்கள் எதற்காவது புலிகள் தாக்கினார்கள் என்று கேள்விப்பட்டால் பல கிழமைகள் வரைக்கும் நாம் காட்டில்தான் வெளியே வராத வண்ணம் ஒளிந்திருப்போம். சாதாரணமாக இருளடையும் போது பாய், தடிகளைப் போன்ற அனைத்தையும் எடுத்துக்கொண்டே நாம் காட்டுக்குச் செல்வோம். திரும்பவும் காட்டிலிருந்து காலை எட்டு மணியள விலேயே வெளியே வருவோம். இதனால் தினமும் பாடசாலை செல்ல தாமதமாகிவிடும். இவ்வாறு சிறிதுசிறிதாக பாடசாலை ஆரம்பிக்கும் நேரம் காலை பத்து மணியாக மாற்றப்பட்டது. அதனால் தாமதமாகி பாடசா லைக்குச் சென்றாலும் அது பிரச்சினையாகாது.

சிறிது காலம் சென்றவுடன் கிராம பாதுகாப்பு படையினர் இருபது பேர் வரையில் கிராமத்தைச் சுற்றி பதுங்கு குழிகளை அமைத்து, இருப்பதற்கு ஆரம்பித்தனர். எனினும் கிராமத்தின் பாதுகாப்புக் குறித்து பெரியளவு ஒரு விசுவாசம் எமக்கு இருக்கவில்லை.

1990களில் எங்களுடைய மாமா ஒருவரை புலிகள் கடத்திச் சென்று விட்டதாக அப்பா கூறியது எனக்கு ஞாபகமிருக்கிறது. சேனைப் பயிர்ச் செய்கை செய்த அவர் தினமும் பயிர்களைப் பாதுகாப்பதற்காக சென்றவர். சிறிது காலம் சென்றவுடன் தேயிலையும் சீனியும் கிலோக் கணக்கில் வாங்கிக்கொண்டு பயிர்களைக் காப்பதற்காகச் சென்றார் என்றே கேள்விப் பட்டோம். தனி ஒரு மனிதனுக்கு ஏன் இவ்வளவு உணவு என்று மாமி அந்நாட்களில் புதுமைப்பட்டாராம். என்னவிருந்தாலும் சிறிது காலத்துக்கு பின்னர் திடீரென மாமா காணாமல் போய்விட்டார். அதன் பிறகு எல்.ரீ.ரீ.ஈ இயக்கத்தினர் மாமாவைக் கடத்திச் சென்றுவிட்டதாக கேள்விப்பட்டோம்.

மாமாவின் மகன் அரச இராணுவத்தினருடன் இணைந்து மாமாவுக்கு என்ன நடந்தது எனக் கண்டறிவதற்கு மிகவும் பாடுபட்டார். ஆனால் வழியில் மாமாவின் கிழிந்த ஆடையின் பகுதிகளை தவிர வேறு எதனையும் கண்டுபிடிக்க முடியவில்லை. அந்தக் காலகட்டத்தில் நாட்டில் யுத்தம் நடைபெற்றுக் கொண்டிருந்தது. ஆனாலும் மாமாவின் முழுக் குடும்பத்தின் உயிரையும் காத்தது இந்த சேனைப் பயிர்ச்செய்கைதான். அதனால்தான் எந்தப் பிரச்சினை வந்தாலும் சேனைப் பயிர்ச்செய்கையை மாமாவால் கைவிட முடியாமல் போனது. பின்பு, செஞ்சிலுவை சங்கத்தின் மூலமாக மாமா, வடக்கில் எல்.ரீ.ரீ.ஈ இயக்கத்தினரின் சிறையில் இருப்பதாகக் கேள்விப்பட்டோம். ஆனால் இன்றுவரை மாமா வரவில்லை.

இந்த சம்பவம் நடந்து இருபது வருடங்களுக்கு மேலாகின்றது. தற்போது அவர் மரணித்திருப்பார். ஆனால், மாமி இன்றும் அவர் உயிருடன் இல்லை என்பதை ஒருபோதும் ஏற்றுக்கொள்வதேயில்லை. மாமி இன்றும் அவர் வீடு வரும் வரை காத்துக்கொண்டிருக்கிறாள்.

எங்கள் வாழ்க்கைக்கு மெல்ல காரிருள் மேகம் சூழ ஆரம்பித்தது. தம்மென்னாவ மற்றும் ஹேரத்மில்லேவ போன்ற கிராமங்களுக்கு நேர்ந்த

தலைவிதி எமது கிராமத்துக்கும் நேராது என யாரால் கூற முடியும்? வயது வந்தோர் கிராமத்தைப் பாதுகாப்பதற்கான பொறுப்பை ஏற்றுக்கொண்டனர். அதன் பிறகு சிறிது சிறிதாக காட்டுக்குச் சென்று ஒளிந்து கொள்வதை குறைத்துக்கொண்டோம். ஏனெனில் காட்டில் புலிகளின் இயக்கத்தினர் இருப்பதாகக் கேள்விப்படத் தொடங்கியது. எங்கள் கிராமம் எனப்படுவது காட்டின் நடுவே இருக்கின்ற ஒரு தனியான கிராமமாக இருந்தது. ஆதலால் எமது கிராமத்துக்குள் எல்.ரீ.ரீ.ஈ இயக்கத்தினர் புகுந்து அனைவரையும் வெட்டிக்கொன்றுவிட்டால் அது யாருக்கும் தெரியாது.

வவுனியாவுக்குட்பட்ட எல்லைக் கிராமம் என்றபடியால் எங்கள் கிராமத்துக்குப் பயங்கரவாத அச்சுறுத்தல் அதிகம். அடிக்கடி துப்பாக்கிச் சூட்டுச் சத்தம், குண்டுகள் வெடிக்கின்ற சத்தம் என்பன யக்காவெல கிராமத்துக்குக் கேட்க ஆரம்பித்தது. அது கேட்கின்ற ஒவ்வொரு சந்தர்ப்பத்திலும் உள்ளத்தில் ஒருவித பயம் ஏற்பட்டது. கிராமத்திலிருந்து கேட்கின்ற பட்டாசு வெடிக்கின்ற சத்தத்துக்குக் கூட ஒளிந்துகொள்ளும் அளவுக்குப் பயம் ஏற்பட்டது.

இக்காலகட்டத்தில் கெப்பிட்டிகொல்லாவ பாதுகாப்பற்ற பிரதேசமென நன்றாக அடையாளம் காண முடிந்தது. பல்வேறு இடங்களில் புலிகள் தாக்குதல் நடாத்தினர். அது அநேகமாக பாதுகாப்பு பிரிவினரை இலக்கு வைத்து நடாத்தப்பட்ட தாக்குதல்களாகும். அந்தத் தாக்குதல்களால் காயமடைந்த மற்றும் மரணித்த படை வீரகளை இடைவிடாமல் கெப்பித்தி கொல்லாவ வைத்திசாலைக்குக் கொண்டுவர ஆரம்பித்தனர்.

அப்பொழுது மக்கள் கடைத்தெருக்களில், வீடுகளில், குளிக்கும் இடங்களில் யுத்தத்தைப் பற்றியே கதைத்தனர். தொலைக்காட்சிகளிலும் தினமும் யுத்தத்தைப் பற்றிக் காண்பித்தனர். அக்காலத்தில் யுத்தத்தைப் பற்றிய செய்திகள் எல்லா தொலைக்காட்சி அலைவரிசைகளிலும் ஒளிபரப்பாகின. கதைக்கப்பட்ட விடயங்களும் காட்டப்பட்ட விடயங்களும் யுத்தத்தைப் பற்றிய விடயங்கள் ஒரு நாளைக்கு ஏழு, எட்டு முறைகள் காண்பித்தனர். அக்காலகட்டத்தில் எமது கிராமத்தவர்கள் ஒருபோதும் செய்திகளை பார்ப்பதற்குத் தவறுவதில்லை. நாங்கள் அனைவரும் பயத்துடனேயே இருந்தோம். இவ்வாறான சம்பவங்களை தொலைக்காட்சியில் காட்டிய பிறகு மக்கள் தங்களின் கருத்துகளைச் சொல்லிக்கொண்டிருப்பார்கள். அனைவரும் இராணுவத்தினருக்கு ஆசீர்வதிப்பார்கள்.

அக்காலத்தில் எமது கிராமத்தவர்கள் ஒரு தமிழ் கிராமவாசியையும் காண்பதற்குக்கூட விரும்பவில்லை. கிராம மக்கள் இராணுவத்தினருக்கு ஆசி வேண்டி வழமை போல போதி பூஜைகளை நடாத்தினர்.

ஒருநாள் பாலுஹல்மில்லேவவெட்டிய சந்திக்கும், எல்.ரீ.ரீ.ஈ இயக்கத்தினால் துப்பாக்கித் தாக்குதல் ஒன்று நடத்தப்பட்டது. அதில் எனது பாதுகாப்பு படையில் இருந்த மாமா ஒருவர் கொல்லப்பட்டார். இந்தச்

செய்தியை எமது கிராமத்துக்கு எமது பெரியப்பா கொண்டுவந்தார். காலை பத்து மணி அளவில் மூச்சுவாங்க ஓடிவந்து இச்செய்தியை அப்பாவுக்குச் சொன்னது இன்றும் என் நினைவில் உள்ளது.

"பாரடா... கருணா தம்பி, பாலுஹல்மில்லேவவெட்டியவுக்கு புலிகள் தாக்குதல் நடத்திவிட்டனர்"

நாங்கள் குடும்பத்தில் இருக்கும் ஒவ்வொருவரையும் தொலைத்து விட்டோம். அம்மா, கதவருகில் நின்ற என்னையும், அண்ணாவையும் அணைத்துக் கொண்டார்.

"யாருக்காவது அசம்பாவிதம் ஏற்பட்டதா?"

அம்மாவின் கண்களில் பயத்தினாலேயே கண்ணீர்.

"எனக்கு சரியாக யார் என்று தெரியாது. ஆனால் கிராம பாதுகாப்பு படையினர்" பெரியப்பா சொன்னார்.

"இந்தமுறை அவ்வளவு லேசானது அல்ல ராஜா... வீட்டுவாசல்களை கைவிட்டுதான் போக வேண்டி வரும். அவங்கள் பேய்களைப் போல..." அது அப்பாவின் கருத்து. மாமரத்துக்குக் கீழிருந்த வாங்குக்குப் பலர் வந்தார்கள், சம்பவம் தொடர்பாகக் கதைப்பதற்கு. நானும் அப்பாவின் மடியில் அமர்ந்து அவர்களது கதைக்குக் காது கொடுத்தேன்.

"ஞாபகம் இருக்கிறதா? தொன்னூற்றைந்தில் ஹேரத்மில்லேவ கிராமத்துக் கும், தம்மன்னாவ கிராமத்துக்கும் புலிகள் நுழைந்து கொன்றார்கள். எல்லோரையும் வெட்டிச் சாய்த்துக் கொன்றிருந்தார்கள். அது போதாதென வீடுகளுக்கும் தீ வைத்தார்கள். கடவுளே அதில் பல பால்குடிமாறா குழந் தைகளும் உள்ளடங்கின. அவர்கள் நாசமாகப் போகட்டும்.." அயல்வீட்டு மாமா ஒருவர் சொன்னார்.

ஹேரத்மில்லேவ மற்றும் தம்மன்னாவ ஆகிய கிராமங்கள் எமது கிராமத் திலிருந்து ஏழு அல்லது எட்டு கிலோமீற்றர் தூரத்தில் உள்ளது. நகரத்துக்கு போய் வருவதென்றால் அது ஒரு பெரிய சுற்று. பதவிய பாதையில் போவ தென்றால் பன்னிரெண்டு கிலோமீற்றர் வரையில் பயணம் செய்ய வேண் டும். தம்மன்னாவில் புலிகள் இயக்கத்தினர் பேருந்துக்கு வெடிகுண்டு ஒன்றைப் பொருத்தியதாகக் கேள்விப்பட்டோம்.

அந்தக் கதையையும் ஆரம்பித்தவர் பெரியப்பா.

"ஏனடா, கனுகஹாவெல காவலரணுக்கும் தாக்குதல் நடத்தியதில் எங்களு டைய கிராமத்தில் இருந்த கிராமபாதுகாப்பு படை வீரன் ஒருவனும் இறந் தானே? அதுபோதாதென்று, அந்த பாலுஹல்மிட்டியவும் அது மாதிரி இருக் கின்ற புளியங்குளம் பாடசாலை அருகில் இருந்த காவலரணுக்கும் தாக்கி

னார்களே. எவ்வளவு பேர் செத்தார்கள்... அவ்விடத்திலிருந்த பாடசா லையும் நாசமாகியது” என்றார்.

இந்தக் கதைக்குக் குறைநிறைகளை நிரப்பியவர் எமது மாமா.

“ஞாபகம் இருக்கிறதா... நிக்கவெவெ பஸ்நாயக்க அண்ணாவை, குடா கமையில் ஏழாவது நாள் தானத்தின் போது இரவுவேளையில் மயானத்துக்கு சென்று விளக்கு பற்றவைக்க இன்னும் இருவருடன் செல்லும்போது அங்கு வந்து புலிகள் மூன்று பேரையும் பிடித்து விட்டனர். இரண்டு பேர் பாய்ந்து ஓடி விட்டனர். பஸ்நாயக்க அண்ணா மாத்திரம் மாட்டிக் கொண்டார். அவரைப் புலிகள் கொண்டு சென்றது, சென்றது தான். இன்னும் இல்லை... அதேபோலதான் விஹாரமில்லேவ சின்னண்ணாவின் மகன் சந்திரேவுக் கும் நடந்தது. சந்திரேவை புலிகள் தூக்கிச் சென்றனர். இப்பொழுது அவனைக் கொன்றிருப்பார்கள். பாவம், அப்பாவி மக்கள். என்ன பிழைகள் செய்தார்களோ..?” என்றார்.

நடப்பது என்னவென்று எனக்குச் சரியாக விளக்கமில்லை. நான் விளை யாடுவதற்கு மிகவும் விருப்பம். ஆனால் எனக்கு விளையாடுவதற்கு ஒரு வழியும் இருக்கவில்லை. நாங்கள் வீட்டிலிருந்து வெளியே செல்ல அப்பா தடைவிதித்தார். அதனால் நான் தனியாகவே விளையாடினேன். எப்பொழு தும் போல உள்ளத்தில் ஒரு பிரச்சினை தோன்றியது. இந்த யுத்தத்தை செய்வது எதற்காக என்று நான் எனக்குள்ளேயே கேட்டுக்கொண்டேன். எவ்வளவு தரம் கேட்டாலும் எனக்கு அதற்கான விடையை விளங்கிக் கொள்ள முடியவில்லை. எல்லாப் பக்கமும் நான் இறுகிவிட்டேன். எனக்கு விளங்கியது அவ்வளவுதான்.

எனக்குப் பாடசாலை செல்லவும், நண்பர்களுடன் விளையாடவும், மாலைப்பொழுதுகளில் அப்பாவுடன் கிராமத்தைச் சுற்றி வரவும் மிகவும் விருப்பம். சகோதரிகளுடன் சண்டைபிடித்து நித்திரை செய்யவும், கோவப் பட்டவுடன் நிறைய அழவும், அப்பாவுக்கும் அம்மாவுக்கும் சகோதரிகளை பற்றிக் கோள் மூட்டவும் எனக்கு மிகவும் விருப்பம். அண்ணாவுடனும், சகோதரிகளுடனும் நான் சண்டை பிடித்தாலும் யாரும் என்னை திட்டுவ தில்லை. அவர்கள்தான் திட்டு வாங்கிக் கொள்வார்கள். அவர்கள் என்னை கோபப்படுத்தினார்கள் என்று அவர்கள் திட்டு வாங்கிக் கொள்வார்கள்.

பெரிய பிள்ளைகள் பெரிய பிள்ளைகள் போல இருக்க வேண்டும் - சிறியவர்களைக் கோபப்படுத்தக் கூடாது என்று சொல்வார்கள். நான் குடும்பத்தில் கடைக்குட்டி என்றபடியால் எல்லோரும் என்னோடு அன் பானவர்கள். ஆனால் இப்பொழுது இரவானவுடன் வாயைக் கூடத் திறக்க முடியாது. சத்தமில்லாமல் உறங்கிவிட வேண்டும். எனக்கென்றால் இப்படி இருப்பதற்கு வேண்டாம் என்றாகிறது. ஆனாலும் பயம் என்று சொல்லப் படுவது எனக்கும் நன்றாக உணர முடிந்தது. அதனால் நானும் வாயை மூடிக்கொண்டிருக்கிறேன்.

இவ்வாறு பயத்துடன் வாழந்துக்கொண்டிருப்பதற்கு இடையேதான் 2006 ஆம் ஆண்டு பிறந்தது. அந்த ஆண்டில் வயல் நன்றாக விளைந்து வேறு நாட்களை விட கையில் கொஞ்சம் காசு இருந்தது. எங்கள் அப்பா தனியாக நான்கு ஏக்கர் வரையிலான நிலத்தில் வேலைகளைச் செய்து கொள்வார். அப்பாதான் எங்கள் கிராமத்தின் தர்மகர்த்தா. அவர் ஜூலை பதினைந்தாம் திகதி, கெப்பத்திகொல்லாவ பேருந்து வெடிகுண்டுக்கு அகப்படும்போது எனக்கு ஒன்பது வயது. நான் நான்காம் தரத்தில் கல்வி கற்றேன். இப்போது எனக்கு இருபது வயது.

எங்கள் அப்பாவின் தங்கையின் மகனைப் புலிகள் அடித்துக் கொன்று விட்டனர் என எங்களுக்குச் செய்தி கிடைத்தது. எமது சொந்தக்காரர்கள் அனைவரும் காலையில் ஏழு மணிக்கு கெப்பத்திகொல்லாவைக்கு வரும் பேருந்தில் மரண வீட்டுக்குச் செல்ல ஏறினார்கள். எங்கள் குடும்பத்தில் சொந்தக்காரர்கள் முப்பதுபேர் வரையிலானோர் அந்தப் பிரயாணத்தில் ஒன்றிணைந்திருந்தார்கள். எங்கள் அப்பா ஒருநாளும் பேருந்தில் பிரயா ணங்கள் செய்வதில்லை. ஆனாலும் அன்று உறவினர்கள் எல்லோரும் மரண வீட்டுக்குச் செல்ல பேருந்தில் ஏறியபடியால் அப்பாவும் பேருந்தில் ஏறினார். அது நடக்காவிட்டால் என்னுடைய அப்பா உயிருடன் இருப்பார்.

நான் அம்மாவின் மடியில் உட்கார்ந்திருந்தேன். சிறிது தூரம் சென்றவுடன் திடீரென பெரிய இருள் ஒன்று வந்தது. அதன்பிறகு எனக்கு நினைவில்லை. எனக்கு நினைவு வரும்போது நான் கொழும்பில் உள்ள சிறுவர் வைத்திய சாலையில் இருந்தேன். நான் இரண்டு மாதங்கள் வரை வைத்தியசாலையில் இருந்தேன். பேருந்து குண்டு வெடிப்பில் குடும்பத்தில் அப்பாவின் உறவினர்கள் இருபத்தைந்து பேர் வரையில் கொல்லப்பட்டனர். எனது தங்கமான அம்மா, அப்பா, ஆச்சி, தாத்தா அக்காவின் கணவர், அக்காவின் மகன், அப்பாவின் தங்கைகள் மூன்று பேர், மாமி, அவர்களின் பிள்ளைகள் என எல்லோரும் எங்களை விட்டு நிரந்தரமாக விடைபெற்றிருந்தார்கள்.

நான் அவசரப் பிரிவில் இரண்டு கிழமைகள் வரை இருந்திருக்கின்றேன். நான் வைத்தியசாலையில் இருக்கும்போது நான் எனது அம்மா, அப்பா விடம் இருந்து தனிமையானது எனக்குத் தெரியாது. சம்பவம் நடந்து பல மாதங்களின் பின்பே தெரிந்துகொண்டேன்.

அம்மா, அப்பாவைபற்றி நான் சகோதரிகளிடம் கேட்கும்போது அவர்கள் "உனக்குப் போலவே அவர்கள் இருவருக்கும் நிறைய வருத்தம். அவர்களை யும் வைத்தியசாலையில் அனுமதித்துள்ளார்கள்" என்று சொன்னார்கள்.

பின்னர் நான் வைத்தியசாலையிலிருந்து வீடு வந்த பின்னரே சகோதரிகள் எனக்கு விளங்கப்படுத்தி அம்மாவும், அப்பாவும் பேருந்து குண்டுவெடிப் பில் பலியான விடயத்தைக் கூறினார்கள். என்னால் அதை நம்ப முடிய வில்லை. அப்போது அவர்கள் அம்மாவும் அப்பாவும் மரணித்திருந்த விதத்தை புகைப்படத்தினூடாகக் காட்டினார்கள். அப்படி என்றால் மூன்று

சகோரிகளையும் அண்ணாவையும் என்னையும் இந்த உலகத்தில் விட்டு விட்டு என்னுடைய தங்கமான அம்மாவும், அப்பாவும் போய்விட்டார்கள் என எண்ணுகையில் துக்கம் தோன்றியது. இன்றும் அந்தத் துக்கம் அதே போலவே.

அதன்பிறகு எனக்கு ஐந்தாம் வகுப்புக்குப் பாடசாலைக்குச் செல்ல முடியாமல் போனது. என்னை ஆறாவது தரத்தில் சேர்த்தார்கள். அந்த வகுப்பில் நான் எனது வயதை ஒத்த பிள்ளைகளுடன் இருக்கவில்லை. நான் என்னை விட ஒருவருடம் இளமையான பிள்ளைகளுடனேயே இருந்தேன். அப்பொழுது எனக்கு நடமாட முடியாது. ஊன்றுகோலுடனேயே பாடசாலைக்குச் சென்றேன். ஏழாம் தரத்துக்கு வந்தபோது எனக்கு மிகவும் நோய்வாய்ப் பட்டேன். எனது இடது கால் வலிக்க ஆரம்பித்து. பஸ்குண்டு வெடிப்பில் தெறித்த உலோகக் துண்டுகளால் என்னுடைய காலில் உள்ள நரம்புகள் வெட்டுப்பட்டன. காலின் ஒரு பக்கம் எனக்கு உணர்வில்லை. சிறிது நாட்கள் சென்றவுடன் எனது கால் வளைந்து போனது. அதன்பிறகு. ராகம வைத்தியசாலையில் வைத்தியர் ஒருவரைச் சந்தித்து காலில் சத்திர சிகிச்சை செய்தேன். இருப்பினும் மெல்ல மெல்ல குணமடைய ஆரம்பித்தது. அதனால் எனக்கு விசேட சப்பாத்து ஒன்றைப் பாவிப்பதற்கு நேர்ந்தது. நான் ஐந்தாவது தரத்திலிருந்து இன்றுவரை அந்தக் காலணியைப் பாவிக்கிறேன்.

சத்திர சிகிச்சைக்குப் பின்பு எனக்கு ஒரு வருடம் பாடசாலைக்குச் செல்ல முடியாமல் போனது. அதன் பிறகு எட்டாவது தரத்துக்கே நான் பாடசாலை சென்றேன். நான் குண்டு வெடிப்பு சம்பவத்துக்குப் பின்னர் றம்பேவ பாடசாலைக்கே சென்றேன். எனது மூத்த சகோதரிக்கு இச்சம்பவம் நடக்கும்போது இருபது வயது. அவர் இச்சம்பவம் நடந்து மூன்று ஆண்டுகளுக்குப் பின்னர் திருமணம் செய்து கொண்டார். அதன் பிறகு நாங்கள் கெபித்திகொல்லாவ நகரத்தில் தங்கி வாழ்ந்தோம். நான் கெபித்திகொல்லாவ பாடசாலையில் சேர்க்கப்பட்டு க.பொ.த சாதாரண தர பரீட்சையில் சித்தியடைந்தேன். இந்த வருடம் க.பொ.த உயர் தர பரீட்சைக்கு தோற்றவுள்ளேன். கலைத்துறையில்தான் உயர்தரப் பரீட்சையை எழுதவுள்ளேன். ஆசிரியையாக வர வேண்டும் என்பதே என் எதிர்ப்பார்ப்பு.

அம்மா இறந்த பிறகு அரசாங்கம் அம்மாவுக்கும் அப்பாவுக்கும் ஐம்பது ஆயிரம் ரூபாய் வீதம் ஒரு இலட்சம் ரூபாய்களை நட்டஈடாகக் கொடுத்தனர். காயப்பட்டபடியால் எனக்கு இருபத்தைந்தாயிரம் ரூபாயைக் கொடுத்தனர். வெகு நாட்களுக்கு முன்பு எனது கதையைத் தொலைக்காட்சி ஒன்றில் ஒளிபரப்பியதன் பின்னர் தனியார் நிறுவனமொன்று முன்வந்து நான் தற்போது இருக்கின்ற வீட்டைக் கட்டித்தந்தனர். அந்தக் கதையை பார்த்த அமைச்சர் திஸ்ஸ கரலியத்த, ஜனாதிபதியுடன் கதைத்து எனக்குப் பத்து இலட்சம் பணத்தை நிலையான வைப்பிலிட்டுக் கொடுத்துள்ளார்கள்.

நான் இன்று எனது மூத்த சகோதரியின் வீட்டிலேயே இருக்கின்றேன். அவள் என்னைத் தாயைப்போல பார்த்துக்கொள்கிறாள். அவளின் கணவர்

வீட்டில் ஒரு சிறிய வியாபாரத்தை நடாத்திச் செல்கிறார். ஆனால் எனக்கு தெரியும், அவர்கள் நினைக்காவிட்டாலும் நான் அவர்களுக்கு ஒரு சுமையே.

எனக்குத் தனியே வேலைகளை செய்துகொள்வது கடினம். எல்லா விடயங் களுக்கும் அம்மா, அப்பாவைப்போல என் பின்பே அவர்கள் இருக்க வேண்டும். அடிக்கடி எனக்கு சுகயீனம் ஏற்படும். அப்பொழுது என்னை வைத்தியசாலைக்குக் கொண்டு செல்ல வேண்டும். எனது உடம்புக்குள் ஷெல் துண்டுகள் இருக்கின்றன. அவற்றை ஒருபோதும் அகற்ற முடியாது.

வெளியிலிருந்து பார்க்க தெரியாவிட்டாலும் எனது வலது கண் பார்வை முழுமையாகவே தெரியாது. கண்ணில் ஒரு நரம்பு வெட்டப்பட்டுள்ளதால் கண் ஒன்றைப் பொருத்த முடியாதென வைத்தியர்கள் கூறிவிட்டனர். எனக்கு நேர்ந்த இந்த துர்ப்பாக்கிய நிலைமையால் நான் வெகுவாக வேத னைப்படுகிறேன். எனது சகோதரிகள் எனக்குக் கிடைத்த நட்டஈட்டை எனது பெயரில் நிலையான வைப்பிலிடத் தீர்மானித்தது என்றாவது ஒரு நாள் எதிர்பாராத நேரத்தில் எனக்கு சுகயீனம் ஏற்படக்கூடும் எனபதினா லாகும். எனது உடலை ஒளிக்கதிர் படம் எடுக்கும் ஒவ்வொரு சந்தர்ப்பத் திலும் ஷெல் துண்டுகள் இருப்பது தெரிகிறது. அவற்றை ஒருபோதும் அகற்ற முடியாது போகும். ஆனாலும் திடீரென சுகயீனமுற்று அவசர சிகிச்சையொன்றைச் செய்ய வேண்டி ஏற்பட்டால் எனது சகோதரிகளுக்கு அந்தளவுக்கு வசதிகள் இல்லாதபடியால் இந்த நட்டஈடு என்பது பெரிய தொரு விடயாகும். ஆனாலும் எனக்கு பணத்தைவிட முக்கியம் எனது உடலில் உள்ள உபாதைகளைக் குணப்படுத்திக்கொள்வதே. எனக்கு இங்கு நடந்த கதி இந்த உலகத்தில் யாருக்கும் எப்போதும் நடக்கக்கூடாது.

தொகுப்பு: கெபித்திகொல்லாவ சிசிர

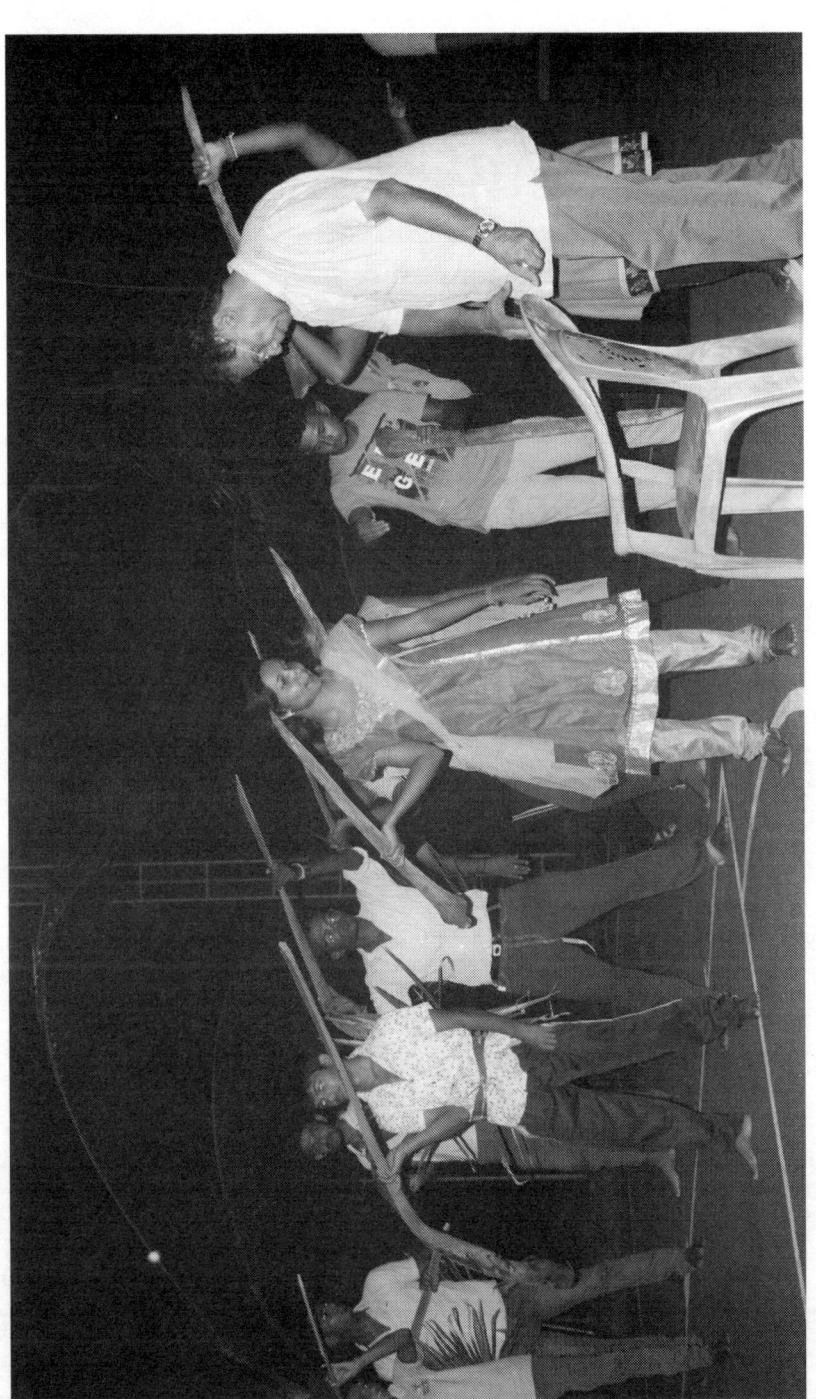

மரணங்கள் மலிந்த பூமி

அம்பாறை மாட்டத்தில் அக்கரைப்பற்று என்னும் இடத்தில் ஒரு சிறிய கிரா மம் தான் எங்கட கோளா வில் என்ற இடம். இந்த கிராமத்தில பிரபலமான கண்ணகி அம்மன் ஆலய மும் பிள்ளையார் ஆலய மும் இருக்கின்றன. இந்தப் பிள்ளையார் ஆலயத்துக்கு ஒரு பெயர் உண்டு, "அறுத்த நாக்கு ஒட்டிப் பிள்ளையார்". அது ஒரு வரலாறு சார்ந்த கதை. இந்த ஆலயம் சுமார் முன்னூறு வருடங்கள் பழமை வாய்ந்தது. இந்த பிள்ளையார் ஆலயம் ஒரு குடிசையில் வைத்து மக்கள் வழிபட்டு வந்தனர். அங்கே 300 வருடங்கள் பழமை வாய்ந்த மருதமரம் ஒன்றும் உள்ளது.

ஒருநாள் அந்த ஊருக்கு அரசன் ஒருவர் வந்து அந்தக் கோவிலுக்குச் சென்றபோது அக்கிராமத்து மக்கள் பொங்கல் பெங்கிக் கொண்டிருந்தன ராம். அந்த அரசன் பிள்ளையாரை பார்த்து "இந்தப் பிள்ளையாரை மூடும் வரை பொங்கல் பொங்கிப் படைப்பேன்" என ஒரு நேர்த்திக்கடன் வைத்தாராம். அன்றய தினமே பொங்கலை ஆரம்பித்து பிள்ளையார் மூடும் வரை அப்பிள்ளையாருக்கு பொங்கலை படைத்தபோது அந்த பொங்கல் அவரது தொப்பை வயிற்றைத் தாண்டவில்லையாம். தான் செய்த நேர்த்திக்கடனை நிறைவேற்ற முடியாமல் போய்விட்டது என்ற ஆதங் கத்தில் அந்த அரசன் தன்னுடைய நாக்கை வெட்டி வீசினாராம். வீசி விட்டு கோவிலுக்குப் பின்னால் போய்ப் படுத்தார். படுத்த பின்னர் அவரை

எழுப்பும்படி பூசாரிக்குப் பணிக்கப்பட்டது. அரசன் எழும்பியதும் பார்த்தா அவர் வீசிய நாக்கு ஒட்டப்பட்டு இருந்ததாம்.

இவ்வாறு இந்த ஊர் பற்றி ஒரு வரலாறு உண்டு. நான் பிறந்ததில் இருந்து இந்தக் கிராமத்திலேயே வாழ்ந்து வருகின்றேன். என்னுடைய பெயர் மாதவன், வயது 55. என்னுடைய சொந்தக் கதையை இங்கே உங்களுடன் பகிர்ந்து கொள்வதில் மிகவும் சந்தோஷப்படுகின்றேன்.

தமிழ் மக்களைப் பழி வாங்குவதற்காக முஸ்லிம் மக்களைத் தன் வசப் படுத்தி, இலங்கை இராணுவம் இனக்கலவரத்தை உண்டாக்கிக் கொண்டி ருந்தார்கள். இவ்வாறு 1985ஆம் ஆண்டு காரைதீவு மாலிகைக்காடு என்ற ஊரில் இனக் கலவரத்தை உண்டாக்கி, தமிழர்களுக்கும் இராணுவத்துக் குமிடையில் சண்டை நடந்தது. இயக்கங்கள் தமிழ் மக்களுக்கு உதவினார் கள். அந்த நேரம் இராணுவத்துடன் முஸ்லிம் மக்களும் இணைந்து தமிழர் களுக்கு எதிராகச் சண்டை பிடித்து தமிழர்களின் சொத்துகளையும், உயிர்க ளையும் அழித்தார்கள். இதில் கூடுதலாகப் பாதிக்கப்பட்டது தமிழர்தான்.

1985.04.10ஆம் திகதி பிந்நேரம் அளவில் காரைதீவில் நடந்த பிரச்சினைகள் முடிந்து திரும்பி வந்த ஈரோஸ் இயக்கத்தைச் சேர்ந்த 10 பேர் கொண்ட ஜீப் வண்டி, அக்கரைப்பற்று ரவுண்டபோட்டில் திரும்பும்போது பிரண்டுவிட் டது. உடனே அவ்விடத்தில் இருந்த முஸ்லிம் ஆட்கள் அந்த ஜீப்பில் வந்தவர்களை எல்லாம் அவ்விடத்தில் அடிச்சு, டயர் போட்டுக் கொழுத்திய போது அக்கரைப்பற்றில் கலவரம் ஆரம்பமானது.

இலங்கை இராணுவத்தின் அடுத்த இலக்கு அக்கரைப்பற்று. அதுதான் எங்கட ஊர். இந்தக் கலவரம் 1985.04.11ஆம் திகதி நடந்தது. அது எப்படி நடந்ததென்டா, எங்கட ஆட்கள் முஸ்லிம் பக்கம் தொழில் செய்ய போறது. அப்ப போனவர்களில கொஞ்சப்பேரை ரவுனுக்குல டயர் போட்டு முஸ்லிம் ஆட்கள் பத்தவச்சாங்க. அதில தான் எங்கட ஊரச் சேந்த புஸ்பரா சாவும் செத்தார். இத இராணுவம் வேடிக்கை பாத்துக்கொண்டிருந்தது. ஏன் என்டா அவங்க இந்தச் சண்டைய தனக்குச் சாதகமாகப் பயன்படுத்தி தமிழன அழிக்கிறதுதான் நோக்கம். அதால முஸ்லிம் ஆட்கள தமிழ் ஆட்கள் இருக்கிற பக்கம் போய், அவனுகளிட வீடுகளை எரிக்க சொன்ன தால முஸ்லிம் ஆட்கள் வந்து எங்கட ஆட்களிட வீடுகள் எல்லாம் எரிச் சானுகள். இந்த கலவரத்தில தமிழாக்களிட வீடுகள், தியட்டர், காளி கோவில், ஆஸ்பத்திரி, கடைகள், எல்லாம் பத்தினது. இதால ஆத்திரம டைஞ்ச தமிழனுகள் எல்லாரும் சேர்ந்து போய் முஸ்லிங்களின் பக்கம் இருந்த விகாரை, பள்ளிவாசல், பாடசாலை, சந்தை எல்லாத்தையும் பத்தவச்சாங்க. எல்லாம் நெருப்பின் தணலில் வெந்தது.

இந்த நேரம் சந்தை கடையை மூடிவிட்டு வீட்டுக்கு வருவார்கள் என நினைச்சிருந்த பல தமிழ் பெண்களின் கணவன்மார், சகோதரர்கள், தந்தை என்பவர்களின் இறப்பு செய்தி அனைவரையும் கதிகலங்க வைத்தது. இந்தக்

கலவரம் நடக்கிற செய்தி அக்கரைப்பற்றுக்குப் பக்கத்தில இருந்த தமிழர் வாழும் இடங்களான கோளாவில், பனங்காடு, கண்ணகி கிராமம் போன்ற ஊர்களை அடைந்தது. அந்த ஊரில இருந்த ஆட்கள் அரைகுறை நித்திரை யோட சாப்பிட்டது பாதி சாப்பிடாதது பாதியாக அந்த இரவு நேரத்தில எங்க போறது எண்டு தெரியாம திரிஞ்சம். அப்ப போட துணியும் எடுக்காம வீடுகள விட்டு றோட்டுக்கு ஓடினம். எங்கும் மக்கள் அழுகுரலும் அவர்களின் கண்களில் இருந்த மரண பயமும் தான் தெரிஞ்சது. றோட்டில நடக்கக் கூட இடமில்லாம சனம் ஓடிக்கொண்டிருந்தது. எந்த நேரத்திலும் இராணுவமும் முஸ்லிம் ஆட்களும் வந்து எங்கள சுட்டுப்போடுவானுகள் என்ட பயத்தால எங்களால ஓடக் கூட முடியல.

எங்கட ஊரில இருந்த எல்லாரும் இருந்த இடத்தில இல்லாம திசைகெட்டு ஓடினாங்க. நாங்களும் பயத்தில என்ட குடும்பத்தோட பக்கத்தில இருக்கிற தம்பிலுவிலுக்கு ஓடிப்போய் சில நாள் இருந்தம். இந்த ஊர் எங்கட ஊரில இருந்து கிட்டதட்ட பத்து கிலோமீற்றர் தூரம் இருக்கும். எங்கட ஊருக்கும் தம்பிலுவிலுக்கும் இடையில இரண்டு ஊரான 40ஆம் கட்டை என்ட ஊரும் தம்பட்டை என்ட ஊரும் முகத்துவாரமும் சவக்காலையும் இருந்தது. அதிலயும் சவக்காலையடியால போகக்குள்ள எங்களுக்கு இன்னமும் பயம் கூடியது. இந்தப் பயத்தில ஒருவரோடு ஒருவர் உரசிப்பட்டு அவசரப்பட்டு விழுந்தெழும்பி காயங்களோட இந்த ஊர்களைத் தாண்டித்தான் நாங்க ஓட்டமும் நடையுமாகப் போய்ச் சேர்ந்தம். அங்க போய் பார்த்தா எங்கட சொந்தம் எல்லாம் எங்க போனது எண்டு கூடத் தெரியாது. என்ட அம்மாவ தேடி பிடிக்க மூண்டு நாட்களுக்கு மேல போச்சி. இப்படி என்ட சொந்தம் எல்லாம் திக்கு திசைமாறி அங்கும் இங்கும் இருந்தினம்.

அங்குகூட அமைதியான நிலை இல்லை. எல்லோரும் மனப்பயத்துடனும், பசியுடனும் கைக் குழந்தைகளுக்கு பால் குடுக்கக் கூட முடியாத நிலையில் தவித்தனர். கிடைப்பதை வைத்து சாப்பிட்டோம். ஒருவேளை உணவு தான் கிடைக்கும். இப்படியே சில நாட்கள் சென்றன. மரணத்தை கையில் பிடித்த படி தூக்கமும் இன்றி வேலையும் இன்றி சாப்பாடும் இன்றி தவித்துக் கொண்டிருந்தோம்.

தம்பிலுவில், இயக்கத்துக்கு ஒரு கட்டுப்பாட்டு இடமாக இருந்தது. அதனால இராணுவம் இந்த இடத்துக்கு வரவில்லை. இப்படியே சில நாட்கள் போனது. பின்னர் ஒருநாள் சில ஆட்கள் எங்கட ஊரப்பாக்க போனாங்க. போனவங்க எல்லாரும் பொதுவா ஆம்பிளைகள். அதிலையும் 20 வயது இருந்து 45 வயதுக்குள்ள இருக்கிறவங்க. பிந்நேரம் நாலு மணி அளவில தம்பிலுவிலில் இருந்து போகத் தொடங்கினாங்க.

இராணுவத்தினர் களுவாஞ்சிக்குடியில் உள்ள முகாமில் இருந்து வந்துதான் இந்தப்பகுதியில் இருந்தவங்கள தூண்டி விடுவது. அக்கரைப்பற்றுப் பகுதியில எந்த ஒரு முகாமும் அந்த நேரம் இருக்கல்ல. அவர்கள் பொதுமக் களுக்கு தெரியாத மாதிரி முஸ்லிம்களின் உதவியோட வந்து 40ஆம் கட்டை

என்னும் இடத்தில மறைஞ்சிருந்தாங்க. அந்த ஊரில யாரும் இருக்கல்ல. அவர்களும் சிப்பி சுடும் தொழில் செய்யிற ஒர் ஊர். அந்த ஊர் ஆக்களும் தமிழர் என்டதால அவங்களும் ஓடிட்டாங்க. அங்க எஞ்சியது நாயும் குடிசை வீடும் தான். இராணுவத்தினர் ஒளிஞ்சி படுத்துக்கொண்டிருந்தத அறியாத எங்கட ஆக்கள் இராணுவம் தன்னுடைய இடத்துக்கு போயிட் டாங்க என நினைச்சி போனாங்க.

ஒரு சில பெடியனுகள் நாங்க ஓடிப்போன வழியால திரும்பி ஓடி வந்தானு கள். அப்பிடி ஓடி வந்தவனுகள் அங்க 35 பேர வெட்டியும் சுட்டும் போட்டா னுகள் எண்டு சொன்னானுகள். அவங்க சொன்னத கேட்ட நானும் எங்கட ஊருக்குப் போற சாகாமம் என்ட குறுக்கு வழியால வந்து பனங்காட்டுப் பாலத்தில நிண்டு பாத்தம். அதில நிண்டு பாத்தால் களப்புக்குள்ளால அந்த ஊர் தெரியும். அங்க நிண்டு பாத்துக்கொண்டிருந்தம். அப்ப ஆக்கள் ஓடுறதும் அவனுகள் விரசி வெட்டிறதும் எங்களுக்கு குறுக்கால தெரிஞ்சிது. எங்களால என்ன செய்ய முடியும், ஆத்திரம்தான் வந்துது. என்ன செய்யிற எண்டு தெரியாம களப்புக்குள்ள குதிச்சி நாங்க கொஞ்சப்பேர் அந்த இடத்துக்குப் போனம். அவனுகள் எங்கள கண்டுட்டானுகள். நாங்க தலை யில சல்மினியான வச்சிக்கொண்டு தண்ணிக்குள்ள தாண்டு, கண் மட்டும் தெரிய நிண்டம்.

அந்த ஊர எரிச்சானுகள். சுட்ட, வெட்டின ஆக்கள எல்லாம் பத்தவச் சானுகள். எங்களோட போன ஏழு பேர சுட்டுப்போட்டானுகள். களப்பில சவம் மிதக்குது, என்ன செய்யிற எண்டு தெரியல. நேரம் மாலை ஆறு மணியா போகுது. இராணுவம் மெதுவாக அவனுகள்ர ஜீப்பில ஏறி களு வாஞ்சிக்குடிப்பக்கம் போயிட்டானுகள். நாங்க தலையில இருந்த சல்மினி யான எடுத்துட்டு 40ஆம் கட்டைக்குள்ள போய் பாத்தா சவம் எல்லாம் அரைவாசி பத்தினமாதிரி கிடக்கு. அதில என்ட அக்காட மகனும் ஒருத்தன்.

ஆத்திரம் ஒரு பக்கம் பயம் ஒருபக்கம். பத்தினவனுகள எல்லாம் பாத்தா நாய் சப்புது. நாங்க கண்ட சவத்தையெல்லாம் ஓர் இடத்தில கிடங்கு வெட்டி புதைச்சம். புதைக்கும் போது எங்களுக்கு போனவங்கள் திரும்பி வந்திடுவானுகளோ எண்டு சரியான பயம். ஒரு சில பெடியனுகள் றோட் டில நிண்டு பாத்திட்டு நிக்க, நாங்கள் அந்த சவத்த புதைச்சிட்டு களப்பில கிடந்த சவத்த தோளில எடுத்திட்டு கோளாவில் என்ர ஊருக்கு கொண்டு வந்தம். பிறகு சவத்த எடுக்கவோ புதைக்கவோ யாரும் இல்லாததால நாங்களே அந்த சவங்கள புதைச்சம்.

ஊரைப் பார்க்க சென்றவர்கள் இன்னமும் திரும்பிவரல்ல, என்ன ஆனதோ என பயந்து கொண்டு றோட்டைப்பார்த்த வாறு நின்றவர்களுக்கு மரணச் செய்தி கேட்டதும், "ஓ.." வென வீதியில் விழுந்து புரண்டு கத்தினர். ஒரு சிலரின் பிள்ளைகள் ஒருசிலரின் கணவன்மார் ஒரு சிலரின் உறவினர்கள் எண்டு தம்பிலுவில் ஊர் முழுவதும் மரண ஓலம் கேட்டது. அந்த ஊர் மக்கள் பெரிதும் உதவினார்கள். அடைக்கலம் கொடுத்தார்கள். உணவு

கொடுத்தார்கள். ஆதரவு வழங்கினார்கள். போனவர்களில் ஒரு சிலர் அந்த ஊரைச் சேர்ந்தவர்களும் அடங்கியதால் அந்த ஊர் மக்களும் கதறி அழுதனர். என்ன செய்ய முடியும், தமிழனின் நிலை இது தான் என ஒரு சிலர் கதைத்து ஆறுதலடைந்தார்கள்.

தம்பிலுவில் இருந்து அக்கரைப்பற்றுக்கு வருவதற்கு இரண்டு வழி இருந்தது. நேரடியானவழி பொத்துவில் வீதி, குறுக்கு வழிதான் சாகாமவீதி. சாகாம வீதியால் வருவது மிகவும் சிரமம் என்பதாலும் நேர்வழியால் வருவது இலகு என்பதாலும் தான் இவர்கள் நேர்வழியால் வந்து இராணுவத்துக்கு பலியாகினர்.

40ஆம் கட்டையில் இருந்த குடிசை அனைத்தும் தீ இட்டுக் கொழுத்தப் பட்டன. சொந்த ஊருக்கு வந்து இருப்பதற்கு வீடு கூட இல்லை. இப்படியே பதினைந்து நாட்கள் போனது. இப்படியே போனால் எல்லாமே அழிந்து விடும் என்ற பயம் எங்கள் எல்லாரின் மனதிலும் வந்தது. அந்த ஊரில் உள்ள பெரியவர்கள் கோவில் தலைவர்கள் எல்லாம் சேர்ந்து ஒரு கூட்டம் வைத்து, அம்பாறை அரச அதிபர் ஊடாக முஸ்லிம் - தமிழர்கள் தரப்பினரிடையே சமாதானப் பேச்சுவார்த்தை வைக்கப்பட்டு, நாங்கள் அனைவரும் எங்களது ஊருக்கு திரும்பி வந்தோம்.

வந்து எங்கள் ஊரைப் பார்த்தால் புதிய ஊருக்கு வருவது போல இருந்தது. வீடுகள் எல்லாம் பாதி எரிந்தும் எரியாமலும் இருந்தன. இருப்பதற்கு வீடு இல்லாமல் மரத்தின் அடியில் சிலர் இருப்பதையும் வீடுகள் முற்றிலும் எரிந்துபோனவர்கள் கண்ணீருடன் திரிவதையும் பார்க்க மிகவும் கவலையாக இருந்தது. அந்தக் காலத்தில உதவி செய்யிறதுக்கு ஒரு நிறுவனம் கூட இல்ல. வை.எம்.சி.ஏ என்ற அமைப்புத்தான் சிறிய உதவிகளைச் செய்து கொடுத்தாங்க. சமைப்பதுக்கு பாத்திரம் வாங்க போறென்டா முஸ்லிம் கடைகளுக்குத்தான் போகனும். அதுவும் எரிஞ்சி சாம்பரா போயிட்டு. சந்தை இருந்த இடமே இல்லை. தமிழ் ஆக்கள் என்டா முஸ்லிம் ஆக்கள் ஒரு மாதிரியாக பாக்கத் தொடங்கிட்டானுகள். எங்க மீண்டும் பிரச்சினை வந்திடுமோ என்ட பயம் மனதில வந்த வண்ணமே இருந்தது.

1986ஆம் ஆண்டு 3ஆம் மாதம் முதல் முதலாக அக்கரைப்பற்று இராணுவத்தினர் எங்களது ஊரைச் சுற்றிவளைப்புச் செய்தனர். அந்த சுற்றிவளைப்புத்தான் எனக்கு முதல் அனுபவமாக இருந்தது. நாம எப்படியாவது ஓடிப்போய் தப்பலாம் என்டு நான் நினைச்சன். பலரின் வீடுகளுக்குள் போனேன். அங்கெல்லாம் ஆட்கள் நின்றனர். என்னால் அங்கு நிற்க முடியாமல் மீண்டும் மீண்டும் பல இடம் எல்லாம் திரிந்தேன். எனது அன்ரியான ஒருவரின் வீட்டுக்குப் போனேன். அங்கு அவர் என்னிடம் சேவு எடுக்கும்படி என்னிடம் கூறி சேவிங் றேசரைத் தந்தார்கள். நான் எனது தாடியை வழித்துக்கொண்டு வெளியேறும் போது அந்த வீட்டுக்கு இராணுவத்தினர் புகுந்து என்னைக் கைது செய்தனர். நான் அவர்களுடன் போவது போல பாசாங்கு செய்து கதவின் மூலையில் நின்று வேலிக்கு

மேலால் பாய்ந்து தப்ப எத்தனித்தேன். அவர்கள் எனக்கு சுட்டார்கள். நான் ஓடினேன்.

என்னை சுற்றிவளைத்து நின்ற இராணுவம் என்னை மடக்கிப்பிடித்து கை இரண்டையும் பின்னால் கட்டி அடித்தார்கள். உதைத்தார்கள். கம்பியால் குத்தினார்கள். அவ்விடத்தில் போட்டு பிரட்டி பிரட்டி அடித்தார்கள். குறுகிய நேரத்திலே எனது சுய நினைவு இல்லாமல் போகும்படி அடித்தார்கள். நான் ஒன்றும் செய்ய முடியாமல் கிடந்தேன். என்னை எழுப்பி எல்லோரும் இருக்கும் இடத்துக்கு அழைத்து வந்து என்னை அங்கு நிறுத்தப்பட்டிருந்த கவச வாகனத்துக்குள் எறிந்தார்கள். நான் அதற்குள் "தடார்" என விழுந்தேன்.

கைது செய்யப்பட்ட ஐம்பதுபேரை லொறிகளுக்குள் ஏற்றி திருக்கோவில் என்னும் இடத்தில் உள்ள இராணுவ முகாமுக்கு அழைத்துச் சென்றார்கள். அங்கும் எனக்குப் பல சித்திரவதைகள் நடந்தன. எனது கை இரண்டையும் பின்னால் கட்டி "ரெலி" அடி அடித்தார்கள். அது எப்படி என்றால் கை இரண்டையும் கட்டி மோட்டில தொங்க வச்சி கீள குதி காலில பொல்லால அடிப்பார்கள். மூளை கிறுகும். அதுதான் நடந்த சித்திரவதைகளில் கொடுமையான சித்திரவதை. என்னால் அடி தாங்க முடியாமல் மயங்கி விட்டேன். எனக்கு மீண்டும் உணர்வு வரும்போது அதிகாலை மூன்று மணி இருக்கும். எனது வாய்க்குள் ஓர் இராணுவம் ஒரு துளி தேனீரை விட்டான். நான் கண்களை திறந்து பார்த்துக் கொண்டிருக்கும் போது தேனீர் பரிமாறிக் கொண்டிருந்த இராணுவ சமையல்காரன் வந்து எனது வயிற்றில் காலால் உதைத்தான். நான் மீண்டும் மயக்கமுற்றேன்.

சில நாட்கள் கழிந்த பின் என்னை மீண்டும் விசாரணைக்காக அழைத்தனர். என்னை கழுத்துவரை மடு வெட்டி புதைத்தார்கள். நான் அந்த மடுவுக்குள் நின்றேன். பின் எனது கழுத்தை சுற்றி ரயரைப் போட்டார்கள் பின் அதற்குள் தண்ணீரை ஹோசைப் பிடித்து அடித்தார்ககள். என்னால் ஒன்றும் செய்ய முடியாமல் நான் உண்மை சொல்வதாக ஒத்துக்கொண்டேன்.

எனக்கு சித்திரவதை நிறுத்தப்பட்டது. என்னை குளிக்கும்படி கூறினார்கள். மீண்டும் என்னை அறைக்குள் கொண்டு போய்விட்டார்கள். மறுநாள் நான் வாக்கு மூலம் கொடுத்தேன்.

அப்போது எனக்கு வயது 22. ஜூலைக் கலவரம் ஏற்பட்டபோது அந்த சம்பவத்தை நான் கேள்விப்பட்டேன். என்னால் அந்த சம்பவத்தைச் சகிக்க முடியாமல் இருந்தது. நாங்களும் எங்கட இனத்துக்கு ஏதாவது செய்ய வேணும் எண்டு துணிந்தேன். அப்போது எனக்கு தெரிஞ்சவங்க எனது நண்பர்கள்தான் அவர்கள் இயக்கங்களின் தொடர்பு இருந்தவர்கள். அவர்கள் என்னுடன் உரையாடி என்னை இந்தியாவுக்கு அழைத்துச் செல்வதாகக் கூறினார்கள். நான் சம்மதித்துக் கொண்டு அவர்களுடன் சென்றேன்.

அக்கரைப்பற்றில் இருந்து யாழ்ப்பாண பஸ் எடுத்து யாழ்ப்பாணம் போய் சேர்ந்தேன். அங்கிருந்து றோளர் படகில் ஏறி இரணதீவு என்ற இடத்துக்குப் போனோம். அங்கு மூன்று நாட்களைக் கழித்தோம். பின்னர் அங்கிருந்து இன்னும் ஒரு போர்ட்டில் ஏறி ராமேஸ்வரம் போய் அங்கு இரண்டு மூன்று நாட்கள் இருந்தோம். அங்கிருந்து எங்கள மெட்ராஸுக்கு அழைத்துப் போனாங்க. இயக்கத்தில ஒரு தலைவருடன் இரவு மெட்ராஸை சென்றடைந்தோம்.

அன்று இரவு எங்களுக்குக் கூட்டம் ஒன்று நடந்தது. அந்தக் கூட்டத்தில தான் அந்த இயக்கம் என்ன என்றதை அறிஞ்சேன். அதுதான் டெலோ இயக்கம். இயக்கத்தின் கட்டுப்பாடுகளை சொன்னார்கள். எங்கட பெயர், ஊர் எல்லாம் குறித்துக் கொண்டு வேறுபெயர் வைச்சாங்க. அண்டைக்கு என்னிடம் "உயிருக்கு உத்தரவாதம் இல்லை" என்ற படிவத்தில ஒப்பம் இடும்படி கூறி என்னை போட்டோ எடுத்தாங்க. நானும் ஒப்பம் வைச்சன். அடுத்த நாள் போராளி மாதிரி தயார் படுத்தப்பட்டேன். பின்னர், இரவு ரெயினில் மூன்று நாள் பயணத்தில் டெல்லிக்கு போனம். டெல்லியில் இருந்து இறங்கி ஒரு மூடிய பஸ்ஸில் ஒன்றரை நாள் பயணத்தில் போன அந்த இடம்தான் உத்தர பிரதேசம் என்ற மாநிலம்.

எங்களை மலைப் பிரதேசத்திலுள்ள ஓர் இராணுவ முகாமுக்குக் கொண்டு சென்றனர். அங்கு எங்களுக்கு ஒன்பது மாதம் இராணுவபயிற்சி நடந்தது. அந்த ஒன்பது மாதத்துக்குள் எங்களுக்குள் கருத்து மோதல்கள் ஏற்பட்டன. இயக்கத்தின் தலைமைப்பீடத்தின் மருமகனுக்கும் எனது நண்பர்களுக்கும் பிரதேசபாகுபாடு ஏற்பட்டது. அந்தப் பிரச்சினை சூடுபிடித்து, சிறிசபா ரட்ணத்துக்கு தெரிந்து அவர் பயிற்சி முகாமுக்கு வந்தார். அவர் வந்து கூட்டம் போட்டுவிட்டு எங்களை மெட்ராஸுக்கு வரும்படி கூறிவிட்டு போய் விட்டார்.

எனது நண்பனும் சிறி சபாரெட்ணத்தின் மருமகனும் மெட்ராஸுக்கு சென்றார்கள். நாங்கள் பத்து நாட்கள் கழித்து மெட்ராஸுக்கு சென்றோம். நான் மெட்ராஸுக்கு சென்று மாம்பலம் என்ற ஊரில ஒரு கலியாண மண்டபத்துக்குச் சென்றம். அங்கு சென்றபோதுதான் எனது நண்பனான செல்லக்கிளியைச் சாக்கொண்டு விட்டார்கள் என்ற தகவல் தெரிந்தது. இந்தப் பிரச்சினை தொடர்பாக அவர்களுடன் கதைக்கும்போது சிறி சபாரெட்ணம் அவர்கள் வந்தார்.

"சிறி அண்ணா... செல்லக்கிளிய சாக்கொண்டிட்டார்களா?" என கேட்டன். இண்டைக்கு இரவைக்கு நான் அவர காட்டுறன் எண்டு சொன்னார். அவர் சொன்ன பாணி எனக்குச் சந்தேகத்தை ஏற்படுத்தியது. ஆனா எங்களுக்கு உறுதியாகத் தெரியும் அவர்கள் செல்லக்கிளியைக் கொன்று விட்டார்கள் என்று.

என்னுடன் அன்பான நண்பர்கள் எங்களிடம் வந்து "உங்களையும் போடப் போறானுகள். தப்பி ஓடுங்கள்" எண்டு சொன்னார்கள்.

அன்று இரவு பன்னிரெண்டு மணியளவில் நானும் எனது நண்பன் ஒருவருமாக வெளியேறினோம். எங்களுக்கு எந்தத் திசையும் தெரியாது. எங்கு போறம் என்று தெரியாமல் மெட்றாசில நடந்து கொண்டிருந்தம். நடந்து செல்லும்போது ஸ்பீக்கரில் சுப்பிரபாதம் கேட்டது. நாங்க அந்த கோவிலுக்குப்போய் முகம் கழுவி சாமியை கும்பிட்டு விட்டு மெற்றாஸ் ரவுனுக்குப் போனம். அங்கிருந்து திருச்சி பஸ் எடுத்து திருச்சி வந்து சேர்ந்து ஒரு கிராமப்புறமாக ஒரு றூம் எடுத்து அங்க தங்கினம். பாதுகாப்பு காரணமாகவே நாங்க அங்க ஒரு கிராமத்தில ஓர் அறையை வாடகைக்கு எடுத்து தங்கினம். நாங்க பிறகு அங்கிருந்து இராமேஸ்வரம் போவதற்கான வழியை இந்தியாவைச் சேர்ந்த ஒரு நபரிடம் கேட்டறிந்து கொண்டோம். பின்னர் அவரின் ஆலோசனையின்படி மதுரைக்கு சென்று அங்கிருந்து ராமேஸ்வரம் சென்றோம். அங்கிருந்து கள்ள வழியாக இலங்கையை அடைந்து வீட்ட வந்து சேந்திட்டம்.

அதற்கு பிறகு நான் என்ட ஊரில என்ட குடும்பத்தோட இருக்ககுள்ள இனி நமக்கு இயக்கம் ஒண்டும் வேணாம் என்டு நினைச்சி என்ட பாட்டிலதான் இருந்தன். ஆனா எங்கள சுடுவதற்காக எங்கட ஊருக்குல அவங்க வந்து தேடிப் பிடிச்சி சாக்கொல்லக் கொண்டு போனாங்க. என்னப் பிடிக்க வந்தவங்க என்னுடன் இந்தியாவில பயிற்சி எடுத்தவனுகள்தான்.

"நடந்த சம்பவம் உங்களுக்கு தெரியும் தானே?" எண்டு அவனுகளிட்ட நான் கேட்டன். அவகளும் ஒத்துக் கொண்டு எங்களை விட்டுவிட்டு தலைவருடன் கதைக்க வாங்க, யாழ்ப்பாணத்துக்கு எண்டு சொன்னானுகள். ஆனா எங்களுக்குத் தெரியும் எங்கள சாகடிக்கப் போறானுகள் எண்டு. நாங்களும் ஒரு முடிவு எடுத்தம். எங்கள பாதுகாக்க புளொட் இயக்கத்திட்ட போய் எங்கட பிரச்சினைய சொன்னம். அவர்கள் எங்களை இணைத்துக் கொண்டார்கள். மீண்டும் டெலோ பெடியனுகள் எங்களை அழைத்து போவதற்கு வந்தார்கள். நாங்கள் மறுப்பு தெரிவித்து அனுப்பிவிட்டோம். நாங்க பின்பும் இயக்கத்தில இணையிறத்துக்கு இதுதான் காரணம் சேர் எண்டு என்ட வாக்கு மூலத்த கொடுத்தேன். பின்னர் ஒரு மாதம் வரை அடி எதுவும் இல்லை. எங்களை பூசா முகாமுக்கு அனுப்பி வைத்தார்கள்.

1986.04.25ஆம் திகதி நான் பூசாவுக்கு அனுப்பப்பட்டேன். அன்றைய தினம் இருநூறு பேர் மொத்தமாக நாலு பஸ்களில் பல இடங்களிலும் இருந்து வந்தோம். ஒரே அறையில் என்னை கொண்டு சென்று உடுப்பு அனைத்தையும் கழற்றி விட்டு வரவேற்பு அடி அடித்தார்கள். எனது உடம்பில் எந்த துணியும் இல்லை. அறுனாகயிறைக் கூட அவிட்டு விடுவார்கள். அடுத்த நாள் காலையில என்.ஐ.பி இனர் வந்து என்னிடம் விசாரணை செய்தாங்க. நான் அக்கரைப்பற்றில் சொன் விடயங்களை என்னிடம் மீண்டும் கேட்டார்

கள். நான் "ஆம்" என பதில் சொன்னன். இருபத்தியோராவது வெச் 76ஆம் நம்பர் எனக்கு தந்தாங்க.

அங்கு எங்களுக்கு காலையில சாப்பாடு தருவாங்க. அது எப்படி என்டா கால் ராத்தல் பாணும் பருப்பு சொதியும் மட்டும் தருவாங்க. நாங்க அத உடனே சாப்பிடமாட்டம். ஏன் தெரியுமா? பாண் பருப்புக்குள்ள போட்டா ஊதும். அது அப்படி ஊதும் வரை காத்திருந்து அந்த பாண எடுத்து சாப்பிடுவம். இந்த பெரிய ஆம்பிளைகளுக்கு கால் ராத்தல் பாண் காணுமா? மதியம் சாப்பாடு வரும். நாங்க லைனில வருவம். சாப்பாடு தாறவங்க சுண்டுக்கொத்து போல ஒரு கப் வைச்சிருப்பானுகள். அந்த கப்பில கோலி அள்ளிறது தான் நமக்கு சாப்பாடு. அது கூட வந்தா சந்தோஷம், குறைய வந்தா வரும் கவலை. இரவிலயும் அதே சாப்பாடுதான். சாப்பிட்டா வகுத்த கலக்கும். இரவானா கதவ பூட்டி போட்டுடுவானுகள். குறைஞ்சது ஒரு இரவைக்கு ஐம்பது பேர் கக்கூசுக்கு போய் சொப்பினில கட்டி தலமாட்டில வச்சிட்டு படுக்கிறதுதான்.

ஒரு றூமில முன்னூறு பேர் படுப்பம். ஒரு பக்கம் படுத்தா மற்றப்பக்கம் திரும்ப முடியாத படுக்கைதான். எங்கள் எல்லாருக்கும் சொறி வரும். இப்படி இருக்கும் போது கக்கூசி கிடங்கு நிறம்பிடும். நாங்கதான் அந்த கக்கூச அள்ளுவம். கக்கூச அள்ற வாளிலதான் நாங்க தண்ணி குடிக்கிறதும் அந்த வாளிதான். நாங்க கக்கூச அள்ள சண்டை பிடிப்பம். ஏன் என்டு தெரியுமா? அன்டைக்கு எங்களுக்குக் கூட சாப்பாடு தருவானுகள், அதுக் குத்தான்.

எல்லா நாளும் நாங்க இப்படி இருக்க முடியாது என்றதுக்காக நாங்க எல்லாரும் உண்ணாவிரதம் இருந்தம். "நல்ல சாப்பாடு தர வேணும். ரொயிலட்டு உள்ளுக்க கட்டி தர வேணும். மருந்து வசதி செய்து தர வேணும். சன நெருக்கடிய குறைக்க வேணும்" என்டு ஐந்து நாள் உண்ணாவிரதம் இருந்தம். அப்போது பாதுகாப்பு அமைச்சராக இருந்த லலித் அத்துலத் முதலி அவர்கள் அங்க வந்தார். அவருடன் நாங்க கதைச்சம். அத அவர் ஒத்துக்கொள்ளவில்லை. ஆனா ஆமி கேணல் வந்து "நாங்க நீங்க கேட்ட படி உதவி செய்து தாறம்" என்டு சொன்னார். நாங்க அத கேட்டுக்கொண்டு இருக்கும்போது சில ஆமிக்காறாக்களுக்குப் பிடிக்கவில்லை.

எங்களை வழமையாக பிந்நேரம் ஆறு மணிக்கு பூட்டுவார்கள். அன்று அந்த ஆமிமார் மூன்று மணிக்கு பூட்ட வந்ததும் நாங்க எல்லாரும் ஏன் பூட்டுறியள் எண்டு கேட்டம். அப்போது ஆமிக்கும் எங்களுக்கும் அடிபுடி நடந்தது. ஆமிக்காரர்கள் கத்திக்கொண்டு ஓடிப் போய் துவக்க எடுத்து வந்து சுட்டானுகள். சுட்டத்தில ஏழுபேர் செத்துப்போயிட்டாங்க, ரெண்டுபேர் காயம். உடனே ஆமி பெரியவன் வந்து சுடுறத்த நிறுத்திட்டாரு. இல்லாட்டி நாங்க எல்லாரும் செத்திருப்பம். அன்று செத்தத்தில வவுனியாவைச் சேர்ந்த ஜீவா, முருகன், மகேசன் திருகோணமலையைச் சேர்ந்த கந்தன், மதன் என்பவர்களும் திருக்கோவில் என்ற இடத்தச் சேர்ந்த சாமிநாதன் என்ற

வரும் யாழ்ப்பாணத்தை சேர்ந்த ரூபி என்பவரும் அடங்குவர். மற்ற இரண்டு காயப்பட்ட பெடியனுகளுக்கு மருந்து கட்ட எண்டு கூட்டிப்போய் காலி புகையிரத நிலையத்தில வைச்சி அடிச்சி சாக வச்சிப்போட்டு ஆசுபத் திரியில சேத்தானுகள். எல்லாமா ஒன்பது பேரும் செத்துப்போயிட்டா னுகள். அதற்கு பிறகுதான் பாண் அரை றாத்தலாக மாறியது. சாப்பாடு நல்லதாகத் தந்தார்கள். மருந்து வசதி செய்து தந்தாங்க. மலசலகூட வசதி உள்ளுக்குள்ள செய்து தந்தாங்க. இல்லை என்டா பிரச்சினை பெரிசா போகும் எண்டுதான். இந்த பிரச்சினை 1987ஆம் ஆண்டு நடந்தது.

1988ஆம் ஆண்டு எங்கட வாட்டுக்குள்ள வந்து 2,000 பேர்களின் பெயர் களை வாசித்து வேறாக மாற்றினர். ஆனால் என்ட பெயர் வாசிக்கல்ல. இந்திய - இலங்கை ஒப்பந்தப்படி கைதிகள் விடுதலை செய்யப்பட்டதுதான் அது. என்னை ஏன் விடல்ல என்டா, கோட்டுக்கு என்னை கொண்டு போனதால என்னை கோட்டிலதான் விடுறது என்டு சொன்னானுகள். இவர்கள் விடுதலை செய்யப்பட்டு மூன்று மாதத்தின் பின்னர் என்னை கோட்டுக்குக் கொண்டு போனாங்க. நான் வீட்ட செல்லலாம் எண்டு நினைச்சன். என்ன கொழும்பு உயர் நீதிமன்றத்துக்கு கொண்டு போனவை.

அங்கு என்னிடம் சட்டத்தரணி குமார் பொன்னம்பலம் அவர்கள் அவசர அவசரமாக வந்து "நீங்க வீட்ட போக முடியா, இலங்கை இராணுவத்துக்கும் புலிக்கும் மீண்டும் சண்டை நடக்குது" என்று சொன்னார். நீதிமன்றத்தில் என்னைக் கூப்பிட்டு ஒன்றரை மாதம் தவணை அடிச்சாங்க. எனக்கு கவலையாக இருந்தது. என்னைக் கூட்டிப்போக வந்த அப்பா கவலையோட திரும்பிப்போனார்.

என்னை திருப்பி பூசா தடுப்பு முகாமுக்குக் கொண்டு போகாம வெலிக் கடைக்கு கொண்டு போனாங்க. பூசாவில நாங்க அரசியல் கைதி. அங்க இருந்தவங்க எல்லாம் தமிழ் பிள்ளைகள். ஆனா வெலிக்கடையில அப்படி பாக்க மாட்டாங்க. அங்க இருக்கிற எல்லாம் கிறிமினல்காரர்கள். கள்ளன், கடத்தல்காரர், கொலைகாரனுகள் அப்படிப்பட்டவர்கள்தான். அங்க செல் தான் இருக்கு. மறியல் சாலை நாலு அடி அகலமும் பத்து அடி நீளமும் இருக்கும். அதுக்குள்ள பத்துப் பேரை போடுவானுகள். அதுக்குள்ளதான் ரொயிலட்டும் இருக்கும். அவனுகளுடன் என்னையும் போட்டானுகள். அவனுகள் என்னிட்ட ஏன் வந்த எண்டு கேட்டாங்க. நான் அரசியல் கைதி எண்டு சொன்னன். எனக்கு ஒன்டும் செய்யவில்லை. எனக்கு படுக்க இடம் தந்தானுகள். என்னை அங்க ஒன்றரை மாதம் வரை வச்சானுகள். அப்ப என்னப்பாக்க சட்டத்தரணி ரவிராஜ் அவர்கள் அப்பா வோட வந்தார். "நீ குற்றத்த ஒப்புக்கொள்" எண்டு என்னிடம் சொன்னார்.

அன்று நான் நீதிமன்றம் செல்லும் நாள். நீதிமன்றத்தில என்னை கூப்பிட்டு விசாரித்தார்கள். சட்டத்தரணி ரவிராஜ் அவர்கள் வழக்கை வாதாடினார். நீதிமன்றத்தில் மூன்று தொடக்கம் ஐந்து வருடம் தண்டனை கிடைக்கும் எண்டு நான் நினைத்தேன். ஆனால் எனக்கு ஒன்பது மாதம் அச்சிக்குத்தி

என்னை பலவத்த முகாமுக்கு அனுப்பினார்கள். அங்க எனக்கு வெள்ள காச்சட்டையும் சேட்டும் தந்தார்கள். என்ட இலக்கம் 143. என்னுடன் ஜே.வி.பி பெடியனுகள் இருந்தார்கள். அங்க நாலு மாதம் இருந்தன் பின்னர் என்னை மகசினுக்கு மாத்தினார்கள். அங்க மூன்று மாதமும் பத்து நாளும் இருந்தேன். அதே வாழ்க்கை. என்ட விடுதலைநாள் காலையில் என்னை வெளியில் எடுத்து என்ட அப்பாட்ட ஒப்படைத்தார்கள். எனக்கு ஜெயில் காசு என்டு 610 ரூபா தந்தார்கள். அங்கு நான் புல் செதுக்கி இருந்தேன். அந்தப் பணம் எண்டு நினைக்கிறன்.

நான் 1986.04.25ஆம் திகதி கைது செய்யப்பட்டு 1988.12.28ஆம் திகதி விடுதலையாகியிருந்தேன். வீட்டுக்கு வந்தபோது ஊரை சற்றும் மதிக்க முடியாத மாதிரி மாறி இருந்தது. மீண்டும் விவசாயம் செய்ய ஆரம்பிச்சன். 1989.09.21ஆம் திகதி நான் காதலித்த பிள்ளையை கலியாணம் கட்டினேன்.

நான் சிறையை விட்டு வந்த காலம் இந்திய இராணுவம் நாட்டை விட்டுப் போகவில்லை. ஊரில தான் இருந்தாங்க. அவர்கள் புலிகளை கைது செய்து பின்னர் விடுதலை செய்வார்கள். ஊருக்குள்ள அடிக்கடி வருவார்கள். அவங்க குள்ளமானவர்களாக இருந்தாங்க. கறுப்பாகவும் இருந்தாங்க, வெள் ளையாகவும் இருந்தாங்க. ஹிந்தி, மலையாளம் தெலுங்கு கதைச்சாங்க.

இந்திய இராணுவம் இலங்கைக்கு வந்த நேரம் புளொட், டெலோ, ஈ.பி.ஆர்.எல்.எப், ஈரோஸ், எல்.ரீ.ரீ.ஈ என்று ஐந்து வகையான இயக்கம் தான் இருந்தது. அதிலையும் புளொட், டெலோ, ஈ.பி.ஆர்.எல்.எப் ஆகிய மூன்று இயக்கங்கள இந்திய இராணுவம் தன்ர பக்கம் வச்சிக்கொண்டாங்க. நம்மல பாதுகாக்க வேண்டிய நமது இயக்கமே இந்திய இராணுவத்தோட சேர்ந்து ஆக்கள கொலை செய்தது. இப்படி இருந்ததால ஊரே சவக்கால மாதிரியான நிலையில இருந்தது. ஊரில் உள்ள வசதியானவர்கள், இராணு வத்துக்கு எதிர்ப்பானவர்கள், இவர்களை எதிர்த்து அதிகமாக போராடுப வர்கள், ஊரின் மேல் அதிக அக்கறையானவங்க போன்றவர்களை இனம் தெரியாத நபர்கள் மூலம் இனம் கண்டு இரவோடு இரவாக மக்கள் தூங்கிய பின் வெட்டிப் போட்டு சென்றனர். அதுவும் ஒரு வெட்டில் அவர்கள் உயிரை எடுக்க மாட்டார்கள். சித்திரவதை செய்து பல வெட்டுக் காயத்து டன் தான் கொலை செய்தனர்.

ஓர் ஊசி குத்தினாலே யாராலையும் தாங்க முடியாது, அந்த வலியை யாரிடமும் கூறவும் முடியாது. அந்த இடத்தில் இருந்தால் மட்டும்தான் வலியை உணர முடியும். அப்படித்தான் இவர்களின் வலியும், மரணமும் கூரான ஆயுதத்தால் வெட்டும்போது நாம அப்படியே ஆடிப்போய்விடும். அவங்க இறந்த இடத்தைப் பார்க்கும்போது அப்படியே இரத்த ஆறு ஓடுவது போல் தான் இருக்கும். தாய் தன் இரத்தத்தையே பால் ஆக்கி ஒரு பிள்ளையை எவ்வளவோ கஸ்டப்பட்டு பெற்று வளப்பார். அப்படிப்பட்ட தன்னுடைய மகனின் உடலை வெட்டி இரத்தம் ஆறாக ஓடும்போது பார்க் கையில் தாய் நொறுங்கிப் போய்விடுவாள். எத்தனையோ பெண்கள் புரு

சனை இழந்து விதவை எனும் பெயரைப் பெற்றனர். எவ்வளவோ ஆசை களோடும் கனவுகளுடனும் தான் இந்த கலியாணம் நடக்குது. சாகும் வரைக்கும் கணவனுடையே வாழணும் என்ட ஆசை அப்படியே மண் ணோடு மண்ணாகப் போய் இறுதியாக விதவை என்ட பெயர் மட்டும் தான் அவர்களுக்கு மிச்சம். எத்தனையோ குழந்தைகள் தகப்பனை இழந்து இப்ப வரைக்கும் அப்பாவின் அன்பு கிடைக்காமல் தவிக்கிதுகள்.

இப்படியே கொலை செய்வது ஒரு வருடத்துக்கு நீடித்தது. இந்திய இராணு வமும், இலங்கை இயக்கங்களும் சேர்ந்து தமிழ் தேசிய இராணுவம் உருவா கியது. அதாவது கட்டாய இராணுவம் ஆகும். இளைஞர்களை பிடிச்சி தனது முகாமுக்கு எடுத்து சென்று பலாத்காரமாக தன்வசப்படுத்தி அவர்களுக்கு இராணுவப் பயிற்சி கொடுத்து அவர்களை தன் பக்கம் வைத்திருந்தார்கள். இப்படியே 1989 தொடக்கம் 1990 ஆம் ஆண்டு வரையான காலத்தில் பிறேம தாசாவுக்கும் புலிகளுக்கும் இடையே இந்திய இராணுவத்தை வெளியேற் றும் முகமாக ஒரு ஒப்பந்தம் நடக்கின்றது.

"இந்திய இராணுவம் போய் விட்டது. இனி கலவரம் இல்லை" என நாங்கள் ஓரளவு மனநிம்மதியாக இருந்தம். ஏற்பட்டது திடீர் பூகம்பம். இந்தியர்கள் போய் விட்டனர். ஆனால் அவர்களால் உருவாக்கப்பட்ட இலங்கை இயக் கத்தால் மீண்டும் கலவரம் ஆரம்பித்தது. எல்.ரீ.ரீ.ஈ இற்கும் இந்தியர்களால் உருவாக்கப்பட்ட இயக்கத்துக்கும்தான் இந்தச் சண்டை தொடங்கியது. இந்தச் சண்டையில ஐம்பது அறுபதுக்கும் மேற்பட்ட பொடியனுகள் செத்திட்டானுகள். ஒரு வருடத்துக்கு பின் அதே நிலைமை. தாய் - பிள் ளையை இழந்து, மனைவி - கணவனை இழந்து, பிள்ளைகள் - தகப்பனை இழந்தனர். நிலைமை மாறுவதாக தெரியல்ல. எப்போதும் மரண ஓலம் மட்டும் தான். இழப்புகள் எப்போதும் காதுக்கு எட்டியபடியே இருந்தன.

எப்படியோ ஒருவாறாக தேசிய இராணுவம் கலைக்கப்பட்டது. இதால நாங்க மிகவும் அமைதியான சூழலில் வாழ்ந்து வந்தம். தொழிலுக்கு குறைவே இல்லை. எப்படியோ இந்த ஒப்பந்தம் ஒன்பது மாதத்துக்கு இருந்தது. நாங்க எல்லாம் தோணிக்கல் மேல்பகுதி அதாவது பொத்தானை என்ற இடத்தில வயல் செய்தம். எல்லோரும் வயலுக்கு போய் வந்தார்கள்.

திடீர் என்று ஒருநாள் பகல் இரண்டு மணி இருக்கும். பொலிஸ் நிலையத்த புலிகள் சுற்றிவளைத்து விட்டார்கள். பொலிஸார் புலிகளிடம் சரணடைந் தார்கள். இதில் தமிழ் பொலிஸை விட்டு விட்டு மீதி பொலிஸார் 45 பேரளவில் பஸ்சில் ஏற்றிக் கொண்டு காட்டுப்பக்கம் கொண்டு சென்றனர். பின்னர் இரவு ஏழு மணியளவில் கதை ஒன்று பரவியது. கஞ்சி குடியாற்றுப் பகுதியில் கொண்டு சென்ற பொலிஸை சுட்டுப் போட்டிட்டானுகளாம் எண்டு. ஊர் பெரிதும் பதற்றமாகி விட்டது. எல்லாரும் பதற்றம். ஊரே இரைச்சலுடன் காணப்பட்டது.

மறு நாள் 1990.06.24ஆம் திகதி காலையில கிளியறிங் பார்ட்டி வாரானு களாம் எண்டு கேள்விப்பட்டம். ஊர் மக்கள் எல்லாம் திசைகெட்டு ஓடி னாங்க. இந்த ஊரில படிச்ச உத்தியோகம் பாக்கிறவங்க எண்டு 120 பேர் அளவில அக்கரைப்பற்று பாடசாலையில இருந்தாங்க. அதில 55 பேரை பிடிச்சி 17 பேர விட்டுட்டு 38 பேரை தெரிஞ்சி கொண்டு போனானுகள். இவங்க எல்லாம் உத்தியோகம் பாக்கிறவங்க கிராம சேவையாளர்கள், பீயோன், கிளாக் உட்பட ஏனைய வேலைகள் செய்யிறவங்க. ஒரே குடும் பத்த சேர்ந்த இரண்டுபேரைக் கூட கொண்டு போனானுகள். இன்றைய திகதி 2016.07.05 வரை அவர்களுக்கு என்ன நடந்தது என்ட விடயம் கூட யாருக்கும் தெரியாது.

1990.06.23இல் நாம் தம்பிலுவிலுக்கு மீண்டும் இடம் பெயர்ந்தோம். அந்த வருடம் செய்த வெள்ளாண்மை கூட வெட்டவில்லை. நாங்க எல்லாரும் இருக்க இடம் கூட இல்லாம திரிஞ்சம். அன்று இரவு பத்தரை இருக்கும் நானும் என்னுடைய மனைவியும் சாப்பிட்டுக் கொண்டிருந்தம். எனக்கு அழகான ஆண் குழந்தையும் பிறந்து அப்பதான் அவனுக்கு இரண்டு மாதம் ஆகியிருந்தது. நாங்கள் அனைவரும் சந்தோஷமாகக் கதைத்தபடி சாப்பிட் டுக் கொண்டிருந்தம்.

இரவு நேரம் என்றாலே அமைதிதானே. அன்று அந்த அமைதி இல்லை. ஒரே சத்தம். ஆட்கள் பதற்றத்தோடு ஓடுவது போலவும் ஏதோ எங்கள் காதில் இரைவது போலவும் தான் கேட்டது. என்ன நடக்கிறது என்பதை பார்ப்பதற்காக என்னுடைய மனைவி வெளியே சென்றாள், வீதியில் சனம் ஓடுவதுதான் அவளுக்குத் தெரிந்தது. அவர்கள் கத்தியபடியே ஓடுகின்றனர். பலத்த குரலில் சில ஆண்கள், இராணுவம் சுட்டுட்டுவாரான் எண்ட சத்தம் என் காதில் கேட்டது. இதைக் கேட்ட என் மனைவி அப்படியே ஆடிப் போய்விட்டாள். உடனே பதற்றத்துடன் என்னிடம் ஓடி வந்து மூச்சை இழுத்தபடியே நின்றாள். வாயில் இருந்து கதை வரவில்லை. நான் உறுக்கிய படியே என்ன என்று வினவினேன். உடனே அவள் இராணுவம் சுட்டுவரு வதாகச் சொன்னாள்.

சாப்பிட்ட கோப்பையை அப்படியே வைத்து விட்டு எனது இரண்டு மாத கைக்குழந்தையை கையில் தூக்கினேன். என்னுடைய மனைவி எனது பிள்ளைக்குக் கொடுப்பதற்கு கண்ணாடிப் போத்தலில் அடைக்கப்பட்ட பால் மாவையும் கையில் எடுத்தபடியே நாங்களும் வீதிக்குச் சென்று சனத்து டன் சேர்ந்து ஓட ஆரம்பித்தோம்.

ஆலையடிவேம்பு பிரதேசத்தில் உள்ள அனைத்து குடும்பங்களும் மறுபடி யும் திருக்கோவிலுக்குச் செல்லத் தொடங்கினர். நடு இரவு என்பதால் ஒரே பயம்தான். நாங்கள் ஓடிக் கொண்டிருக்கும் போது திருக்கோவிலுக்கும் அக்கரைப்பற்று பனங் காட்டுக்கும் இடையில் களப்பு ஒன்று உள்ளது. சனங்கள் அந்த களப்பு வழியாக பாய்ந்து செல்வதற்கு முயன்றனர். மேலே ஹெலி சுற்றிக் கொண்டு இருந்தது. ஒரு சிலர் தோணியிலும் செல்ல முயற்

சித்தனர். தோணியில் செல்லும்போது தோணி கவிழ்ந்து ஒரு சிறிய குழந்தை கூட இறந்து போனது.

மனதில் ஒரு துளி கூட நிம்மதி இல்லை. கண்களில் மரண பயம். நெஞ்சு மிக வேகமாக படபடக்கத் தொடங்கியது. மனம் பலதையும் யோசித்து பயத்துடன் ஓடிக் கொண்டு இருந்தோம். நாய் கூட ஊரில் நிற்கவில்லை. எங்களுடனையே வந்து விட்டது. உறவுகளை இழந்த வண்ணமே திருக்கோ விலைச் சென்றடைந்தோம். 87ஆம் ஆண்டு எப்படி ஓடிவந்தமோ அதே ஓட்டம்தான்.

அங்க போய் கோவிலிலும், பாடசாலையிலும், உறவினர்கள் வீட்டிலும் தங்கத்தொடங்கினார்கள். அங்கு தங்கியிருந்தாலும் மரணபயம்தான். ஊரை விட்டு ஊருக்குச் சென்றும் நிம்மதி இல்லை. அங்கையும் பிரச்சினை தான். கிட்டத்தட்ட முப்பது நாட்கள் அங்க இருந்திருப்பம். சாப்பிடுறத்துக்கு சாப்பாடு இல்லை, வேலையும் இல்லை. எங்களுக்கு சாப்பாடு இல்லாட்டி லும் பரவால்ல, பிள்ளைக்காவது சாப்பாடு கொடுப்பம் என்டு பையில் இருந்த பிள்ளையின் மாவை வெளியில் எடுத்தால் அதிலும் கொடுமை கண்ணாடிப் போத்தல் உடைந்து மா முழுக்க கண்ணாடி தூள்கள் பரவியி ருந்தது. குழந்தை ஒரு புறம் மூச்சிவிடாமல் அழுது கொண்டே இருந்தது. என்ன செய்வதென்டே தெரியவில்லை, அழுகை மட்டும் தான் வந்தது. அதுக்குப் பிறகு பக்கத்தில இருந்த என்ர அண்ணனிட்ட மா வாங்கி பிள் ளைக்குப் பால் கொடுத்தம். ஒருநாள் அவர்களிடம் வேண்டி திருப்பிக் கொடுத்தாச்சி. ஒரே வேண்டலாமா? இல்லை. எல்லோருக்கும் பஞ்சம் தான் எந்த நேரமும் இராணுவத்தால் எதுவும் நடக்கலாம் என்பதுதான் கண்முன் தோன்றிக் கொண்டிருந்தது.

திடீர் திடீரென நாங்கள் இருக்கும் இடத்தை இராணுவம் சுற்றிவளைப்பு செய்து ஆண்களை மட்டுமின்றி பெண்களையும் பலாத்காரமாகப் பிடிக்கத் தொடங்கினானுகள். அவனுகளுக்குத் தோணும்போது அவர்களுக்கு பிடித்த பெண்களை பலாத்காரமாகப் பிடித்துக்கொண்டு போய் பாலியல் துஸ்பிர யோகம் செய்து அவர்களைத் துன்புறுத்தி இறுதியாக அவர்களை கொலை செய்து அருகில் உள்ள ஆற்றிலை போட்டாங்க. இதில திருக்கோவில சேர்ந்த முன்னாள் போராளியான ராணி என்ற பெண்ணும் ஒருவர். இவர வந்து இராணுவம் கூட்டிட்டு போய் பாலியல் வல்லுறவுக்கு உட்படுத்தி விட்டு கழுத்த முறிச்சிப்போட்டு சிறிய மடுவுக்குள்ள புதச்சிட்டு போயிட் டானுகள். நாங்க தேடிப் போனபோது அந்த பிள்ளட காலு மேல தெரிஞ்சிது. தோண்டி எடுத்து பாத்தா ராணிதான் அது. என்ன செய்யிறது மீண்டும் அந்த பிள்ளைய புதச்சிட்டு வந்திட்டம். இதனால வயதுக்கு வந்த திருமணமாகாத இளம் பிள்ளைகளிட தாய்மார் தங்களுடைய பிள்ளை களுக்கு சாரிகட்டி பொட்டு வைத்து திருமணம் ஆகியவர்களைப் போன்று அலங்கரித்து வைத்தனர். இராணுவத்தின் அகோரப்பசிக்கு தங்களது பிள்ளைகள் இரையாகிவிடக் கூடாது என்பதற்காக மீண்டும் நாங்கள் எங்க

ளது ஊருக்கு வந்து எங்களது வாழ்க்கையை தொடர்ந்து நடத்திக் கொண்டிருந்தோம்.

1990.08.17 ஆம் திகதி இரவு முஸ்லிம்கள் பள்ளிவாசலில் இருந்து ஒலி பெருக்கி ஊடாக "அல்லாஹு அக்பர்... புலி பூந்து பள்ளிவாசலுக்க வெட்டிறான். எல்லாரும் ஓடுங்கோ" என கத்திற சத்தம் கேட்டு முஸ்லிம் ஆட்கள் முஸ்லிம் பக்கத்த நோக்கியும் தமிழ் ஆட்கள் தமிழ் பக்கத்தை நோக்கியும் இடம் பெயர்ந்தனர். ஆனால் அவங்க காத்தான்குடியில பள்ளிவாசலில புலி பூந்து வெட்டின கதை கேட்டு தான் இங்க "அல்லாஹ்..." என கத்தினவங்க. அப்ப ஊரே கலவரமானது.

நாங்க செய்த வெள்ளாமை எல்லாம் செஞ்சவாறே கிடந்தது. மாந்தோட்டம் என்ற இடம் அம்பாறைக்கு கிழக்குப்பக்கம் உள்ளது. அக்கரைப்பற்று முஸ்லிம் ஆட்கள் வந்து மாந்தோட்ட சிங்கள ஆட்கள துவக்கோட கூட்டி வந்து முஸ்லிம் ஆட்கள், தமிழ் ஆட்கள் எல்லாரிட வெள்ளாமையையும் வெட்டி எடுத்துக்கொண்டு சூடு மாதிரி குவிச்சிருந்ததுக்கும் வெட்டாம கிடந்த தமிழாக்கள்ர வெள்ளாமைக்கும் நெருப்பு வச்சிட்டு போயிட்டானுகள். அதில எங்கட ஊரச் சேர்ந்த பிரபல போடியாரான பட்டப் பெயருடன் அழைக்கப்படும் வடி செல்வராசாவையும் அவர்ட மகனையும் பிடிச்சி கொண்டு போனவனுகள். அவர் இதுவரைக்கும் இல்லை.

இப்படி நடக்கும்போது எந்தப் பக்கம் திரும்பினாலும் மரண பயம் மட்டும் தான். இராணுவம் திரும்பி எப்ப வருவான் எப்ப கலவரம் நடக்கும் என்ற பயம்தான். இப்படியே இந்த பயத்தோடையே உயிரை கையில் பிடிச்சிக் கொண்டு எங்களுடைய வாழ்கை சென்றது. வேலைக்கு செல்வதற்குப் பயம். கையில் பணமும் இல்லை. பசியும் ஒருபுறம் என்று வாழ்கையே வெறுத்து போய்விட்டது. நமக்காக இல்லாட்டியும் நமது குழந்தைகளுக்காவும், மனைவிக்காகவும் வாழத்தானே வேணும் என்ற எண்ணம்.

இப்படியே காலம் சென்றது. திடீர் திடீரென இராணுவம் சுத்திவளைப்பு செய்து அங்குள்ள ஆண்களை அதாவது 18 இருந்து 55 வயதுக்கு உட்பட்டவர்களை பிடித்து முகாமுக்கு கொண்டு செல்வார்கள். கொண்டு சென்று அவர்களை துன்புறுத்தி பல கொடூரமான செயல்களை செய்தானுகள்.

இராணுவத்தில் சிலர் தங்கள் முகத்தில் முகமூடி போட்டுக் கொண்டு இவ் ஆண்களில் அவர்களுக்கு சந்தேகமான ஆண்களைக் கைகாட்டினால் அவர்களை காலியில் உள்ள தடுப்பு முகாமுக்கு அனுப்பி வைப்பானுகள். உண்மையில் அந்த முகாமில இருக்குறதவிட ஒரு கொடுமையான விசயம் ஒண்டுமே இல்லை. அப்படியான ஒரு கொடுமையான இடம். இப்படி இந்த இளைஞர்களை அங்க அனுப்புறத்துக்கு முக்கிய காரணம் பொதுமக்களுக்கு பலமே இவ் இளைஞர்கள்தான். இராணுவத்தை எதிர்க்கக்கூடிய துணிவும் இந்த இளைஞர்களுக்குதான் இருக்கு. அதனால்தான் இவ்விளைஞர்கள்

பலரை சந்தேகத்தின் அடிப்படையில் பிடித்து காலி தடுப்புமுகாமுக்கு அனுப்பி வைப்பதால் தான் இராணுவத்தின் பலம் அதிகரித்தது.

ஒவ்வொரு நாளும் எங்கட ஆட்கள் பயத்தோடயே இருந்தாங்க. எங்கும் சவத்தின் வாடைதான். புகைமண்டலம். யாருடைய வீடும் முழுமையாக இல்லை. இராணுவம் தமக்குப் பிடிச்ச மாதிரியே ஊரில் வாழ்ந்திருந்தா னுகள். தென்னை மரத்தில் இளநீரைக்கூட விட்டு வைக்கவில்லை. எல்லா ரிட வீட்டையும் புகுந்து அவர்களுடைய கோழிகளைப் பிடித்து சாப்பிட்ட னர். இவ்வளவு துன்பத்தை எல்லாம் கடந்து வீட்டில் வந்து குடியமர்ந்தம். வீட்டில இருந்த ஓலைகளை குடிசை மாதிரி அமைத்துக் கொண்டோம்.

கட்டும் குடிசைகளின் சுவர்களையும் ஓலையால்தான் கட்டினோம். ஆதா வது குடிசையை சுத்தி அமைக்கப்படும் வேலி. இதில் குசினி கட்டும்போது ஓர் ஓலைச் சுவர் அப்படியே ஓர் அடிக்கு அப்பால் மறு சுவரையும் கட்டி நடுவில இடவு வைப்பம். அதாவது ரெண்டு செத்தைகளாகத்தான் கட்டுவம். ஏன் என்டா இராணுவம் வீட்டில் உள்ள ஆண்களை தேடிவரும் போது அச் செத்தைகளின் இடையில் ஒளிந்து கொள்வோம். அவனுகள் வந்து "எங்க இந்த வீட்டு ஆள்" என்டு கேப்பானுகள். உடனே வீட்டில் உள்ளவங்க "இல்ல" என்டு சொல்லுவாங்க. ஆனால் கடைசி மட்டும் அவனுகள் நம்ப மாட்டானுகள். வீட்டில் எல்லாப் பக்கமும் சென்று தேடுவானுகள். அப்ப கையில மட்டும் கிடச்சா உடனே மரணம் தான். இத யாராலையும் தடுக்க ஏலாது.

நீண்ட நாட்களுக்கு அவ்வாறு ஒளிக்க முடியவில்லை. அவனுகளும் ஒரு நாளைக்கு கண்டு பிடிப்பானுகள். கண்டு பிடிச்சா எல்லாருக்குமே கஷ்டம். எப்படியோ அவனுகள் கண்டுபிடிச்சிட்டானுகள். அதனால் வீடு தேடி வரும்போது கைகளில் பெரிய கூரான ஆயுதங்களை எடுத்து வந்து ஓலைச் சுவரை குத்துவானுகள் பிப்பானுகள். மாட்டினால் அவ்வளவுதான். அதனால் எல்லாரும் இந்த வேலைய கைவிட்டாங்க. ஆனால் அடிக்கடி சுற்றிவளைப்பு என்ட காரணத்தால வேறு ஒரு முறைய கண்டு பிடிச்சம். நிலத்தில் பெரிய மடு வெட்டி அதக்குள்ள பெரிய பரலைவைத்து மூடி வைப்பம். இராணுவம் வந்தா உடனே அதுக்குள்ள போய் ஒளிப்பம். உடனே மனைவி வந்து அதை மூடிவிட்டு மேல கிடுகு, குப்பைகளை போட்டு மூடிட்டுப் போவாள்.

சிலநாள் மட்டும் இப்படி நடக்கல, எவ்வளவோ நாட்கள் உயிர கைல பிடிச்சிக் கொண்டு அதுக்குள்ள இருந்திருக்கம். சும்மா நேரங்களில பரவால்ல. மாரிகாலத்தில அவனுகள் வந்தா இந்த தகரத்துக்குள்ள இரிக்கிற த்த விட அவனுகள்ர கையால செத்துரலாம் எண்டு தோணும். ஏன் எண்டா பரல் முழுக்க தண்ணீர் நிரம்பி போயிருக்கும். அதுக்குள பூச்சி, தவளை எல்லாம் தண்ணிக்குள்ள இருக்கும். அந்த தண்ணி நிறைய நாள் வச்சி இருந்ததால சரியான நாத்தம். அதுக்குள ஒரு நிமிசம் கூட இருக்க ஏலாது. அப்படி ஒரு மாரி காலத்திலதான் ஒரு நாள் வீட்ட இராணுவம் வந்தானுகள்.

நானும் தண்ணீ இருக்கிறத மறந்து அவனுகள் வாரானுகள் எண்ட பயத்தில அதுக்குள்ள போயிட்டன். போனதற்கு பிறகுதான் தண்ணி கழுத்து மட்டும் இருந்தது. பூச்சி, தவளை எல்லாம் என்ட முகத்தில பாயத் தொடங்கின. என்னால அசையவே ஏலாது. அசஞ்சா தண்ணிச் சத்தம் கேட்கும் எண்ட பயத்தில பிடிச்சி வச்ச பிள்ளையார் போல இருந்தன். தண்ணீர் நாத்தம் ஒரு பக்கம். தவளைகளின் சத்தம் ஒரு பக்கம். பிடிச்சிருவானுகளோ எண்ட பயம் ஒரு பக்கம். தண்ணி அசைய அசைய எண்ட வாய்க்குள்ளதான் தண்ணி போகும். வாயத் திறக்கவும் ஏலாது மூக்கால சுவாசிக்கிற கஸ்டம். அந்த நாத்தத்தால வாயில சுவாசிக்க நினச்சா அதுவும் ஏலாது. நான் தண்ணி போகும் எண்டு வாயையும் மூடி, தவளை முகத்தில பாய கண்ண மூடிக்கொண்டு இருந்தன்.

வந்தவனுகள் போற மாதிரி தெரியவே இல்லை. அவனுகள் கதைக்கிற சத்தம் கேட்குது. எப்படா அவனுகள்ர சத்தம் கேட்காது, நம்ம எப்ப மேல போறது. என்னால சுவாசிக்க ஏலாம சிரமப்படுறன். பயத்தில எல்லா சாமியையும் மனசுல நினச்சி கும்பிட்டுக் கொண்டே இருந்தன். அவனுகள் நடக்கிற சத்தம், இங்க என்ன தேடுறது, பெரிய குரலில் உறுக்கி என்ட மனைவியிட்ட என்ன கேக்கானுகள் என்டெல்லாம் தெரியும். ஆனால் என்னால எதுவுமே செய்ய ஏலாது.

மிச்சம் ஓர் இறுக்கமான நிலையில கொஞ்ச நேரத்தில சத்தத்த காணல்ல. என்னடா இவனுகள் போயிட்டானுகள் நம்ம இனி வெளிய போவம் எண்டு நினைச்சன். “சீ இல்ல அவனுகள் போயிருந்தா நம்மட பொன் டாட்டி வந்து என்ன கூப்பிட்டிருப்பாள். அவளும் வரல என்ன செய்ர” இனி என்னால ஏலா மயங்கி விழப்போறன் எண்ட நிலைதான். கண் எல்லாம் அப்படியே இருட்டிப் போகுது. செத்தாலும் பறவாயில்ல வெளிய போவம் எண்டு நினைச்சி கொண்டிருக்கையில அந்த நேரம் பாத்து லேசா ஒரு வெளிச்சம். எண்ட பொண்டாட்டி மூடியத் திறந்து என்ன ஏக்கத்தோட பார்த்துவிட்டு உடனே என்னை வெளியே எடுத்தாள். நானும் ஏலாமக் கிடந்து கொஞ்ச நேரம் கழிச்சித்தான் உயிரே வந்த மாதிரி இருந்திச்சி. இப்படி எவ்வளவு நாளைக்கு நிம்மதி இல்லாத நிலையில வாழ்றது என்று எனக்குள்ள சலிச்சிப்போனன்.

இப்படி இருந்தும் யாருக்கும் தொழில் கூட இல்ல. சாப்பாட்டுக்கு பஞ்சம் வயலுக்கு போறதும் கஷ்டம். அப்படியே சிரமப்பட்டு வயல் வேலை கொஞ்சம் கொஞ்சமாக ஆரம்பித்தது. நாங்க இங்க இருந்து கிட்டத்தட்ட பத்து பதினைந்து கிலோமீற்றர் தூரம் போகனும். வயலுக்குள்ள போற வழியில இராணுவ முகாம் வச்சிருக்கானுகள். நாங்க காலையில நாலு மணிக்கெல்லாம் சாப்பாடு கட்டிக்கொண்டு போவம். ஆனா அவனுகள் சாகாமத்து முகாமில வச்சி சாப்பிடச் சொல்லுவானுகள். அந்த நாலு மணிக்கு சாப்பிட முடியுமா? என்ன செய்யிறது சாப்பிடத்தான் வேணும். கஸ்டப்பட்டு சாப்பிடுவம். ஆனா அண்டைக்கு முழுவதும் அந்தச்

சாப்பாடுதான். பின்நேரம் வயலுக்குள்ள இருந்து வரும் வரைக்கும் அந்த முகாமில வச்சி சாப்பிட்ட சாப்பாட்டுடன் தான் வீட்டுக்கு வர வேணும்.

சாப்பாடு கொண்டு போய் புலிக்குக் கொடுப்பம் எண்டுதான் அவனுகள் எங்கள சாப்பிட சொல்றது. கூலி வேலை செய்யிற நாங்க தண்ணியும் இல்லாம எப்படி வேலை செய்யிறது. என்ன செய்யிற வீட்டில சாப்பாடு சாப்பிட வேணும் எண்டா அப்படித்தான் வேலை செய்ய வேண்டிய நிலை நம்மட தமிழனுக்கு. பல நேரம் வெயிலில் வேலை செய்தா பெரிய களைப்பாய் இருக்கும் மயக்கம் வரும். ஆனா அவனுகள் எங்கள பார்த்து இரங்க மாட்டானுகள். ஆனா முஸ்லிம் ஆக்கள் எண்டா சாப்பாட கொண்டுபோக விடுவானுகள். ஏன் எண்டா அவனுகள் புலிக்கு உதவி செய்ய மாட்டானுகளாம் எண்டு ராணுவம் கதைப்பானுகள்.

அந்த வெயிலில வேலை செஞ்சிட்டு திரும்பி வரும்போது எங்களை சாகாமத்து முகாமில பிடிச்சிடுவானுகள். பிறகு அவனுகள்ட வேலைகள் எல்லாம் செஞ்சிட்டுத்தான் நாங்க வீட்டுக்கு வரவேணும். இல்லாட்டி எங்கள அண்டைக்கு முழுதும் முகாமில வச்சிடுவானுகள். நாங்க எண்டா லும் பரவாயில்ல பெரிய போடிமார்களும் கூட அவனுகளுக்கு வேலை செஞ்சி கொடுக்கனும். அவனுகளோட வாக்குவாதப்பட்டா அவங்கள இல்லத்தாக்கி விடுவார்கள், அல்லது சுட்டு வயலுக்குள்ள போடுவானுகள். அதால நாங்க ஒண்டும் பேசிறது இல்ல. நாங்க போற வேலை செய்யிற முகாமில சொன்னத்த செய்யிற திரும்பி வாறதுதான் எங்கட வேலை.

வயல் வேலை செய்யிற நாங்க எண்டாலும் பறவாயில்ல. காட்டுக்குள்ள கொள்ளி எடுக்கப் போறவனுகளுக்கு வேலையும் இல்ல. அங்க இஞ்ச கிடக் கிற கொள்ளிய எடுத்து வந்தா அவனுகளிட்ட கேட்கிற கேள்வி எண்டா கொஞ்சம் இல்ல. சிலவேள இரவிலயும் முகாமில பிடிச்சி வச்சிடுவானுகள். அவனுகள்ர பொஞ்சாதி பிள்ளைகள் எல்லாம் போய் ரோட்டில இருக்கும். பொம்பிளைகள் எண்டு பாக்காம அடிப்பானுகள், துரத்துவானுகள். என்ன செய்யிற, போயிட்டு திரும்பி வந்து முகாமுக்கு முன்னால கைப்பிள்ளை களுடன் இருப்பாங்க. விட்டாலும் விடுவானுகள். சிலவேளை பாத்திருந் திட்டு திரும்பி போறதும் தான். என்ன செய்வது எல்லாருக்கும் இதுதான் கெதி.

இவ்வாறு 2000ஆம் ஆண்டு வரை நாங்கள் இதே கஸ்டத்தை அனுபவித்து எங்களது உயிர்கள், உடமைகளை இழந்து அநாதைகளாகவும் அகதிகளா கவும் வாழ்ந்து வந்தோம்.

தொகுப்பு: லிசாலினி

சோனகத் தெரு

அன்று ஞாயிற்றுக்கிழமை... எனது வேலைகளை அவசர அவசரமாக முடித்துக்கொண்டு ஓய்வு நேரத்தை எதிர்பார்த்தவளாக வேலை செய்து கொண்டிருந்தேன். "ஹா... ஒருமாதிரி வேலை எல்லாம் முடிஞ்சுது" என மனதுக்குள் எண்ணியவாறே எனது அறையை நோக்கி நகர்கையில் அங்கே நெடு நாட்களாகப் படிக்க வேண்டும் என எடுத்து வைத்திருந்த "கண்ணீர் பூக்கள்" எனும் புத்தகம் என் கண்களில் பட்டது. அதனை கையில் எடுத்த வாறே சென்று எனது கட்டிலில் அமர்ந்து வாசிக்கத் தொடங்கினேன்.

'கூவுகின்ற குயிலே! என் இதயத்தின் சோகம் நீ-கேளு
வீசுகின்ற காற்றே! வேதனையை அள்ளி நீ வீசு
யாழின் இசையோடு பிறந்தோம் – அப்போ
யாழின் இசையை மறந்தோமே – இப்போ
கண்ணீரில் உதிர்கின்ற – சோகம்
காணுமோ என் சமூக – தோற்றம்
பள்ளியறை வயதில் நாம் – யாழில்
துள்ளியோடித் திரிந்தோமே-பாரில்
பெற்றவரும் உற்றவரும் – சூழ
பேரின்பம் பெற்றோமே-பாரில்
மான் கூட்டம் போல நாங்கள் – அன்று
மாணவர்களானோம் எம் நகரில் – நின்று
முஸ்லிம் வாழ்ந்த பூமி-பாரீர்
சோனகதெரு என்று கூறுவம் – வாரீர்
வீதிகளில் இருமருங்கில் – பாரீர்
வீடுகளும் கடைகளுமே-காணீர்
பூக்களோடு மரங்கள் உண்டு-பாரீர்
புதுமணம் வீசும் எங்கள் நகர் தெருவை-காணீர்

சந்திகளில் பள்ளியுண்டு பாரீர் – அதில்
சந்துகளும் பொந்துகளும் உண்டங்கே—கேளீர்
உயர்ந்துநின்ற கல்விக்கூடம் – பாரீர்
ஒஸ்மானியா கதீஜாவை —கேளீர்
சிறுவருக்கும் கல்வியுண்டு பாரீர் – அதில்
மஸ்ரவுத்தீன், மத்ரதஸா, கதீஜாவையும் – கேளீர்
பெருநாட்கள் வரும்போது—வெல்லாம்
பள்ளியதில் துள்ளிநின்று—மகிழ்ந்தோம்
நபி(ஸல்) பிறப்பினிலே — நாங்கள்
கொண்டாடும் கொண்டாட்டம் எங்கே
பந்தலொடு வெளிச்சம் உண்டு பாரீர் – அதில்
பறந்துவரும் மாணவர் நாம் – பாரீர்
வெள்ளக்கடற்கரை கொடியேற்றம் பாரீர் – அதில்
பிலாச் சோற்றின் வாசமதை —கேளீர்
மண்கும்பான் கடற்கரையிலே— அன்று
மணல் வீடுகட்டினோமே —அன்று
அழகென்றால் என் கிராமம் தானே! அதில்
அருவருப்பு எதுவுமில்லை — கேளீர்
எங்கிருந்தோ வந்தவருக்கெல்லாம்
கல்விக்கா தொழிலுக்கா—பஞ்சம்
கல்விகற்ற மேதைகளும் – உண்டு
கடல் போன்ற செல்வந்தர் காணீர்
தொழில் செய்யும் உழைப்பாளி—வர்க்கம்
கூலிக்காமார் படிக்கும் நெஞ்சங்கள் – பாரீர்
தமிழர்கள் – முஸ்லிம்கள் நெருக்கம்
கண்ணோடு இமைபோல் – காண்பீர்
கிராமத்தை வளர்த்தெடுத்த—பெரியோர்
இல்லையே—எம் நிலையைக் காண
தொண்ணூறு தொண்ணூறு —என்றால்
தொலைந்ததுவோ நிம்மதிகள் அன்றோடு இன்றும்
ஏங்கிருந்து வந்ததடா—தம்பி
ஏங்குகின்றேன் புரியாமல் கலங்கி நானும் – இன்று
சேய்வினையோ! சூனியமோ! இல்லை
சூழ்ச்சிகளில் பிறந்ததுவே! போ என்ற வார்த்தை
நெருப்பினிலே நெஞ்சம் தோய்ந்ததடா—பாரு
இரண்டுமணி அவகாசம் – தந்து
போ என்று விரட்டிவிட்டார் புரியாதோர் அன்று
உரிமைகளும் உடமைகளும் இழந்து—நாங்கள்
ஓடோடிவந்தோமே அகதிகளா் – இன்று
ஆடுகள் மாடுகள் போல—அள்ளி
ஏற்றினார்கள் லொறிகளிலே—நாய் போல எம்மை

ஆண்களும் பெண்களும் பெரியோரும் இணைந்து
கண்ணீரை சொரிந்தார்கள் – குழந்தைகளைக் கண்டு
வாய்களில் வார்த்தெடுத்த வார்த்தை—அன்று
வரவில்லை நெஞ்சடைத்துப் போச்சு
கண்களைக் கட்டி எம்மை – அன்று
காட்டினிலே விட்டவர்களானோம்
புத்தகங்கள் கொப்பிகள் – எல்லாம் – எனை
வாவென்று அழைத்ததுடா —அன்று
கண்ணீரில் கரைந்து அந்த நாட்கள்
காதுகளில் கேட்குதடா இன்றும்"

எழுதியவர் நஸ்பியா

என்று வாசித்து முடித்தபோது எனது கண்களில் கண்ணீர் ததும்பி இரண்டு சொட்டுகள் கீழே விழுந்து தெறித்தன.

"எங்கட உம்மாவும் வாப்பாவும் இப்படித்தானே கஸ்டப்பட்டிருப்பாங்க" என மனதுக்குள் நினைத்தவாறே, இன்னும் அடுத்தடுத்த பக்கங்களில் என்னென்ன துன்பங்கள் இடம் பெற்றிருக்குமோ என தயக்கத்துடன் புரட்டுகையில், ஹசீனா என்னை அழைத்தார்.

"இதோ வாரன் உம்மா" என்றபடி புத்தகத்த அங்கே வைத்து விட்டு, "என்ன உம்மா?" எனக்கேட்டவாறே அறையைவிட்டு வெளியே வரவும் எனது அப்பாவின் குரல் கேட்கவே மிகவும் சந்தோஷத்தால் பூரித்துப் போனேன். அப்பா என்றால் எனக்கு உயிர். எனது றோல் மோடலே அப்பா தான் எனச் சொல்வது சரியாக இருக்கும். அவ்வளவு பொறுமை சாலி அவர்.

"அப்பா... அப்பா... அஸ்ஸலாமு அலைக்கும் எனச்சொல்லி அப்பாவை நெருங்கி அவரது தலையில் முத்தமிட்டபடி... எப்ப அப்பா வந்தீங்க? சுகமா இருக்கீங்களா? உம்மம்மா வரலையா? என்று எனது கேள்விகளை ஒன்றன்பின் ஒன்றாக அடுக்கினேன்.

"நான் இப்பதான்மா வந்தேன், உம்மம்மா வீட்ட இருக்கிறா" என்று கூறிக் கொண்டிருக்கையில் தனது கையில் தேநீரை ஏந்தி வந்து தனது தந்தையிடம் "இந்தாங்க வாப்பா தேநீர்" எனக்கொடுத்தார் உம்மா, ஹசீனா.

மூவரும் சிறிது நேரம் உரையாடிக் கொண்டிருந்தோம்.

இடையில், "அப்பா இன்றைக்கு பள்ளியிலே ஏதோ அறிவிச்சாங்க, ஏதோ போம் கொடுக்கிறாங்களாம் அத நிரப்பி நாளையிண்டைக்கு கொடுக் கட்டாம் என்று அதுல சொன்னாங்க" என்று நான் கூற,

"ஓம்மா அததான் நானும் எடுத்து வந்திருக்கிறன். இத கொஞ்சம் நிரப்பித் தாம்மா" என்று அந்த போமினை என்னிடம் கொடுத்தார் அப்பா, அஸன்.

"இதோட 1000 மாவது போம். எல்லாம் பதிராங்க. ஆனா ஒன்னுமே நடந்த பாடில்லை. அங்க வரட்டாம், இங்க வரட்டாம், மீள் குடியேற்றமாம், நிதியுத விகளாம், என்று ஒரே சொல்ராங்க... ஆன ஒன்னுமே நடந்தபாடில்லை" என்று சலித்தபடி கூறினார் உம்மா ஹசீனா.

"ஓம் ஓம்... எங்களுக்கு எங்கட ஏரியால அரசியல்வாதி என்று இல்ல. அதாலதான் இன்னும் ஒன்றும் சரியாகக் கிடைக்குதில்ல" என்று தனது கருத்தைக் கூறினார் அஸன் அப்பா.

"சரி... ரெண்டு பேரும் ஏதாச்சும் செய்ங்க. நான் பக்கத்து வீட்டுல இருக்கிற வருக்கு சுகமில்லையாம் பாத்துட்டு வாறன்" எனக்கூறி வெளிக்கிளம்பினார் உம்மா.

"அப்பா அந்த போமை தாங்களன் நிரப்புவம்.." எனக் கேட்டு வாங்கி அதை படிக்கத் தொடங்கினேன்.

"ஹா ஹா வழமையான கேள்விகள் தான்பா" என்று நான் சொன்னதும்,

"என்னம்மா அது? கொஞ்சம் சொல்லு" எனக் கேட்டார் அப்பா. நான் கேள்விகளை ஒன்றன் பின் ஒன்றாக பட்டியற் படுத்தினேன்.

விட்டுச் சென்ற சொத்துகள் என்ன?

அதன் பெறுமதி எவ்வளவு?

சொந்தக் காணியா? அல்லது அரசாங்க காணியா?

புத்தளத்தில் வீட்டுத்திட்டம் எடுத்திங்களா? இல்லையா?

மீள் குடியேற விருப்பமா? இல்லையா?

என்ற மனப் பாடமாகிப்போன கேள்விகளை ஒவ்வொன்றாக மீண்டும் ஒப்புவித்தேன்.

இந்த 26 வருடங்களுக்குள் எத்தனை பதிவுகள்? எத்தனை அறிவிப்புகள்? இன்னும் எத்தனை எத்தனை கூட்டங்களும் ஒன்று கூடல்களும்... இந்த விடயங்கள் யாழ்ப்பாண முஸ்லிமாகிய அஸனின் வாழ்க்கையிலும் ஒன்றரக் கலந்துவிட்டன. இப்போதெல்லாம் அறிவிப்புகள் என்றாலே ஒரு வெறுப்புத்தான் வருகிறது.

"இதெல்லாம் வச்சு என்ன செய்கிறாங்களோ தெரியேல்லை" என்பது யாழ்ப்பாண முஸ்லிம்களின் மனதில் அடிக்கடி எழும் கேள்விகளில் ஒன்று.

"என்ன செய்வது எல்லாம் எங்கட விதி" ஒரு நீண்ட நெடிய பெருமூச்சுடன் அஸன் கூறினார்.

"இதையும் பதிஞ்சுபோடுவம்... எல்லாம் சரியாவரும்" எனக்கூறி அந்த போமை எனது முத்துப்போன்ற எழுத்துகளால் அலங்கரிக்கத் தொடங்கினேன்.

சற்று நேரத்தில் படிவத்தை நிரப்பி முடித்ததும் அதனை ஓரமாக வைத்து விட்டு ஆழ்ந்த யோசனையிலிருந்த அப்பாவின் அருகே சென்றேன்.

"அப்பா அப்பா... எனக்கு யாழ்ப்பாணக் கதைகள் சொல்லுங்கப்பா" என வழமை போலவே கூறவும் தனது நினைவலைகளில் பழைய யாழ்ப்பாணத்தைக் காட்சிப்படுத்தத் தொடங்கினார்.

இந்து சமுத்திரத்தின் முத்து என அழைக்கப்படும் இலங்கைத் தீவின் வடக்கேயுள்ள யாழ்ப்பாண குடாநாட்டில் முஸ்லிம்கள் வாழ்ந்த பிரதேசம் தான் சோனகத்தெரு என்ற அழகான பகுதி. அதில் தனி முஸ்லிம்கள் மட்டுமே குடியேற்றங்களை அமைத்து வாழ்ந்து வந்தனர். அதனைச் சுற்றியுள்ள பிரதேசங்களில் தமிழ் பேசும் மக்கள் இருந்தாலும் "சோனகதெரு" பிரதேசத்தில் முஸ்லிம்கள் தனியானதொரு இடத்தைப் பிடித்து வாழ்ந்து வந்தார்கள். இதுவே எம்முடைய கிராமமாகும்.

ஆரம்ப காலத்தில் வியாபார நோக்கத்துக்காக வருகை தந்த முஸ்லிம்கள், சவூதி அரேபியாவிலிருந்தும் இந்தியாவிலிருந்தும் இலங்கைக்கு வருகை தந்திருந்தனர். அவர்களை, தமிழ் பேசும் பகுதியில் வாழ்ந்த மக்கள் "சோனகர்" என்றும் சிங்கள பிரதேசத்தில் வாழ்ந்த மக்கள் "மரக்கல" என்றும் அழைக்கப்பட்டனர்.

இவ்வாறே யாழ்ப்பாணத்தில் ஆரம்பத்தில் முஸ்லிம்கள் உசன் நல்லூரில் குடியேற்றங்களை அமைத்திருந்தனர். ஆனால், அங்கு ஏற்பட்ட சில குழப்பங்களால் முஸ்லிம்கள் மீண்டும் ஒரு குடியேற்றத்தை அமைக்க நேரிட்டது. அதுதான் சோனகத் தெருவாகும். போர்த்துக்கேய ஆட்சிக்கு முன் ஆரம்பிக்கப்பட்ட கிராமம், பல இன்னல்களையும் துன்பங்களையும் ஆரம்பத்தில் எதிர்நோக்கினாலும் முஸ்லிம் தலைவர்களது அயராத உழைப்பு மற்றும் முயற்சிகளினால் முஸ்லிம் கிராமங்களும் அவர்கள் உரிமைகளும் கலாசாரங்களும் அப்போது பாதுகாக்கப்பட்டு வந்தன. அந்த வகையில் இஸ்லாமிய மறுமலர்ச்சி இயக்கத்தின் தலைவர் அறிஞர் சித்தி லெப்பையின் சேவை இலங்கை வாழ் முஸ்லிம்களின் வாழ்வில் சரித்திரம் படைத்தது.

ஆரம்பத்தில் சோனகதெரு தென்னஞ் சோலைகளும், மரங்களும் நிறைந்த ஒரு சிறிய கிராமமாகவே இருந்தது. நாட்கள் செல்லச் செல்ல சனத்தொகை அதிகரிக்கவே நெருக்கமான குடிகளைக்கொண்ட பிரதேசமாக வளர்ச்சியடைந்தது. தொழுகைகளுக்கு வசதியாக வீதிக்கொரு பள்ளி அமைக்கப்பட்டிருந்தன. ஆரம்பத்தில் சிறுவர்களுக்கு மட்டும் கல்வி கற்க வசதிகள் செய்து கொடுக்கப்பட்டிருந்தன. ஏனையோர் தம் கல்விப் பணியை அயற் பாடசாலைகளுக்குச் சென்று கற்று வருவதை வழக்கமாக்கிக் கொண்டனர். வியாபாரிகளும் தொழிலாளிகளும் நீதியான முறைகளில் நடந்து கொண்ட

னர். இஸ்லாமியர்களுக்கான தனிக் கலாசாரங்களை தமிழ்ச் சமூகம் மதித்தது. தமிழ் - முஸ்லிம் உறவுகள் பின்னிப் பிணைந்திருந்தன. முஸ்லிம்களின் பெருநாள், திருமண வீடுகளுக்கு தமிழ் மக்கள் வருகை தருவதும் தமிழ் மக்களின் பெருநாள் கல்யாண வீடுகளுக்கு முஸ்லிம்கள் சென்று வருவதும் இரண்டு சமூகத்துக்கும் இடையே நெருக்கங்களை அதிகப்படுத்தியது.

காலம் செல்லச்செல்ல முஸ்லிம் பிரதேசங்களுக்கு உயர் பாடசாலை வேண்டும் என்ற விடயத்துக்காக மர்ஹூம் அல்ஹாஜ் வீ.எம்.எஸ் அப்துல் காதர், விதானையார் றஸீன், மர்ஹூம் புரெக்டர் சுல்தான் போன்றோர்கள் இணைந்து வெளிமாவட்ட உதவிகளையும் ஆலோசனைகளும் பெற்றனர். 1954இல் இலங்கை பிரதமர் ஜோன் கொத்தலாவல அவர்கள் மஸ்ரஉத்தீன் பாடசாலைக்கு வருகை தந்தபோது மகஜர் வழங்கப்பட்டது. யாழ்ப்பாணத்திலும் மறுமலர்ச்சியை ஏற்படுத்த 1957இல் மறுமலர்ச்சி மாநாடு நடைபெற்றது. தேசிய வீரரும் சிறந்த கல்விமானுமாகிய அதிபர் டீ. பி. ஜயா அவர்களின் ஆலோசனை எம் சமூகத்தின் வளர்ச்சிக்கு நல்ல வழிகாட்டியாகியது. இவர்களுடன் அப்போதைய கல்வி அமைச்சர் பதியுதீன் மஹ்மூத் இவர்கள் தன்னாலான உதவிகளையும் வாரி வாரி வழங்கினார்.

அதேபோல் ஜி.ஜி பொன்னம்பலம் மற்றும் அன்றைய யாழ்ப்பாண மாவட்ட நாடாளுமன்ற உறுப்பினரான அல்பிரட் துரையப்பா போன்றோர்களும் பல உதவிகளை வழங்கினார்கள். தலைவர்களின் விடாமுயற்சிகள் மற்றும் உதவிகள் முஸ்லிம்களின் தனியான கிராம வளர்ச்சிக்கு உதவியது எனலாம். 1963இல் யாழ். ஒஸ்மானியா கல்லூரி, கதீஜா பெண்கள் உயர் பாடசாலை என்பன உதயமாகின.

இக்காலப் பகுதியில் பெண்கள் பாடசாலையான யாழ். கதீஜா மகளிர் வித்தியாலயம் திறப்பதற்கு பெண்களின் பங்களிப்புகள் மிக அதிகமாகவே காணப்பட்டன எனலாம். வீ.எம்.எஸ் அப்துல் காதர் மனைவி "உம்மு சல்மா" அவர்களும் செல்வி ஜெஸ்மா லெப்பை அவர்களும் ஆரம்ப காலங்களில் அதிபராகளாகக் கடமையாற்றினார்.

இந்தப் பாடசாலைகளில் என்ன பெருமை என்றால் கடமையாற்றும் பெருந்தொகையான ஆசான்கள் எங்கள் கிராமத்தைச் சேர்ந்தவர்களே ஆவர். அப்படி ஒரு படித்த சமூகம் எம் மத்தியில் வளர்ந்து காணப்பட்டது.

எமது இஸ்லாமிய கலாசாரம் வளர்வதற்கு பெரியோர்கள் பல வழிகளைக் கையாண்டார்கள். 20ஆம் நூற்றாண்டில் இஸ்லாமிய கலாசாரங்களைப் பேண வசதியாக உலகளாவிய ரீதியில் மீலாத் விழா நடாத்த வேண்டும் என்பது உலமாசபை (லக்னோ) எடுத்த முடிவாகும். இங்கு வாழ்ந்த பெரியோர்கள் கலாசார நிகழ்வுகளை 1930 தொடக்கம் 1952வரை யாழ்ப்பாண முற்றவெளியில் நடாத்தினார்கள். பிற்பட்ட காலங்களில் எங்களது கிராமத்தில் மாணவர்களுக்கான கலாசார நிகழ்வுகளை நடாத்தி இஸ்லாமிய பாரம்பரியங்களை நினைவுபடுத்தி வந்துள்ளார்கள்.

இவ்வாறாக அப்பா கூறிக்கொண்டு இருக்கையில் "ஸலாம்" சொல்லி வீட்டி னுள்ளே நுழைந்த உம்மா, "என்ன இன்னும் தேநீர் குடிக்க வில்லையா? அது ஆறி பச்ச தண்ணியா பேயிருக்குமே? தேநீர் ஆறுமளவுக்கு பேத்தியும் அப்பாவும் என்ன கதைக்கிறீங்க" என வினவினார்.

"இல்ல உம்மா... அப்பா, யாழ்ப்பாணக் கதையெல்லாம் சொல்றாரு. நல்ல இன்ரஸ்டிங்கா இருக்கும்மா. அதான் நானும் கேட்டுக்கொண்டு இருக்கி றேன்" என்றேன்.

"சரி சரி அப்பாவும் பேத்தியும் என்னனாலும் செய்ங்க" என்று கூறி தனது சமையல் வேலைகளைத் தொடங்க ஆரம்பித்தார் உம்மா.

"அப்பா, நீங்கள் சொல்லுங்க. எங்கட கொண்டாட்டங்கள்.." என்று விட்ட இடத்தினை ஞாபகப்படுத்தினேன்.

அதற்கு அப்பா, "எங்கட கொண்டாட்டங்கள்ள மீலாத் விழா தானே சிறப்பாக கொண்டாடுவம்.." எனவும் இடைமறித்த நான் "அத எப்படினு சொல்லுங்களன்" என்றேன்.

அவரும் ஆர்வத்துடன் "ம்ம்ம்... சொல்றேன் கேள்" என்று கூறத் தொடங் கினார்.

"எங்கட நபி ஸல்லல்லாஹு அலைஹிவஸல்லம் அவர்களின் பிறந்த மாதமாகிய ரபியுல் அவ்வல் மாதம் தான் நாங்கள் கொண்டாடுவோம். இத நாங்க ரொம்ப ஆடம்பரமாகக் கொண்டாடுவம். இதை நாங்க கொண்டா டியது போல எங்கட ஈழத்தில் எந்த பாகத்திலும் கொண்டாடியிருக்க மாட்டாங்க. எங்கட முஸ்லிம் ஆட்கள் இருக்கிற எல்லாப் பகுதிகளிலேயும் மீலாத் விழாவையொட்டி 3 நாட்களுக்கும் வெகு சிறப்பாக அலங்கரிக்கப் பட்டிருக்கும். ஒவ்வொரு சந்தியிலும் ஒவ்வொரு பந்தல் போடுவம். இவை ஒன்றையொன்று விஞ்சுவதாக இருக்கும். இந்த பந்தல்களையெல்லாம் எந்தெந்த பகுதியில் இருக்கின்ற வாலிபர்களே போடுவர்.." என்று மீலாத் விழாவை விவரிக்கத் தொடங்கினார்.

பாடசாலை மாணவர்கள் தத்தமது பாடசாலைகளிலிருந்து பவனியாகச் சென்று ஒவ்வொரு பந்தல்களிலும் இஸ்லாமியருடைய கீதம் இசைப்பார் கள். பின்னர் இவர்களுக்கு ஜூஸ்களும் சிற்றுண்டிகளும் கொடுப்பார்கள். பின்னர் இவர்கள் அப்படியே போய் சின்னப்பள்ளிவாசல் மையவாடிய ஹக்கமுல் குர்ஆனும் துவாவும் ஓதிவிட்டுப் போவார்கள்.

எல்லாப் பள்ளிவாசல்களிலும் ரபியுல் அவ்வல் மாதம் பூராகவும் இரவில் மௌலிது ஓதி முடிக்கப்பட்டு உணவு சமைத்து, பெட்டிகளில் போடப் பட்டு ஆளுக்கொரு பெட்டி வீதம் கொடுப்பார்கள். ஒவ்வொரு பெட்டிக ளிலும் அரைக்கொத்து முதல் ஒரு கொத்து வரை அரிசிச் சோற்றைக் கொண்டிருக்கும்.

இந்த "நாரிசா", இன மத வேறுபாடில்லாமல் சமுகமளிப்பவர்கள் எல்லா ருக்கும் வழங்கப்படும். இப்படியான பெட்டிச்சோற்றை புதுப்பள்ளி, மீறா னியா கல்லூரி, சிவல பள்ளி, குளத்தடிப்பள்ளிகளில் கொடுப்பார்கள். இதைவிட நெய்ச்சோறு சமைத்தும் கடைத்தெரு, ஜும்ஆப்பள்ளி மானிப் பாய் வீதி பள்ளி முகியித்தின் பள்ளி ஆகியவற்றிலேயும் கொடுப்பார்கள். சந்திகள் தோறும் வாலிபர்கள் மின்சார தீபங்களால் அலங்கரித்து மார்க்க உபசன்னியாசர்களை கொண்டு பிரசாரம் செய்வர்.

"இப்பதான் நாங்கள் இதை எல்லாம் கொண்டாடினோம். ஆனால், இப்போ உள்ள நவீன காலத்தில இந்த இனிமையான சந்தோசமான விடயங்களை தொலைச்சிட்டம். இப்ப இதையெல்லம் மறந்திட்டாங்க.." என மனக்கசப்புடனும் வெறுப்புடனும் கூறினார் ஹசானா.

"அப்பே வேற என்னலலாம் கொண்டாடினாங்க?" என நான் மேலும் வினவ, "ஒடுக்கத்துபுதன், பல்லக்கு எடுக்கிறது, கொடியேற்றங்கள் இன்னும் பல இருக்கு" என்றார்.

"அப்ப பல்லக்க எடுக்றது என்றால் என்ன?" என்று நான் கேட்கவும் "அது மூடநம்பிக்கைமா" என்று கூறி நிறுத்தியவர் பின்னர் அதனை விவரிக்கத் தொடங்கினார்.

இது இந்துக்களின் பேரில் அவர்களின் சுவாமி ஊர்வலம் வருவது போல் அவ்லிய ஒருவர் உலாவருவது போல அமைந்து இருந்தது. இது சில பள்ளிகளில் இருந்தும் சில தனிப்பட்டவர்கள் மூலமும் நடாத்தப்பட்டன. எமது அபூபக்கர் வீதியில் உள்ள றிபாயியா தைக்காவிலிருந்து புறப்படும் இது முஹர்ரம் மாதத்தில் எடுக்கப்படும். ஒரு கூடுபோல செய்து அதற்குள்ளே ஒருவர் அமர்ந்திருப்பது போலவும் செய்து மிகவும் தடித்த இரண்டு நீண்ட கப்புகளின் மேல் வைத்து அதை விறக வருவாங்க. உள்ளுக்குள் ஒரு கதிரையை வைத்து அதனை போர்வையால் மூடி அதன் மீது பலவிதமான மலர்களை தூவி விடுவார்கள். அத்துடன் நார்ஷா வண்டில்களும் வரும். அந்த பல்லக்கை பக்தி சிரத்தையுடன் வாலிபர்கள் சுமந்து செல்வார்கள். பல்லக்குப் போகும் வழியெல்லாம் மக்கள் கூட்டிப் பெருக்கி நீர் தெளிச்சு பயபக்தியுடன் வரவேற்போம். எங்கட வாசல்களில நீண்ட வாங்குகள் பெரிய தட்டுகள், திண்பண்டங்கள், வாழை, பலா, மா, தோடம்பழம் என எல்லாவற்றையும் வைச்சிருப்போம். கூடவே குத்து விளக்கும் நிறைகுடமும் இருக்கும். பல்லக்கு வீட்டு வாசலுக்கு வரும்போது அவை எல்லாவற்றையும் கூட வரும் சின்னப் பிள்ளைங்களுக்கும் பொது மக்களுக்கும் இலவசமாக பகர்ந்து வழங்கப்படும். இந்தப் பல்லக்கை கீழே இறக்கினால் மீண்டும் மேலே தூக்கக்கூடாது. அதுக்காகவே கீழே இறக் காமலே தூக்குபவர்கள் இழைப்பாறும் வண்ணம் "கெவர்" உள்ள கப்பு களை கூடவே கொண்டு செல்வார்கள். பல்லக்கை தூக்குபவரில் யாராவது ஒருவர் (ஆயர் கால்) என்று சொன்னவுடன் இதை கெவர் தடியில் நிறுத்தி அதன் மேல் பல்லக்கை வைப்பார்கள். இந்த பல்லக்கை செய்யும் வேலை

யில் பலர் பல நாட்கள் ஈடுபடுவார்கள். பல வண்ண வேலைப்பாடுகள், மணிமாலைகள் எல்லாம் இருக்கும்.

இது நடக்கின்ற நாட்களில் நாங்கள் சிறு பிள்ளைகளாய் இருந்தோம்" என்று பழைய நினைவுகளுக்குள் மூழ்கிப் போனார் அப்பா.

"பல்லக்கின் உள்ளே என்ன இருக்கின்றது என்று அறியும் முனைப்புடன் உயரமான ஜன்னல்கள் கட்டடங்களில் ஏறி உள்ளே அவ்லியா இருக்கிறாரா எண்டு எட்டிப்பார்ப்போம். இப்படிப்பட்ட எங்கட சந்தோஷமான வாழ்க்கை தொடர்ந்தும் நீடிக்கல்ல... பல கசப்பான சம்பவங்களுக்கு எங்கட யாழ்ப்பாண முஸ்லிம் சமூகம் முகம் குடுக்க வேண்டி இருந்திச்சி. என்ன செய்றது. இதுதான் தலையெழுத்து எண்டு சொல்லிட்டு இருக்க வேண்டி தான்.." என்று சொல்லி முடிக்கும் போது அப்பாட கண்ல இருந்து கண்ணீர் பெருக்கெடுத்தோடியது.

கதையைக் கேட்ட எனக்கு அப்பா சொன்ன கதை அப்டியே ஒரு படம் மாதிரி கண்ணுக்குள் நின்றது. அப்படி என்ன கசப்பான நிகழ்ச்சிகள் நடந்து இருக்கும் என்று யோசித்துக் கொண்டிருக்கையில் உம்மா அழைக்கும் சத்தம் கேட்டது.

அப்பா, நிரப்பிய படிவத்தை எடுத்துக்கொண்டு "போய்யிட்டு வாறன்" என சொல்லிவிட்டுப் போய்விட்டார்.

நானும் மனதில் விடைதெரியாத பல கேள்விகளுடன் உம்மாவிடம் சென்றேன். அவர் சமைத்துக்கொண்டிருந்தார். நானும் உம்மாவுக்கு உதவியாக மரக்கறி வெட்டிக் கொடுக்க ஆரம்பித்தேன்.

ஆனால் மனம் முழுவதும் "அப்டி என்ன கசப்பான சம்பவங்கள் நடந்திருக்கும்?" என புரியாத புதிராக அலைபாய்ந்து கொண்டிருந்தது. எங்கே சென்று விடை தேடுவது..?

தொகுப்பு: மொஹமட் பஸாரத்

வெற்றியின் நினைவுச்சின்னம்

தமிழ் சிங்கள புத்தாண்டை முன்னிட்டு கிளிநொச்சி பொதுச்சந்தையில் பொருட்கள் வாங்குவதற்காக வந்தபோது அங்கு கூடி நின்ற இளைஞர்கள் குதுகலத்தால் "சீன வெடி"யைக் கொழுத்தி என தருகே எறிந்தனர். அது "டும்" எனும் பேரொலியுடன் வெடித்தது. எனது கால்கள் அனிச்சையாக திரும்பி ஓட முற்பட்டபோது மத்திய கல்லூரி பாடசாலைக்கருகே உள்ள போர் வெற்றியின் நினைவுச்சின்னம் எனது கண்ணில் படவும், எனது மனம் பழைய நினைவுகளோடு சங்கமித்தது.

2008ஆம் ஆண்டு இறுதிக்கட்ட யுத்தம் நாளுக்கு நாள் தீவிரமாகிக்கொண்டு வந்தது. நாம் கிளிநொச்சி பெரியபரந்தனில் வசித்து வந்தோம். யுத்தம் எம்மை அண்மித்துக்கொண்டு வரும்வேளையில் நான் எனது குடும்பத்துடன் நான்கு உழவு இயந்திரங்களில் வீட்டுத்தளபாடங்கள், மாடு, கோழி, நாய் போன்றவற்றுடன் வீட்டு நிலை, ஜன்னல், கூரையையும் உடைத்து ஏற்றிக்கொண்டு கண்டாவளையை நோக்கிச் சென்றோம்.

கண்டாவளையில், 4 அடி அகலமும் 6 அடி நீளமும் கொண்ட மேலே மண் மூட்டைகள் வைத்து மூடி அமைக்கப்பட்ட பதுங்கு குழியில் தங்கியிருந்தோம். எமது அடிப்படை தேவைகள் எல்லாமே பூர்த்தி செய்ய கண்டா

வளையில் இருந்து சுமார் நான்கு கிலோமீற்றர் தூரத்தில் அமைந்துள்ள தருமபுரத்துக்குச் செல்ல வேண்டியிருந்தது. தினமும் அங்கு செல்கையில் ஷெல் வருமோ அல்லது கிபீர் தாக்குதல் நடக்குமோ என பயந்து கொண்டே செல்வோம். அவ்வாறு சென்ற நாம் திரும்பி வரும்வரை வீட்டுக்காரர், மனதில் ஒருவகையான பயத்தோடு இறைவனைப் பிரார்த்தித்துக் கொண்டிருப்பார்கள். ஓடுப்பட்டு நிம்மதி அற்றுத் திரிவது வழமையாக இருந்தது.

இவ்வாறு சரமாரியான எறிகணைகள் வீழ்ந்து கொண்டிருக்கும் வேளையில் தான் 09.10.2008 அன்று தர்மபுரம் பொது வைத்தியசாலையில் நிறை மாத கர்ப்பிணியான எனது சகோதரி தனது செல்ல மகனை பிரசவித்தாள். கண்டா வளையில் தங்கியிருந்த காலப்பகுதியில் படிப்பிப்பதற்கு ஆசிரியர்களும், பாடசாலைகளும், மாணவர்களும் இருந்தும் பாடசாலை சென்றால் கிபீர் எங்கு வந்து விழுமோ என்ற பயத்தினால் பாடசாலை படிப்பு என்பது கைக்கெட்டிய பொருள் வாய்கெட்டாது இருந்தது.

நவம்பர் 27ஆம் திகதி மாவீரர் தினம் என்றாலே உலக தமிழர்களும் உலக நாட்டு தலைவர்களும் தமிழ்த் தேசியத் தலைவர் உரையாற்றும் தருணத்துக் காகக் காத்திருப்பார்கள். 2008ஆம் ஆண்டுதான் புலிகளின் மிகச்சிறப்பு வாய்ந்த மாவீரர்தினம் கடைசியாகக் கொண்டாடப்பட்டது. கனகபுரம் மாவீரர் துயிலுமில்லத்திலே சிறப்புத் தளபதிகள் அனைவரும் மிகுந்த இராணுவ கெடுபிடிகளுக்கிடையிலும் சென்று விளக்கேற்றி வந்தனர். அன்று தமிழ்த் தேசியத் தலைவரின் உரைக்காகக் காத்திருந்த எமக்குப் பேரதிர்ச்சி காத்திருந்தது. கண்டாவளை வெலிக்கண்டல் பகுதியிலே கிபீர் தாக்குதல் நடத்தப்பட்டு பொதுமக்கள் பலர் பலியாகிப் போயிருந்தனர்.

இந்நிலையில் சிறு பாலகனான எனது தம்பி, வெடிச் சத்தங்களைக் கேட்டு திடுக்கிடுவதால், எமது உடமைகளை நான்கு உழவு இயந்திரங்களில் ஏற்றிக் கொண்டு மீண்டும் இடம்பெயர்ந்து பிரமந்தனாறு பகுதிக்கு சென்றோம். அங்கு எமது அத்தானின் வீட்டுக்கு அருகில் ஒரு சிறு கொட்டில் அமைத்து சுமார் இரண்டு மாதங்கள் வரை தங்கியிருந்தோம்.

இங்கிருந்த காலப்பகுதியில் அதிகரித்திருந்த இராணுவத்தினரின் கிபீர் மற்றும் ஷெல் தாக்குதல் எமது வாழ்வின் அன்றாட சுகதுக்கங்களில் ஒன்றாக மாறிப்போனது.

இடம்பெயர்ந்த எமது உறவினர்களில் பலர் பிரமந்தனாறு பகுதியில் தங்கி யிருந்தமையால் ஒருவருக்கொருவர் உதவியாகவே இருந்தோம். ஆனால் எனது அக்காதான் தனது கைகுழந்தையுடன் சற்று அதிகமாகவே சிரமப் பட்டுப்போனார். எனது அப்பா, கூட்டுறவு சங்கத்தில் பணி புரிந்தமையால் யுத்தகாலத்தில் ஏற்பட்ட மோசமான உணவுத் தட்டுப்பாட்டை எமது கட்டுப்பாட்டில் வைத்திருந்தோம். ஒரு குறிப்பிட்ட காலப்பகுதிக்குள் வாழ்வில் பல இன்னல்களை சந்தித்துவிட்டிருந்தோம்.

மக்கள் செறிந்து வாழ்ந்த பிரமந்தனாறு பகுதியில் ஒருநாள் திடீரென இராணுவத்தினரின் ஷெல் தாக்குதல் உச்சமடைந்தது. நாம் பல இன்னல் களுக்கு மத்தியில், முன்னர் நான்கு உழவு இயந்திரங்களில் ஏற்றிவந்திருந்த பொருட்களில் மிக அத்தியாவசியமென கருதிய சில பொருட்களை மட்டும் ஒரு லேண்ட்மாஸ்டரில் ஏற்றிக்கொண்டு அங்கிருந்து உடையார்கட்டு பகுதிக்கு இரவில் இடம்பெயர்ந்தோம். அங்கு முருகன் கோவில் அருகே பதின்னான்கு தகரங்களைக் கொண்டு கொட்டில் அமைத்து தங்கியிருந் தோம். நாம் ஆசையாக வளர்த்து வந்த எங்களது செல்லப்பிராணிகள், வாழ்வாதாரமாக வளர்த்து வந்த கால்நடைகள் அனைத்தையும் அச்சம் காரணமாக பிரமந்தனாறு பகுதியிலேயே விட்டுவிட்டு வந்துவிட்டோம். எனினும் பின்பு ஒருநாள் அவற்றை மீட்டுக்கொண்டு வருவதற்காக இரவுவேளையில் உடையார்கட்டு பகுதியில் இருந்து பிரமந்தனாறு பகுதி நோக்கி எனது தந்தையுடன் சென்றவேளை, அங்கிருந்து இடம்பெயர்ந்து வந்துகொண்டிருந்தவர்கள் "இராணுவத்தினர் கண்டாவளை பகுதியை அண்மித்து விட்டனர்" எனக் கூறிய செய்தியை கேட்டு நாம் மீண்டும் உடையார்கட்டில் உள்ள எமது இருப்பிடத்துக்குத் திரும்பி விட்டோம்.

பின்னர் இராணுவத்தினரின் ஷெல் தாக்குதல் உடையார்கட்டுப் பகுதியை நோக்கி உச்சமடையவே, அங்கிருந்து இருட்டுமடுவுக்கு இடம் பெயர்ந் தோம். உணவுத் தட்டுப்பாட்டை ஓரளவே எங்களால் கட்டுப்படுத்த முடிந் தது. நாம் வாழ்வாதாரமாக வளர்த்து வந்த கோழிகளை இருட்டு மடுவில் வைத்து எமது இரைப்பைக்கு உணவாக்கினோம். மனித உயிர்களுக்கே மதிப்பில்லாத யுத்தகலத்தில் கோழிகளின் உயிருக்கு என்ன உத்தரவாதம். இவ்வாறு இருட்டுமடுவில் பதினைந்து நாட்கள் நகர்ந்தன. மீண்டும் பழைய பல்லவியாக இராணுவத்தினரின் கடும் ஷெல் தாக்குதல்கள் தொடங்கவே சுதந்திரபுரம் நோக்கி இடம்பெயர்ந்தோம்.

இலங்கை இராணுவத்தினரால் பாதுகாப்பு பிரதேசமாக சுதந்திரபுரம் அறிவிக்கப்பட்டதால் அலைக்கழிந்து திரிந்த பொதுமக்கள் அனைவரும் அவ்விடம் சென்று ஆறுதலடையலாம் என ஆவலாக அங்கு சென்றனர். ஆனால், அப்பகுதியிலேயே இராணுவத்தினரால் மேற்கொள்ளப்பட்ட கொத்தணிக்குண்டு வீச்சுகளும், மல்டிபெரல், பொஸ்பரஸ் தாக்குதல்களும் அப்பாவி பொதுமக்களது உயிர்களைக் காவுகொண்டமை பேரதிர்ச்சி யாகவே இருந்தது.

பெப்ரவரி 4ஆம் திகதி இலங்கையின் சுதந்திர தினமாகையால் தற்காலிக போர் நிறுத்தம் அறிவிக்கப்பட்டது. எனினும் அது சிறிதுநேரமே நீடித்தது. மீண்டும் பொதுமக்களை நோக்கி இராணுவத்தினரின் ஷெல் தாக்குதல்கள் மேற்கொள்ளப்பட்டன.

நாங்கள் அன்றைய தினமே சுதந்திரபுரத்திலிருந்து வெளியேறி சற்று தூரம் சென்று சுதந்திரபுரத்துக்கும் தேவிபுரத்துக்கும் இடையில் ஓர் இடத்தில் சிறு கொட்டில் அமைத்துத் தங்கினோம். தெருவோரமாக ஒரு ஐயா விறகு விற்

றுக்கொண்டு சென்றார். அவரிடம் அவ்விறகுகள் அனைத்தையும் கொள்வனவு செய்து அம்மாவிடம் தேநீர் தயார் செய்து தருமாறு கூறினோம்.

அடுப்பிலே நீர் கொதித்து அம்மா தேநீர் ஊற்ற ஆரம்பித்தபோது சரியாக மாலை 6.15 மணி. அப்போது ஷெல்களும், ரவுன்ஸ்களும் சரமாரியாக நாமிருந்த பகுதியை நோக்கி வர ஆரம்பிக்கவே அனைத்தையும் அப்படியே விட்டுவிட்டு உயிர் தப்பினால் போதும் என ஆச்சித்தோட்டம் பகுதியை நோக்கி ஓடினோம். வெடிச்சத்தங்கள் சற்று குறையவே மீண்டும் பழைய இடத்துக்குச் சென்று அரிசி, மா போன்ற அத்தியாவசிய பொருட்களை எடுத்துக்கொண்டு மாத்தளன் பகுதியை நோக்கி நகர்ந்தோம்.

ஆச்சித்தோட்டத்துக்கு செல்லும் வழியிலே தரப்பாள் ஒன்றை வாங்கிக் கொண்டு சென்றோம். அன்றைய நாளில் இருந்து மூன்று சைக்கிள்களில் தான் எமது பொருட்கள் எல்லாவற்றையும் கட்டிக் கொண்டு பொடி நடையாக நடந்து சென்றோம். இப்படியே எமது வாழ்க்கை மாத்தளனை நோக்கி நகர நகர எமது பாதுகாப்பு மிகவும் கேள்விக்குறியாகவே இருந்தது. குடிநீருக்கே தட்டுப்பாடான மாத்தளன் பகுதியில் குடிப்பதற்கு, குளிப்பதற்கு மற்றும் கழிப்பதற்கு என அனைத்து தேவைகளுக்கும் மாத்தளன் கடல் மாத்திரமே இருந்தது.

நாமிருந்த பகுதியில் விடுதலைப்புலிகளின் முகாம் அமைந்திருந்தமையால் நாம் குடிப்பதற்கு அங்கிருந்து நன்னீரைப் பெற்றுக்கொண்டோம். மலம் கழிப்பதென்றால் விடியும் முன்பே மாத்தளன் கடற்கரைக்குச் செல்ல வேண்டும். இவ்வாறு சென்றவர்கள் பலர் செல்வீச்சில் இறந்தமையும் மறக்க முடியாது. மாத்தளனிலே தான் எனது ஒன்றுவிட்ட சகோதரருக்கு திருமணம் நடைபெற்றது.

பின்னர் மாத்தளனில் இருந்து நாம் வலைஞர் மடத்துக்கு இடம்பெயர்ந்து சென்றோம். வலைஞர்மடத்தில் வான்வழி, தரைவழி மற்றும் கடல்வழி தாக்குதல்கள் மேற்கொள்ளப்பட்டமையால் ஏராளமான பொதுமக்கள் கொல்லப்பட்டனர். ஒரு குறுகிய பிரதேசத்தை இலக்கு வைத்து முப்படை தாக்குதல் மேற்கொண்டமையால் உயிரிழப்புகள் அதிகமாகின. பொஸ்பரஸ் தாக்குதலும் இப்பகுதியில் மேற்கொள்ளப்பட்டது. பொஸ்பரஸ் தாக்குதலில் மக்கள் உடனடியாக எரிந்து கருகிவிடுவர். தற்போதும் பொஸ்பரஸ் தாக்குதலின் பாதிப்பு எனக்கிருக்கின்றது. அதிக வெயிலில் சென்றால் உடலில் எரிச்சல் உணர்வு ஏற்படுவதுண்டு. பின்னர் நீரால் கழுவினால் சுகமாக இருக்கும். இவ்வாறு எனது அவலநிலை இன்று வரை தொடர்ந்து கொண்டிருக்கின்றது. இங்கிருந்த காலப்பகுதியில் வெற்றிலை கிடைக்கவில்லை. இதனை வாய்ப்பாகப் பயன்படுத்தி சில வயோதிபர்களுக்கு நாய் உன்னி இலை, துளசி இலை போன்றவற்றை சிலர் விற்பனை செய்தனர்.

2009ஆம் ஆண்டு மே மாதம் 18ஆம் திகதி மாலை 6.30 மணியளவில் யுத்தம் நிறைவுக்கு வரும் வேளையில் மிக அதிகமான மல்டிபெரல்

தாக்குதல்களும், பொஸ்பரஸ் குண்டு வீச்சுகளும் மேற்கொள்ளப்பட்டன. காயமடைந்த பொதுமக்களில் எனது தாயும் தந்தையும் அடங்குவர். அம்மா வுக்குக் கையிலும், அப்பாவுக்கு முதுகிலும் காயமேற்பட்டது. உதவிக்கு ஒருவரும் இல்லாதபடியால் நானும் எனது தம்பியும் மிகுந்த சிரமங்களை எதிர்கொண்டோம். அக்கா சிறு கைக்குழந்தையுடன் இருந்த மையால் அத்தானுடன் அவர்களைக் கவனமாகச் செல்லும்படி அனுப்பி வைத்தோம்.

வட்டுவாகல் பாலத்தைக் கடந்து நாம் இராணுவ கட்டுப்பாட்டுப் பகுதிக்கு வந்தோம். வட்டுவாகல் பாலத்தைக் கடந்து வந்தபோது மனித இரத்தம் கலந்த நீரில் பிணங்களும் மிதந்து கொண்டிருந்தன. அதனையும் பொருட் படுத்தாது சிலர் நீர் அருந்தியமையும் காணக்கூடியதாக இருந்தது. இவ்வாறு நாம் இராணுவ கட்டுப்பாட்டுப் பகுதிக்குள் வந்தபோது இராணுவத்தினர் "போலிமே போலிமே" என பொதுமக்களை வரிசைப்படுத்தினர். ஆனால் அப்போது இச்சிங்கள வார்த்தைக்கு அர்த்தம் தெரியாத நாம் செய்வதறியாது நின்றபோது இராணுவத்தினரின் பொல்லுகளால் கடுமையாகத் தாக்கப் பட்டோம்.

ஓர் உலகை விட்டு இன்னோர் உலகுக்கு உயிரற்றுச் செல்வது போலவே எனது உணர்வு இராணுவ கட்டுப்பாட்டு பகுதிக்கு செல்லும் போது இருந்தது. விடுதலைப்புலிகள் அமைப்பில் ஒருநாளேனும் அல்லது ஒரு மணிநேரமேனும் அங்கத்தவராக இருந்தவர்கள் தம்மிடம் சரணடைய வேண்டும் என்றும் அவ்வாறு சரணடையாது தப்பிவிடலாம் என நினைப் பவர்களைத் தாமாகக் கண்டறிந்தால் தண்டனைகள் கொடூரமாக இருக்கும் என இராணுவத்தினரால் பிறப்பிக்கப்பட்ட கட்டளைக்கு அமைய அநேகர் தாமாகச் சென்று சரணடைந்தனர். அங்கிருந்த இராணுவச்சிப்பாய் ஒருவன் "இவ்வளவு செல்லடித்தும் எவ்வாறு இவ்வளவு பேர் தப்பினார்கள்?" என என்னிடம் கேட்டான். "தப்பித்தல்" என்பதே எமது வாழ்வின் முதல் பாடமென்பது அவனுக்குத் தெரியாது.

இவ்வாறு நாம் "சோன் 4" என சொல்லப்படும் வலயம் 4 முகாமுக்குக் கொண்டு செல்லப்பட்டோம். சுற்றி முள்வேலி அமைத்து, இராணுவத்தின ரின் கண்காணிப்பின் கீழ் பொதுமக்கள் அனைவரும் ஒரு மாட்டுக்கொட் டில் போன்ற இடத்தில் அமர்த்தப்பட்டோம். மனதுக்குள் சற்று பயமாக இருந்தது. எனினும் எம்மைப்போன்ற ஏராளமானோர் அங்கிருந்தமையால் மனம் ஆறுதலடைந்தது. நாமிருந்த வெள்ளைநிற தரப்பாள் கொட்டகையில் பதினான்கு பேரைகொண்ட நான்கு குடும்பங்கள் தங்கவைக்கப்பட்டோம். ஆனால் அவ்வாறான ஒரு தரப்பாள் கொட்டகையானது நான்கு பேரை கொண்ட ஒரு குடும்பத்துக்கே போதுமானது என்பது அனைவரும் அறிந்ததே. ஆண்கள் அனைவரும் வெளியில் படுத்துக்கொள்ள, பெண்கள் அனைவரும் கொட்டகைக்குள் படுத்துறங்குவர். மழைபெய்யும் தருணங் களில் அவைரும் நித்திரையின்றி விழித்திருப்போம்.

நாங்கள் இருந்த முகாமிலேயே தலைவர் பிரபாகரனது பெற்றோர் தங்க வைக்கப்பட்டிருந்தனர். மூன்று நாட்களின் பின்னர் அவர்களை கருணா என்கிற அமைச்சர் முரளிதரன் வந்து தன்னுடன் கூட்டிச்சென்று விட்டார். இம்முகாமிலிருந்தவர்களே இறுதியாக வந்தவர்கள் என்பதனால் இராணு வத்தினரால் கடுமையாகத் துன்புறுத்தப்பட்டனர். மாலை ஐந்து மணியள வில் ஆண்கள் அனைவரும் வரிசையாக நிறுத்தப்பட்டு விசாரணைக் குட்படுத்தப்படுவர்.

முதல்நாள் விசாரணையிலேயே சுமார் நூறுக்கு மேற்பட்டவர்களை இராணுவ பேருந்தில் ஏற்றி அவர்களது உறவினர்களிடம் கையளிக்கப்போ வதாக கூறிக் கொண்டு சென்றனர். ஆனால், நாங்கள் முகாமை விட்டு வெளியில் வரும் வரை அவ்வாறு கொண்டு செல்லப்பட்டவர்களுக்கு என்ன நடந்தது என்பது தெரியாது. முகாமுக்குள் அடிக்கடி வந்து பதிவுகளை மேற்கொள்வார்கள். முகாமுக்குள் பிரிவு "யூ"விலிருந்து பிரிவு "டீ"க்கு இரா ணுவத்தினரின் அனுமதியின்றி செல்லக்கூடாது. அவ்வாறு சென்றால் கடு மையாக அடிப்பார்கள். இந்நிலை "பான் கீ முன்" இன் வருகையால் சற்றுக் குறைந்தது எனலாம்.

ஐந்நூறு பேருக்கு ஒன்று எனும் கணக்கில் குழாய்கிணறுகள் அமைக்கப் பட்டிந்தன. இதனால் மக்கள், குடிநீரைப் பெருவதில் பெரும் அவதியடைந் தனர். அவ்வாறு குழாய் கிணற்றிலிருந்து பெறப்படும் நீரில் கல்சியம் அதிகமென்பதால் அதனை சுடவைத்துதான் பருகவேண்டும். குளிப்பதற் கென ஒரு குடும்பத்துக்கு முப்பது லீற்றர் ஆற்றுநீர் வழங்கப்பட்டது. அது மிகவும் சேற்று மணமாக இருப்பதால் அந்நீரில் குளோரின் போடப்பட்டு உடனடியாகக் குளிக்கும்படி கூறுவார்கள்.

முகாமிலிருந்த போது நான் செங்கமாரி நோய்த்தாக்கத்துக்கு உள்ளானேன். முகாமிலிருந்த மருத்துவமனையில் இந்நோயைக் குணப்படுத்த முடியாமை யால் என்னை வவுனியா வைத்தியசாலைக்கு மாற்றும்படி முகாம்மருத்துவர் கூறியபோது அதற்கு முகாம் அதிகாரிகளும், இராணுவத்தினரும் மறுத்து வந்தநிலையில் எனது நோய் அடுத்தகட்டத்துக்குச் சென்றது. அதாவது நான் மங்கமாரி நோய்த்தாக்கத்துக்கு உள்ளானேன். பின்னர் என்னை மாத்திரம் வவுனியா வைதத்தியசாலைக்கு சென்றுவருமாறு கூறி இரண்டு நாட்களுக்கு பாஸ் தந்தனர். மிகவும் சிரமப்பட்டு வவுனியா வைத்தியசாலைக்கு சென்று மருந்தெடுத்தேன். ஆனாலும் அடுத்தநாள் மதியமே வந்து என்னை முகா முக்கு அழைத்துச்சென்றுவிட்டனர்.

முகாமில் உறவினர் சந்திப்பு இடம்பெறுவது மிகவும் அரிதாகவே இருந்தது. ஆகக்கூடுதலாக இருபது நிமிடங்கள் மாத்திரமே கதைக்க முடியும். மாலை ஆறு மணிக்குப் பின்னர் முகாமில் பொதுமக்கள் நடமாடுவதற்கு தடை விதிக்கப்பட்டிருந்தது. முள்ளிவாய்க்காலிலே வெறும் தண்ணீரில் காய்ச்சிய பருப்பையும், சோற்றையும் உண்டு விட்டு சந்தோஷமாக இருந்திருக்கலாம் என்று தோன்றும். யுத்தம் காரணமாக என்னுடைய க.பொ.த சாதாரணதர

படிப்பும் இடைநிறுத்தப்பட்டுவிட்டது. முகாமில் எப்போதும் ஓர் அச்ச உணர்வு மனதுக்குள் இருந்தமையால் அதிக மனஅழுத்தத்துக்கு உள்ளாக்கப்பட்டேன். இந்நிலை எப்போது மாறும் என்ற எதிர்பார்ப்பே அனைவரிடமும் இருந்தது.

முகாமில் வழங்கப்படும் உணவு மிகவும்மோசமாக இருந்தது. உணவு சமைப்பதற்கு ஒவ்வொரு குடும்பத்தில் இருந்தும் ஒருவர் கட்டாயம் செல்ல வேண்டும். அவ்வாறு செல்லாதவர்களது குடும்பத்துக்கு அன்றைய தினம் உணவு வழங்கப்பட மாட்டாது. உணவு தயாரிப்பில் சுத்தம் பேணப்படுவதேயில்லை. எவ்வித சுவையும் அற்ற அவ்வுணவில் எந்நேரமும் இலையான்கள் மொய்த்த வண்ணமே இருக்கும். இதனால் அதிகமானோர் வயிற்றுப் போக்கினால் அவதியுற்றனர். இவ்வாறாக முகாம் வாழ்க்கை நரகமாகவே நகர்ந்தது.

பின்னர் ஒருவாறு மீள்குடியேற்றம் செய்யப்போவதாக கூறிய செய்தியை கேட்டு நாம் சொந்த இடத்துக்குத் திரும்பிச்செல்லப்போவதாக நினைத்து மகிழ்ச்சியடைந்தோம். ஆனால், எம்மை கிளிநொச்சி மத்திய கல்லூரியில் கொண்டுவந்து இறக்கிவிட்டுச்சென்றபோது தான் மீள்குடியேற்றம் என்பது பொய்யென உணர்ந்தோம். எனினும் முகாம் வாழ்க்கையை விட சிறிது ஆறுதலாகவே இருந்தது எனலாம். ஆனால் குடிப்பதற்கு சுத்தம் செய்யப்படாத நீரையே வழங்கினர். இதனால் பலர் நோய்வாய்ப்பட்டனர்.

மூன்று நாட்களின் பின்னர் ஒரு மாயானத்தை பார்வையிட அழைத்துச்சென்றனர். சிறிது நேரம் சென்ற பின்னரே அது நாங்கள் வாழ்ந்த இடம் என்பதைப் புரிந்து கொண்டேன். நாங்கள் வாழ்ந்த வீட்டின் அடையாளமே இருக்கவில்லை. பட்டுப்போன சில தென்னை மரங்களுடன் பற்றைக் காடாக காட்சியளித்தது. எனினும் சொந்த இடமாவது மிஞ்சியதே என்ற ஆறுதலோடு இருக்கையில் மீண்டும் எமது தங்குமிடத்துக்குத் திருப்பி அழைத்துச்செல்லப்பட்டோம். மறுநாள் சொந்த இடத்துக்குச் செல்லத் தயாராகுமாறு கூறினார்கள்.

மழை காலமான மார்கழி மாதத்தில் எம்மை மீள்குடியேற்றம் செய்தமையால் நிரந்தர இருப்பிடம் அற்று மிகவும் சிரமப்பட்டோம். சொந்த இடமானாலும் இயற்கையின் சீற்றத்துக்கு முகம் கொடுப்பது என்பது கடினமாகவே இருந்தது. சிலநாட்களின் பின்னர் தமிழக அரசால் வழங்கப்பட்ட தகரங்களைக் கொண்டு இராணுவத்தினரால் தற்காலிகக் கொட்டில்கள் அமைத்துத் தரப்பட்டன. எனினும் அது போதுமானதாக இருக்கவில்லை.

சில காலம் கழித்து எமக்கு நிரந்தர வீட்டுத்திட்டம் தரப்பட்டது. உதவித் திட்டம் என்பதால் மூன்றரை லட்சம் மட்டுமே தந்தனர். இவை எமக்கு அடிப்படைத் தேவைகளைப் பூர்த்தி செய்யவே போதவில்லை. இடப் பெயர்வில் கடன்பட்டு போனதோடு, வெறும் கையோடு வெறும் மண்ணுக்கு திரும்பி வந்தமையால் எமது தேவைகள் மூன்றரை இலட்சத்தையும்

தாண்டியது. எனினும் ஒருவாறு கடன்பட்டு வீட்டைக் கட்டி முடித்ததில் மனதுக்கு பெரும் நிம்மதியாக இருந்தது. ஆனாலும் கடன்சுமை கூடியது. விவசாயம் செய்யத் தொடங்கியவுடன் இச்சுமை சற்றுக் குறைவடைந்தது. எனது பாடசாலைப் பருவத்திலும் பல இன்னல்களுக்கு மத்திலேயே கல்வி கற்க வேண்டியிருந்தது. மிதிவண்டி இல்லாமையால் ஆறு கிலோமீற்றர் தூரம் நடந்தே பாடசாலைக்குச் சென்றேன்.

இதே காலத்தில் இலங்கை நாடாளுமன்ற தேர்தல் நடைபெற்றபோது நான் தமிழ்த் தேசியக் கூட்டமைப்புக்கு ஆதரவாக செயற்பட்டேன். இதனால் இராணுவப் புலனாய்வாளர்களால் விசாரணைக்குட்படுத்தப்பட்டேன். "கைதுசெய்வோம்" என அச்சுறுத்தினர். காலையிலும், மாலையிலும் வீட்டுக்கு வந்து நான் இருக்கின்றேனா என்பதைப் "பதிவு செய்தல்" எனும் பெயரில் உறுதிப்படுத்திகொள்வர். ஏதேனும் அரசியல் கட்சி கூட்டங்களை நடத்துவதாயின் இராணுவத்தினருக்கு தகவல் தெரிவிக்க வேண்டும்.

மே 18ஆம் திகதியன்று ஒருவித கூட்டமும் நடத்தக்கூடாது என தடைவிதிக்கப்பட்டிருந்தது. எமது கிராம இளம் விவசாயிகள் சங்க தலைவராக நான் செயற்பட்டமையால் என்னை சிலர் சந்திப்பதற்காக வீட்டுக்கு வருவார்கள். அவ்வாறு யாரேனும் வந்து சந்தித்துச் சென்றால் மாலையில் புலனாய்வாளர்கள் விசாரணைக்கென வீட்டு வாசலில் வந்துநிற்பர்.

பாடசாலை மாணவனாக இருந்தபொழுதே நான் மூன்று தடவைகள் இராணுவ புலனாய்வாளர்களால் விசாரணைக்குட்படுத்தப்பட்டேன். அதுமட்டுமின்றி பயிற்சிப் புத்தகங்கள் தருவதாகக் கூறி மாணவர்களை சட்டத்துக்கு முரணாக பதிவு செய்த சம்பவங்களும் இராணுவத்தினரால் மேற்கொள்ளப்பட்டது. உறவுகளையும் உடமைகளையும் தொலைத்து வாழும் மக்களை அன்றாடம் இன்னல்களுக்கு உட்படுத்தும் இதுமாதிரியான செயற்பாடுகளால் இராணுவத்தினர் மீது எமக்கு தீராத வெறுப்பையே தொடர்ந்தும் ஏற்படுத்திக் கொண்டிருக்கிறது.

தொகுப்பு: தங்கராசா அஜந்தன்

சலீம் முதலாளி எங்கே?

2000.04.21ஆம் திகதி அன்று என்னுடைய வாழ்க்கையில் ஒரு பெரும் அதிர்ச்சியான சம்பவம் இடம்பெற்றது. அன்றைய தினம் இடம்பெற்ற அனைத்து நிகழ்வு களையும் உங்கள் முன் உண் மைப்படக் கூறுகின்றேன்.

வழமைபோல நான் எனது காலை வேலைகள் அனைத்தை யும் முடித்துக் கொண்டு எனது பாடசாலைக்குச் சென்றேன். அங்கு சென்று வழமைபோல பாடங்களை நடாத்திவிட்டு இரண்டு மணியளவில் பாடசாலை முடிந்து வீடு திரும்பினேன்.

வீட்டில் பகல் உணவை உண்ட பின்னர் வழமைபோல் நான் எனது மச்சானின் கடைக்குச் சென்றேன். அங்கு கணக்கு வழக்குகளை நானே பார்ப்பேன். இது என்னுடைய மேலதிக குடும்ப வருமானத்தைப் பெற்றுக் கொள்வதற்காக நானே ஏற்படுத்திக்கொண்ட ஒரு தொழில். மச்சானைப் பற்றிச் சொல்வதானால் ஆரம்பத்தில் வீதியோரத்துக் கடைகள் நடாத்தி, படிப்படியாகத் தன் குடும்பநிலைமை அறிந்து முன்னேறிய ஒருவர். அவருக்கு ஆறு பெண் பிள்ளைகளும் ஓர் ஆண் பிள்ளையும் உள்ளனர்.

அன்று நான் கடைக்குச் செல்லும்போது நேரம் மாலை நான்கு மணி இருக்கும். தொழுதுவிட்டுச் சென்றேன். அங்கே எனது மச்சான் கடைக்குள் இருந்த பொருட்களையெல்லாம் எடுத்து மேல்த் தட்டில் அடுக்கிக் கொண்டிருந்தார்.

நான் சென்றதும் என்னிடம், "தம்பி நிசார், நீங்க கீழுக்கு இருங்க. நான் மேல்மாடியில் இருக்கிற இன்டக்கி கொழும்பிலிருந்து கொண்டாந்த சமான்கள பார்த்திட்டு வாரன்" என்ற பணிவான வேண்டுகோளுடன் அவர் சென்று விட்டார்.

அவர் சென்றதும் நான் என்னுடைய வேலையைச் செய்வதற்கு ஆயத்தமான போது கடைக்குள் சரியான வெப்பமாக இருந்ததால் கதிரையை வெளியே எடுத்து, கடைக்கு முன்னால் உள்ள வீதியோரமாகப் போட்டுக்கொண்டு எனது வேலையை மிகவும் ஊக்கமாகப் பார்த்துக் கொண்டிருந்தேன். அப்போது திடீரென்று முச்சக்கர வண்டியொன்று, நான் இருந்த இடத்துக்கு அருகாமையில் வந்து நிறுத்தப்பட்டது. நிறுத்தப்பட்ட அந்த முச்சக்கர வண்டிக்குள் இருந்த இரண்டு இளம் நபர்கள் என்னிடம் வந்து "சலீம் முதலாளி எங்க?" என்று என்னிடம் உறுக்கிக் கேட்டார்கள்.

அவர்கள் என்னிடம் அப்படி உறுக்கிக் கேட்டதும் நான் பதற்றத்துடன், "எதுக்கு? என்னத்துக்குக் கேக்கிறிங்க?" என பயந்தவாறே கேட்டேன். அதற்கு அவர்கள், "அது உனக்கு தேவல்லாத விசயம்" எனக் கூறி மேலும் அச்சுறுத்தினார்கள்.

அச்சமயம் மச்சான், மேல் மாடியில் இருக்கிறார் என்பதை நான் அவர்களின் நடவடிக்கையைக் கண்டு சொல்ல மறுத்து விட்டேன். இப்படி நானும் அவர்களும் வாக்குவாதம் செய்து கொண்டிருந்த நேரம், என்னை ஒருவன் இழுத்து முச்சக்கர வண்டிக்குள் எனது பிடரியை பிடித்து தள்ளி விட்டான். அவ்வாறு தள்ளியதும் நான் முச்சக்கர வண்டிக்குள் இருந்து அவர்களுடன் மல்லுக்கட்டினேன். அவர்கள் வண்டியை விரைவாக அந்த இடத்தை விட்டு ஓட்டிச் சென்றார்கள்.

வண்டி இப்படி ஓடிக்கொண்டிருக்கும்போதே திடீர் என்று ஒருவன் தனது இடுப்புக்குள் இருந்து துப்பாக்கியை எடுத்து என்னிடத்தில் காட்டி "சத்தம் போட்டாயின்டு சொன்னால் உன்னை இந்த இடத்தில் சுட்டுப் போட்று வம்" என்று கூறியதும் நான் நடு நடுங்கி பெட்டிக்குள் ஒடுங்கிய பாம்பைப் போன்று அமைதி அடைந்தேன்.

நான் கற்பிக்கும் பாடசாலையைத் தாண்டி முச்சக்கரவண்டி மிக வேகமாகச் சென்று கொண்டிருந்தது. என்னை அவர்கள் கடற்கரை வீதியூடாக அழைத் துச் சென்றார்கள். சற்று நேரத்தில் எனது இரண்டு கண்களையும் கறுத்த துணியால் இறுக்கக்கட்டினார்கள். அபோது, "ஏன் என்ட கண்களை கட்டுறிங்க?" என நான் கத்தினேன். ஆனால், அந்தக் கதறல் சத்தத்தைக் கேட்டு அங்கு ஒருவரும் வரவேயில்லை.

இதன் பின்னர் என்னை ஏற்றி வந்த அந்த முச்சக்கர வண்டி மனித சஞ்சாரங்கள் காணப்படாத ஓர் இடத்தில் நிறுத்தப்பட்டதை எனது கண்களை அவர்கள் அவிழ்த்துவிட்ட நேரத்தில் கண்டு கொண்டேன். அவர்களின் கட்டுப்பாட்டுக்கு உட்பட்ட ஓர் இடத்தில் இருக்கின்றேன்

என்பது தெரிந்தது. ஆனால், எந்த இடம் என்பதை என்னால் அறிய முடியவில்லை. பின்னர் அவர்களின் பேச்சுகளை வைத்து அந்த இடம் கொக்கொட்டிச்சோலை என்று நான் தெரிந்து கொண்டேன்.

அந்த நேரம் எனக்கு ஏற்பட்ட ஒரே சந்தேகம் "எதற்காக அவர்கள் என்னை பிடித்து வரனும்?" என்கிறதுதான்.

"எனது மச்சானைப் பிடிக்க வந்தவர்கள் அந்த இடத்தை விட்டு எப்படி யாவது சீக்கிரமாக விரைந்து சென்றுவிட வேண்டும் என்பதற்காகவே என்னைப் பிடித்து வந்திருக்கிறார்கள்" என்பதை இரண்டு நாட்களின் பின்னரே அறிந்து கொண்டேன்.

அப்போது அவர்கள் என்னுடைய மச்சானின் தொலைபேசிக்கு அழைப்பு விடுத்து, "ஹலோ சலீம். நாங்க ஒன்ட கடைக்கு ஒன்னத்தான் கொண்டு செல்ல வந்தோம். நாங்க வந்த அந்த நேரம் நீ அங்க இருக்கல. அதான் ஒன்ட மச்சினை கொண்டு வந்திருக்கிறோம். இப்ப ஒன்ட மச்சினை நாங்க விட்றதா இருந்தால் எங்கட இயக்கத்துக்கு இருபத்தஞ்சு லட்சம் தரனும். அத தந்திட்டு ஒன்ட மச்சினை கொண்டு போகலாம்" என அதட்டலான குரலில் கதைத்தார்கள். இவர்கள் கதைத்த சமயம் அருகில் இருந்த நானும் அதைக் கேட்டுக் கொண்டிருந்தேன்.

பிறகு இன்னுமொரு நாள் என்னிடம் தொலைபேசியைத் தந்து என்னைக் கதைக்கும் படி கூறினார்கள். நானும் வாங்கிக் கதைக்க முற்பட்டபோது தொலைபேசியின் மறுமுனையில் எனது மனைவியின் அழுகைக்குரல் கேட்டது. என்னால் அதைத் தாங்க முடியவில்லை. நானும் அழுதேன். எனது மனைவியின் அழுகைக்குரலுக்குப் பின்னால் எனது பிள்ளைகளும் ஒப்பாரி வைத்து அழுதார்கள்.

"மருமகன் நீங்க அழுவாதிங்க. நாங்க ஒங்கள எப்படியாச்சும் என்னத்த வித்தாச்சும் கொண்டு வருவோம்" என எனது மாமாவால் உறுதி மொழி தரப்பட்டது.

இவ்வாறு தொலைபேசி அழைப்பு அங்கிருந்து வருவதும் இங்கிருந்து போவதுமாக இரண்டு கிழமைகள் கடந்து சென்றது. நான் இருந்த அந்த இடத்தை விட்டு என்னை வேறொரு இடத்துக்கு அழைத்துச் சென்றார்கள். அது கடந்து செல்லக்கூடிய ஒரு சிறிய ஆற்றங்கரையாக இருந்தது. அந்த ஆற்றங்கரையால் நடந்து செல்லும்போது எனது முதுகுக்குப் பின்னால் உதைத்தார்கள். அந்த நேரமும் என்னுடைய கண்கள் கறுத்தத் துணியால் கட்டப்பட்டிருந்தது. அவர்கள் உதைக்கும் போது என்னுடைய உடம்பு கடுமையாக வலித்தது. வலியைத் தாங்கிக் கொண்டு அந்த ஆற்றங்கரையால் சென்று கொண்டிருந்தேன்.

பின்னர் என்னை மறுபடியும் ஒரு பாழடைந்த இடத்தில் வைத்தார்கள். அந்த இடத்தைச் சூழவுள்ள இடமானது அடர்ந்த காட்டுப்பகுதியாக

இருந்தது. நான் இருந்த இடத்தின் சுவர்களில் பிரபாகரனின் புகைப்படங்கள் ஒட்டப்பட்டிருந்தன.

இப்படியாக நாட்கள் வேகமாகச் சென்று கொண்டிருக்கையில், ஒருநாள் நான் இருக்கும் இடத்துக்கு எனது மாமாவும், என்னுடைய கடைசி மகனும் வந்திருந்தார்கள். அந்த நேரம் எனது மகனுக்கு ஐந்து வயது இருக்கும். இந்த ஏற்பாடுகள் அனைத்தும் இவர்களின் திட்டப்படியே நடைபெற்றன.

என்னைப் பார்க்க வரும்போது "உங்களோடு எந்தப் பொலிஸோ, இராணுவப்படையோ வரக்கூடாது" என்று இவர்கள் என்னுடைய மாமாவிடம் கூறி அச்சுறுத்தியிருந்தார்களாம். எனது மாமாவும் எனது உயிரை அவர்களிடம் இருந்து விடுவிப்பதற்காக அதனை ஏற்றுக் கொண்டிருந்தார். எனது மகன் என்னைக் கண்டதும் ஓடோடி வந்து என்னைக் கட்டிப்பிடித்து அழுதான். அதைப்பார்த்துக் கொண்டிருந்த எனது மாமாவின் கண்களில் கண்ணீர் பெருக்கெடுத்தோடியது.

இப்படி நிலைமைகள் மாறி மாறி இங்கு ஓடிக்கொண்டிருக்க, எனது குடும்பத்தில் இருபத்தியைந்து இலட்சம் பணத்தை எப்படி சேகரித்துக் கொள்வது என்ற சிந்தனை ஓடிக்கொண்டிருந்தது. எனக்கு ஏற்பட்ட இந்த நிலையினால் என்னுடைய குடும்பத்தினருக்கும் எனது மச்சானின் குடும்பத்துக்கும் பல மன கசப்புகளும் ஏற்பட்டிருந்தன. இதற்கு என்னுடைய மனைவியும் ஒரு காரணம்.

அவள், மச்சானின் குடும்பத்தைப் பார்த்து, "ஓம்... நீங்க நல்லா சொல்லுவிங்க... என்ட புருஷன் ஒங்கட கடையில் இருக்க போயும்தானே அவனுகள் புடிச்சிட்டு போன" என்ற வார்த்தையை அவர்கள் மேல் அள்ளி எறிந்திருந்தாள். இங்கு எனது மனைவி கூறிய ஆதங்கமான பேச்சு, யார் ஒருவர் இந்த இக்கட்டான நிலைமைக்குள் மாட்டிக் கொண்டிருந்தாலுமே அவர்களின் வாயால் வரக்கூடிய ஒன்றுதான்.

இப்படியே ஒவ்வொருவரும் கதைக்கு மேல் கதைகள் அள்ளி இறைத்துக் கொண்டே இருந்தனர். எனது குடும்பத்தவர்களுக்குக் கொடுத்திருந்த காலக்கெடுவும் நெருங்கிக் கொண்டிருந்தது. எப்படியோ உயிரைக் காப்பாற்ற வேண்டும் என்ற மனப்போராட்டம் இரு குடும்பங்களுக்கும் இருந்தது. இறுதியாக எதுவும் செய்வதறியாமல் திக்குமுக்காடித் திரிந்த எனது மச்சான், அவருக்கு இருந்த ஆறு பெண்பிள்ளைகளில் ஒரு பெண்பிள்ளைக்கு ஒரு வளவு ஒன்றை வீடு கட்டுவதற்காக முன்னர் பத்து இலட்சம் ரூபாய் கொடுத்து வாங்கி இருந்தார். அந்த வளவை பதினைந்து இலட்சத்துக்கு விற்று, மீதிப் பணத்தை என்னுடைய குடும்பமும் என் மச்சானின் குடும்பமும் சேர்ந்து கொடுத்தன. எனது மாமா அந்தப் பணத்தை எடுத்து வந்து என்னை மீட்டெடுப்பதற்காக நான் இருந்த இடத்துக்கு வந்து அவர்களிடம் கொடுத்தார்.

அன்றைய நாள் வியாழக்கிழமை என்று நினைக்கின்றேன். அவர்கள் பணத்தைப் பெற்றுக்கொண்டதும் சிறிது நேரத்தின் பின் தொலைபேசி அழைப்பு வந்தது. அந்தத் தொலைபேசி அழைப்பின் பின்னர் எனது கண்களை மீண்டும் கறுத்தத் துணியால் கட்டி, கொக்கட்டிச்சோலை என்ற இடத்துக்கு கொண்டு வந்து விட்டார்கள். விட்டதும் என்னுடைய மாமாவும் நானும் அவர் வருகைதந்திருந்த வாகனத்தில் ஏறி எங்களுடைய வீட்டை வந்தடைந்தோம்.

இந்த நிகழ்வுகள் என் மனதையும் எனது குடும்பத்தவர்களது மனதையும் இன்றும் விட்டு மாறாத வடுக்களாக நினைவுபடுத்திக் கொண்டே இருக்கின்றன. எனது குடும்பம் எனக்காக வாங்கிய கடனை இன்னும் கூட கொடுத்து முடிக்கவில்லை. இந்த நிலைமைக்கு யார் பொறுப்பு? யார் காரணம்? இதனால் எமது இரு குடும்பங்களும் இன்று வரைக்கும் முகம் பார்த்துப் பேச முடியாமல் நடமாடித் திரிகின்றார்கள்.

தொகுப்பு : எம்.எச்.எம். சியான்

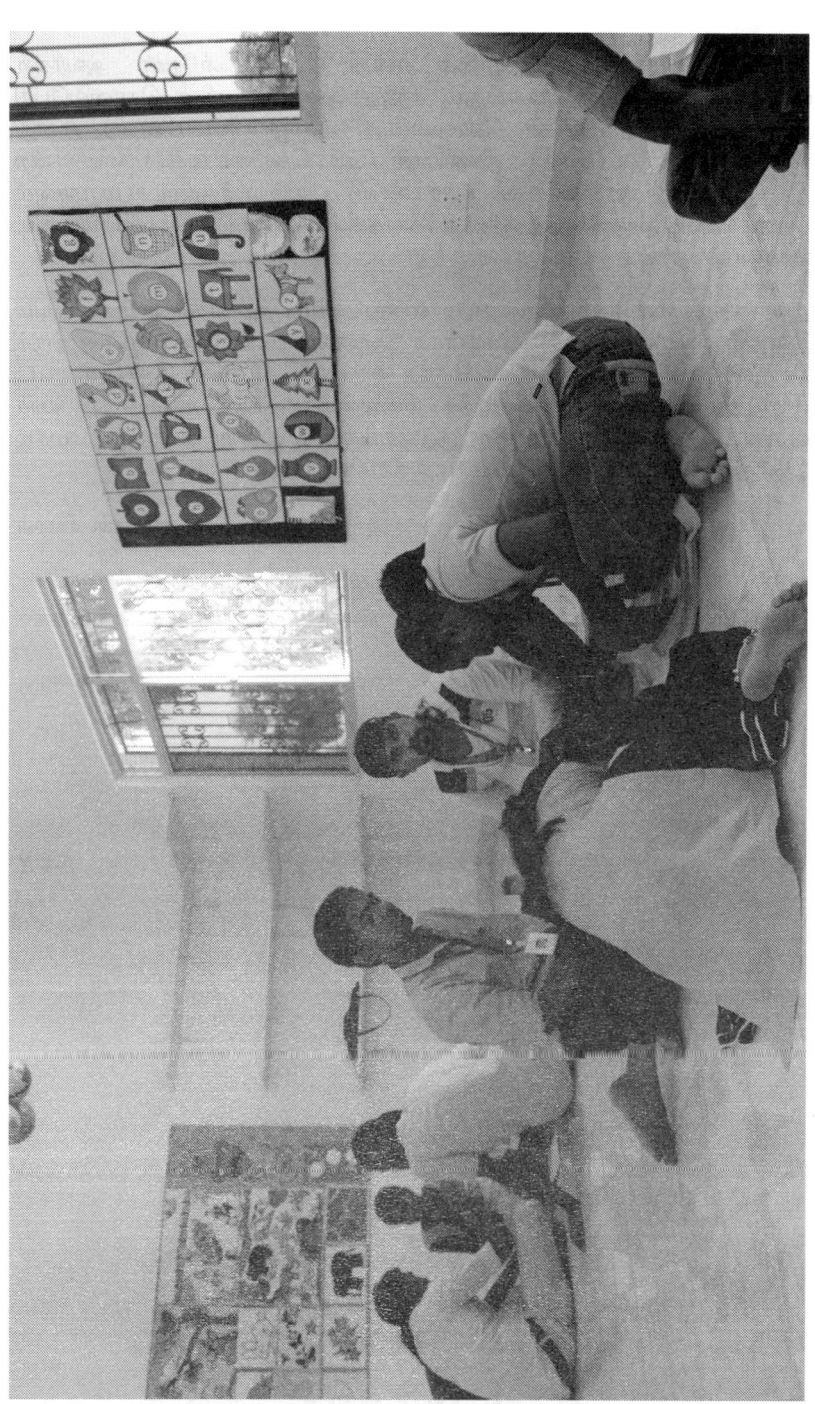

மௌனவலிகளின் வாக்குமூலம் 144

கறைபடிந்த சட்டைப்பை

சூரியன் தன் கோபத்தையெல்லாம் வெப்பமாக வெளிப்படுத்திக்கொண்டி ருந்த மதியவேளை அது. அதுவரை ஜன்னலோரத்தில் இருந்த நான் வெயிலின் தகிப்புக்காய் சூரியனை மனதில் சபித்தவாறு புத்தக அலுமா ரியை நோக்கி நடந்தேன். அங்கு அடுக்கி வைக்கப்பட்டிருந்த புத்தகங்களின் இடையே இருந்த ஒரு புகைப்பட அல்பம் சட்டென்று என் கண்ணில் படவே அதனை ஒருமுறை தட்டிப்பார்க்கும் ஆர்வம் என்னுள் எழுந்தது.

அல்பத்தை எடுத்து ஆவலோடு திறந்தபோது முதல் பக்கத்தில் இருந்த குழுவாக எடுத்துக்கொண்ட ஒரு புகைப்படம் கண்ணில் பட்டது. புகைப் படத்தில் இருந்த எல்லோரது முகமும் நினைவில் இருந்தாலும், மத்தியில் இருந்த ஹாமினி ஐயாவின் கறைபடிந்த சட்டைப்பையில் இருந்த மைப் பேனா மீது என் கண்கள் நிலைகொள்கின்றன. அந்த நீலமைப் பேனா வோடு நான் 1987 ஆம் ஆண்டின் நினைவலைகளில் மூழ்கிப் போகின்றேன். நினைவுகளில் நிழலாடிய அந்த நாட்கள் தான் மனிதப் பேரவலம் ஒன்றுக்கு அத்திவாரம் இடத்தொடங்கிய நாட்களா..?

இந்திய அமைதிப்படையினர் இலங்கையில் தங்கியிருந்த காலம் அது. கல் வித் திணைக்களத்தில் அரசபணியில் இருந்த இருந்த இருபத்தி ஐந்து வயதே யாகிய நான், கிளிநொச்சியில் ஆசிரிய பயிலுநர்களுக்கான பயிற்சி ஒன்றை ஒழுங்குபடுத்துமாறு பணிக்கப்பட்டிருந்தேன். அமைதிப்படையின் வருகை யோடு எமக்கெல்லாம் அமைதி கிடைக்கும் என்ற பேரெதிர்பார்ப்பு எல் லோர் முன்னாலும் இருந்தது. உண்மையில் அந்த நாட்கள் அமைதிக் காலமா இல்லையா என்று வகைகூற முடியாத காலமாக இருக்கையிலேயே நான் அந்தப்பயிற்சியை நடாத்துவதற்கு கிளிநொச்சியை நோக்கிப் பயணித் தேன்.

மரங்கள் அடர்ந்திருந்த கிளிநொச்சி நகரின் நாதமாக பறவையினங்கள் பலவற்றின் குரல்களோடு அந்த இரவு விடிந்திருந்தது. நான் அழகியதோர் சேலை அணிந்தபடி அவசரமாக நெற்றியில் பொட்டிட்டுக்கொண்டு பயிற்சி நிலையத்தை நோக்கி விரைந்தேன்.

மாத்தறை, காலி, இரத்தினபுரி, அம்பாறை, முல்லைத்தீவு, கிளிநொச்சி ஆகிய இடங்களில் இருந்து ஆசிரிய பணிக்கு நியமனம் பெற்ற மூவினத் தவர்களும் பயிற்சிக்குப் பிரசன்னமாகியிருந்தனர். பிரதேசவாரியாக குழுக் களாகப் பிரிந்து அவர்கள் அமர்ந்திருந்து என்னால் அவர்களை எப்பிரதேசத் தவர்கள் அவர்கள் என்று பிரித்தறிய ஏதுவாக இருந்தது.

தெற்கிலிருந்து வந்திருந்தவர்களின் முகங்களில் ஏதோ குழப்பம் நிழலாடிக் கொண்டிருந்தமை என்னை சிந்திக்கத்தூண்டியது. தமக்கு பரிட்சயமில்லாத புதியதோர் பிரதேசத்துக்குள் நுழைந்திருப்பதால் வந்த குழப்பமா, இல்லை நேற்று நான் இந்திய அமைதிப்படை, இலங்கை இராணுவத்தினரின் சோத னைச்சாவடிகளை கடந்து வந்தபோது அவர்களின் பலவாறான கேளிவிக் கணைகளால் தாக்கப்பட்டது போன்று அவர்களுக்கும் நடந்ததால் ஏற்பட்ட பயமா, இல்லை இடையிடையே விடுதலைப்புலிகள் வழிமறித்ததால் வந்த பயமாக இருக்கலாமோ என்று என்னுள் வாதப்பிரதிவாத மொன்று நடந் தேறிக்கொண்டிருந்தது.

கிளிநொச்சியில், உடையார்கட்டு, வலைப்பாடு, பூநகரி ஆகிய இடங்களில் இருந்து வந்தவர்களை அங்கு காணமுடிந்தது. அவர்கள் தமக்குள் உற்சாக மாக உரையாடிக்கொண்டிருந்தனர். அப்பயிற்சியில் பங்குபற்றுவதற்கு அவர்களிடமிருந்த ஆர்வம் என்னை சிலகணம் வியப்பிலாழ்த்தியது. குறிப் பாக அவ்விடங்களிலிருந்து வந்திருந்த பெண்கள் அழகாக சேலை அணிந் திருந்தனர். பயிற்சிக்கு செல்வது போன்றல்லாது விசேட நிகழ்வுகளுக்குச் செல்வது போன்று தமது தலைகளில் பூச்சூடியிருந்தனர். அது என்னை மிக வும் குழப்பத்துக்குள்ளாக்கிக் கொண்டிருந்தது. இந்திய அமைதிப்படையின ரின் வீணான தொல்லைகளை தவிர்ப்பதற்கு அவர்கள் இந்திய கலாசா ரத்தை தம்மில் தாங்கியிருந்தனரா என்ற பெரும் கேள்வி என் முன்னால் இருந்தது.

புரூட் வாசனைத் திரவியத்தின் வாசம் என் நாசியில் மோதியது. பயிற்சி நிலையத்துக்குள் பிரசன்னமாகிய ஹாமினி ஐயாவின் "குட் மோர்னிங்" என்ற தடித்த உற்சாகக் குரல் என் சிந்தனைக் குதிரைக்கு கடிவாளமிட்டது. பயிற்சி நிலையத்தில் இருந்த அனைவரும் "குட் மோர்னிங் சேர்" என்று மிகவும் சத்தமாகப் பதில் வணக்கம் தெரிவித்தனர்.

ஹாமினி ஐயா, வெள்ளை நிற முழுக்கைச்சட்டைக்கு கழுத்தில் அணிந்தி ருந்த கறுப்பு நிற டை, அவரது சிரிய தொப்பையில் வழிந்து கொண்டிருந்தது. அவரது முகம் பிரெஞ்சுத் தாடியையும் கறுப்பு நிற வட்டக் கண்ணாடியும் தாங்கியிருந்தது. அவர் சட்டைப்பையில் செருகியிருந்த நீல நிற மைப்

பேனா, வெள்ளைச்சட்டையில் மிக துல்லியமாகத் தன்னைக் காட்டிக் கொண்டிருந்தது. அவரது நடையில் நிதானமிருந்தது. அவரது தோற்றம் மிடுக்கு என்பன அவர் ஆளுமை நிறைந்த ஒருவர் என்பதை வெளிச்சம் போட்டுக்காட்டிக்கொண்டிருந்தது.

அங்கிருந்த இருபத்தியெட்டுப் பேரும் பயிற்சியில் மூழ்கிப்போயிருந்தனர். உற்சாகம், குழப்பம், சோர்வு, தெளிவுபெற வேண்டுமென்ற ஆர்வம் என கலவையானதோர் முகங்களோடு இருந்த பங்குபற்றுநர்களை நான் அவதானித்துக்கொண்டிருந்தபோது, "வெளியால வந்திருக்கிற ஒராள் உங்கள சந்திக்க வேணும் எண்டு சொல்றார்" என்ற எனது உதவியாளரின் குரல், என்னைச் சட்டென்று திரும்பிப்பார்க்க வைத்தது.

"ம்... யாராக இருக்கும்? என்னை ஏன் சந்திக்க வேணும் எண்டு கேட்கிறார்? இங்கு எனக்கு உறவுகள் என்று யாருமில்லை. இது திணைக்களம் நடாத்தும் பயிற்சி. திணைக்களத்தினர் எல்லாருக்கும் இது தெரியும். அதனால் அவர்கள் யாரும் வந்திருந்தால் உள்ளேயே வந்திருப்பார்களே? ஒருவேளை விடுதலைப்புலிகள் யாருமோ? இந்திய அமைதிப்படையினர்... இல்லையென்டால் வேற குழுக்கள் யாருமோ? அல்லது...?" நான் சில கணங்கள் குழப்பத்துக்குள்ளாகிப்போனேன்.

"சரி, பரவாயில்லை. ஹாமினி ஐயா இருக்கிறார் தானே. போய் யாரென்று பார்க்கலாம்" என்னுள் தைரியம் தோன்றவே எனது கதிரையிலிருந்து எழுந்து உதவியாளரைப் பின்தொடர்ந்தேன்.

உதவியாளர் காட்டிய திசையில் என் பார்வை பதிந்தது. கறுப்பு என்றோ பொது நிறம் என்றோ சொல்ல முடியாத நிறத்தில் கிட்டத்தட்ட ஆறடி உயரத்தில் கொஞ்சமும் பரிச்சயமில்லாத அவ்விளைஞர் தினமும் உடற்பயிற்சி செய்பவராக இருக்க வேண்டும். கட்டுக்கோப்பான தேகத்தோடு அவர் தெரிந்தார். எனது கால்கள் அவரை பயத்தோடு அண்மிக்கின்றன. எனது விரல்களில் ஒருவித நடுக்கம் இருந்தது எனக்கு விளங்கியது.

"வணக்கம் அக்கா"

அவரது குரல் தடிப்பாக இருந்தாலும் அவரது முகத்தில் புன்முறுவல் இருந்தது.

"வணக்கம்..." நான் ஒருவித அந்நியத்தோடு பதிலுரைத்தேன்.

"நீங்க ஏன் இஞ்ச வந்திருக்கிறீங்க? என்ன செய்யிறீங்க இஞ்ச? வந்திருக்கிற எல்லாரும் யார்? எங்க இருந்து அவங்க எல்லாரும் வந்திருக்கிறாங்க?" கேள்விகளை அடுக்கிக்கொண்டு போன அவ்விளைஞர் நிறுத்தி, "எங்களுக்கு தகவல் தேவையா இருக்கு. யார் இஞ்ச பொறுப்பா வந்திருக்கிறது. நான் அவரோட கதைக்கோணும்.." அவர் நிறுத்திக்கொண்டு எனது பதிலுக்காகக் காத்திருந்தார்.

"கொஞ்சம் பொறுங்கோ... உள்ள ஹாமினி ஐயா இருக்கிறார். அவரிட்ட கதைச்சிட்டு நான் சொல்லுறன்.." நான் சட்டென்று திரும்பி நடந்தேன். எனது முகத்தில் பயமும் பதற்றமும் ஒருங்கே தோன்றியிருந்தது.

எனது முதல் பயிற்சியிலேயே இப்படி ஓர் அனுபவமா? எனக்குள் கவலை கடுகதி வேகத்தில் உயர்ந்துகொண்டிருக்க, பாதி ஓட்டமும் பாதி நடையுமாக ஹாமினி ஐயாவை அடைந்தேன்.

"ஆர் யூ ஓகே? இவ்வளவு பயந்துபோய் இருக்கிறீங்க?" ஹாமினி ஐயாவின் முகம் கேள்விக்குறியாக மாறியிருந்தது.

ஹாமினி ஐயா எனது முகத்திலிருந்த குழப்பத்தின் தீவிரத்தை உணர்ந்திருக்க வேண்டும். ஆனால் அவர் நிதானமாகவே கேட்டார்.

"இல்லை ஐயா... வெளியில ஒராள் வந்திருக்கார். இயக்கம் போல இருக்கு. என்ன கூட்டம் நடத்துறீங்க எண்டு தனக்குச் சொல்லட்டாம் எண்டு கேக்கிறார்.." நான் விடயத்தை சொல்லி முடித்த திருப்தியில் அவரது முகத்தை நோக்கினேன்.

"இயக்கப்பெடியளா? உண்மையாகவா?" சில கணம் ஹாமினி ஐயா ஸ்தம்பிதமானார். "வந்திருக்கிற எல்லாரும் ஆசிரியர்கள் தான் எண்டு அவருக்குத் தெரியாதாமா?" என்ற அவரது முகத்தில் குழப்பம் எட்டிப் பார்த்ததை என்னால் உணர முடிந்தது.

"சரி. இங்க வரச்சொல்லுங்கோ. இல்லை எண்டால் எங்க வந்து கதைக்க வேணும் எண்டு கேளுங்கோ.." என்று அவர் பதிலுரைக்கவும் நான் வெளியில் காத்திருந்த அந்த இனம்தெரியாத நபரை நோக்கி கொஞ்சம் பயத்தோடு சென்றேன்.

"வாங்கோ... வந்திருங்கோ.." ஹாமினி ஐயா அந்தப்புதிய மனிதனை வரவேற்றார். ஹாமினி ஐயாவுக்கு நன்றியுரைத்த இளைஞன் அவருக்கு எதிரிலிருந்த கதிரையில் தன்னை நிறைத்துக்கொண்டார். ஹாமினி ஐயா தனது சட்டைப்பையிலிருந்த நீலநிற மைப் பேனாவை எடுத்து தனது குறிப்புப் புத்தகத்தில் எழுதக்கூடியவாறு வைத்துவிட்டு தன் முன்னால் இருந்தவரை கேள்விக்குறியோடு நோக்கினார்.

"நீங்க எத்தனை நாள் இங்க நிக்கப்போறீங்க? இந்தப் பயிற்சி வகுப்பு தொடர்ந்து நடக்குமா? கிளிநொச்சியிலிருந்து வந்திருக்கின்றவர்கள் பற்றிய தகவல்கள் எங்களுக்கு தெரியும். அவங்க எல்லாரும் இங்கு பின்தங்கின பிரதேசங்களில் இருந்து வந்திருப்பவர்கள். அதோட, அவங்க ஒழுங்காக பரீட்சையில் தேறி போதிய தகைமையோடு இந்நியமனத்தை பெற்றிருக்கிறாங்க. அது உண்மையில வரவேற்கத்தக்க விசயம். இங்க வந்திருக்கின்ற மற்றவர்களைப்பற்றின விவரங்களை எங்களுக்கு தர முடியுமா?" ஹாமினி ஐயாவை நோக்கி இளைஞர் தனது வினாக்களை மாலையாக தொடுத்துக்

கொண்டிருந்தார். எனக்கோ அவ்விளைஞனின் வினாக்களுக்கான விடைகளைத் தேடுவதற்கு அவகாசமிருக்கவில்லை. அவ்விடை வெளியில் அவரிடமிருந்து அடுத்த வினா பாய்ந்து கொண்டிருந்தது.

பத்து நிமிடங்கள் வரை நீடித்திருந்த இச்சந்திப்பு எனது இதயத்துடிப்பின் வேகத்தை வெகுவாக அதிகரித்துக்கொண்டிருக்க "என்ன தேவை எண்டாலும் எங்களுக்கு சொல்லிவிடுங்கோ. உடன வருவம். நன்றி" அவ்விளைஞன் இறுதியாக கூறிய வார்த்தைகள் என்னை நிதானிக்க வைத்து அவரை சகோதரத்துவத்தோடு நோக்க வைத்தது.

அவர் வெளியேறியிருந்தார். ஹாமினி ஐயா தனது கையிலிருந்த பேனாவின் மூடியை மேசையிலேயே வைத்துவிட்டு பேனாவை தனது சட்டைப்பையில் செருகிக்கொண்டார். நான் சட்டென்று "ஐயா... நீங்கள் பேனாவை..." அவர் என்னை நோக்கி புன்னகைத்தபடி "வந்திருக்கிற எல்லாரையும் கூப்பிடுங்கோ. எல்லாரும் ஒண்டா நின்டு போட்டோ ஒண்டு எடுப்பம்.." அவர் என்னைப் பணிக்க, நான் பயிற்சிக்கு வந்திருந்த எல்லோரையும் நோக்கி நிதானமாக நடந்தேன்.

சூரியன் மேற்கில் பதுங்கிக்கொண்டிருந்தான். கடிகாரத்தின் சிறிய முள் மூன்றை குறித்துக்காட்டிக்கொண்டு தன்னிலும் பெரிய முள்ளை விரட்டிக் கொண்டிருந்தது. எனது உதவியாளர் என் கையில் சிறியதாக மடிக்கப்பட்ட காகிதமொன்றை திணித்தார். அதனை பிரித்து வாசித்த என் முகத்தில் கலவரம் தொற்றிக்கொள்ள, சட்டென்று எழுந்து ஹாமினி ஐயாவின் அறையை நோக்கி ஓட்டமாய் நடந்து கதவை தட்டிக்கொண்டு உள்ளே நுழைந்து அக்கடதாசியை அவரிடம் நீட்டினேன்.

அதை குழப்பத்துடன் பார்த்தவர் என்னிடம் திரும்பி "வாட் இஸ் திஸ்?" என்று என்னிடம் வினவியபோதுதான் ஹாமினி ஐயாவுக்கு தமிழில் எழுதியிருந்ததை வாசித்தறிய முடியாது என்பதை நான் மறந்துவிட்டது புரிந்தது.

"அவங்க எங்களை உடனடியா இங்க இருந்து வெளிக்கிடட்டாம். பின்னேரம் ஆறு மணிக்கு முதல் வவுனியாவை தாண்டச் சொல்லி எழுதி இருக்கிறாங்க. இல்லை என்டால் பிரச்சினையா இருக்குமாம்" நான் படபடத்தேன்.

"கோ அண்ட் மேக் அர்ரேஞ்மன்ஸ்" என அவர் நிதானமிழந்து தனது மொழியில் கட்டளையிட்டார். ஹாமினி ஐயா அவரது மேசையிலிருந்த தொலைபேசியில் இலக்கங்களை சுழற்ற, நான் பயிலுநர்களை நோக்கி ஓடினேன்.

என்னுடைய இதயம் வேகக்கட்டுப்பட்டை இழந்து துடித்துக்கொண்டிருந்தது. எப்போது என்ன நடக்கும் என்று தெரியாது. அச்சத்தில் வானம் கறுத்து மேகமாகியது போல் அங்கிருந்த அனைவரினது முகங்களிலும் கண்ணீர் முட்டிக்கொண்டிருந்தது. பயிலுநர்களின் எண்ணிக்கையில் மாற்றம் தெரிந்ததை நான் உணர்ந்தேன்.

“மற்ற எல்லாரும் எங்க” நான் அவர்களை நோக்கிக் கத்தினேன்.

“ரிஸ்னா ரீச்சரோட அவாட மாமாட கருவாட்டுக்கடைக்கு போயிற்றாங்க..” யாரென்று தெரியவில்லை. பதில் கிடைத்திருந்தது.

“யாரைக் கேட்டு அவங்கள வெளியால அனுப்பினீங்க? கருவாடு வாங்க வந்தாங்களா இல்லையெண்டால் பயிற்சிக்கு வந்தாங்களா” என் பின்னால் வந்திருந்த ஹாமினி ஐயா, கடுமையான தொனியில் கர்ச்சித்தார்.

“ரீச்சர்... அவங்களைப் போய் கூட்டிக்கொண்டு வரட்டுமா?” என இரண்டு ஆசிரியர்கள் கேட்க,

“வேண்டாம் வேண்டாம் இப்ப இருக்கிற நிலைமையில் நீங்களும் போய் உங்களை தேடிதிரிய என்னால் ஏலாது. எல்லாரும் பஸ்ல ஏறி இருங்க. அவங்க வந்தவுடன வெளிக்கிடுவம்” நான் அவர்களை பணித்தேன்.

நிமிடங்கள் கரைந்துகொண்டிருந்தன. “இன்னும் வரயில்லையா? அவங்கள உங்கட கட்டுப்பாட்டுக்குள்ள வச்சிருக்க ஏலாதா?” ஹாமினி ஐயா என்னை நோக்கிக் கேட்டுக்கொண்டிருந்தார்.

போனவர்கள் வரும்வரை காத்திருப்பதற்கான கால அவகாசம் எமக்கு இருக்கவில்லை. நான் என்னிடம் கோரிய இரு ஆசிரியர்களையும் கேட்டுக் கொண்டேன். “கெதியா போய் அவங்களை கூட்டிக்கொண்டு வாங்கோ”.

ஓர் ஆண் ஆசிரியரும் ஒரு பெண் ஆசிரியரும் வீதியை நோக்கி விரைந்தனர்.

அவ்விரு ஆசிரியர்களும் சந்தையை நோக்கிச் செல்லும்போது, வீதியெங்கும் ஒருவித மாமிச வாடை வீச, சிவப்பு தலைப்பாகைகளை அணிந்தபடி கொச்சைத் தமிழில் வீதியால் போகும் பெண்களை கேலி செய்தவாறும், ஆண்களை அச்சுறுத்தியவாறும் இந்திய அமைதிப்படையினர் அராஜகம் செய்துகொண்டிருந்தனர்.

அப்படுபயங்கர சூழலை திகிலுடன் கடந்து சென்ற அவ்விரு ஆசிரியர்களும் வானமே கூரையாயிருந்த வெட்ட வெளியிலே உயிர் மீன்களின் பளபளபான தோற்றம் ஒரு புறமும், செத்த வாடை வீசும் கருவாடுகள் மறுபுறமுமாகத் தொங்கிய ஒரு கடையிலே ஏற்கெனவே போயிருந்த ஆசிரியர்கள் நால்வரையும் கண்டனர்.

அப்போது கடையில் கருவாடு வாங்கியவாறு திரும்பிய இளைஞன் அந் நான்கு ஆசிரியர்களில் ஒருவரை கண்டதும் ஒருகணம் அவரை உற்று நோக்கிவிட்டு மெதுவாக “மது” என்று அழைக்க, அந்த ரீச்சரும் “அண்ணா...” என்றபடி ஓடிச்சென்று அவரை அணைத்துக்கொண்டார்.

இருவரும் கட்டித் தழுவியபடி கண்ணீர் விட்டனர். பாசம், பரவசம், மகிழ்ச்சி, அழுகை, கண்ணீர் என இருவருக்கிடையிலும் பல்வேறுபட்ட

உணர்வுக்கலவை. மது ரீச்சர் தனது அண்ணாவின் கைகளுக்குள் அடைக் கலமானவளாய் அவ்விடத்திலிருந்து பிடிவாதமாய் நகர மறுத்துவிட்டார்.

பதின்மூன்று வயதில் வீட்டைவிட்டு வன்னிக்குப்போன ஆசிரியரின் அன்பு, அண்ணன் தான் அவ்விளைஞர் என்று பின்னரே தெரிந்தது. எப்படி நடந்தது அவ் எதிர்பாராத சந்திப்பு? அவ்விளைஞரோ எப்படியாவது மதுவைக் கூட்டிச்செல்லுமாறு கேட்டுக்கொண்டிருந்ததார்.

மதுவால் அவரை விட்டு வர முடியவில்லை. சகோதர பாசம் அவளை அவரிடமிருந்து நகரவைக்க மறுத்தது. அவள் தேம்பித்தேம்பி அழுதாள். அண்ணனின் கைகளை ஆதரவாக வருடிக்கொடுத்தாள். வீட்டில் மற்ற எல்லோரும் எப்படி இருக்கிறார்கள் என்று விவரமுரைத்தார். அவ்விளை ஞனோ எதுவும் பேசாது தனது தங்கையின் தலையை மட்டுமே வருடிக் கொண்டிருந்தான்.

அவர்களை அழைத்துச்செல்ல சென்ற ஆசிரியர்கள் இருவரும் ஒருவாறு மது ரீச்சரை அவரது அண்ணனிடமிருந்து பிரித்துக்கொண்டு பஸ் நோக்கி வந்து சேர்ந்திருந்தனர். மது தொடர்ந்தும் அழுதுகொண்டிருந்தாள். அவரை கட்டுப்படுத்தவே முடியவில்லை.

"இனி நான் எப்போது அண்ணாவை பார்க்கப்போகின்றேன். அவரை என்னால் மீண்டும் பார்க்க முடியுமா?" அவரிடமிருந்து வந்துகொண்டிருந்த கேள்விகளுக்கு யாரிடமும் பதில் இருக்கவில்லை. ஏனைய ஆசிரியர்களில் சிலரும் அவரது நிலை கண்டு கண்ணீர் வடித்துக்கொண்டிருந்தனர்.

அவர்கள் மீண்டும் எம்மை வந்து சேரும்வரை என்னால் நிம்மதியாக இருக்க முடியவில்லை. என்ன செய்வது என்று தெரியாமல் தவித்துக் கொண்டிருந்தேன்.

இடையில் ஹாமினி ஐயா திடீர் என நுழைந்து "வாட் இஸ் ரோங்? வாட் இஸ் த புரொப்ளம்?" என்று கத்தினார்.

நான் தீயில் அகப்பட்டவள் போலவே அதுவரை துடித்துக்கொண்டிருந் தேன். ஹாமினி ஐயாவுக்கு நடந்ததை கூறி அவரது கண்டிப்பையும் வசவு களையும் பெற்ற பின்னர் எல்லோரும் இணைந்து யாழ்ப்பாண ஆசிரிய ருக்கு ஆறுதல் கூறி அவளையும் அழைத்துக்கொண்டு அங்கிருந்து புறப் பட்டோம்.

கிளிநொச்சி, யாழ்ப்பாணம் ஆகிய பிரதேச ஆசிரியர்கள் அனைவரும் அவ் விடத்தை பிரிந்து செல்ல, மரணத்தின் விளிம்பில் இருந்து தப்பிய இரத் தினபுரி, அம்பாறை மாத்தறை, காலி ஆகிய பிரதேச ஆசிரியர்கள் அனைவ ரையும் சுமந்த புழுதிபடிந்த பஸ், வவுனியா நோக்கி நகர்ந்தது. பயம், கவலை, அசதி என அதில் பயணித்த அனைவரும் தம்மை மறந்து தூங்கத்தொடங்கினர்.

எனது பெருமூச்சுகளில் இதயத்தில் உறைந்திருந்த பயமும் மெதுவாய் மூச்சுக்காற்றோடே கரையத் தொடங்கியது. அதுவரையில் எங்கள் விழிகள் கண்ட காட்சியெல்லாம் கண்களை கசிய வைத்தாலும் பஸ்ஸில் ஏறியது நிம்மதியைத் தந்தது. ஆனால் அந்த நிம்மதியை கூட முழுமையாக அனுப விக்க விடவில்லை. பாழாய்ப்போன சோதனைச் சாவடிகள் மணிக்கொரு தடவை ஏறுவதும் இறங்குவதுமாய் கால்கள் சோர்ந்து போயின. மலையில் இருந்து விழுந்தவனை மாடு மிதித்த கதையாய் எங்கள் நிலை ஆனாலும் முடியவில்லை. சகித்துக் கொண்டே பயணத்தை தொடர்ந்தோம்.

ஹாமினி ஐயாவின் முகத்தில் அப்படி ஒரு நிம்மதி. ஆனாலும் முழுமை பெறாதது போல் வெறித்துப்பார்த்துக்கொண்டிருந்தார். அவர் அணிந்திருந்த வெள்ளை நிறச்சட்டையின் பையை உற்றுப்பார்த்தேன். ஏதோ ஒரு குறை அதில் தெரிந்தது. ஏதோ அவர் அடையாளத்தை தொலைத்தவராய்த் தோன் றினார். ஒரு சில வினாடிகளில் அவரது பேனா எனக்கு நினைவு வந்தது. கறுத்த நிற மூடி போட்ட ஒரு கீறோ பென் அவர் சட்டைப் பையை எப் போதும் நனைத்துக் கொண்டே இருக்கும். அதுதான் அவரின் அடையாளம். டை கட்ட மறந்தாலும் அந்தப் பேனாவை சொருக அவர் மறப்பதேயில்லை.

நித்திரைக்கும் நித்திரை குழப்பத்துக்கும் மத்தியில் பயணித்த நாங்கள் மறு நாட் காலையில் ஒரு கசப்பான செய்தியுடனேயே எழுந்தோம். வடக்கில் ஏற்பட்ட பாரியதொரு வெடி சம்பவத்தின் பின்னர் அநேகமான மக்கள் மரணத்தைத் தழுவினர் என்பதே அது. நாங்கள் எங்களுடைய உயிரைக் காப்பாற்றிக் கொண்டது ஒரு தற்செயலான காரியமே.

இவ்வாறு பாதிக்கப்பட்ட அநேகமான மக்களை நாங்கள் கடந்து செல்கை யில் ஒத்துழைப்பைப் பெற்றுக்கொண்டு இது குறித்து மேலதிகமாக தெரிந்து கொண்டோம். இந்த தாக்குதலில் சிங்கள, தமிழ், முஸ்லிம் ஆகிய எல்லா மக்களும் மரணத்தைத் தழுவியிருந்தனர்.

அத்தாக்குதலில் காங்கேசன்துறை பிரதேசத்தினை மிகவும் பிரபல்யமடைய காரணமாயிருந்த சீமெந்து தொழிற்சாலை நாசமடைந்ததோடு, கடற்படை முகாம், தரைப்படை முகாம் போன்ற அரச நிறுவனங்கள் நாசமடைந்த செய்தியை ஊடகங்களின் வாயிலாக அடுத்தடுத்ததாக அறிய முடிந்தது.

தொகுப்பு: மரினா மரியநாயகம்

குருவிக்கூடு

இரவு பதினொரு மணியையும் கடந்த நிலையில், பழைய நினைவுகள் மனதைக் குடைந்துகொண்டிருக்க, உறக்கமற்று படுக்கையில் புரண்டு கொண்டிருந்தார் சுந்தரம். தலையணைக்கு அருகில் எச்சில் சிரட்டை. மறுபுறம் பழைய லக்ஸ்பிறே பையில் வெற்றிலையும் இருந்தது.

அவரது கால்மாட்டில் குறுக்கியபடி படுத்திருந்த மனைவி பாக்கியம் தனது கணவனை நோக்கி "என்னப்பா... ஒரே இருமி கொண்டிருக்கிறியள்? சொல்லியும் திருந்தா ஜென்மங்கள்... எப்பதான் உந்த சுருட்டுக் குடியை விடப்போறியள்?" என்று சலித்தபடியே எழுந்திருந்தாள்.

"என்ன பாக்கியம்.. நீ போய்ப் படன்.."

"இல்லையப்பா.. எனக்கு நித்திரை வரல"

"ஏன்டி?"

"உங்கள நினைச்சாதான்"

"அதுக்கென்ன?"

"நீங்களும் போய் சேந்திட்டா எனக்கு யார் இருக்கிறது?" என்று கண்கள் கலங்கிய பாக்கியம், சுந்தரத்தின் அருகில் வந்து அமர்ந்தாள்.

"ஏனடி பாக்கியம் அழுறாய்?" வாஞ்சையோடு சுந்தரம் அவளை தன்னுடன் அணைத்தவாறே கேட்கவும் கண்களின் ஓரம் வழிந்த கண்ணீரை சேலையால் துடைத்தபடியே சன்னமான குரலில் "இல்லையப்பா. இந்த குடியை நீங்கள் விட்டிடுங்கோ" என்றாள்.

"சரி பாக்கியம்... உந்த குடியை இண்டையோட விடுறன்" என்ற சுந்தரம் தன் கண்களைக் கசக்கிக்கிக்கொண்டு படுக்கையிலிருந்து எழுந்து பாக்கியத்தை ஏக்கத்தோடு பார்த்தார்.

"என்னப்பா பார்க்கிறியள்?" என்று பாக்கியம் கேட்கவும், "காணாமல் போனவர்களைப் பற்றி நாளைக்கு வாக்குமூலம் எடுக்கினமாம்.." என்று சுந்தரம் பதில் கூறி முடிக்க முன்னரே, பாக்கியம் கத்தி அழ ஆரம்பித்து விட்டாள். பாக்கியத்தை தன்னுடன் அணைத்து ஆறுதல் கூறிய சுந்தரத்தின் எண்ணங்கள் கடந்தகாலத்தை நோக்கிச்சென்றன.

காதல் திருமணம் செய்து கொண்ட சுந்தரம் - பாக்கியம் தம்பதியினர் 1985ஆம் ஆண்டு முழங்காவிலில் உள்ள அதிக சனநடமாட்டமற்ற பிரதே சத்தில் ஒரு குடிசை அமைத்து தமது வாழ்வை ஆரம்பித்தனர். இவர்களது சந்தோஷமான வாழ்வில் ஆண்குழந்தை ஒன்றும், பெண்குழந்தை ஒன்றும் பிறந்தனர். காலச்சக்கரம் சுழன்றோடிய வேகத்தில் பிள்ளைகளும் வளர்ந் தனர். இக்காலப்பகுதியில் தமிழீழ விடுதலைப் புலிகளுக்கும் இலங்கை இராணுவத்தினருக்குமான யுத்தம் உச்சமடைந்திருந்தது. வானில் வட்ட மடிக்கும் இரும்புப் பறவைகள் மனித உயிர்களைக் காவு வாங்குவது சர்வ சாதாரணமாக நிகழ்ந்தது. கனவிலும் நினைத்துப் பாராதிருந்த அவ்வாறான ஒருநாள்தான் இவர்களது வாழ்வையும் சின்னாபின்னமாக்கியது.

சுந்தரம் தொழிலுக்குச் சென்றிருந்தார். மகன் காந்தன் பாடசாலைக்குச் சென்றிருந்தான். பாக்கியம் அடுப்படியில் சமைத்துக் கொண்டிருந்த சமயம், மகள் செல்வி கிணற்றடியில் குளித்துக் கொண்டிருந்தாள். அவ்வேளை திடீ ரென வானத்தில் பேரோசையுடன் இரும்பு பறவைகள் வட்டமிட்டன. பாரிய ஓரிரு சத்தங்களின் பின்னர் ஊரையே புகைமண்டலம் சூழ்ந்து கொண்டது. சில நிமிடங்களின் பின்னர் எங்குமே அவலக் குரல்கள் ஒலித்தன.

சத்தம் கேட்டு அடுப்படியிலிருந்து வெளியே ஓடி வந்த பாக்கியம், அப்ப டியே அதிர்ச்சியில் உறைந்தாள். செல்வி, இரத்த வெள்ளத்தில் மூச்சடங்கி கிணற்றடியில் கிடந்தாள். தமது கூட்டில் உள்ள ஒரு குஞ்சை பருந்துக்கு இரையாகக் கொடுத்துவிட்டு வாழவேண்டிய கட்டாயத்துக்கு அவர்கள் தள் ளப்பட்டனர். சோகம் தொடர்ந்தது. காலம் அவர்களை சும்மா விட வில்லை. அவர்களது வாழ்க்கையைத் துரத்தியபடியே வந்துகொண்டிருந்தது.

இறுதிக்கட்ட யுத்தம் உக்கிரமடைந்திருந்த காலகட்டத்தில் தமது குடி சையை விட்டு வெளியேறி ஒவ்வொரு இடமாகச் சென்று தரப்பாலால் சிறு கூடாரம் அமைத்துக்கொண்டு தமது உயிரைக் காப்பாற்றிக்கொண்டால் போதும் என்று பாதுகாப்பு தேடி ஓடியவண்ணமே இருந்தனர்.

இவ்வாறாக புதுகுடியிருப்பு, அடுத்து மாத்தளன், அடுத்து முள்ளிவாய்க் காலுடன் இவர்களது ஓட்டம் முடிவுக்கு வந்தது. ஆனால், அவர்களது பயணத்தின் முடிவில் காந்தன் காணாமல் ஆக்கப்பட்டிருந்தான். வட்டு

வாகல் வரும்வரைக்கும் மூன்றுபேரும் ஒன்றாகவே வந்தனர். அவர்களுக்கு புரியாத பாசை, புதிராகவே இருந்தது.

இவர்களது பயணத்தில் மௌனம் ஒருபுறமும் மொழி புரியாததால் ஊமைகளைப்போல தலையை மட்டும் ஆட்டி சைகைகாட்டிச் சென்றனர். அதற்குள் பச்சை உடை அணிந்த ஒருவர் காந்தனை விசாரணைக்கு என இழுத்துச் சென்றுவிட்டார். பாக்கியம் அவரின் காலில் விழுந்து கதறியும் செவி சாய்க்கவில்லை. அந்தத் தருணம் வார்த்தைகளால் விவரிக்கமுடியாததாக இருந்தது.

பின்னர் சுந்தரமும் பாக்கியமும் வேறுவழியின்றி கண்ணீருடன் பஸ் ஒன்றில் ஏறி வவுனியா அருணாச்சலம் முகாமுக்கு வந்துசேர்ந்தனர். அன்று தொடக்கம் இருவரும் சரியாக உணவு அருந்துவது இல்லை. சுந்தரமும் குடிக்கப்பழகிவிட்டார். இவ்வாறு மகனுக்காகக் காத்திருந்து காத்திருந்து காலங்கள் உருண்டோடின. 2010ஆம் ஆண்டு அவர்களுடைய ஊருக்கு ஏனைய ஊரவருடன் சேர்ந்து வந்தனர்.

ஆனால், அவர்களது ஆனந்தத்தைக் களிப்பதற்கு தங்கள் இரு குஞ்சுகளும் இல்லாத ஏக்கத்துடன் வாழ்ந்து வந்தனர்.

இவ்வாறு ஆறு வருடங்களாகிவிட்டன. வந்த நாள்முதல் கண்ணெதிரே தொலைத்த மகனைத்தேடி புகைப்படத்தையும் கொண்டு முறைப்பாடு செய்யப்படுகின்ற ஒவ்வொரு இடமாக இருவரும் அலைந்து திரிந்தனர். பின்னர் இவர்களுக்கு இந்திய வீட்டுத்திட்டம் ஒன்று கொடுக்கப்பட்டுள்ள போதும் அதனை அனுபவிக்க பிள்ளைகள் இல்லாத தவிப்புடன் வாழ்ந்து கொண்டிருந்தனர். இவ்வாறாகப் படுத்தபடியே தனது பழைய ஞாபகங்களை மீட்டிய சுந்தரம், தனது அன்பு மனைவியை அணைத்தபடியே கண்களை நிரந்தரமாக மூடினார்.

சுந்தரம் சலனமற்றுக்கிடப்பதைப் பார்த்து திடுக்குற்று எழுந்த பாக்கியம், தனது கணவனைப் பார்த்து "என்னப்பா... நாளைக்கு நீங்கள் மகனை தேடி போரியலே?" என்று கேட்கவும் சுந்தரத்திடமிருந்து எந்தப் பதிலும் இல்லை.

"என்னப்பா?" என மீண்டும் உரத்த குரலில் கேட்டும் பதில் வரவில்லை. பாக்கியம் தனது கையை கணவனின் மூக்கின் அருகில் கொண்டு சென்றாள். சுந்தரம் மூச்சற்றுக் கிடந்தார். பதறிப்போன பாக்கியம், "ஐயோ" என்று அலறிக் கத்தியபடியே தானும் சேர்ந்தே மூச்சடங்கிப்போனாள்.

தொகுப்பு: பெனடிக் ஸ்ரீபன்

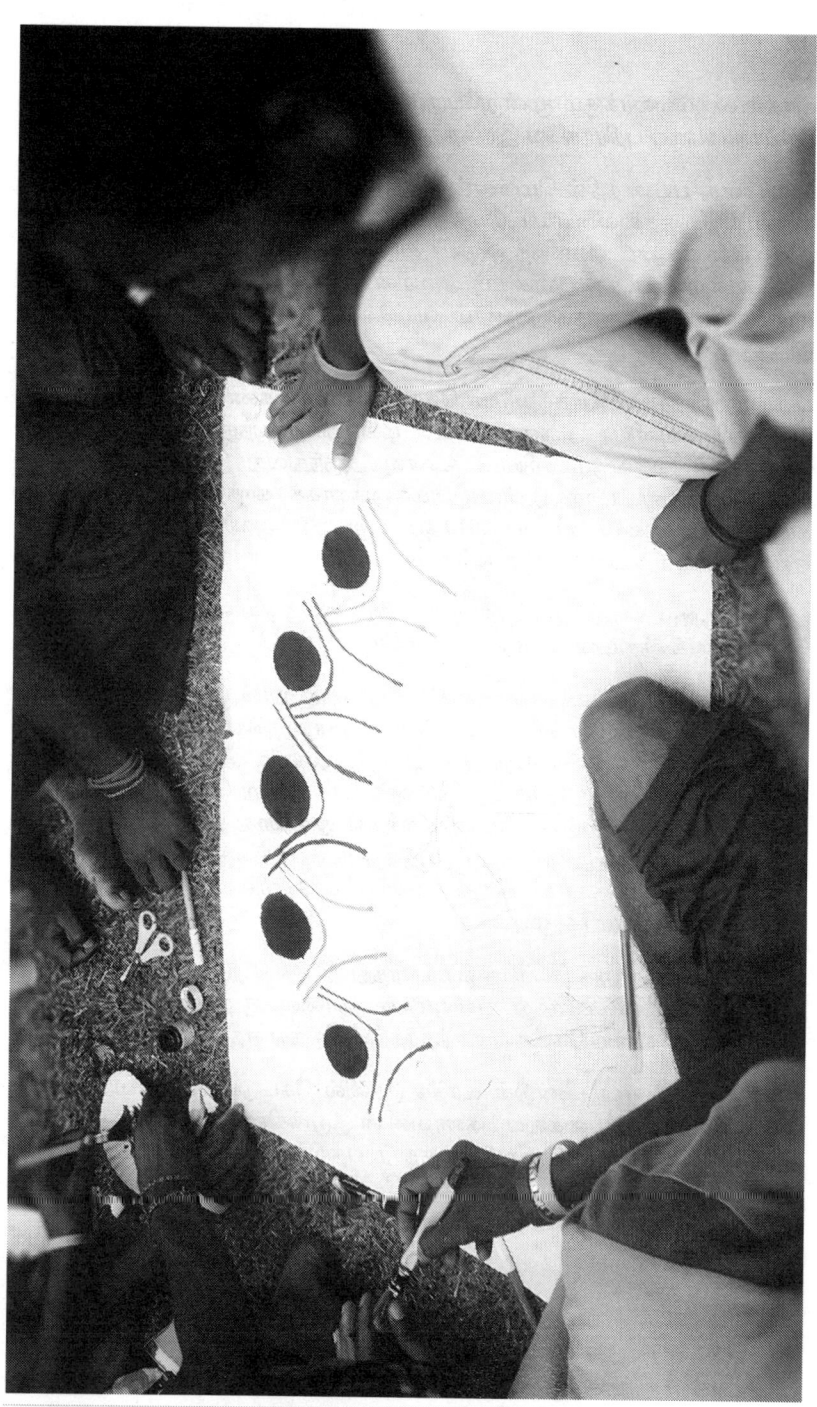

வீடு நோக்கிய பயணம்

ஒருநாள் மாலை நேரத்தில், ஜன்னல் ஓரம் அமர்ந்திருந்த மதியை இளம் காற்று சில்லென்று தீண்டிச் செல்ல தன் கடிகாரத்தைப் பார்க்கின்றாள். நாளை நடைபெறவிருக்கும் நேர்முகத்தேர்வை நினைத்து மனதுக்குள் பயம் குடிகொள்கிறது. அதில் கோரப்பட்டுள்ள தகைமைகள் தன்னிடம் இல்லாமல் போய்விட்டதே எனும் கவலை ஒருபுறம், தகைமைகள் இருந்தும் அதற்கான சான்றிதழ்கள் தன்னிடம் இருந்து தொலைந்துபோன தோடு, அதனைத் திரும்பப் பெறுவதற்கான சூழ்நிலையும் சாத்தியப்படாத கவலை மறுபுறம் என மனதை வருத்த, தனது கடந்தகால நினைவுகளை கண்ணீர்த் துளிகளுடன் மீட்டிப்பார்க்கத் தொடங்கினாள். பாடசாலையில் காலை பிரார்த்தனையில் மாணவர்களோடு இருக்கும் பொழுது பரீட்சையில் முதல் நிலை பெற்ற மாணவர்களின் பெயர்கள் வகுப்பு ரீதியாக அறிவிக்கப்பட்ட வண்ணம் இருந்தன. கலைமதி என்ற தனது பெயர் அறிவிக்கப்பட்டதும் மிகுந்த சந்தோஷத்துடன் எல்லோருடைய கரகோசத்தின் மத்தியில் தரம் எட்டுக்கான முதல்நிலை மாணவி என்ற சான்றிதழைப் பெற்ற பெருமிதத்துடன் பாடசாலையை விட்டு வீட்டுக்கு வந்தவள் தாயைக் கட்டியணைத்துத் தனது சான்றிதழைக் காட்டுகின்றாள். தாயும் "ஈன்ற பொழுதில் பெரிதுவக்கும் தன்மகளை சான்றோன் என கேட்டதாய்" என்ற பெருமிதத்துடன் மகள் ஏற்கெனவே பெற்ற சான்றிதழ்களுடன் கொண்டு சென்று வைக்கிறாள். அந்தப் பகுதியிலேயே பெரும் புள்ளியாகக் காணப்பட்ட அவளது தந்தை, பெரிய கடையொன்றை நடாத்தி மிகுந்த செல்வந்தராகவும் மக்கள் மத்தியில் மதிப்பு மிக்கவராகவும் காணப்பட்டார். வீட்டில் செல்லக் குழந்தையாகவும் விளங்கும் இவள் மிகவும் சுறுசுறுப்பும் சுட்டித்தனமும் மிக்கவள். கல்வியிலும் விளையாட்டிலும் மிகுந்த ஆர்வம் உடையவள். இதனால் பாடசாலையிலும் கிராமத்திலும் அனைவரது பாராட்டுகளையும் பெற்று வரும் இவள், சாதாரண பரீட்சையை எதிர்கொள்கின்ற நேரத்தில்

நாட்டில் ஏற்பட்ட உள்நாட்டு போர் காரணமாக தனது சொந்த ஊரைவிட்டு தனது சொந்தங்களுடனும் உடமைகளுடனும் இடம் பெயர்கிறாள்.

வேறு ஓர் இடம் சென்று கல்வியை தொடர்கின்ற வேளையில் ஆசிரியர்கள் பற்றாக்குறை, படசாலை செல்வதற்கு பயம், எறிகணை வீச்சு, விமான தாக்குதல்கள் போன்ற காரணங்களால் பாடங்களைச் சரியாக படிக்க முடிய வில்லை. இவ்வாறாக பரீட்சை நெருங்கியபோது பல சிரமங்களின் மத்தி யில் பரீட்சை எழுதுகிறாள். அப்போது கணிதபாட பரீட்சைத்தாள் வெளி யாகிவிட்டது என்று மீள வைப்பதாகக் கூறி பின்னர் வைக்காமல் விடுகின் றனர். இதனால் மனம் சோர்வடைகின்றது. மீண்டும் புதியதோர் இடத்துக் குத் தமது உடமைகள் அனைத்தையும் எறிகணை தாக்குதலில் பறிகொடுத் துவிட்டு குடும்பத்துடன் செல்கின்றாள். பின்பு ஒவ்வொருவராக இராணுவக் கட்டுப்பாட்டுக்குள் வருகின்றார்கள். அங்கு உண்பதற்கு உணவின்றி அடிப் படை சுகாதார வசதிகள் எதுவுமின்றி கஷ்டப்படுகிறார்கள். அவ்வாறாக இருந்து பழக்கப்படாத அவர்களுக்கு இது மிகவும் சிரமாகக் காணப்பட்டது. முகாமிலே நடாத்தப்பட்ட பாடசாலைக்குச் சென்று தனது உயர் கல்வியை தொடர்கிறாள். எனினும் தான் உயர்தரத்தில் கற்க நினைத்த பாடத்தை மாற்றி, கலைப்பிரிவில் கற்கின்றாள். எவ்வித தயார்படுத்தலோ மீட்டலோ இன்றி கணிதப் பாடத்தை இரண்டாம் தடவையாக முகாமில் வைத்து எழுதுகிறாள். மீண்டும் தமது சொந்த ஊருக்கு மிகுந்த சந்தோஷத்துடன் வரும்போது அவள் ஆடிப்பாடித் திரிந்த அவளது வீடு தரைமட்டமாகக் காணப்பட்டது. அவள் ஆடிவிளையாடிய ஊஞ்சல் கயிறு அவள் வரவுக்கா கக் காத்திருந்தது. போரில் தனது தந்தையை இழந்து பரிதவித்து நிற்கும் அவளைப் போலவே அவளது கிராமமும் சோக மயமாகக் காட்சியளித்தது. தொடர்ந்து பல மன உழைச்சலுக்கு மத்தியில் உயர்தர பரீட்சையை எழுதி னாள். வேறுமாவட்டத்திலிருந்து ஆசிரியர்கள் நேரம் தாமதித்து வருவதா லும் பாடசாலையில் போதிய வசதிகள் இல்லாமையினாலும் பாடத்தைப் பூரணப்படுத்தாமலும் வெளிவகுப்புகளுக்குச் செல்லப்பயத்தினாலும் சீரான மனநிலையின்றி பரீட்சையை எதிர்கொண்டதால் மிகக்குறைந்த பெறுபேற் றையே பெற்றாள். இதனால் பல்கலைகழக வாய்ப்பை இழந்து குடும்ப சுமை காரணமாக வேலை தேட ஆரம்பித்தாள். அப்போது ஒரு வேலைக்காக நாளை நேர்முகத்தேர்வு செல்லவிருப்பது நினைவுக்கு வர, திடுக்கிட்டு மீண்டும் பழைய நிலைக்குத் திரும்பியவள், "இனிவரும் சிறு வர்கள் இத்துன்பங்களை அடையக்கூடாது. என்னுடனே இது முடிந்து போகட்டும். எனது கிராமமும் வீடும் பழைய செழிப்புடன் மீண்டும் வர வேண்டும்" என மனதில் எண்ணியவாறு மேலும் "தனது இலட்சியத்தைத் தான் அடையமுடியவில்லை. இனிவரும் சந்ததியாவது தமது இலட்சியங் களை அடையவேண்டும்" என பிரார்த்தித்தவாறு நாளைய நாளுக்காகக் காத்திருக்கிறாள்.

தொகுப்பு: துஸ், தினு, கரைச்சி
கேதி, கண்டாவளை

கால்நடைகளாய் புத்தளம் நோக்கி...

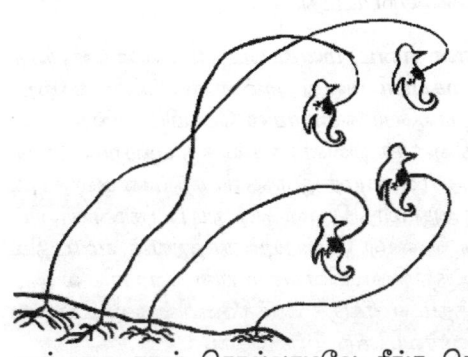

அடர்ந்த காடுகளுக்கு நடுவேயும் பள்ளம் புட்டிகளுக்கு இடையேயும் வேகா வெயிலிலே அந்தக் கடும் சூட்டில் காலில் செருப்புமின்றி வெகு வேகமாக நடந்து கொண்டிருந்தேன். இடுப்பில் இடுக்கி வைத்திருந்த எனது கைக் குழந்தை ஒரு பக்கம் என்று இப்படிப்பட்ட ஒரு நிலையில் எப்படி நான் நடந்திருப்பேன் என்பதை நான் சொல்லாமலே நீங்க தெரிஞ்சிருப்பிங்க. இப்படி நடையாகவே கனதூரம் நடந்தே போகவேண்டியதாப் போச்சு.

இப்படி நடந்தபடியே வவுனியா பூந்தோட்டம் என்னும் கிராமத்தை அடைந்தோம். நான் மட்டும் தான் என்று நினைக்காதிங்க. முழு ஊரும் தான் போனோம். பூந்தோட்டத்தைப் போய்ச் சேர்ந்த பிறகு பாடசாலை ஒன்றில தான் நாங்க எல்லாம் இருந்தம். நடந்து நடந்து காய்ச்சுப் போன கால்வலி ஒரு பக்கம், பிள்ளையின் அழுகை இன்னுமொரு பக்கம், இதற்கிடையில பசியின் கொடுமை வேறு. கொஞ்ச தூரம் வாகனத்திலையும் நிறைய தூரம் நடந்தும் தான் வவுனியா வந்து சேர்ந்தம். பூந்தோட்ட பாடசாலைல இருந்த நாட்களில பல கஷ்டங்களும் துன்பங்களும் பட வேண்டியதா இருந்திச்சு. அங்க இருந்த எல்லாரும் ஒன்றா சமைச்சாங்க. சாப்பாடோ தட்டுப்பாடா இருந்திச்சு. ஒழுங்கான தூக்கமில்லை. எப்பவுமே பட படவென்று அடைச்சுக்கிண்டு தான் மனசு இருக்கும்.

இப்படி பாடசாலைல இருந்த எங்களை அங்கயிருந்து ஒரு லொறில ஏத்தி னாங்க. இப்ப நினைச்சாலும் எனக்கு அழுகை தான் வருது. ஏன் தெரியுமா? ஆடு மாடுங்களை வண்டியில ஏத்தும் போது எப்படி ஏத்துவாங்களோ, அது போல தான் நெருக்கமா கொஞ்ச இடத்தில நிறையப்பேரை ஏத்தினாங்க. மூச்சு முட்டி எந்தப் பக்கமும் திரும்ப முடியாமல் இருந்திச்சு. என்ன செய் யிறது, சமாளிச்சிட்டு தானே போகனும். நம்மட வீம்பை இதிலையெல்லாம் காட்ட முடியாது. இந்த நிலைமையில எங்கட எல்லாற்ற மனசிலையும் ஏதோ ஒன்றைப் பறிகொடுத்தவங்களாக எதுவுமே புரியாதவங்களாக எல் லாரும் சிந்தனையில இருந்தம். இந்த நாலு ஐந்து நாளாக நடந்த சம்பவங் கள் கசப்பான விடயங்கள் எல்லாம் பாரிய தாக்கத்தை மனசில ஏற்படுத் திற்று. இதுக்கு இடையில வவுனியால வைத்து எங்களை ஏத்தும் போது குடும்பம் குடும்பமாக லொறில ஏத்தல. அந்தச் சனக் கும்பல்ல எல்லாரும் திக்குத் திக்கா திசை மாறிட்டம். வேற வேற லொறில ஏற வேண்டியதாப் போயிற்று. அப்ப நானும், என்னோட ரெண்டு வயசு கைக்குழந்தையும் ஒரு லொறியிலயும் என்ற கணவனும் எட்டுவயது மகன் அஸ்பானும் வேற ஒரு லொறியில ஏறவேண்டிய சூழ்நிலை ஏற்பட்டது.

நாங்கள் இங்க அவங்க அங்க என என்ட மனது பட படவென அடிக்கத் தொடங்கிற்று. அங்கையும் இங்கையுமா மனது அலைபாய தொடங்கிற்று. ஏற்கெனவே இப்படிப் பிரிவால் பலபேர் காணாமல் போயிட்டாங்க. பலர் இறந்தும் இருக்கிறாங்க. அதை நினைச்சு நினைச்சு எனக்கு பதற்றமாயிற்று. ஒரே யோசனையும் கவலையும் அழுகையுமா இருந்தன். சுடுமணல்ல துடிக் கின்ற புழு எப்படித் துடிக்குமோ அது மாதிரியான துடி துடிப்பு தான் நானும் அனுபவிச்சன். எப்படா அவங்க ரெண்டு பேரையும் காணுவன் என்டதில தான் என் நாட்டம் இருந்திச்சு. இந்த நிலையில என்ர பிள்ளை பசியில அழ ஆரம்பிச்சு விட்டாள். அந்தச் சத்தம் எனக்குக் கேக்கவேயில்லை. உயிரற்ற உடல் போலத்தான் எந்தவித உணர்வுமின்றி இருந்தேன்.

பக்கத்தில இருந்த ஷாஹிரா உம்மா என்னைத் தட்டி "பத்திமா, உன் குழந்தை அஸ்மா அழுகுது. உனக்கு விளங்கல்லயா? உடனே பால் ஊட்டி பசி ஆத்து" என்றார். அப்ப தான் சுயநினைவுக்கு வந்து, உடனே பிள்ளைக் குப் பால் ஊட்ட மறைவிடம் தேடினேன்.

ஆனால் அந்த சனநெரிசல்ல ஒதுக்குப்புறம் எப்படிக் கிடைக்கும். லொறி யில மூலைபுறமா போய் நின்று கொண்டு ஒதுக்குப்புறத்தை தேடினேன். பிறகு அங்கிருந்து இயலுமானவரை என்னை மறைத்துக் கொண்டு பாலுட்டி னேன். அந்தப் பொழுதில் எனக்கு இருந்த ஒரே யோசனை "இந்த நாலு ஐந்து நாட்களுக்கு முன்னுக்கு நடந்தது எல்லாம் கனவாக இருந்திடக் கூடாதா?" என்பதுதான். ஒட்டு மொத்த சந்தோஷமும் இப்பிடித் திடீரென பறிபோகும்னு யாரும் நினைச்சிருக்கேலேயே.

எவ்வளவோ சொந்தங்களையும் சொத்துகளையும் இழந்து இப்படி தவிக்க வேண்டிய நிலைக்கு வந்திட்டமே என்று புலம்ப வேண்டியதாப் போயிற்று.

இப்படி பல கேள்விகள் என் மனசில எழுந்திச்சு. என்னை மாதிரியே இந்த மனப்போராட்டம் அங்க இருந்த எல்லாருடைய மனசிலயும் இருந்திச்சு. அத அங்க இருந்த எல்லாற்ற முகத்திலையும் அப்பபடியே காட்டிச்சு.

இப்படி இந்த பயணத்தில் எவ்வளவு கஷ்டத்தையும் துன்பத்தையும் அனுபவிக்க வேண்டியதா இருந்திச்சி தெரியுமா? அங்கிருந்த வயசுபோன அப்பா, மாமாமார்கள் சின்னப்புள்ளைகளில இருந்து எல்லாருமே பசிட கொடுமையில துடிதுடிச்சுப் போனோம். தாகம் ஒரு பக்கம் வாட்டிச்சு.

பசியும் தாகமும் ஒரு பக்கம் வாட்ட அந்த வலியோடு பல அலறல்களையும் புலம்பல்களையும் காதால கேட்க வேண்டியதா போச்சு. அதுக்குள்ள எங்களுக்குப் பக்கத்துல்ல இருந்த றஸ்மியா ராத்தா அவட மகன் காணாம போனத நெனச்சி அழுது புலம்புனா. அந்த அலறல் சத்தம் என் மனசுல ஒரே பதற்றத்தத் தந்திச்சி. ஏனெண்டா இவரும் மகனும் இப்ப என்னோட இல்லையே. வேற லொறில தான் வாறாங்க. என்ன நடக்கும்னு யாரா லையும் எதுவுமெ சொல்ல இயலாதே. என்ன மாதிரியே மனசில வலியோட அங்கு பல பேர் இருந்தாங்க.

எனக்கு ஒரே யோசனை. எல்லாரும் வலியோடும் வேதனையோடும் திக்கித் தடுமாற வேண்டிய நிலைக்கு ஆளாகிட்டோமே... இப்படி வேதனப்பட னும்னு தலைவிதி இருந்துட்டே. இத எங்க சொல்லி அழுவுறது. இப்படியே இதோட இந்த வேதனை முடியுமா? இல்ல இப்படியே தொடருமா? யாருக் குத் தெரியும்?

இப்படியே போய்க்கொண்டிருந்திருந்த எங்களது லொறிப் பயணத்தில் இந்த லொறியோட "கட கட" சத்தம் மெதுவாக கொறய ஆரம்பிச்சிச்சு. நாங்க எல்லாருமே ரொம்பப் பயந்தம். மறுபடியும் எல்லாரையும் நடக்க விடப் போறாங்களோ என்று நினைச்சம். பார்த்தால் அப்படி ஒன்றும் இல்லை என்றும் நம்மளை எல்லாம் இறக்கிற இடம் வந்திட்டாம் என்றும் சிலர் கதைச்சுக்கிட்டாங்க. அது சரி, பட்ட துன்பத்தோட இனி என்னென்ன கஷ்டங்கள் அனுபவிக்க வேணுமோ என்ற அந்த பயம் வேற மனசில் இந்த சமயத்தில ஒரு குரல் கேட்டிச்சு.

"எல்லாரும் இறங்குங்க. எல்லாரும் இறங்குங்க. புத்தளம் வந்திற்று. புத்த ளம் வந்திற்று..." என்று அந்த குரல் சொல்லிச்சு. ஒரே சத்தமும் கூச்சலுமா கத்தினாங்க. அந்த கத்தலுக்கும் பிறகு இருக்க இயலாதே நாங்க. எல்லாரும் லொறியில இருந்து புத்தளம் மண்ணை மிதிக்க வேண்டிய நேரமா அந்த நாள் அமைஞ்சிச்சு. கொஞ்சம் கொஞ்சமா ஒவ்வொருத்தரா இறங்கி ஒரு மாதிரி எல்லாரும் லொறில இருந்து இறங்கியாச்சு.

அங்க இறங்கினபோது எங்கள எங்களாலையே பார்க்க இயலாத நிலைமை தான் இருந்திச்சு. ஏன் அப்படி சொல்றன்னா ஒவ்வொருத்தரும் ஒவ்வொரு அலங்கோலமான நிலையில தான் இருந்தாங்க. அதில ஒண்டு ரெண்டைச் சொல்லுறன். ஒரால் ஒத்த செருப்பு இல்லாமல், ஒரால் கிளிஞ்ச சட்டை

யோட, சின்ன சின்ன புள்ளங்கள்ளாம் ஊத்தையா இருந்தாங்க. இன்னொன்டு என்னன்டா எல்லாற்ற தலையும் முகமும் புழுதியா செம்மண் படிஞ்சு, காட்டுவாசிகள் போலதான் இருந்திச்சு. இந்த நிலைமைல தான் நாங்க வந்து சேர்ந்து இருந்தம். அது பெரிய கதை. இப்படியே லொறியில இருந்து எல்லாரும் இறங்கின பிறகு அந்த லொறி போயிற்று.

புத்தளம் எங்களுக்கு புது இடமா இருந்திச்சு. எங்களோட இருந்த கொஞ்ச போருக்குத் தான் புத்தளத்தில சொந்தக்காரங்க இருந்தாங்க. எங்கள லொறியில இருந்து இறக்கின இடத்துக்குக்கிட்ட ஒரு கடல் இருந்திச்சு. கடலுக்குப் பக்கத்தில கடலுக்குக் கிட்ட ஒரு பள்ளிவாசல் இருந்திச்சு.

வேதனையோடும் துன்பத்தோடும் வந்த எங்களுக்கு பள்ளிவாசலைக் கண்டவுடன ரொம்ப சந்தோஷமா இருந்திச்சு. நான் மனசில சந்தோஷப்பட்டேன். ஏன்டா பள்ளி இருக்கிறதால இங்க முஸ்லிம் ஆட்கள் இருப்பாங்க தானே எண்டு தான். புத்தளம் புது இடம் என்டதால அங்க இருந்தாட்களும் எனக்குப் புதுசாத்தான் இருந்திச்சு. என்ன மாதிரிதான் பல பேரும் இருந்தாங்க. எங்கட சொந்த ஊர்ல இருந்து எங்களோடையே வந்து இடையில வேற வேறயா பிரிஞ்சு வேற லொறியில வாற சொந்தங்களை உறவுகளைப் பார்த்துக் கொண்டு அந்தப் பள்ளிக்குக் கிட்டயே சுமார் ரெண்டு மூண்டு மணித்தியாலங்கள் நிண்டம். அந்த நேரத்தில நான் பட்ட துன்பத்தைச் சொல்ல வார்த்தையே இல்லை. என் கணவரையும் மகனையும் காணாமல் என் உள்ளம் துடிதுடித்தது. எப்படா அவங்கள காணுவன் என்றதுல தான் என்ர நாட்டம் இருந்திச்சு. அந்த சுடுமணல்ல எரிக்கின்ற வெயில்ல கால்ல செருப்பும் இல்லாம நிண்ட எனக்கு அந்த வலியும் வேதனையும் அவ்வளவு பெரிசாத் தெரியல. இந்த வலியவிட ரெண்டு பேரையும் காண்றதுக்காக உள்ளம் துடித்த வலிதான் அதிகம். எனக்கு இருந்த மாதிரியான வலியும் வேதனையும் அங்க பலருக்கு இருந்திச்சு. அத ஒவ்வொருதர்ட்ட முகமும் படம் பிடித்து காட்டிச்சு.

இந்த வேதனையில இருந்த எங்களுக்குத் தூரத்தில லொறி வாரது தெரிஞ்சிச்சு. அத கண்டவுடன மனசில ஒரு வழி சந்தோஷம் பிறந்திச்சு. லொறியைக் கண்டாலும் ரெண்டு பேரையும் காண ஆவலா இருந்தன். லொறி கிட்ட வந்ததும் அதில இருந்த எல்லாரும் இறங்க ஆரம்பிச்சம். எல்லாரும் தங்கட தங்கட சொந்தங்களை தேடி ஓடிப் போனாங்க. நானும் ஏக்கத்தோட ஓடினன். அங்க இவரயும் மகன் அஸ்பானையும் கண்டன். கண்ட பொழுதில நான் அடைஞ்ச சந்தோஷத்துக்கு அளவே இல்ல. அவர்களை கண்ட பிறகு தான் எனக்கு உசிரே வந்திச்சு. நாங்க நிண்ட எடத்துக்கு புத்தளத்தில இருந்த புது சொந்தங்கள் பலர் வந்தாங்க. எங்களோட வந்து கதைச்சாங்க, அரவணைச்சாங்க.

அந்தப் பச்சப்பள்ளிவாசல பார்க்கும் போது எனக்கு எங்கட ஊர்ட ஞாபகம் வந்திச்சு. எங்கட ஊர்ல ஊருக்கு ஊர், தெருக்குத் தெரு இடத்துக்கிடம் பள்ளிவாசல்கள் எப்படி மிகப்பிமாண்டமாக அமைக்கப்பட்டிருக்கும்னு

தெரியுமா? அதுட அழக உயரத்தை கூறவே ஏலாது. அந்தளவு மிகப் பிரமாண்டமானவை. அது மட்டுமா, அதோட பெரியளவிலான கட்ட டங்கள் பரந்த காணிகள் டவுன்லயே பெரிய லைப்ரறி, தீவுகள், கடல்கள், கடலோட சேர்ந்த நிறைய குடும்பங்கள், கடல் தொழிலோடு அமைந்த வாழ்க்கை, கூலித்தொழிலோடு அமைந்த வாழ்க்கை.

இப்படி மகிழ்ச்சியான வாழ்க்கைல பனைமரத்துக்குக் கீழ இருந்து கத பேசித் திரிஞ்ச காலம் போயிற்றே. பனம்பழம் பொறுக்கித் திரிஞ்ச காலம் போயிற்றே. ஒடியல் காயவிட்ட காலம் போயிற்றே. பனங்கிழங்கு அவிச்சு சாப்பிட்ட காலம் போயிற்றே. பனம்பணியாரம் சுட்டுச் சாப்பிட்ட காலம் போயிற்றே. அழகான வாழ்க்கை போயிற்றே. சேர்ந்து இருந்த சமூகம் பிரிஞ் சிற்றே. எல்லா சொந்தங்களையும் தொலைத்துவிட்டமே. எல்லாரும் எட் டுத்திக்குமா போய்ட்டாங்களே. என்னதா செய்ய ஏலும்? எல்லாத்தையும் தொலைச்சிட்டு இப்டி அவலப்பட வேண்டியதா போச்சே? "இப்டிலாம் எங்களுக்கு நடக்கனும்னு தலைவிதி இருக்கே.." என்றத நினைக்கும் போது ரொம்பக் கவலையா இருந்திச்சு.

எல்லாரும் இப்டி பிரிஞ்சாச்சே. நாங்க இனிம எப்புடித்தா.. எப்பத்தா.. சந்திப்போமோ தெரியலையே? எங்கட பழைய வாழ்க்கைய திருப்பித்தர ஏலுமா? எல்லாரும் இனி எப்பதான் ஒன்று சேருவமோ தெரியலையே? இது எல்லாத்தையும் நினைக்கும் போது அழுக அழுகையா வந்துது. அப்பி டியே அந்த ரோட்டுக் கரையிலே இருந்து அழ ஆரம்பிச்சுட்டன். மால மாலயா கண்ணீர் வர ஆரம்பிச்சுட்டு. பாலைவனம் மாதிரி வரண்டு போய் இருந்த கண்ணும் முகமும் கண்ணீரால நனைச்சது. எனக்கு இருந்த கவல மாதிரி அங்க இருந்த எல்லாருக்கும் கவல மனசில இருக்கத்தான் செஞ்சிது. அத என்னால உணர முடிஞ்சிது. அந்த மனக்கவலய எல்லாற்ற புழுதி படிஞ்ச முகத்துலயும் நா பார்த்தான்.

அழுதுகொண்டு இருந்த என்னை இவரு ஆறுதல்படுத்தி கண்ண தொடச்சி எழுப்புனாரு. கண்ண தொடச்சிட்டு எழும்புனதும் பள்ளிவாசல் பக்கம் திரும்பிப்பார்த்தன். எங்களோட வந்த எல்லோரும் லைன்ல நிண்டாங்க. "அங்க ஏன் லைன்ல நிக்ராங்க" எண்டு கேட்டன். அதுக்கு நிஸாரா ராத்தா சொன்னா "புத்தளத்துல இருக்குற முஸ்லிம், தமிழ் தனவந்தர்கள் கொஞ்சப் பேர் சேர்ந்து காசு போட்டு இங்க வந்து பட்டினில வாடுர எமக்கு சாப்பாடு ஏற்பாடு செய்திருக்காங்களாம். பருப்புக்கறி சமைச்சு பாண் வாங்கிருக்காங் களாம். சின்னக் குழந்தைகளுக்கு பிஸ்கட்டுமாம்" என்டு சொல்லிட்டு அவவும் போய் லைன்ல நிக்கப் போயிட்டா.

என்னையும் ரெண்டு பிள்ளங்களையும் அந்த இடத்தில நிண்ட மர நிழல்ல இருக்க வச்சிட்டு இவரு போய் லைன்ல நிண்டு பாணும் பருப்பும் பிஸ் கட்டும் வாங்கி வந்தார். அந்த நிழல்லையே இருந்து அரைகுறையா சாப் பிட்டோம். பிறகு பள்ளிலயே நிக்க ஏலாதே. அதால அந்த இடத்தை விட்டு நகர வேண்டிய நேரம் வந்திற்று. என்னடா செய்யிறதுண்டு தடுமாறிட்டு

நிண்டம். கொஞ்ச நேரத்தில புத்தளத்தில சொந்தக்காரங்க இருக்கிற ஆட்கள் அவங்கட வீட்டில இருக்கிறதுக்கு கதைச்சு அவங்களோடையே போனாங்க. சில பேர அங்க இருந்த தமிழ் சகோதரர்கள் கொங்ச நாளுக்கு எங்களோட இருங்கண்டு கூட்டிப் போனாங்க.

எங்கள மாதிரி யாருமே அடைக்கலம் இல்லாத ஆக்கள் என்ன செய்யிறது? நடு ரோடுதான் முடிவா? கைக்குழந்தைங்கள கூட்டிண்டு எங்க போறது? எங்கள மாதிரி சொந்த இடத்தில இருந்து வேற இடத்தில வந்திருக்கிற மக்களுக்கு எப்பவமே அடைக்கலம் தார இடமா இதுவரைக்கும் அறிஞ்சு வச்சிருக்கிற ஒரே இடம் பாடசாலை தான். அதை விட்டா எங்களுக்கு வேற எதுவுமே தெரியாது.

பாடசாலை ஒன்ட கொஞ்ச நாளைக்கு கேட்டு இருப்பம் எண்டு நாம எல்லாரும் சேர்ந்து கதச்சுக்கிட்டம். பிறகு எங்கட சொந்த ஊர்ல தலைவர்களா இருந்து எங்கள வழிநடத்தினாக்கல்ல வயசான அப்பாமார்கள் பெரியோர்கள் எண்டு கொஞ்ச போரை ஒரு குழுவா கதைக்கிறத்துக்காக அனுப்பி வெச்சாங்க. ஆனா அந்த ஸ்கூல்ல நாங்க இருக்கிறதுக்கு விடல. சிலபேர் சண்டை பிடிச்சாங்க. அதால என்ன செய்யிறது எண்டு ஒரே திண்டாட்டமா போயிற்று. இந்த நிலைமையில தான் புத்தளத்தில அந்த ஸ்கூலோட நெருக்கமான ஒரு பெரியவர் வந்து பூட்டை உடைச்சி நம்மள இருக்க விட்டார். மனிதாபிமானமற்ற அந்தக் கூட்டத்துக்குள்ள எங்களுக்கு இரக்கம் காட்டி ஆதரவாக நிண்ட அந்தப் பெரியவர யாராலயும் மறக்கவே ஏலாது. அவர் செஞ்ச உதவி மறக்க ஏலாத ஒன்று.

பிறவு எல்லாரும் ஸ்கூலுக்குள்ள போனம். அது கொஞ்சம் பெரிய ஸ்கூல் தான். பொதுவா, எங்களோட இருந்த எல்லாருமே அந்த ஸ்கூல்லதான் தங்கினம். அந்த ஸ்கூல்ல இருந்த பெரிய மண்டபத்த சின்ன சின்ன துண்டு துண்டா பிரிச்சி சிறிய மறைப்பொன்ட வைச்சி ஒவ்வொரு குடும்பத்துக்கும் தந்தாங்க. அதுக்குள்ளதான் எங்கட சீவியம் ஓடிச்சி. வேற என்ன செய்றது. எங்க எல்லாருக்கும் சமயல், குடிதண்ணி எல்லாம் சேர்த்து ஒண்டாதான் செஞ்சாங்க. ஒண்டாவே சாப்பிட்டு ஒண்டாவே காலமும் கடந்திச்சி. ஒவ்வொரு குடும்பத்துலயும் அங்க இருந்த பெரிய ஆம்புளைகள் கொஞ்ச பேர் பள்ளில தங்குனாங்க. இந்த முகாம் வாழ்க்கைல பட்ட கஷ்டத்தையும் துன்பத்தையும் செல்ல வார்த்தையே இல்ல. அந்தளவு கஷ்டத்த அனுபவிச்சம்.

ஸ்கூல்ல இருந்தப்ப அங்க உள்ள புள்ளைகளுக்கு காலைலயும், இடம் பெயர்ந்து அங்க இருந்த எங்கட புள்ளைகளுக்கு பிந்நேரத்துலயும் படிப்பு நடந்திச்சி. இப்பிடியே பல மாதம் போச்சுது. தொடர்ந்தும் ஸ்கூல்ல இருக்க ஏலாத கட்டம் ஏற்பட்டிச்சி. அதால கொஞ்ச பேர் ஒத்திக்கும், கொஞ்ச பேர் வாடகைக்கும் வீடு வாங்கிண்டு போய்ட்டாங்க. நிறைய பேர் நிர்க்கதியா நிண்டாங்க. அப்பதான் வை.எம்.எம்.ஏ எண்டு நினைக்குறன், அவங்க கொஞ்ச பேருக்கு கல் வீடு கட்டிக் குடுத்தாங்க. மிச்ச ஆட்களுக்கு ஒரு கிராமம் "ஸ்கீம்" மாதிரி தற்காலிக வீடு அமைச்சுக் குடுத்தாங்க. நாங்களும் அந்தக்

குடிசைலதான் எங்கட சீவியத்த கழிச்சம். இட்டுமுட்டான வாழ்க்கதான் வாழ வேண்டிதா இருந்திச்சி. தொழில் தொறவும் ரொம்ப மோசமா இருந் திச்சி. ஸ்கூல்ல இருந்து முகாம் குடிசை காலத்துலயும் ஞாபகமா சொல்லக் கூடிய அளவுக்கு எங்க எல்லாருக்கும் ஏராளமான உதவிகள ரெட் குரொஸ் நிறுவனமும், யு.என்.எச்.சி.ஆர், யுனிசெப், நிறுவனமும் செஞ்சாங்க. உலர் உணவுப் பொதிகள் தொடக்கம் மருந்து, வைத்தியம் வரை இலவசமா செய் தாங்க. இந்த உதவிய யாராலயும் மறக்கவே ஏலாது. அது மட்டுமில்ல அரசி யல் பிரமுகர்களும் எங்களுக்கு நிறைய உதவிகள செய்தாங்கள். அதுல குறிப் பிட்டு சொல்லனும்னு இல்ல. முஸ்லிம் அமைச்சர்களும் செய்தாங்க, அது மாதிரி தமிழ் அமைச்சர்களும் உதவி செய்தாங்க.

இப்படிக் காலம் போக போக 2000 தொடக்கம் 2003 வரை கொஞ்ச பேரும் அதாவது கிட்டத்தட்ட நாற்பது குடும்பங்களும், 2006 முதல் 2009 வரை கொஞ்சப் பேருமா நாங்க முதல்ல இருந்த எங்கட சொந்த எடத்துக்கு மீள் குடியேற ஆரம்பிச்சாங்க. யாருமே எதிர்பார்த்திருக்காத நேரத்துல எங்கட பழைய இடத்துக்கே போற சந்தர்ப்பம் ஏற்படுமென்டு நாங்க யாருமே நெனச்சுக்கூடப் பாக்கல. இப்டி கொஞ்சக் கொஞ்ச பேரா வந்தத பார்த்தா 2009இல ஓர் அறுபத்தியேழு குடும்பம் தான் மீள்குடியேறி இருந்தாங்க. இதுல நா குடும்பமா 2003இல மீள்குடியேறி இருந்தன். விரல்விட்டு எண் ணுற அளவு ஆட்கள் தான் இருந்தாங்க. 2009 காலப்பகுதில மீள்குடியேறின வங்க பட்ட அவல நெலமய சொல்ல வார்த்தயே இல்ல. ஆரம்பத்துல எப்டி யுத்தத்தால நாங்க இடம்பெயர்ந்து போனமோ அப்டி ஒரு யுத்த காலப்பகு தியா தான் இந்த மீள்குடியேற்ற காலப்பகுதியும் இருந்திச்சி. எங்கட வீடு கள், ஸ்கூல், மதரசாக்கள், பள்ளிவாசல்கள் எல்லாம் உடைஞ்சி பாவிக்க ஏலாத நெலமைலதான் இருந்திச்சி. வந்ததும் நாங்கள்ளாம் குடிசை, டென்ட், தகரக் கொட்டில் போட்டுதான் இருந்தம்.

எந்த அடிப்படை வசதியுமே இல்லாத அந்த மீள்குடியேற்ற காலப்பகுதியில எங்களுக்கு பல நிறுவனங்கள் உதவி செய்தாங்க. உலர் உணர்வுப் பொருட் கள், சமையல் உபகரணங்கள், மண்வெட்டி, கோடரி, சவல், சவர்க்காரம், உடுப்புகள், பாய்கள், எண்டு பல உதவிகளை எங்களுக்கு சாந்திகம், ரெட் குரொஸ், யு.என்.எச்.சி.ஆர், யுனிசெப், போன்ற நிறுவனங்கள் செய்திச்சி. எங்கட அடிப்படைத் தேவைகள கொஞ்சம்டாலும் ஈடு செய்யக்கூடிய வகைல இந்த உதவிகள் இருந்திச்சு. இந்த சூழ்நிலைல தான் வடக்குக்கும் தெற்குக்குமான பாதை மூடி போக்குவரத்து தடப்பட்டிச்சி. சாப்பாட்டு சாமான்கள்ட விலையெல்லாம் கூடிற்று. கஷ்டத்துக்கு மத்தியிலதான் குடும் பத்த கொண்டு நடாத்தவேண்டி இருந்திச்சி. இப்டியே குண்டு வெடிப்பு சத்த மும், ஓட்டமும் நடையுமாதான் நாள் கழிஞ்சுது. இந்த யுத்த காலப்பகுதி ஒரு மாதிரி 2009 இறுதிப்பகுதில முடிவுக்கு வந்திச்சி.

யுத்தம் முடிஞ்சிற்று, சொந்த இடங்களுக்கு எல்லாரும் போகலாம் என்ற அறிவிப்ப அரசாங்கம் சொல்லிச்சி. எங்கட இடத்தில இருந்து ஆரம்பத்தில இடம்பெயர்ந்த ஆட்கல்ல முக்காவாசி பேர் புத்தளத்திலயும் மீதிப்பேர் நீர்

கொழும்புலயும், கொழும்புலயும், பாணந்துறைலயும் எண்டு இருந்தாங்க. சொந்த எடத்துக்கு போகலாம் என்றதுக்குப்பிறகு எல்லா இடத்துல இருந் தும் வர ஆரம்பிச்சாங்க.

2010இன் ஆரம்பத்துல இருந்துதான் உண்மையான மீள்குடியேற்றம் ஆரம் பிச்சுது எண்டுதான் சொல்லனும். மன அமைதியோட சொந்த மண்ல வாழ ணும்டு எல்லார்ரயும் சொந்த எடமான பனைவளத்தால சூழ்ந்த, செழிப்பும் குளிர்ச்சியும் மிக்க யாழ்ப்பாணத்துக்கு வந்து சேர்ந்தாங்க. மீள்குடியேற எண்டு வந்த எங்கட பழைய உறவுகள இங்க இருந்த நாற்பது சொச்ச குடும் பமும் இன்முகத்தோட வரவேற்றம். எங்கட உறவுகள கண்டதுல நாங்க அடஞ்ச சந்தோஷத்துக்கு அளவே இல்ல.

2010க்குப் பிறகு மீள்குடியேறி வந்த குடும்பங்களுக்கு அரசாங்கம் அடிப் படை உதவிகள செஞ்சாங்க. கொஞ்ச குடும்பத்துக்கு மீள்குடியேற்ற கொடுப்பனவாக இருபத்தியையாயிரம் ரூபாய் குடுத்தாங்க. தற்காலிக வீடு கள் கட்டிக் குடுத்தாங்க. ஆறு மாதத்துக்கு உலர் உணவுப் பொருள் குடுத் தாங்க. கொஞ்ச குடும்பத்துக்கு கிணறு, டொய்லட் என்பவற்றை சில தொண்டு நிறுவனங்களும், அரசாங்கமும் கட்டி குடுத்தாங்க.

இப்பிடி 2000ஆம் ஆண்டு தொடக்கம் 2003ஆம் ஆண்டு வரை முதலாவது கட்ட மீள்குடியேற்றமும், 2006 தொடக்கம் 2009வரை காலப்பகுதில இரண் டாவது மீள்குடியேற்றமும், 2010இற்குப் பிறகு இறுதிக்கட்ட மீள் குடியேற்ற மும் நடந்திச்சி. இப்படி மீள்குடியேற்றம் நடக்கும்போது எங்கட தேவை களும் அதிகரிச்சுக்கொண்டே போய்ச்சி. தேவைகள் அதிகரிக்க அதிகரிக்க மீள்குடியேற்றமானது எங்களமாதிரி மீள்குடியேற விரும்புற ஆக்களுக்கு பெரும் சவாலாக அமைஞ்சிச்சு. எங்கட தேவைகள் நிறைவேற்றப் போராட வேண்டி வந்திச்சி. 2010ல மீள்குடியேற்றதுக்கெண்டு இரண்டாயிரம் குடும் பங்களுக்குக்கிட்ட பதிவு செய்தாங்க. இருந்தாலும் எல்லா குடும்பங்களும் மீள்குடியேறல. காரணம் பல பேருக்குக் காணி இல்ல, காணியுள்ள ஆட் களுக்கு வீடு பிரச்சின. இதால கிட்டதட்ட 500 முதல் 600க்கு இடப்பட்ட குடும்பம்தான் நிரந்தரமா மீள்குடியேறி இருந்தாங்க. மீள்குடியேறி இருந்த குடும்பங்களுக்கும் பல பிரச்சினைகள் தொடர்ந்த வண்ணமே இருந்திச்சி.

அதுல சில பிரச்சினைகள சொல்லனும்டா இருந்த எல்லா குடும்பத்துக்கும் வீடு இல்லை, காணியில்லாத பிரச்சினை, பொதுக்காணில இருக்கிற நிலைமை, தொழில் பிரச்சினை, வாழ்வாதாரப் பிரச்சினை, உட்கட்ட மைப்புப் பிரச்சினை, வடிகான் பிரச்சினை, குடிநீர் பிரச்சினை, கல்வி பிரச் சினை, பாடசாலைகள் புனரமைக்காத, தளபாட வசதியின்மை பிரச்சினை, சுகாதாரப் பிரச்சினை என்று இப்டி பிரச்சினைகள அடுக்கிண்டு போறள வுக்கு பிரச்சினைகள் குமிஞ்சு காணப்பட்டிச்சி. இது எல்லார்க்கும் பிரச்சி னையாதான் இருந்திச்சி. இப்பயும் பிரச்சினையாதான் இருக்கு.

அறுநூறு குடும்பங்கள்ள 2015க்குள்ள நாற்பத்தியைந்து குடும்பத்துக்குத் தான் இந்திய வீடமைப்புத்திட்டத்தின் மூலம் வீடு குடுத்திருந்தாங்க. 2016ல ஓர் அறுபத்தியைந்து குடும்பத்துக்கு ஐரோப்பிய வீட்டுத்திட்டத்தில் வீடுகள் குடுத்திருக்காங்க. எப்டி பார்த்தாலும் அரைவாசிப் பேருக்கு இன்னும் வீடு குடுக்கல. என்ன செய்றது. இப்ப மீள்குடியேறி இருக்கிறவங்கல்ல முக்கா வாசி பேர் வீடுக்காகவும் கால்வாசிபேர் காணிக்காகவும் காத்துக்கொண்டு இருக்கிறாங்க. அதோட இவங்களுக்கான தொழிலுக்கான உதவியும், வாழ் வாதார உதவியும் கட்டாய தேவையா இருக்கு.

இதுக்கிடைல ஏற்கெனவே பதிஞ்சதுல ஆயிரம் குடும்பமும், 2016ல கச்சே ரியால வச்ச நடமாடும் சேவைல மூவாயிரத்துக்கும் அதிகமான குடும்பமும் மீள்குடியேற காத்துண்டு இருக்கிறாங்க. அவங்களுக்கு காணிப் பிரச்சினை. அவங்க எல்லாரும் யாழ்ப்பாணத்துக்கு கட்டாயம் குடும்பமா மீள்குடியேற வேண்டியவங்கதான். அவங்களுக்கான காணி, வீடு ஏற்பாடுகள அரசியல் வாதிகளும் அரசாங்கமும் கட்டாயம் செய்ய வேணும். அப்பதான் 1990இற்கு முன்னுக்கு யாழ்ப்பாணம் எப்டி இருந்ததோ அப்டிக் கொண்டு வரலாம். இப்ப உள்ள யாழ்ப்பாண சூழ்நிலை இதான். இந்த நிலைய நாம இன்னும் முன்னேற்ற வேண்டி இருக்கு. முதல்ல மீள்குடியேறி இருக்குறவங்கட பிரச் சினைய முடிக்கனும். அதுபோல மீள்குடியேற்றப் பதிவுகள செஞ்சிருக்கிற வங்கள காணி, வீடு குடுத்து மீள்குடியேற்றனும். இதான் இப்பத்த தேவை. முஸ்லிம் ஸ்கூல் எண்டு ஒஸ்மானியாக் கல்லூரியும், ஹதீஜா பெண்கள் கல்லூரியும்தான் இயங்குது. மூன்று முஸ்லிம் மொண்டசரிகளும் நடக்குது. இப்ப பதின்மூன்று பள்ளிவாசல்களுக்கிட்ட இயங்குது. தொழுகைகள் நடக்குது. 2010ல அரசியல் ரீதியான பங்குபற்றலும் யாழ்ப்பாண மாநகர சபைக்குள்ள ஐந்து உறுப்பினர்களுக்கூடாக இருந்திச்சி. இப்ப அதுவும் இல்ல. அரசியல் ரீதியான பலம் அன்றைல இருந்து இன்று வரைக்கும் யாழ்ப்பாண முஸ்லிம்களுக்கு ஏனைய தமிழ்க் கட்சிகளோட இணைஞ் சதாதான் இருக்கு.

தமிழ் - முஸ்லிம் உறவுநிலைய பொறுத்தவரை இன்னும் முன்னேற்றம் தேவையாதான் இருக்கு. இரண்டு இனங்களுக்குமிடைல புரிதல்கள் வாற மாதிரி நடவடிக்கைகள் எல்லா மட்டங்களிலயும் வர வேண்டிய தேவை இருக்கு. இப்ப முஸ்லிம் சமூகத்துக்கும் தமிழ் சமூகத்துக்கும் இடையில் நல்ல புரிதலும் இணக்கப்பாடும் வளரக்கூடிய வகைலதான் நிலைமை இருக்கு. தொடர்ந்தும் இப்படி புரிதலோட நல்ல இணக்கப்பாட்டை யாழ்ப் பாண சமூகங்கள் வளர்ந்து, முன்னர் நடந்த கசப்பான சம்பவங்கள் எதிர் காலத்துலயும் நடக்காம பாத்துக்க வேண்டியது ஒவ்வருவரினதும் கடமை என யோசிச்சு செயற்பட்டால் வெற்றி கிட்டும்.

அனைவரும் நிம்மதியான வாழ்வு வாழ எல்லாம் வல்ல அல்லாஹ்தான் அருள்புரியனும். நான் ஏற்கெனவே சொன்னமாதிரி நம்மட யாழ்ப்பாண முஸ்லிம் சமூகத்துக்கு 1990ல நடந்த அந்த பலவந்த வெளியேற்றம் எல்.ரீ.ரீ.ஈ ஆல நடக்காம இருந்திருந்தா, நாம புத்தளத்துக்கு அகதியா

போகாம இருக்திருந்தா, நம்மட யாழ்ப்பாண முஸ்லிம் சமூகம் எங்கயோ போயிருக்கும். எப்பயோ அபிவிருதிகளக் கண்டிருப்போம். இப்ப ஐயாயிரம் குடும்பங்களா பல்கிப்பெருகி பரந்துபட்ட சமூகமா இருந்திருப்பம்.

இது எல்லாம் வெறுமனே வெறும் நினைவாகவே நினைச்சிப் பாக்ரதோட முடிஞ்சிடக்கூடாது. வெளியேற்றப்படாம இருந்திருந்தா என்ன மாதிரி இருப்பமோ அதுபோல நாம நம்மட சமூகத்துட முன்னேற்றத்துக்காக ஒத்துழைப்பு வழங்குற சமூகமா மாறனும். அதுக்கு அரசாங்கமும் உதவனும். ஊருக்குள்ள நல்ல தலைமைத்துவமும் உருவாகனும். நல்ல தலைவர்கள, நல்ல பிள்ளைகள நம்ம சமூகமும் உருவாக்கனும். இத உணர்ந்து ஒவ்வருதரும் செயற்பட வேண்டிய காலம் வந்துட்டு. ஒன்றுபட்டால் உண்டு வாழ்வு என்றமாதிரி ஒன்றுபடுவோம். நல்ல சமூகத்த கட்டியெழுப்ப நம்மட சகோதரர்களையும் சமூகத்தையும் தட்டி எழுப்புவோம். அறியாமைய விலக்குவோம். 2017இல் யாழ்ப்பாண முஸ்லிம் சமூகத்துக்கு, மலரட்டும் புது யுகம்.

தொகுப்பு: முஹமட் அப்துல்லாஹ்

வயல் மீது கவிந்த போர்க்கால மேகங்கள்

நானும் என்ட மனைவியும் தாமரைக்குளத்தில, சேனையில் கொச்சிக்காய் ஆய்ந்து கொண்டிருந்தோம். அந்தக் கொச்சிக்கண்டுகள் ஒன்று உயரமா கவும் மற்றையதுகள் கொட்டானாகவும் இருந்தன. அதில நின்றும் இருந்தும் கொச்சிக்காய்களை ஆய்ந்து கொண்டிருக்கக்குள்ள எனது பிள்ளைகள் மற்றப்பக்கம் கொச்சிக்காய்களுக்கு வாட்டர் பம்மால் தண்ணி அடித்துக் கொண்டிருந்தனர். அப்போது அந்த வாட்டர் பம் பழுதடைந்து வேலை செய்வதும் நிற்பதுமாக இருந்தது. நான் இடையே சற்று இளைப்பாறிக் கொண்டிருக்கும்போது பக்கத்தில் உள்ள மையரிப்பத்தைக்குள் சத்தம் கேட்டது. அப்போது அங்கு வாறது யார் எண்டு பார்த்தா, கந்தன். அவன் காலை நொண்டியபடியே வந்தான். 2002இல் நடந்த ஒரு சம்பவம்தான் இவனுக்கு ஊனம் ஏற்பட்டக் காரணம்.

நானும் எனது குடும்பத்தில் உள்ள அம்மா, அப்பா, அக்கா எல்லோரும் அம்பாறை மாவட்டம் தாமரைக்குளம் எனும் ஊரில் ஒரு குடிசையில் வாழ்ந்து வந்தம். இந்தக் குடிசைக்குள் இரண்டு அறைகளும் மண்டபமும் இருக்கும். அதில் நான்கு கால்கள் அதற்கிடையில் சிறிய சிறிய கம்புகளை வைத்து வரிச்சிப் போட்டு அந்த வரிச்சுக்குள்ள களியைப் பூத்தி மேலால மெழுகித்தான் சுவர் வைப்பம். இந்தச் சுவரை அமைச்சதும் பெரிய மரங் களை வெட்டி மோடு அமைத்து அந்த மோடுகளை ஓலையால் வேய்ந்து அந்த வீட்டின் அடியில் களியால மெழுகி, பின் அதன் மேல் சாணி போட்டு சில்லிக் கொட்டையால் தேய்த்து சமப்படுத்திய வீடுதான் என்ட வீடு. என்ட வீட்டச்சுத்தி பெரிய மரங்களும் பத்தைகளும்தான் இருக்கும். ஏன் என்டா அது பெரிய காட்டுப்பகுதி. இதேபோலதான் என்ட பக்கத்து வீடுகளும் இருக்கும்.

எங்கட வீட்டுக்குப் போற வழியில பெரிய புளிய மரம் இருக்கு. இந்த மரத்தில நிண்டு இளைப்பாறி விட்டுத்தான் நாங்க எல்லாரும் நடந்து எங்க எண்டாலும் போய் வருவம். பஸ் எண்டா ஒருநாளைக்கு இரண்டு தரம் தான் போகும், காலையில ஒரு தரம் பிந்நேரம் ஒருதரம். எங்களிட்ட மாட்டு வண்டி ஒண்டு இருந்தது. அந்த மாட்டுக்கு நெத்தியில பொட்டு மாதிரி அடையாளம் ஒண்டு இருந்தது. அதால அந்த மாட்டுக்கு பெயர் பொட்டு என்று வைத்தோம். அந்த மாடு எங்கட வயலிலதான் மேயும், அந்த இடத்தில நாங்க நெல் விதைப்பம், கச்சான் நாட்டுவம், சோளம் நாட்டுவம், பயிற்றை, கொச்சி என்பனவும் நாட்டி அதில கிடைக்கிற வருமானத்தில தான் நாங்க வாழ்ந்து வந்தம்.

இரவு நேரத்தில நாங்க அந்த சேனையில காவல் காப்பம். காவல் காப்பது எண்டால் எங்களுக்கு எந்த பிரச்சினையும் இல்ல, பதினாறு வயதில இருந்தே காவல் காத்துப் பழக்கப்பட்டிட்டம். எங்களுக்கு எந்த பிரச்சினையும் இல்ல, அந்த ஊர் எங்களுக்கு நன்றாக பிடிச்சிருந்தது. என்ட வயது வந்ததும் எனக்கு தாமரைக்குளத்தில உள்ள ஒரு பெட்டையை கலியாணம் கட்டி தந்தாவு என்ட அம்மா. நான் கலியாணம் கட்டி ஒரு வருசத்தில என்ட அம்மா செத்துப்போயிட்டா. நான் என்ட அப்பாவோடதான் இருந்தன்.

1986ஆம் ஆண்டு எனக்கு ஒரு பெண் பிள்ளை பிறந்தது. எனது பிள்ளைக்கு சில மாதம் கழிஞ்சு அப்பதான் எங்கட ஊரில பிரச்சினை வந்தது. இலங்கை இராணுவத்தினர் வந்து காஞ்சிரம்குடா என்ட இடத்தில முகாம் அமைச்சாங்க. அதேபோல திருக்கோவிலில் உள்ள ஆசுபத்திரியிலயும் முகாம் அமைச்சாங்க. பிறகு கோமாரியிலயும் இராணுவ முகாம் அமைச்சாங்க. முகாமைச் சுற்றி பெரிய கம்பி சுருள்களை போட்டு மண் குவியல் இருக்கும். அதற்குப் பின்னாலதான் அவங்கட கட்டடங்கள் இருக்கும். அதுக்குள்ள என்ன நடக்குது எண்டு வெளிய இருக்கிற எங்களுக்குத் தெரியாம இருக்கத்தான் இத அவங்க போட்டிருக்காங்க.

முகாமுக்கு வெளிய பெரிய ஆயுதங்களோட விசேட அதிரடிப்படையினர் நிப்பானுகள், அவங்கள கண்டா எங்களுக்கு பயம் தான் வரும். இந்த முகாம் எங்கட ஊருக்கு வந்ததும் தான் எங்களுக்கு நாசம் பிடிச்சது. எங்களால எங்கயும் தனியாக போக முடியாது. எங்கட வீட்டில கூட நித்திரை கொள்ள முடியாம என்நேரமும் வந்து எங்கள கூட்டிட்டுப்போவாங்க. எங்கள கொண்டு போய் அவன்ட முகாமில வேலை செய்ய சொல்லுவானுகள். நாங்க செஞ்சு போட்டுத்தான் போக வேணும். செய்யாட்டி உறுக்கி அடிப்பானுகள். பயத்தில செய்வம்.

எங்கட கிராமத்தில இருக்கிற எல்லாரும் விவசாயம்தான் செய்வம். இதால எங்களால விவசாயம் பண்ண முடியாம போயிட்டு. எங்கட கிராமத்தை சுற்றி இருக்கிற தங்கவேலாயுதபுரம், கஞ்சிகுடியாறு, பாவட்டா, உடும்பங் குளம், சாகாமம் என்ற கிராமம் தான் அடுத்த கிராமங்களாக இருந்தன. இந்த ஆட்கள் எல்லாம் அன்டையண்டைய வருமானத்த நம்பித்தான்

வாழ்ந்து வந்தவங்க. எங்கட கிராமத்தை அடுத்த கிராமம் தான் கஞ்சிகுடியாறு. இங்கதான் விடுதலைப் புலிகளின்ர முகாம் அமைச்சி அவங்கட கட்டுப்பாட்டின் கீழ வைத்திருந்தாங்க. இதுக்கிடையில காஞ்சிரம்குடாவில முகாம் இருந்தது. இது இரண்டுக்கும் இடையிலதான் தாமரக்குளம், பாவட்டா, உடும்பங்குளம் எல்லாம் இருக்கு. இந்தப்பகுதி அடர்ந்த காடு. அதற்குள்ள அங்கும் இங்கும் ஒவ்வொரு வீடு. அந்த மக்கள் விவசாயம் செய்யிறதும், மீன் பிடிக்கிறதும், மாடுகள் ஆடுகள் வளர்க்கிறதும் தான் இவங்கட தொழில். இப்படி இருக்ககுள்ள மீண்டும் யுத்தம் தொடங்கி, மிகவும் கொடுமையான நிலையை அடைந்தது.

எங்கட ஊருக்குள்ள வந்து வீட்டைச் சுற்றி இராணுவம் நிப்பானுகள், நாங்க எழும்பி அவனுகளிட முகத்திலதான் முழிக்கிற. நாங்க வயலுக்கோ வீச்சுத் தொழில் மாடுகள அவிழ்க்கயோ போக விடமாட்டானுகள். எங்கள எல் லாம் பிடிச்சி வைச்சிட்டு அவனுகள் விரும்பிய ஆட்கள முகாமுக்குள்ள கொண்டுபோய் வச்சிடுவானுகள். பின்ன இரண்டு நாட்களுக்கு பிறகு விடு வானுகள். அப்படி விடாட்டி அவனுகள் மாத கணக்கில வச்சிருப்பானுகள். எங்கட ஊரில இருக்கிற பெடியனுகள் எல்லாம் அப்படியே பிடிபடுவா னுகள்.

எங்கட ஊரில திடீர் எண்டு பிரச்சினை வந்தா எங்கள வயலுக்க போக விடமாட்டானுகள். வீச்சுத் தொழிலுக்கும் போக விட மாட்டானுகள். கட்டின கண்ட கூட அவுக்காம இரண்டு மூன்று நாட்கள் இருந்திருக்கு. கண்டு காலையில கட்டி கிடக்குது எண்டு இராணுவத்திட்ட சொன்னா அவங்க, "சாகட்டும் போக விட மாட்டம்" என்டு சிங்களத்தில சொல்லு வானுகள். நாங்க ஒன்டுமே செய்ய முடியாம இருப்பம்.

திடீர் எண்டு ஒருநாள் இராணுவம் வந்து எல்லாரையும் ஊரை விட்டு வெளியேறச் சொன்னானுகள். "இங்க இருக்கக் கூடாது. உடனடியாக எங்கயாவது போங்க. நாங்க சிலவேளை புலியோட தாக்குதல் செய்ய வந்தா உங்களையும் சுட்டுப்போட்டிடுவம்" எண்டானுகள். நாங்க எல்லாரும் இருந்த இடத்தில இருந்து எந்த பொருட்களையும் எடுக்காம உடனடியாக திருக்கோவில் எண்ட இடத்தில இருக்கிற விநாயகபுரத்துக்குப் போனம். திருக்கோவில் மாணிக்க பிள்ளையார் கோவில் எண்ட இடத்தில முகாம் அமைச்சி எங்கட ஊரில இருந்த எல்லாரும் இருந்தம். அப்ப நாங்க செய்த வேளாண்மை சேனைகள், மாட்டுப்பட்டி எல்லாம் விட்டுட்டுத்தான் வந்தம். எங்கட சொத்துகள் எல்லாம் அப்படியே அங்க அழிஞ்சி போயிட்டு.

திருக்கோவில் இராணுவத்தினரின் கட்டுப்பாட்டின் கீழ் இருந்த பிரதேசம். வசதி வாய்ப்புகள் எங்கள் கிராமத்தையும் பார்க்க அதிகம். வைத்தியசாலை வசதி, தபால்கந்தோர், கடைகள் எல்லாம் இருந்தது. எங்கள் கடைகளையும் பார்க்க பெரிய கடைகள். விலை நல்ல குறைவு. பாடசாலைகள், கோவில் கள் எண்டு வாகனப் போக்குவரத்து எல்லாம் இருந்தது.

வறுமை காரணமாக நாங்க எல்லாரும் 1989ஆம் ஆண்டு காலப்பகுதியில உடும்பங்குளம் என்ட இடத்தில வயல் வெட்டிச் சூடு போட்டுக்கொண்டு நெல்லை பிரித்தெடுக்கும் போது பொத்துவில் என்னும் இடத்தில் உள்ள சைது என்னும் முஸ்லிம் நபருடன் இராணுவம், முஸ்லிம்கள் எல்லாம் வந்து உடும்பங்குளத்தில் சூடு போட்டுக்கொண்டிருந்த 116 பேரை வெட்டியும் அறுத்தும் கொண்டு குவித்து விட்டு, போடப்பட்ட சூட்டுக்குள் போட்டு எரித்தனர்.

இங்கு எரிக்கப்பட்டவர்களில் அக்கரைப்பற்று கோளாவில் என்ற இடத்தில் உள்ளவர்களும் விசேடமாக அலிக்கம்பை என்னும் இடத்தில் உள்ள குற வர்கள் இனத்தைச் சேர்ந்தவர்களையும் அறுத்துக் குவித்தனர். இதில் செத்த வர்களில் கூடப்பேர்கள் குறவர்கள். பயம் காரணமாக அலிக்கம்பையில் இருந்தவர்களும் காஞ்சிரம்குடாவில் இருந்த குறவர்கள் கள்ளியம் தீவுக்கு இடம் பெயர்ந்து வந்து இருந்தனர். இவர்கள் அகதி முகாம் அமைத்து 1989 முதல் 2000 வரை அங்கிருந்து பின்னர் மீண்டும் அவர்கள் உரிய இடங் களுக்கு மீளத்திரும்பினார்கள்.

கஞ்சிகுடியாற்றுப் பகுதியில் இருந்து இடம்பெயர்ந்து வந்தவர்கள் திரும்ப வும் அவர்களின் வயல்களையும் மாடுகளையும் பார்ப்பதற்காகப் போகும் போது காஞ்சிரங்குடா இராணுவ முகாமுக்கு சென்று தங்களது அடையாள அட்டையை இராணுவத்திடம் கொடுத்துவிட்டு அவர்களால் தரப்படும் இலக்க அட்டையை வாங்கிக்கொண்டு வயலுக்கு செல்லும்படி இராணுவம் சொன்னார்கள். அப்படியே நாங்கள் செய்தோம். தவறுதலாக அவர்களிடம் அடையாள அட்டை கொடுக்காமல் போய்விட்டால் காட்டுக்குள் இராணு வம் பிடித்து அடையாள அட்டையை கேட்பார்கள். அடையாள அட்டை அவர்களிடம் இருந்தால் நீங்கள் புலி. எந்த வழியால் வந்தாய் எண்டு அடிப் பார்கள். அந்தப் பயத்தில அடையாள அட்டையைக் கொடுத்து நம்பரைப் பெற்றுக் கொண்டுதான் வயலுக்குச் செல்வோம்.

காலை ஆறு மணி தொடக்கம் இரவு ஆறு மணி வரைக்கும் தான் வயலுக் குள் செல்ல முடியும். மேலதிக நேரம் இருந்தால் இராணுவம் காரணம் கேட் பார்கள். நாங்கள் நேரத்துடன் வந்து விடுவோம். வயலுக்கு செல்லும் நாங் கள் பசளை, உணவு, லைட், பற்றரி, சீனி, தேயிலை, அரிசி, சோப்பு, பால் மா, மண்ணெண்ணெய், காசு, டீசல் என்பவற்றை கொண்டுபோக விடமாட் டார்கள். எங்கட பொக்கட்டில ஒரு ரூபாய் பணம் இருந்தா கூட அந்தப் பணத்தை "புலிக்கு கொண்டு போறானுகள்" எண்டு சொல்லிப் பறித்து விடுவார்கள்.

500 பேர் வயலுக்குள்ள போறவங்க ஒரு ரூபாய் வீதம் கொண்டு போனா 500 ரூபாயை புலிக்குக் கொடுக்கலாம் எண்டு கணக்குச் சொல்லுவாங்க. அதால ஒரு ரூபாயும் கொண்டு போறதில்ல. யானைகள் வந்தால் வெடி கொழுத்துவதற்கு கூட முடியாது. இரவு நேரத்தில காவலுக்குப் போற நேரம் கூட இராணுவத்திட்ட பெமிசன் எடுத்து அடையாள அட்டையை அவர்களி

டம் கொடுத்துவிட்டு அவங்க தாற காட்டை எடுத்திட்டுத்தான் நாங்க காவலுக்குச் செல்ல வேண்டும். யானையை விரட்ட சீலைத்துணியில ஒயில நனைச்சி கட்டி அத கொழுத்திக்கொண்டுதான் யானைய விரட்ட வேண் டும். அப்படி இல்லாவிட்டால் கொண்ட வெட்டு வான் கேம்.

அதுதான் அம்பாறை மாவட்டத்துக்கு பெரிய முகாம். அந்த முகாமுக்குள்ள யாரும் போக முடியாது. எங்கட வட்டானைகளை அழைத்துக் கொண்டு நாங்க பெமிசன் எடுத்து வந்து காஞ்சிரங்குடா கேம்புக்கு கொடுத்தா அவனு கள் இரண்டு வெடி தருவானுகள். அத எடுத்துக்கொண்டுதான் நாங்க வயலுக்க போறது. பசளைகள் கொண்டு போறது எண்டா யூரியா பசளை மட்டும் கொண்டு போக விட மாட்டானுகள். ஏன் எண்டு கேட்டா "அதில அமோனியா இருக்கு, அத வெடி மருந்துக்குப் பயன்படுத்தலாம்" எண்டு சொல்லுவானுகள் இராணுவம். அந்தப் பசளைதான் இரண்டாம் பசளை, நெல்லிட வளர்ச்சிக்கு உதவுவது. அந்த பசளை எறியாட்டி நல்ல விளைச் சல் கிடைக்காது. அதுவும் வேறு இன பசளை எண்டா பத்து அந்தர் பச ளைக்கான பெமிசன் தருவார்கள். அதில ஓர் அந்தர் அதிகமாக இருந்தால் கூட எங்களை பிடிச்சி வச்சிடுவாங்க.

சூடு போடுவது என்டா அதிகாலையில் சென்று விடுவோம். ஆனால் இவர் கள் காலை ஆறு மணிக்குத்தான் போக விடுவார்கள். பின்நேரம் ஆறு மணிக்கு வந்து விட வேண்டும். சாப்பாடு கட்டிப்போக விடமாட்டார்கள். கேம்புக்கு வந்துதான் சாப்பிட்டு விட்டுப் போக வேண்டும். அது பிரச்சினை என்டா நாங்க சாப்பாடே கொண்டு போய் சாப்பிடுறது இல்ல. சூடு போடு வதற்கு டீசல் கொண்டு போக முடியாது, மெசினுக்குள்ள அடிச்ச டீசலுடன் தான் நாங்க போய் சூடு போட்டிட்டு வர வேண்டும். சூடு போட்டுக்கெண்டு நாங்க வந்தால் சாகாமத்துக்கேம்பில எல்லா நெல் மூடையையும் இறக்கி பின்னர்தான் ஏற்றிக்கொண்டு போக வேண்டும். நாங்க படுற பாடு எஃ்டா சொல்லவே முடியாது. என்ன செய்யிறது தமிழனின் கதி இதுதான் எண்டு நாங்க போறதுதான்.

எங்கட கால்நடைகளை தேட வேண்டும் எஃ்டா கூட இராணுவத்திட பெமி சனுடன்தான் காட்டுக்குள்ள போக வேண்டும். அதுவும் குறிப்பிட்ட பகுதிக் குள்ள மட்டும்தான் போய் தேட வேணும். அங்க இல்லாட்டி நாங்க திரும்பி வந்திட வேணும் என்று இராணுவம் சொல்லுவானுகள். இப்படி பல மாடு கள நாங்க காணமத்திருக்கம். எங்கட உளவு இயந்திரம், உளவு இயந்திர பெட்டி வண்டில்கள் என்பனவற்றை இராணுவத்தின் முகாமுக்கு அருகில் உள்ள வளவுக்குள் கொண்டு வந்து போட்டு விட்டு காலை 6 மணியளவில் வந்து எடுத்துக் கொண்டு செல்ல வேண்டும் எண்டு கூறுவார்கள். எங்கட வீடுகளில் இந்த மாட்டு வண்டில், மெசின் என்பவற்றை நாங்கள் போட விடமாட்டார்கள். அப்படிப் போட்டால் எங்கட மெசினை அவர்கள் பிடித்து வைத்து விடுவார்கள். எங்கட வாழ்க்கை இப்படித்தான் போய் கொண்டிருந்தது. யுத்தமும் ஓய்ந்த பாடில்லை. நாங்க செய்த வெள்ளாமைய மாடுகள், யானை என்பன அழிச்சிடும். கிடைக்கிறததான் எடுத்திட்டு வர

வேணும். நாங்க பல தடவைகள் எங்கட வயலுக்குள்ள போய் பாத்து ஒன்டும் இல்லாமல் போனதால பாதுகாப்பு வேலிளை களற்றிக்கொண்டு வந்திருக்கம்.

ஒருநாள் நாங்க வயலுக்க வேலை செய்து கொண்டிருக்கும் போது திடீர் என்று வெடிச்சத்தம் பல பாகங்களில் இருந்து கேட்டன. அங்கு எங்களால் ஒரு நிமிடம் கூட நிற்க முடியாத வெடிச்சத்தம். வரம்பு கட்டிக்கொண்டிருந்த நாங்கள் மண்வெட்டியைப் போட்டு விட்டு ஓட்டமும் நடையுமாக காஞ்சிரம்குடா கேம்புக்கு ஓடி வந்தோம். நாங்கள் வந்தபோது கேம்பில இருந்த இராணுவம் எங்களிட்ட வந்து "புலிய கண்டது?" எண்டார்கள். நாங்கள் "இல்லை மாத்தையா வெடிச்சத்தம் கேட்கிது. நாங்க ஓடி வந்து விட்டம்" என்டோம். அவர்களுக்கு நாங்கள் சொல்வது புரியவில்லை. ஏனைய இராணுவத்தை அழைத்து எங்களுடன் கதைக்கும்படி கூறினார்கள். நாங்கள் அவர்களிடம் நடந்ததைக் கூறினோம். அவர்கள் எதுவும் விளங்காது நின்றார்கள். பின் சிறிது நேரம் கழித்து எங்களது அடையாள அட்டையைத் தந்துவிட்டு போகும்படி கூறினார்கள். நாங்கள் வந்து விட்டோம். இப்படி பல தடவைகள் நடந்தது எனக்கு ஞாபகம் இருக்கிறது.

2002ஆம் ஆண்டு காலப்பகுதியில் யுத்த நிறுத்தம் ஏற்பட்டது. அந்தக் காலப்பகுதியிலதான் காஞ்சிரம் குடா முகாமில் உள்ள இராணுவத்தினர் பொதுமக்கள் ஏழுபேரை சுட்டுக் கொன்றனர். அதில வெடிப்பட்டு கால் ஏலாம நொண்டிக்கொண்டு வந்ததுதான் அந்தக் கந்தன். இவருக்கு பாரிய வேலை எதுவும் செய்ய முடியாது. வீட்டில் தான் இருப்பது. இவரது மனைவி உழைச்சித்தான் இவன் சாப்பிடுறது. என்ன செய்யிற இதுதானே தமிழனின் தலைவிதியாகிப்போயிட்டுது.

தொகுப்பு: அருளானந்தராஜா நவேந்திரராஜா

சந்தேகத்தின் பேரில்...

1983.09.26 ஆம் திகதியன்று திங்கட்கிழமை கறுப்பான நாட்பொழுதாக ஆரம்பமானது. பாடசாலை செல்லும் மாணவர்கள் யாழ்ப்பாணத்தின் சோனகத்தெரு வீதிகளை வெள்ளை ஆடைகளின் ஜனத்துடன் அலங்கரித்துக் கொண்டிருந்தார்கள். நானும் காமால் பள்ளிவாசலில் சுபஹ் தொழுகைக்குச் சென்று விட்டு வழமையாகச் செல்லும் முஜீபா ஹோட்டலில் ஒரு டீ குடித்து விட்டு அபூபக்கர் வீதியில் இருக்கும் எனது வீட்டுக்கு வந்து கொண்டிருந்தேன்.

இடையில் எம். ஓ வீதிக்கு வரும் போது சல்மான் அவனது நண்பன் தினேசுடன் வைத்தீஸ்வரா கல்லூரிக்குச் சென்று கொண்டிருந்தான். சல்மான் எனது மருமகன். அவன் அப்போது 2ஆம் தரத்தில் படித்து வந்தான். சல்மான் என்னைக் கண்டவுடன் "மாமா உங்கள ஆபிதா மாமி அவசரமா வரட்டாமா" என்று அவசரமாகச் சொல்லி முடித்தான். உடனே நானும் "சரி நா போரன். நீ அவசரமா ஸ்கூலுக்குப் போ" எனக்கூறி மருமகனை வழி அனுப்பினேன்.

பின்னர் நானும் அவசர அவசரமாக நடந்து எனது வீட்டை அடைந்தபோது நஸ்ரினா ஓடிவந்தாள். அவளுக்கு "அஸ்ஸலாமு அலைக்கும்" கூறவும்

"வாப்பா" என அழைத்த நஸ்ரினா தனது மழலை மொழியால் "வலைக்கு முஸ்ஸல்லாம்" கூறினாள்.

வீட்டினுள் கரகரவென்று ஒரே சத்தமாக இருக்கவும் எனது பார்வை சமையல் அறையை நோக்கிச் சென்றது. அங்கு மனைவி பதற்றத்துடன் இருக்கிறாள் எனப்புரிந்து கொண்டு சமையலறை நோக்கி நகர்ந்தேன். கூடவே நஸ்ரினாவும் எனது சரத்தைப் பிடித்தவளாக சேர்ந்து வந்தாள்.

ஆபிதா, நஸ்ரினாவின் உம்மா. இவர் அன்பான மனைவி, பொறுப்பான குடும்பத்தலைவி. பிள்ளைகளின் விடயத்தில் கொஞ்சம் கறாராவே நடந்து கொள்வாள். என்னைக் கண்டவுடன் "வீட்டுல ஆயிரம் வேலைய வைச் சுட்டு தொழப்போன உங்களுக்கு இப்பதா வீட்டுக்கு வழி தெரிஞ்சதோ" எனக் கடுகடுத்துக் கொண்டாள். எனக்குத்தெரியும் வழமை போல நடக்கும் செல்ல சண்டைதான் என்று. இருந்தும் உடனே "இப்ப என்ன செய்யனும்? குடியா முழுங்கிப் போச்சு" எனக் கேட்டேன்.

"குடியும் முழுகல கிடியும் முழுகல... உங்கட கூட்டாளி ரவி, நாவாந்துறை மார்கட்டுக்கு கிட்ட ஒரு எட்டர மணி போல வரச்சொல்லிட்டு போனாரு" எனக்கூறி முடித்தாள்.

அல்லாஹ்வே இப்பதான் ஞாபகம் வருது. இண்டைக்கு தையல் கடைக்கு போய் நாலு தமிழ் பொடியன்ர உடுப்பத் தைச்சு கொடுக்கனும். இண் டைக்குத்தான் கடைசிநாள் எனக்கூறிக்கொண்டு அவசரஅவசரமாக குளிய லறைக்குச் சென்றேன். வழமையாக நஸ்ரினாவும் என்னுடனே முகம் கழுவு வுது வழமை. "வாப்பா நானும்..." என இழுத்தாள் நஸ்ரினா. "சரி வா" எனக் கூறி இருவரும் குளியலறைக்குச் சென்று கை, கால், முகம் கழுவிவிட்டு வெளியேறினோம்.

நானும் சேட் ஒன்றை மாட்டி விட்டு சரத்தையும் உடுத்தி ரவியை சந்திக்க ஆயத்தமானேன். மனைவி ஆபிதா, நஸ்ரினாவுக்குப் பெட்டியில் சாப் பாட்டை வைத்துவிட்டு, "காலம்புர சாப்புட்டிட்டு போங்க" என்று கூறி சாப்பாட்டுப் பொட்டளங்களை நீட்டி நஸ்ரினாவுக்கு நேசரி ஆடை அணி விக்க சென்றாள். நஸ்ரினா, மஸ்ரவுத்தீன் பாலர் பாடசாலையில் படித்தாள்.

நானும் சாப்பிட்டு முடித்தவுடன் எனது சைக்கிளை எடுத்துக்கொண்டு வெளியில் செல்ல ஆயத்தமானேன். உடனே ஒரு குரல் "போற வழியில நஸ்ரினாவ நேசறில விட்டுட்டு நாவாந்துறை மார்க்கட்டுல ரெண்டு கிலோ கணவாயும் மரக்கறியும் வாங்கிட்டு வாங்க" எனக்கூறி பதினைந்து ரூபாய் நீட்டினாள். வழமையாக நானா செய்யும் வேலைதான். "சரி" எனக்கூறி பணத்தை வாங்கிய நஸ்ரினா, சைக்கிளில் ஏறிக்கொண்டாள். அவளது அழகு நிறைந்த முகத்தில் புன்னகை மலந்தது. காரணம் அவளுக்கு அவளது வாப்பாவுடன் சைக்கிளில் ஊரைச்சுற்றுவதென்றால் மிகவும் பிடிக்கும். நான் சைக்கிளில் மஸ்ரவுத்தின் பாலர் பாடசாலையில் மகளை இறக்கி

விட்டு எனது சட்டைப்பையைத் தடவிப் பார்த்து ஒரு ரூபாவை எடுத்து நீட்டினேன். அவளும் "அச்சா" எனக்கூறி பூரிப்புடன் வாங்கிக்கொண்டாள்.

பின்னர் நாவாந்துறை மார்க்கட்டை நோக்கி பயணத்தையும் ஆரம்பித்தேன். மார்க்கட்டில் பேரம்பேசி கணவாயும் மரக்கறிகளும் வாங்கிக்கொண்டு வெளியில் வந்து ரவியின் வருகைக்காக பாதையோரத்தில் காத்துக்கொண் டிருந்தேன். ரவி, சைக்கிளில் இருந்து இறங்கும் முன்னே "என்னடா ஜமால் உன்ன பாக்க உன்ர வீட்டுக்கு வந்தன், நீ இல்லை... இண்டைக்கு நாம பத்து மணிபோல கொக்குவிலுக்கு போகனும்டா... வா வெளிக்கிடு" எனக்கூறி அழைத்தான்.

"அதுக்கு முன்னால இந்தக் கறியை வீட்ட கொடுத்துட்டு வாறேண்டா" எனக் கூறினேன். "சரி" என்று கூறி இருவரும் புறப்பட்டோம். வீட்டுக்குச் சென்றதும் "ஆபிதா.. ஆபிதா.." என்று இருமுறை கூப்பிட்டேன். ஆபிதா வந்து கறியை வாங்கிக்கொண்டு "என்ன அவசரமாக போறிக?" எனக் கேட்டாள்.

"நான் அவசர வேலையா கொக்குவிலுக்கு போயிட்டு வாறன்.." என்று கூற வும் உடனே ஆபிதா "பீ அமானில்லாஹ்... கவனமா போய்ட்டு வாங்க" எனக்கூறி வழியனுப்பி வைத்தாள்.

இருவரும் பயணத்தைத் தொடர்ந்தோம். அங்கு சென்று அவர்களது வேலையை முடித்துவிட்டு கொக்குவில் சந்திக்கு அருகாமையில் வந்து கொண்டிருந்தோம். அங்கே ஒரு பரபரப்பான கூட்டம் ஏதோ ஒரு விட யத்தை பற்றி பதற்றத்துடன் பேசிக்கொண்டிருந்தார்கள். அருகில் வந்த ரவி "வாடா என்னண்டு பாத்திட்டு வருவோம்" எனக்கூறி அழைத்தான். நானும் சரியெனக்கூற இருவரும் அருகில் சென்றோம்.

அங்கு சென்று கூட்டத்தில் நின்ற ஒருவரை அழைத்து என்ன விசயம் நடந்தது எனக் கேட்க, அந்த நபர் "ஒரு பொடியன யாரோ சுட்டுட் டாங்களாம். என்னண்டு சரியா தெரியல" எனக்கூறினான். திடீரென ஒரு வாகனம் அங்கு வந்தது. அந்த வாகனத்திலிருந்து துப்பாக்கிகளை சுமந்த வர்களாக ஐந்து ஆறு பேர்கள் இறங்கி வந்து, அங்கு கூடி இருந்தவர்களை ஒரு வாகனத்தில் ஏற்ற ஆரம்பித்தனர். அப்போது அங்கு கூடியிருந்தவர்கள் அனைவரும் நாலா பக்கமும் சிதறி ஓட்டம் பிடித்தனர்.

தெய்வத்தின் துணையால் ரவி எப்படியோ ஓடிவிட்டான். இராணுவத்தின ரிடம் மாட்டிக்கொண்டவர்களில் நானும் ஒருவனாக இருந்தேன். என்ன செய்வது, என்ன நடக்கிறது என எதையும் அறியாதவனாக திகைத்து நின் றேன்.

என்னை இராணுவம் கைது செய்ததைக் கூறுவதற்கு சோனகர் தெருவில் சைக்கிளை செலுத்தினான் ரவி. வீட்டை அடைந்ததும் சைக்கிளை "சடார்"

என்று போட்டுவிட்டு "ஆபிதா அக்கா.. ஆபிதா அக்கா.." என பதற்றத்துடன் அழைத்தான்.

ரவி அழைத்ததை கேட்ட ஆபிதா, வீட்டின் முன்வாசல் பக்கம் வந்தாள். அங்கு ரவியைத் தனித்துக் கண்டதும் "என்ன ரவி அண்ணா என்ன விசயம்? இவரு எங்க... உங்களோட தானே வந்தாரு? மத்தியானம் சாப்பிடவும் வேணும்" என்று கேள்விகளை அடுக்கினாள்.

ரவி எப்படி பதிலளிப்பது என்று தெரியாமல் கண் விழிகள் பிதுங்கும் அளவுக்கு முழித்துக்கொண்டிருந்தான். இறுதியில் "நாங்க ரெண்டு பேரும் வேலைய முடிச்சுட்டு வரும்போது கொக்குவில் சந்தியடில வச்சு ஜமால் நானாவை இராணுவம் புடிச்சுட்டு போயிட்டாங்கள்" எனப் பதிலளித்தான். இடியோசை கேட்ட நாகம் போல திகைத்து நின்ற ஆபிதா, உடனே தன்னைச் சுதாகரித்துக்கொண்டு "எங்க கூட்டிக்கொண்டு போயிருக்கிறாங்க எண்டு தெரியுமா?" எனக் கேட்டாள். அதற்கு பதிலளிக்க முடியாத ரவி "தெரியல. நான் சனங்ககிட்ட விசாரிக்கிறேன்" எனக் கூறிவிட்டுச் சென்றான்.

வீட்டுக்குள்ளே இருந்து நஸ்ரினா ஓடிவந்து "எங்க உம்மா வாப்பா? ரவி மாமாட சத்தம் கேட்டுது?" எனக் கூறிக்கொண்டே ஆபிதாவின் சேலையை பிடித்து இழுத்தாள். "கொஞ்சம் இருடி" எனக்கூறிய ஆபிதா, வீட்டிலிருந்து வெளியேறி தனது வாப்பாவைச் சந்திக்க பதற்றத்துடன் சென்றாள்.

ஆபிதாவின் வாப்பா, ஆஸாத் வீதியிலிருக்கும் அவரது வீட்டில் பேப்பர் படித்துக்கொண்டிருந்தார். ஆபிதா உடம்பில் பதற்றத்துடன் கண்களில் நீர் வழிய அவசர அவசரமாக வந்து வாப்பாவை தழுவிக் கொண்டாள். அவளது வாயில் இருந்து வார்த்தைகள் வெளிவர சிறிது நாழிகை ஆனது. ஒருமாதிரியாக நடந்த விடயங்களை ஒவ்வொன்றாக சொல்லி முடித்து விட்டு இறுதியில் "எப்படி சரி இவர வீட்டுக்கு கூட்டி வந்துடுங்க" என்று கூறி அழுதாள்.

அந்த நாளைத் தொடர்ந்து ஆபிதா, நஸ்ரினா உட்பட அனைவரும் என்னைக் காப்பாற்றுவதற்காக பல சமூக தலைவர்களையும் அதிகாரிகளையும் சந்தித்தனர். பொலிஸ் ஸ்டேசன், ஆமிகாம்ப், இயக்கத்தினுடைய முகாம் என்பவற்றுக்கான தொங்கோட்டத்துடன் வாழ்க்கையில் நிம்மதியை தொலைத்த வண்ணம் வாழ்க்கையை தொடர்ந்தனர். இவ்வாறாக இரண்டு வருடங்கள் ஒருவாறு நகர்ந்து சென்றன.

என்னை வெளிக்கொண்டுவர மிகவும் சிரமப்பட்டார்கள். என்னைப்பற்றிய தகவல்கள் அறிய மிகவும் ஆர்வமாகவும் கஷ்டத்துடனும் பல முயற்சிகளை மேற்கொண்டனர். இவ்வாறு அவர்களது தேடுதல் பயணமும் தொடர்ந்து சென்றது. ஒருவாறாக என்னைப் பிடித்தவர்களைப் பற்றிய தகவல்கள் கசிய ஆரம்பித்தது. இதை அறிந்த ஆபிதாவின் வாப்பா இதுபற்றி குடும்பத்தாருடன் உரையாடினார்.

"ஆபிதா, நம்மட ஜமால ஆர்மியால புடிச்சிட்டு போயிருக்காங்க" என்று கூறினார். ஆபிதா ஆர்வத்துடன் "இதை யாரு வாப்பா சொன்னது?" என்று கேட்டாள்.

எனது நண்பன் ஒருவன் கொக்குவிலுக்கு அருகில் இருக்கிறான். அவனது பெயர் சேகர். அவன்தான் சொன்னான். இதைக்கேட்ட ஆபிதா மிக சந்தோஷப்பட்டாள். ஆனாலும் அவளது மனதில் கவலையும் பயமும் நிறைந்திருந்தது. அவளது முகத்தைப் பார்த்து அவளுடைய மனசில என்ன இருக்குது என அறிந்து கொண்டார் ஆபிதாவின் வாப்பா.

ஆபிதாவை அமைதியாக்க "மகளே கவலைப்படாத, மருமகன நாம எப்படியாவது காப்பாற்றுவோம். அதற்கு அல்லாஹ் எமக்கு உதவி செய்வான். நீ மனச தளரவிடாத, தைரியமா இரு" என்று கூறினார். இதைக் கேட்ட ஆபிதாவின் கண்களில் இருந்து மழை நீரை விட அதிகமாக கண்ணீர் வழிந்தது. அவளது வாயில் இருந்து "அல்லாஹ் எனக்கு ஏன் இந்த நிலை?" என்று முணுமுணுத்துக் கொண்டிருந்தன வார்த்தைகள்.

இதைப் பார்த்துக்கொண்டிருந்த நஸ்ரினா ஓடிவந்து "அழாதங்க உம்மா. உம்மா கவல படாதங்க... நம்மட வாப்பாவ அல்லாஹ் காப்பாற்றுவான்" என்று அவளது மழலை மொழியால் ஆறுதல் கூறி இரு கண்களையும் துடைத்து ஆபிதாவை கட்டியணைத்துக் கொண்டாள். நஸ்ரினா இவ்வாறு கூறியதும் ஆபிதாவுக்கு ஒரே சந்தோசம். நான் மீண்டும் தங்களுடன் வந்து சேருவேன் என்ற நம்பிக்கை ஆபிதாவின் மனதை ஆட்கொண்டது.

ஒருநாள் காலையில் ஆபிதாவின் வாப்பா இராணுவத்தில் உள்ள ஒருவரை சந்தித்து எனக்கு நடந்தவை பற்றியும் அவளது நிலை பற்றியும் கூறினார். அந்த இராணுவ வீரர் பின்னர் இது பற்றி சக இராணுவத்தினரை கேட்டார். அவர்கள் அதற்கு "இரண்டு வருடத்துக்கு முன் கொக்குவிலில் சந்தேகத்துக்கு உள்ளானவர்களையும் இயக்கத்தில் உள்ளவர்களையும் கைது செய்தோம்" என கூறினார்கள். இதனை ஆபிதாவின் வாப்பாவிடம் கூறினார் இராணுவ வீரர். அப்பொழுது என்னை வெளிக்கொண்டுவர சமரசம் செய்து ஒரு மாதிரியாக என்னை வெளிக்கொண்டுவந்தனர். ஆபிதாவின் பிரார்த்தனையும் நஸ்ரினாவின் விருப்பமும் ஆபிதாவின் குடும்பத்தவர்கள் செய்த அனைத்துக்கும் பலனாக அமைந்தது எனது விடுதலை.

என்னை வீட்டுக்கு அழைத்துச்சென்றார் ஆபிதாவின் வாப்பா. ஆபிதாவின் குடும்பத்தினர் என்னை அன்போடும் பாசத்தோடும் வரவேற்றார்கள் "அஸ்ஸலாமு அலைக்கும்" எனக்கூறி அனைவரும் கட்டி முஸாபாஹ் செய்தார்கள். எனது கண்கள் ஆபிதாவையும் நஸ்ரினாவையும் தேடியது. இதை அறிந்த ஆபிதாவின் வாப்பா ஆபிதா இருக்கும் இடத்தை நோக்கிச் சென்றார். ஆபிதா அறையின் மூலையில் இருந்து அழுதுகொண்டிருந்தாள். நஸ்ரினாவும் ஆபிதாக்கு அருகில் இருந்து கொண்டிருந்தாள்.

ஆபிதாவின் வாப்பா ஆபிதாவின் அருகில் வந்து "ஆபிதா வெளியே வந்து பாரு யாரு வந்திருக்கா என்று. அவசரமா வா" என்று கூறினார்.

ஆபிதா தனது கண்களைத் துடைத்துக்கொண்டு வெளியே வந்தாள். ஆவளது சேலையின் நுனியை பிடித்துக்கொண்டு நஸ்ரினாவும் வந்தாள். என்னைக் கண்டவுடன் என்ன சொல்வதென்று தெரியாமல் சந்தோசத்தில் திகைத்து நின்றாள். பேச எதுவும் வார்த்தை வராமல் கண்ணீர் மல்க என்னைக் கட்டியணைத்துக் கொண்டு முத்தமிட்டாள். நஸ்ரினாவும் சத்தமாக வாப்பா என கூப்பிட்டபடி ஓடிவந்தாள். நஸ்ரினாவை தூக்கி கட்டியணைத்து முத்தமிட்டேன். ஆபிதா நான் நஸ்ரினா ஆகியோர் சந்தோஷத்தில் கண்களால் பேசிக்கொண்டோம்.

இரவு சாப்பாட்டை உண்பதற்கு என்னையும் ஆபிதாவையும் நஸ்ரினாவையும் ஆபிதாவின் உம்மா அழைத்தார். குடும்பத்தில் எல்லோரும் ஒன்றாகச் சாப்பிட்டோம். நஸ்ரினா சாப்பிட்டவுடன் தூங்கிவிட்டாள். நஸ்ரினாவை நான் கட்டிலில் படுக்க வைத்துவிட்டு வெளியில் வந்தேன். அந்த இரவு நேரத்தில் நிலா வெளிச்சத்தில் அனைவரும் இருந்து கதைத்துக் கொண்டிருந்தோம். பல கதைகளைப் பேசிக்கொண்டிருந்தோம். இவ்வாறு பேசும்போது என்னிடம் சில கேள்விகளைக் கேட்க ஆரம்பித்தாள் ஆபிதா.

"அண்டைக்கு கொக்குவிலுக்கு போகும்போது என்னதாங்க நடந்தது சொல்லுங்க?" என்று ஆபிதா கேட்கவும் நானும் அவர்கள் எல்லாருக்கும் நடந்ததை விவரித்தேன்.

நானும் ரவியும் வேலையெல்லாம் முடிச்சிட்டு வரும் வழியில ஒரு கூட்டம் பரபரப்பாக கதைச்சிட்டு இருந்தாங்க. என்ன நடந்தது என்று விசாரிக்க நாங்கள் இருவரும் சைக்கிளை விட்டு இறங்கி நடந்ததை விசாரிக்கின்ற நேரத்தில் ஒரு ஜீப் வண்டியில் இராணுவத்தினர் வந்து அங்கிருந்தவர்களை பிடித்து வண்டியில் ஏற்றினார்கள். ஏற்றப்பட்டவர்களுள் ஒருவனாக நான் இருந்தேன்.

அதன் பிறகு சிறைச்சாலைக்குக் கொண்டு சென்றார்கள். அங்கிருந்தவர்களைப் பார்க்கும்போதே பயமாக இருந்தது. அங்கிருந்த இராணுவ தலைவர் கொக்குவிலில் கைது செய்தவர்களைக் கூப்பிட்டார்கள். எங்களை அழைத்துச் சென்றார்கள். அப்போது விடுதலைப் புலிகளைச் சேர்ந்தவர்கள் என்ற சந்தேகத்தில் தான் என்னையும் கைது செய்திருக்கிறார்கள் என்று தெரிந்து கொண்டேன்.

அங்கு எங்களை ஒவ்வொருவராக அழைத்து விசாரிக்தார்கள். பின்னர் என்னுடன் இருந்தவர்களுடன் வந்து கதைத்தார்கள். விசாரணை மிகவும் கடுமையாக இருந்தது. என்னிடமும் பல விடயங்களைப் பற்றிக் கேட்டார்கள். "உங்களுடைய தலைவர் யார்? உங்களை வழிநடத்துவோர் யார்? எந்த திட்டத்துக்காக இவற்றை செயற்படுத்துகிறீர்கள்?" எனக்கேட்டனர். நான் எனக்கு எதுவுமே தெரியாது என்றும் எனக்கும் இவர்களுக்கும் சம்

பந்தம் இல்லை என்றும் கூறினேன். அவர்கள் அதை நம்பவில்லை. பலமாக அடித்து விசாரணை செய்தார்கள். நான் எனது வாழ்க்கை அந்த நொடியிலே முடியப்போகிறது என அன்று பல தடவை நினைத்தேன்.

"அங்கு நடந்த ஒவ்வொரு விசாரணைகளின் போதும் எனது வாழ்க்கைக்கு இதுதான் முற்றுப்புள்ளி என்று பல தடவை நினைத்துள்ளேன். ஆனால் ஆபிதாவை பார்ப்பேன், எனது செல்லப்பிள்ளை நஸ்ரினாவை தூக்கு வேன், உங்களுடன் இணைந்து வாழ்வேன் என்று கனவிலும் கூட நினைத் துப் பார்க்கவில்லை. இன்று கூட உங்களுடன் இணைந்திருப்பது பெரும் கனவாக இருக்குது" என்று மிகவும் கவலையுடன் கூறினேன். எனக்கு அருகில் இருந்த ஆபிதா எனது தோளை மெதுவாகத் தொட்டு "கவலைப் படாதீங்க... எல்லாமே நல்லதுக்குத்தான்" என்றவள் தொடர்ந்து "நடந்த எல்லாத்தையும் கெட்ட கனவா நெனச்சு மறந்துவிடுங்க" என்று ஆறுதல் கூறினாள்.

பின்னர் நான் இல்லாத இரண்டு வருட கதைகளையும் அப்போது யாழ்ப் பாணத்தின் சோனகத் தெருவில் நடந்த சம்பவங்களையும், நிகழ்வுகளையும் ஒவ்வொன்றாகக் கூறினார்கள். அப்பொழுது மூன்று மாதத்துக்கு முன்னர் நிகழ்ந்த "மீலாத் விழா போட்டி" பற்றியும் கூறினார்கள். மீலாத் விழா நேரம் என்றால் ஊர் முழுவதும் பந்தல் போட்டு தெரு விளக்கு வெளிச்சங்கள் கண்ணைப் பறிக்கும். வீதிக்கு வீதி மேடைகள், பரிசுப்பொதிகள் என்று சிறுவர்கள் பாடு கொண்டாட்டம் தான்.

"இவ்வாறு மிகவும் சந்தோஷமான நிகழ்வுகள் நடந்தது. இங்கு நீங்க இல்லா தது தான் பெரும் கவலையாக இருந்தது" என்று ஆபிதா கவலையுடன் கூறினாள்.

"பேசியது காணும். 11.30 மணியாச்சு. போய்ப் படுங்க எல்லாரும். மிச்ச விடயங்களை பிறகு பார்ப்பம்.." என்று ஆபிதாவின் உம்மா கூறவும் அனை வரும் எழுந்து அவரவர் அறைக்குச் சென்றோம். ஆபிதாவும் நானும் நஸ்ரி னாவுக்கு அருகில் சென்று அமர்ந்தோம். ஆபிதா என்னைப்பார்த்து "இன் றைக்குத்தான் நான் நிம்மதியாகவும் சந்தோசமாகவும் படுக்கபோறேன்" என்று கூறினாள் "நானும்தான்" என்று கூறி இருவரும் நஸ்ரினாவுக்கு அரு கில் படுத்துக்கொண்டோம்.

இனிமையான காலைப்பொழுது உதயமானது. சந்தோஷமான வாழ்க்கை உதயமானது. இதமான தென்றல் வருடிச்சென்றது. இவ்வாறு காலம் மெது வாக நகர்ந்து சென்றது. பின்னர் 1987இல் அமைதிப்படை என்று கூறிக் கொண்டு இந்திய இராணுவத்தினர் யாழ்ப்பாணத்துக்கு வந்து பிறகு மிகவும் அமைதியான சூழ்நிலை உருவானது. மக்கள் நிம்மதியாகவும் சந்தோஷமா கவும் வாழ்ந்தார்கள்.

சிறிது காலத்திலேயே யாருடைய கண் பட்டதோ என்று நினைக்கும் அள வுக்கு "தண்ணீரில் பொதித்திருந்த நீர்க்குமிழி போல்" சிறிய சிறிய பிரச்சி னைகள் ஆரம்பித்தன.

அன்று நஸ்ரினாவின் வீட்டுக்கருகில் குண்டு தாக்கப்பட்டதனால் பக்கத்து வீட்டிலுள்ள தாயும் மகளும் மௌத்தாகி விட்டார்கள். இது காதி அபூபக்கர் வீதியில் நடைபெற்ற கோரச் சம்பவமாகும். அன்று நஸ்ரினாவின் ஊரே அழுதது. பிறகு ஒரே பிரச்சினை. யாழ்ப்பாணத்தில், அயல்பிரதேசங்களில் என்று தாக்கிய பிரச்சினைகள் கொஞ்சம் கொஞ்சமாக நஸ்ரினாவின் வீடு வரை தாக்க ஆரம்பித்தது. அது மட்டுமல்ல விடுதலைப் புலிகளுக்கும், இரா ணுவத்தினருக்கும் கருத்து முரண்பாடுகள், சண்டைகள், ஆயுதப் போராட்ட மாக மாறியது.

மாலைநேரம் சென்று விட்டால் யுத்தம் ஆரம்பமாகும். குண்டுச் சத்தங் களும், வெடிச்சத்தங்களும் ஆரம்பித்து விடும். வீடுகளில் இருக்கமுடியாது. பயத்தில் முஸ்லிம், தமிழ் மக்கள் பாதுகாப்பான இடங்களை தேடிச் செல் வார்கள். பாடசாலை, பள்ளிவாசல், கோவில்களில் தஞ்சம் அடைவார்கள். அந்த நேரத்தில் நஸ்ரினா பயத்தில் ஆபிதாவின் சேலையையும் ஜமால் நானாவின் கையையும் பிடித்துக்கொள்வாள். ஆபிதா சுப்ஹானல்லாஹ் என்று சொல்லும் வார்த்தைகளை சத்தமாக சொல்லிக்கொள்வாள். நஸ்ரி னாவைப் போல் எல்லாக் குழந்தைகளும் பயத்தில் நடுங்கிக் கொண்டிருப் பார்கள். பெற்றோர்களும் பெரியோர்களும் செய்வதறியாது இறைவனிடம் பிரார்த்தனை செய்வார்கள்.

"யா அல்லாஹ்... எனது சமூகத்தையும் எங்களையும் காத்துக்கொள்" என்று ஆபிதா முணுமுணுத்துக் கொண்டிருப்பாள். இவ்வாறு இரவிரவாக காலம் ஓடி விடும். பின்பு பகலில் கடை வீடு செல்பவர்கள் பயத்திலும் அச்சத் திலும் காலங்களை ஓட்டிக்கொண்டிருந்தனர். இந்தப் பிரச்சினைகளுக் கிடையில் வயது வந்த நபர்களையும், இளைஞர்களையும் இயக்கத்துக்காக விடு தலைப்புலிகள் கைதுசெய்யும் நாடகம் இனிதே இடம் பெற்றது. இதில் ஒருவராக ஜமால் நானாவின் மச்சானான சல்மானின் வாப்பாவும் மாட்டிக் கொண்டார். இதுவரைக்கும் அவரைப் பற்றிய தகவல் எதுவும் இல்லை.

அந்தக் காலத்தில் யாழ்ப்பாணத்தில் உள்ள குடும்பங்கள் சீவிக்கிறது என் றாலே ஒரு பாரமான விடயமாக இருந்தது. அந்நிலை நஸ்ரினாவின் குடும் பத்தையும் பற்றிக்கொண்டது. இதில் பற்றாக்குறையாக ஜமால் நானாவுக்கு ஒழுங்கான வேலையும் இல்லை. இவ்வாறு பிரச்சினைகளுடைய தீவிரம் தொடர்ந்து அதிகரிக்கவே சிலர் இந்தத் துன்பங்களினால் வெளி இடங்களில் இருந்த தங்கள் உறவுகளைத் தேடிச் சென்று விட்டனர். வெளி உலகமே தெரியாத யாழ்ப்பாணமே தஞ்சம் என நினைத்திருந்தவர் களது நிலை காலம் செல்லச் செல்ல கவலைக்கிடமாகியது. முஸ்லிம் மக்களில் சிலர் வேலனை மண்கும்பான் நாச்சிக்குடா போன்ற பிரதேசங்களுக்கு இடம் பெயர்ந்து சென்றனர். ஆனால், ஜமால் நானா வைராக்கியமான மனிதர்.

எவ்வளவு தான் பிரச்சினைகள் இருந்தும் யாழ்பாணத்திலே அவருடைய குடும்ப வாழ்க்கை அச்சத்தின் மத்தியில் தொடர்ந்தது.

1988ஆம் ஆண்டில் காலடி வைத்து ஐந்து மாதங்கள் சென்ற நிலையில் ஜமால் நானாவின் குடும்பம் கடுமையான பிரச்சினைகளுக்கு மத்தியில் சிரமப்பட்டு வாழ்ந்து வந்தார். வழமைபோல அன்று நஸ்ரினாவின் வாப்பா காலை வேலைகளை செய்ய ஆயத்தம் ஆனார். ஆபிதாவும் அவருக்கு உதவியாக இருந்தார். அப்போது ஒரு தெரிந்த குரல் கேட்டது.

ஜமால் நானா, "அஸ்ஸலாமு அலைக்கும்... உள்ள வாங்க" என்று கூப்பிட்டார். "வருகின்ற திங்கட்கிழமை எனது மகள் பரிசாவுக்கு கல்யாணம், கட்டாயமாக குடும்பத்தோட வரனும்" என்று ஆபிதாவின் மாமா கூப்பிட்டு விட்டு சென்றார்.

அச்சமான பிரச்சினைகள் தொடர்கின்றபோதும் வாழ்க்கைக்கான திருமண இணைவுகள் இடம்பெற்றுக்கொண்டுதான் இருந்தன. நஸ்ரினா பட்டுபாவாடை சட்டை அணிந்து அழகான நகைகள் போட்டு ஒரு பொம்மைக் குட்டிபோல் அழகாகத் தயாராகி இருந்தாள். மூவரும் ஒன்றாக கலியாண வீட்டுக்குச் செல்லத் தயாரானார்கள். ஆபிதாவும் ஜமால் நானாவும் நஸ்ரினாவின் கைகளைப் பிடித்துக்கொண்டு நடந்தார்கள்.

அந்தக் கலியாண வீட்டுக்கு இயக்கத்தைச் சேர்ந்த விடுதலைப் புலிகளில் சில பொறுப்புதாரிகளான கிட்டு, பாரூக் போன்றவர்களும் வந்திருந்தனர். இயக்கத்தை சேர்ந்தவர்கள் கலியாண வீட்டில் இருப்பதைத் தெரிந்து கொண்ட இராணவத்தினர் ஷெல் தாக்குதலை மேற்கொண்டனர். அதில் பாரூக் உட்பட இயக்கத்தைச் சேர்ந்த இரண்டு உறுப்பினர்களும் கலியாண வீட்டுக்கு வந்த ஏனையோருமாக ஒன்பது பேர் உயிரிழந்தனர்.

இவ்வாறான பிரச்சினைகள் அடிக்கடி ஏற்பட்டதால் யாழ்ப்பாணம் இருண்ட பூமியாக மாறியது. அங்கு அசாதாரண நடவடிக்கைகள் நிறைந்ததாக மாற்றம் கண்டும் பூர்வீக கலை கலாசாரம் வெளிப்பாடுகள் மறக்கப் பட்டும் மறுக்கப்பட்டும் இருந்தது. இறப்புகள், சொத்துகளின் இழப்புகள், உரிமை மீறல்கள், வாழ்க்கைக்கான போராட்டங்கள் என யாழ்ப்பாண முஸ்லிம்களுடைய வாழ்க்கையில் தொடர்நிலையாக நடைபெற்றன. எல்லாத் துன்பங்களையும் தாங்கிக்கொண்டு முஸ்லிம் சமூகம் வாழ்ந்தது. இவ்வாறு காலங்கள் நகர்ந்து 1990ஆம் ஆண்டை அடைந்தது. ஏற்கெனவே பல சேதங்கள் ஆங்காங்கே ஏற்பட்டாலும் எல்லா யாழ்ப்பாண சொந்தங்களும் அதாவது ஊர்வாசிகள் அனைவரும் சேர்ந்தே வாழ்ந்து வந்தார்கள்.

வழமைபோல நஸ்ரினாவின் கிராமத்தில் மக்கள் அவசர அவசரமாக தங்கள் பணிகளை முடித்து பள்ளிவாசல்களை அடைந்தனர். மீண்டும் யுத்தம் ஆரம்பமாகி விட்டிருந்தது.

புதுப்பள்ளிவாசல் அருகே மீண்டும் ஷெல் தாக்குதல். அந்த இடத்தில் ஒரே குடும்பத்தைச் சேர்ந்த ஒன்பது பேர் மரணமாகி ஜனாஸா அடுக்கி வைக்கப் பட்டிருந்தது. அதேபோல் ஜின்னா வீதியில் இரண்டு ஜனாசா என்று பரபரப் பாக இருந்தது. இவ்வாறு சிறு சிறு பிரச்சினைகள் கூட பேரிழப்புகளாக உருவெடுத்து மக்கள் கண்ணீர் வடித்தனர். பல சேதங்கள் ஆங்காங்கே ஏற்பட்டாலும், இது ஒரே குடும்பத்தைச் சேர்ந்தவர்கள் என்றபோது எல்லா மக்களும் கண்ணீரில் மூழ்கினார்கள். முஸ்லிம் சமூகமே நடைப்பிணமாகி யது. இவர்களின் இடையே ஜமால் நானாவும் கண்ணில் நீர் சொட்ட சொட்ட அழுது கொண்டிருந்தார். அவர் மட்டுமல்ல முழு சமூகமுமே அழு தது. அமைதியே உருவான நஸ்ரினாவின் கிராமத்தில் நிம்மதியில்லாது மக் கள் திண்டாடினார்கள். இவ்வாறு அவர்களது வாழ்க்கை தலைகீழாக மாறி யது.

திடீரென "யாழ். ஒஸ்மானியாக் கல்லூரி ஜின்னா மைதானத்தில் முஸ்லிம் மக்கள் ஒன்று சேர்க்கப்பட வேண்டும். திடீர் கூட்டம்" என்ற செய்தியை விடுதலைப் புலிகள் வெளியிட்டனர். இந்த விசயம் காட்டுத்தீ போல ஊரெங்கும் பரவியது. ஜமால் நானாவின் நண்பர் அஹமத் நானா வந்து இவ்வாறான கூட்டம் பற்றி அழைப்பு விடுக்கப்பட்டுள்ளது என்று கூறி னார். இதைக்கேட்ட ஜமால் நானா தனது குடும்பத்தைச் சேர்ந்தவர்க ளையும் அயலவர்களையும் கூட்டிக் கொண்டு மைதானத்துக்கு விரைந்தார்.

அந்தக்கூட்டத்தில் இயக்கத்தினரால் ஒன்று சேர்க்கப்பட்ட முஸ்லிம்களின் மத்தியில், "இன்னும் இரண்டு மணித்தியாலத்துக்குள் ஊரை விட்டு வெளியே செல்ல வேண்டும்" என்ற ஆணித்தரமான கட்டளை விடுவிக்கப் பட்டது. எல்லாச் சனங்களுமே "ஓ"வென அழுதார்கள், திட்டினார்கள், கண்ணீர் வடித்தார்கள். கடைசியில் உயிரையாவது காப்பாற்றுவோம் எனப் பலர் பேசிக் கொண்டார்கள்.

ஜமால் நானா அவசர அவசரமாக வீட்டை அடைந்து பதற்றத்துடன் ஆபி தாவை அழைத்தார். பின்னர் அங்கே கூட்டத்தில் நடந்த விடயங்களை ஆபிதாவிடம் கூறினார்.

ஆபிதா, அவசர அவசரமாக அவர்களது உடைகளையும், தேவையான உண வுகளையும், பொருள் பணங்களையும் எடுத்து வைத்துக் கொண்டிருந்தாள். அப்போது ஜமால் நானா அவசரமாக உள்ளே வந்து "விரைவாக எடுத்துவா, ஊரைவிட்டு விரைவாக செல்லவேண்டும்" என்று கண்கள் கலங்கிய நிலை யில் கூப்பிட்டார். அவர்கள் அனைவரும் வீட்டைவிட்டு வெளியே வந்தார் கள்.

அங்கு வெளியில் யாரைப்பார்த்தாலும் அழுகை. ஒருத்தரின் முகத்திலும் அமைதியில்லை. பரபரப்பும், அச்சமும், பயமும் நிரம்பியிருந்தது. நஸ்ரினா பயத்தால் ஆபிதாவின் சேலையை இறுகப் பற்றிக்கொண்டாள். அபூபக்கர்

வீதியில் இருந்து மக்கள் அனைவரும் போராட்டத்துக்கு செல்லுபவர்கள் போல் கால் நடைபவனியாகச் சென்று கொண்டிருந்தார்கள்.

ஐந்து சந்தியை அடைந்தபோது அங்கிருந்த விடுதலைப் புலிகளில் சிலர் எங்களை வழி மறித்து எங்களிடம் உள்ள அனைத்து பொருட்களையும் வாங்கிப் பரிசோதனை செய்தார்கள். எங்களிடம் உள்ள பொருட்கள், நகைகள், பணங்கள் அனைத்தையும் பலவந்தமாக பறித்து எடுத்தனர். பார்த்துப் பார்த்துச் சேர்த்து வைத்திருந்த பொருள், பண்டம், நகை எல்லாம் இழந்து வெறுங்கையோடு ஆபிதாவும் ஜமாலும் நஸ்ரினாவை அரவணைத்துக் கொண்டார்கள். மற்ற மக்களுக்கும் அதே நிலைதான்.

இவ்வாறான நிலையில் நானும் ஆபிதாவும் நஸ்ரினாவும் வாகனத்தில் ஏற்றப்பட்டோம். அந்த வாகனமே கண்ணீர் வெள்ளத்தில் நனைந்து காணப்பட்டது. அதுமட்டுமல்லாது ஆடுகள், மாடுகள் போல அவலப்பட்டோம். நாய்களைப்போன்று எங்களுடன் கடுமையாக நடந்தார்கள். இருக்கக்கூட இடமில்லாமல் ஒருவரையொருவர் மிதித்துக்கொண்டிருக்கும் நிலை. குழந்தைகள் வலியைத் தாங்க முடியாமல் மூச்சுத்திணறினார்கள். ஆண்களும், பெண்களும் பேசமுடியாது வேதனையால் திண்டாடினார்கள்.

இதையெல்லாம் பார்த்த நஸ்ரினா, பயத்தில் தாயின் மடியில் இருந்து அழுது கொண்டிருந்தாள். வாகனம் இரவின் இருளைக் கிழித்துக்கொண்டு மெது வாகச் சென்றது. பயத்தில் வாகனத்தின் உள்ளே இருக்கும் நஸ்ரினா, தாயை இறுக கட்டியணைத்தாள். வவுனியாவை அடைந்தது வாகனம். அங்கு சிறிது இளைப்பாறிப் பின் மீண்டும் பயணம் தொடர்ந்தது. இவ்வாறு 3 நாட்கள் எந்த உணவுமின்றி பசியுடனும் தாகத்தாலும் மிகவும் கஷ்டப்பட்டு பயணித்தோம். எனது உடலிலும், ஆபிதாவின் உடலிலும் எந்த சக்தியும் இல்லை. நஸ்ரினா பசியால் அழுது கொண்டிருந்தாள். மற்ற குழந்தைகளும் அழுது கொண்டிருந்தனர்.

ஒருவழியாக பயணம் நிறைவுக்கு வந்தது. இதுவரைக்கும் நான் கண்டிராத ஒரு புதிய இடத்தை வந்தடைந்தோம். அதன் பெயர் புத்தளம் என்றார்கள். நாங்கள் வந்த வாகனத்தில் இருந்து இறங்கினோம். எங்களது தோற்றம் மிகவும் வித்தியாசமாயிருந்தது. செம்மண் நீரில் குளித்தது போல எங்களுடைய முகமும் உடலும் காணப்பட்டது. நானும் ஆபிதாவும் வாகனத்தில் இருந்து இறங்கிவிட்டு உடனே களைப்பாக அந்த இடத்திலேயே அமர்ந்து விட்டோம். எங்களுடைய வாகனத்தில் வந்த அனைவரும் புத்தளத்தில் தஞ்சம் அடைந்தனர். புத்தளத்தில் இருந்த மக்கள் எங்களை அன்புடன் வர வேற்றார்கள். எங்களுக்கு பல உதவிகள் செய்தனர். எங்களுக்கு உணவும் தயார் செய்து கொடுத்தார்கள். எங்களுடன் அன்பாகவும் ஆதரவாகவும் இருந்தார்கள். எங்களுக்குத் தேவையான இடவசதிகளைத் தலைவர்கள் மூலம் பெற்றுத்தந்தார்கள்.

அங்கிருந்தவர்களில் சிலர் "இவர்கள் யார்? இவர்களை எமது இடத்தில் குடியமர்த்த வேண்டாம்... யாரோ, எவரோ" என்று ஒரு கூட்டம் கூறியது. இருந்தும் சிலர் எங்களை ஆதரித்து ஓர் இடத்தை ஒழுங்குபடுத்தித் தந்தனர்.

மறுநாள் காலை விடிந்தது. கண்விழித்துப் பார்த்தால் ஒரே இடத்தில் அனைவரும் புதிய நபர்கள், புதிய முகங்கள். நாம் இந்த இடத்தில் எவ்வாறு வாழப் போகிறோம் என்ற எண்ணம் ஆபிதாவின் மனதில் ஓடியது. ஆபிதாவும் ஜமால் நானாவும் முகம் கழுவ வெளியே வந்தார்கள். கூடவே நஸ்ரினாவும் குட்டி முயல்போல் ஓடி வந்தாள். கிணற்றுக்கு வந்தால் நிறைய மக்கள் வெட்கமும் கூச்சலும் நிறைந்த குடும்பங்கள் ஒருவர் முகத்தை ஒருவர் பார்த்து வேதனையுடனும் வெட்கத்துடனும் கண்களால் பேசிக் கொண்டனர்.

"பக்கத்து வீடு தெரியாத எங்களுக்கு வெட்ட வெளியில் திண்டாட வேண்டிய நிலை" என்று கவலையுடனும் மனவருத்தத்துடனும் ஆபிதா ஜமால் நானாவிடம் கூறினாள். பின்பு முகத்தைக் கழுவிவிட்டு நஸ்ரினாவையும் கழுவிவிட்டு ஜமால் நானாவும் ஆபிதாவும் நஸ்ரினாவை தூக்கிக் கொண்டு சென்றார்கள்.

யாழ்ப்பாணத்தில் எங்களுடைய வீட்டில் ஏதாவது விசேட தினம் என்றால் எல்லாச் சொந்தமும் அயலவர்களும் எங்களது வீட்டுக்கு வந்து விடுவார்கள். இன்று அவர்கள் யாருமே இல்லாமல் தனிமரமாகி யாரென்று தெரியாத புது நபர்களாகவும், புதிய முகங்களாகவும் காணப்பட்டனர்.

"எங்களுக்கு ஆறுதல் கூறக்கூட யாருமில்லை" என்று அழுது கொண்டே கூறுகிறாள் ஆபிதா.

"கவலைப்பட வேண்டாம்" என்று அவளுக்கு ஆறுதல் கூற முயற்சித்த ஜமால் நானா, "என்றாவது எமது வாழ்வின் நிலை மாறும்" என்று நம்பிக்கையுடன் கூறினார்.

சொந்தங்களது தேடல் இன்னும் தொடர்கிறது.

தொகுப்பு: நஜிமுதீன் மொஹமட் நிப்ராஸ்
மொஹமட் ரில்வான் ரில்சானா

பூனைகள் ஒருபோதும் புலிகளாகாது

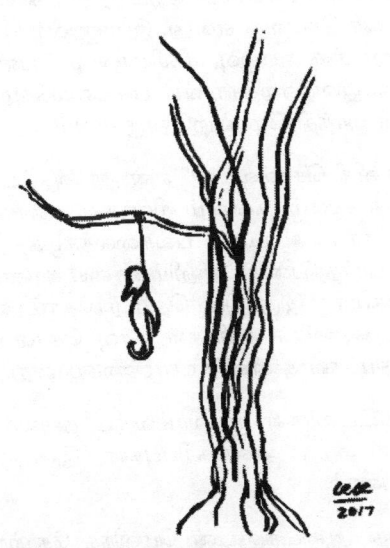

விழிகளை மூடி "வழிகள் பிறக் காதா?" என எனக்குள் சிறு ஏக்கம். 2012இல் பயங்கரவாத தடைச்சட்டத்தின் கீழ் ஓட் டத்தை மீறி சிங்கள கொட்ட மோடு என்னையும் இன்னும் பலரையும் கைது செய்தார்கள்.

"நீ புலியா? உனக்கும் புலிக்கும் என்ன தொடர்பு? புலம்பெயர் இயக்கங்களோடு சேர்ந்து செயற் படுகின்றாயா?" எனப் புலனாய் வுப் பிரிவினர் மிரட்டும் போதெல்லாம் ஒருத்தனை யாவது கொன்று விட்டு நானும் தற்கொலை செய்யலாமா என்ற உணர்வு பிறப்பெடுக்கும். மறு நாள் விடிந்ததும் விடியாத முகத்துடன் கண்ணீரோடு சிறைக்கம்பிகளைப் பிடித்துக்கொண்டு என் னைத் தழுவும் தாயின் கன்னக்குழிக்குள் விழும் கண்ணீரில் நானும் நிலை குலைந்து விடுவேன்.

சூரியனை விழுங்கிய அறை, மூத்திரவாடை, எறும்புகள் வாழும் மலசல கூடம், ஓட்டை வாளிக் குளியல், புலனாய்வுப் பிரிவினரின் அதட்டல் அத்தோடு சிறு தட்டல் என அங்கே ஒரு நாளைக் கழிப்பதுகூட ஒரு யுகம் தான். காதுகளைப் பிளக்கும் குண்டுச் சத்தத்துக்குள்ளும் பதுங்கு குழிகளுக்

குள்ளும் படித்த நாட்களை நினைக்கையில் சிறைச்சாலைகூட சிலசமயம் சொர்க்கம்போல் தோன்றும். ஆனாலும் இருட்டறையில் குருட்டு யாத்திரை யாக கண்களை கட்டி அழைத்து புலனாய்வினர் கடந்தகால பல்கலைக்கழக பக்கத்தைத் தூசு தட்டும்போது மரண ஒலிகள் எனக்குள் ஆர்ப்பரிக்கும்.

பல வலிகளைத் தாங்கியவர் எனினும் தன் நிலைகுலையாதவள் என்ற வகையில் யாழ்ப்பாணப் பல்கலைக்கழகம் இன்னொரு தாய்தான். தமிழ ரின் இருப்பு, தமிழின் நிலைப்புக்கு இவளின் பங்கு சொல்லில் அடங்காது. இவள் மஞ்சள்பூ சூடியவள், நர்த்தனமாடிய பரமேஸ்வரனுடன் கூடியவள். இவளின் வீரம் பொங்குதமிழென உலகே வியந்தது. தமிழே உயர்ந்தது என அத்தனை பெருமையும் கொண்டவள்தான் என்தாய்.

யாழ்ப்பாணம் பல்கலைக்கழகத்தில் கலைப்பீட மாணவர் ஒன்றியத் தலை வனாகத் தெரிவு செய்யப்பட்டபோது எனக்குள் பல படபடப்புகள் இருந் தன. அவற்றையும் தாண்டிய வீர உணர்வுகள் புகுந்ததும் தாயின் சித்தமே.

2009இல் தமிழ் பூமியில் மரணங்கள் மலிந்து போயின. பலர் வலிந்து கைது செய்யப்படுவதும் முதுகைக் கூசச்செய்யும் பீதிகளை ஏற்படுத்திய காலம். அக்காலத்தில் அவுஸ்திரேலியாவுக்குள் செல்வது எளிது. இராணுவக் கெடு பிடி, வெள்ளைவான் கடத்தல், ஊரடங்கு வாழ்வு, கிளியரன்ஸ் பயணம் எனப் பல அவஸ்தைகள் நிறைந்தது. இவற்றைத்தாண்டி பல்கலைக்கழகத் தில் முதலாம் வருடத்தில் தமிழர்கள் மாத்திரமே கற்றதொருகாலம்.

"டேய் இங்கவாடா, பல்கலைக்கழக விதி சொல்லடா?" என ஓர் அதட்டல். "தெரியாது அண்ணா" என்ற அடுத்த கணம், கன்னம் சிவந்தது. கண்ணீர் முகிழ்ந்தது. இறுதிப்போர் கொடூரமாக ஆடியது. பல்கலைக்கழகத்தில் அமைதிப் போராட்டம் வெடித்தது. பார்த்தீபனின் அஹிம்சையை காணாத வர்கள் எம்மைக் கணக்கெடுப்பார்களா? இருந்தும் தொடர்ந்தோம் எம் உறவுகளுக்காக, பல்கலைக்கழக உறவுகளின் உயிர்கள் காவு கொள்ளப் பட்டன. முதலாம் வருட முற்பாதி நாட்கள் கண்ணீர் வாழ்க்கையானது.

என்மேடைப் பேச்சுகளால் கவரப்பட்டவர்கள் முதலாம்வருட தலைவன் என என்னை அலங்கரித்தார்கள். அந்த அலங்கரிப்புகள் இன்றைய அலங்கோல வாழ்க்கைக்குச் சமர்ப்பணம்.

"போதும்.." மொட்டையடித்து, கைதி ஆடைகளுடன் மெலிந்த தோற்றத் துடன் என என்னைக் காணவரும்போது என் தாய் என்னைக் கண்டு பிதற்றிக்கொள்வாள்.

அன்றொரு வெள்ளிக்கிழமை எனைக்காண வந்த தாய், "பொடியள் கம்பஸை மூடிட்டாங்கடா. உங்களை விட்டாதான் கம்பஸ் நடத்த விடுவம் என்கிறாங்கள்" என்றாள். என்னை அறியாமல் உணர்வுகள் கண்கள் வழியே சொரிந்தன.

சொந்த பந்தங்கள் கூட "ஏன் இவருக்கு வேண்டாத வேலை? கம்பஸில படிக்கிறத விட்டுட்டு எதுக்கு இவர் விளக்குக் கொழுத்துறார்?" எனச் சாபமிட்டபோது, என் பல்கலைக்கழக உறவுகள் இவ்வாறு செய்வது, தொப் புள் கொடி உறவுகளைத் தாண்டியதுபோலும் என எண்ணத் தோன்றியது.

2012.12.28இல் கைதுப்படலம் தொடங்கியது. பலர் கைது செய்யப்பட் டோம். மாணவர் ஒன்றியத் தலைவர், மாணவர் ஒன்றியச் செயலாளர், விஞ்ஞானபீட ஒன்றிய உறுப்பினர் மற்றும் நான் உட்பட நான்கு பேருமே நீண்டகாலம் தடுத்து வைக்கப்பட்டு புனர்வாழ்வளிக்கப்பட்டோம். அன்றி ரவு யாழ்ப்பாணப் பல்கலைக்கழக விடுதியில் பயங்கரவாதத் தடுப்புப் பொலிஸ்பிரிவு பொலிஸார் என்னைக் கைதுசெய்தனர். பின்னைய நாட் களில் மேலும் கைதுகள் தொடர்ந்து, குறிப்பிட்ட நான்கு பேரையும் நாலாம்மாடிக்கு மாற்றினார்கள். மனதில் ஒருவித படபடப்பு இருந்தாலும் அவற்றையெல்லாம் மிஞ்சிய உணர்வு காணப்பட்டது. நாம் அனைவரும் எதற்காகக் கைது செய்யப்பட்டோம்?

மாவீரர் தினமன்று பல்கலைக்கழக விடுதிக்குள் புகுந்த இராணுவத்தினர் உலகுக்கே ஒழுக்கத்தில் சவால்விடும் எம் தமிழ் பெண் மாணவிகளைத் தாக்கியமையைக் கண்டித்து, பாரிதொரு ஆர்ப்பாட்டம் அடுத்தநாள் காலை முன்னெடுக்கப்பட்டது. எவ்விதமான முன்னறிவிப்புகளின்றி ஆர்ப்பாட் டம் தொடங்கியது. பல்கலையின் அனைத்துப் பீடங்களும் ஒன்றாகப் பட்சிகள் போல் கூடினார்கள். உரிமைக்காகக் கூடியவர்களை, அநியாயத் துக்காக நியாயம் கேட்டவர்களை, இராணுவமும் புலனாய்வுப் பிரிவினரும் பொலிஸாரும் இணைந்து தாக்கினார்கள். மாணவர்கள் சிதறி ஓடினர். பசிகொண்ட சிங்கம் எம் உடல்களைக் குதறியது. பெண்களின் உடல்களில் ஈவிரக்கமற்றவகையில் வயர்களால் வரிகோடிடப்பட்டது. துவக்கின் பிடி களால் பந்தாடப்பட்டோம். பரமேஸ்வரா சந்திக்கும் கலட்டிச் சந்திக்கு மிடையில் முள்ளிவாய்க்கால்களின் மிச்சசொச்ச கொடூரங்களும் குரூரமாக அன்றைய ஆட்சியாளர்களால் நிகழ்த்தப்பட்டது. சம்பவ இடத்தில் வந்த தமிழ்த் தேசியக் கூட்டமைப்பின் அரசியல்வாதியின் சிவப்புநிற வாகனம் பதம் பார்க்கப்பட்டது. ஊடகவியலாளர்கள்கூட அச்சுறுத்தப்பட்டார்கள்.

இதுதான் நல்லாட்சியா? இரவில் பல்கலை மாணவிகளின் விடுதிகளில் இராணுவத்தினருக்கு என்ன வேலை? "மாணவர் வன்முறைகளை நிறுத்து" என்ற கோஷங்களைத் தாண்டி, பல்கலைக்கழக வாயிலிலிருந்து புறப்பட்ட சமயம், கோப்பாய் பொலிஸ் உத்தியோகத்தர் தடுத்து நிறுத்தினார்.

"ஆர்ப்பாட்டம் செய்யக்கூடாது, எல்லாரும் கலைந்து செல்லுங்கள்" என்றார்.

"முடியாது.." எனக் குரல்கள் உச்சமாகின.

"எமக்குரிமை வேண்டும்" என்ற கோஷத்துடன் கட்டளையைத் தாண்ட பாதங்கள் தயாராகின. பல்கலை முன்வீதியில் முப்பது நிமிட சமரின் பின்

னர் வீதியில் குருதி படிந்த புத்தகங்களும் அறுந்த பாதணிகளும் என எம் உடமைகள் அத்தனையும் அநாதரவாகக் கிடந்தன.

பல்கலைக்குள் நுழைந்த மாணவர்கள் கற்களை எடுத்து படையினர்களைத் தாக்கினார்கள். மூன்று மாணவர்கள் அவர்களின் பிடியிலிருந்தமை அறிந்து தாக்குதல் நிறுத்தப்பட்டது. எனது பதவிக்காலத்துக்கு அடுத்ததாகத் தெரிவு செய்யப்பட்ட கலைப்பீட மாணவர் ஒன்றியத் தலைவர், பிடியிலிருந்தார். அவர் ஊடகமொன்றில் பணியாற்றியமையால் குறிப்பிட்ட ஊடக நிறுவனத்தின் துணையோடு பின்னர் விடுவிக்கப்பட்டார்.

பல்கலைக்கழகத்தில் இராணுவ பிரசன்னம் அதிகமாகிக் கொண்டிருந்தது. மாணவர்களை அவர்களது வீடுகளுக்குப் பத்திரமாக அனுப்ப வேண்டிய தேவையிருந்தது. பல்கலைக்கழக வாகனத்தில் மாணவர்களை வழியனுப்பினோம். பல்கலைக்கழக வீதி, தனது பிள்ளையைப் பறி கொடுத்த தாயைப்போல் சேபையிழந்தாள். எம் பல்கலைக்கழக விடுதிகள் உறைந்திருந்தன. எம் இனக்கூடு கலைந்து போனபின் எமக்கேது உறக்கமென விழிகள் உறக்கத்தைத் துறந்தன.

தடுப்புச் சிறைச்சாலையில் சில அதிகாரிகள் நண்பர்களானார்கள். அவர்களின் துணையோடு சிற்றின்பத்தின் கூடமானது சிறைச்சாலை. எனினும் கண்களைக் கட்டிக்கொண்டு ஒவ்வொருவராக பல்கலைக்கழகப் பக்கங்கள் தூசு தட்டப்படும் போது எம்மையறியாமல் கொல்லப்படும் எம் உணர்வுகள். பல்கலைக்கழகத்தில் எம் அசைவுகள் ஒவ்வொன்றும் புலனாய்வினர்களிடம் தரவாகக் காணப்பட்டது. பல்கலைக்கழகத்தின் ஒவ்வொரு நிகழ்வின் போதும் எமது வகிபாகங்கள் எம் நிழலைத் தவிர யாருக்கும் தெரியாது என நாம் எண்ணியிருந்த நாட்களை இன்று அவர்களின் இரும்புத் தடிகளின் நலன் விசாரிப்புகளில் படம் போட்டுக் காட்டினர்.

அன்று மாவீரர் தினம். உறவுகளை இழந்த எம் விழிகள் உணர்வுகளால் தெரியும் நாட்களை இராணுவக் கெடுபிடிகளே இனங்காட்டிவிடும். மாவீரர் நாள் தொடக்கத்தை எத்தனை கெடுபிடியென்றாலும் சரியாக 6.10க்கு எம் உறவுகளுக்காக ஒளி கொடுத்த மீட்பர்களுக்கு ஒளியேற்ற வேண்டும் என்ற மனத்திடம் கொண்டோம். எனினும் மாணவர்களின் விடுதிகளைப் படையினர் சூழ்ந்து, உள்புகுந்து தடுத்து நிறுத்தினார்கள்.

"நீங்கள்தான் இம்முறை கொளுத்த வேண்டும்" என பல்கலைக்கழக மாணவியர்களின் விடுதி நோக்கி எஸ்.எம்.எஸ் காற்றலையில் பறந்தது. எம் உறவுகள் தன்னகத்தவாறே சிட்டிகளில் கொளுத்தினார்கள். அதையறிந்த படையினர் எமது விடுதியிலிருந்து வெளியேறி, ஒட்டுமொத்தமாக பெண்களின் விடுதியில் நுழைந்தார்கள். நாம் சற்றும் தாமதிக்காமல் ஏற்கெனவே தயார் செய்யப்பட்ட பந்தங்களைச் சுதந்திரமாக ஒளிரச் செய்தோம். மறுபுறம் பெண்கள் பலர் தாக்கப்பட்டார்கள். ஒற்றை வார்த்தையில் சொல்வதானால் தாக்கப்பட்டார்கள் என்பதனைவிட இரவில் சொந்த பந்தங்களே பெண்

களின் அறைகளுக்கு அனுமதியின்றிச் செல்ல முடியாது என்ற தமிழரின் பண்பாடு அழிக்கப்பட்டது.

எம் பல்கலைக்கழகக் காலம், முள்ளிவாய்க்கால்களின் பிற்காலம் எனக் கூறலாம். முள்ளிவாய்க்கால்வரை எவ்வளவு கவனமாக அரசு செயற்பட்டதோ அதைவிடக் கவனமாக அரசியல் நாடகங்களைக் குறிப்பாக தமிழர் பகுதியில் நிகழ்த்திக் கொண்டிருந்தது. தமிழரின் பண்பாடுகளில் ஒன்றான யாழ். பல்கலைக்கழகம் மட்டுமல்ல தமிழர் தாயகமே அழிக்கப்பட்டுக் கொண்டிருந்தது. பல்கலைக்கழகத்துக்குள் முப்பதுக்கு மேற்பட்ட வருடங்கள் நுழைய முடியாதவர்கள் எல்லோரும் பல்கலைக்கழகப் பதவி தெரிவுகளில் நாட்டாமை பண்ணினார்கள்.

அரசின் கபட நாடகங்களில் ஒன்றான கிறீஸ்பூதம், எம் மக்களின் உறைகளில் பாய்ந்தது. பெண்களின் அங்கங்கள் பங்கப்படுத்தப்பட்டன. இரவு ஆறுமணியென்றாலட, அலறத் தொடங்கியது எம் யுவதிகள். இதனை உலகுக்குக் காட்ட பல்கலைக்கழக ஆர்ப்பாட்டத்தில் உணர்வு உரைகளில் உரைத்தோம். முறைத்தது அன்னயம், மறந்தது மாணவர் ஒன்றியச் செயலாளரின் மண்டை ஆனாலும் ஓயவில்லை எம் உணர்வுகளும் உரைகளும்.

வெலிகந்தை சிறைச்சாலை, தமிழர்களுக்கான வாழ்நாள் கல்லறையும் போல்தான் இருந்தது. காரணமின்றித் தமிழனாய்ப் பிறந்ததற்காய் பல உறவுகள் கைதுசெய்யப்பட்ட வரலாறுகள் புதைந்துள்ளமை கண்கூடு.

"டேய்... இன்று நான் கூட்டமாட்டேன் இந்தக் கல்லறையை" என ஏனைய மூன்று நண்பர்களின் ஒருவன் குறிப்பிட்டான்.

"ஏன்டா, ஒவ்வொரு நாளுக்கு ஒருவர்தானே கூட்டுறது என்ற அட்டவணை போட்டிருந்தம்.." என்றேன்.

"இது பெரிய அறை, இதைக் கூட்டியென்ன கூட்டாமவிட்டென்ன" என்றான் அவன்.

"சரி சரிடா... உன்னை இந்த அறைக்குள்ள வைச்சிருக்கிறது கவலைக்குரிய விடயம்தான். உன் பெருமையை பயங்கரவாதத் தடுப்புப் பொலிஸாரே சொன்னாங்கள் தானே" என்றவுடன், ஏனைய எல்லோரும் "ஹா ஹா ஹா" என வாய்விட்டுச் சிரித்தார்கள்.

"பயங்கரவாதத் தடுப்புப் பொலிஸார்ட வரலாற்றிலயே, அவங்கள் கைது செய்து கொண்டுவரும்போது குறட்டைவிட்டு நித்திரை கொண்ட ஒரே ஒருவன் நீதான்டா" என்று மேற்கொண்டு கலாய்க்கவும், "சரி சரி விடுடா. எனக்குப் புகழ்ச்சி பிடிக்காது" என்றவன் தொடர்ந்து, "நான் மட்டுமா? நம்மட ஒன்றியத் தலைவரும் கூடத்தான் பிரபாகரனை உயிரோடு பிடிக்கிறதும் தன்னைப் பிடிக்கிறதும் ஒன்றெண்டு சொன்னதுபோல இருக்கே?" என்று கேட்கவும் மணியடிக்கிறது.

அது எந்த ஆலய மணியுமல்ல. எமது வயிற்றுச் சாப்பாட்டுக்கான மணி. ஆளுக்கொரு தட்டுச் சாப்பாட்டோடு வந்தோம். ஞாபகம் மீண்டும் கரை புரளத் தெடங்கியது.

முகேஸ் சபையின் மூன்று கட்டுகளில் ஒருவனுடையதையும் நண்பர் களோடு கூடித் சாப்பிட்ட நாட்கள் மீண்டும் வருமா?

உலகில் பல தெய்வங்கள் இருக்கலாம், ஆனால் ஒவ்வொரு மனிதனுக்கும் முதல் தெய்வம் தாய் - தந்தையர்கள் தான். அதிலும் தாய் எனக்கு ஒருபடி மேல் தான். எனக்குத் தகவலைப் பரிமாற்றும் ஊடகமாகவும் விளங்குவாள். உன் உடலில் நுளம்புகளின் ஊசித் தழும்புகளைகூட அவளின் கண்கள் கண்டுவிடும். தாயல்லவா? பத்துமாதம் பவித்திரமாகக் காத்து, பெத்து பாலூட்டி சீராட்டி வளர்த்தவளல்லவா? ஆவளைச் சமாளிப்பதற்காகவே சிலசமயம் என் உதடுகள் புன்னகை பூக்கும். "அந்த அரசியல்வாதியிடம் போனேன், இந்த அரசியல்வாதியிடம் போனேன், கதைக்குறன் என்று சொல்லுறாங்கடா" என்பாள். ஊரிலுள்ள அனைத்து கோவில்களின் திரு நீறுகளும் என் சிறைச்சாலை அறையில் உள்ளன. கடவுளர்கள் கூட சில் லறைகளுக்கு விலைபோய்விட்டார்கள் போலும். மறுபுறம் மாணவர்களோ பாரியதொரு தொடர் பகிஸ்கரிப்பை நடாத்திக் கொண்டிருந்தார்கள்.

"உங்களை எப்படியும் நாங்கள் வெளியில் கொண்டுவருவம். ஜனாதிபதியி டமும் பேச்சு நடத்தட்டாம் என்கிறார்கள்" என விரிவுரையாளர்கள் சிலர் எங்களைச் சந்திக்கவரும்போது குறிப்பிடுவார்கள்.

ஜனநாயக வழியிலான போராட்டங்கள்கூட நெஞ்சில் ஈரமில்லாதவர்களின் ஆட்சியினால் சில சமயம் தோற்றுப்போவது உண்டு என்பது கடந்தகால பார்த்தீபனின் வரலாற்றைக் கேட்டு, படித்து வளர்ந்தவர்கள் அல்லவா நாங்கள்? நடப்பது நடக்கட்டும்.

"பல்கலை நடவடிக்கைகள் தொடங்குவதில் எங்களுக்கு எந்தவிதமான ஆட் சேபனையும் இல்லையெனவும் ஆனால், மாணவர்களுக்கு எவ்விதமான பிரச்சினைகளும் காணப்படக்கூடாது என்றும் சொன்னோம். மேலும் இரா ணுவ, பொலிஸார்கள் பல்கலைக்கழகத்தின் முன்புறங்களில் தளம் போடுவ தாகவும் அறிந்துள்ளோம். அவற்றை உடனடியாகக் கைவிட வேண்டும். எனவும்" அவர்களிடம் குறிப்பிட்டோம். "முயற்சி செய்கிறோம்" என்று கூறி, விரிவுரையாளர்கள் புறப்பட்டனர்.

பல்கலைக்கழக மாணவர்கள் என்பதால் சில சலுகைகள் எமக்குக் கிடைத் தாலும் அச்சலுகைகள் எங்களிடமிருந்து தகவல்களை அறியும் நோக்க மாகக் கொண்டிருந்ததன் வெளிப்பாடாகும். எது எவ்வாறு இருந்தாலும் வரிபோட்ட பூனைகள் புலிகளாக முடியுமா? சிறைச்சாலைக்குள் பூனை களை அழைத்து வந்து "நீ புலியா..? புலியா..?" என விசாரித்து எமக்குப் புலிப்பட்டம் கட்டிப் புனர்வாழ்வளிக்கப்பட்டது.

புனர்வாழ்வில் இன ஒற்றுமை, நல்லிணக்கம், சகோதரமொழி வகுப்புகள் சீரும் சிறப்புடன் நடைபெற்றது. பதுங்கு குழிகளுக்குள் இருந்தும் குண்டுச் சத்தங்களுக்குள்ளும் கற்று, பல்கலைக்கழகம் வந்த எமக்கு இது என்ன சோதனையென எண்ணத்தோன்றும். பல்கலைக்கழக கல்லாசனங்களில் பலகதை பேசிச் சுதந்திரப் பறவைகள்போல் பறக்க வேண்டிய எங்கள் வாழ்க்கை சிறகொடிந்துள்ளது. ஆனால், மறுபுறம் எமது கைது நடவடிக்கைகள் ஊடகங்களுக்குக் கிடைத்த சுவையான தீன்போல் காணப்பட்டது.

சில ஊடகங்கள் எமக்காக உரத்துக் குரல் கொடுத்தாலும் வேறு சில ஊடகங்கள் தமது வர்த்தக நோக்கங்களுக்காகச் செய்திகளை வெளியிட்டிருந்தன. நாம் சிறைக்குள் வாழ்வதைக் கொச்சைப்படுத்தும் வகையில் யாழ்ப்பாணத்திலிருந்து வெளிவரும் கட்புல ஊடகமொன்று ஒரு நிகழ்ச்சியாகத் தயாரித்து, பல்கலைக்கழக மாணவர்களுக்கு இது வேண்டாத வேலையென்று கூறும் வகையில் நிகழ்ச்சிகளைக் காண்பித்துள்ளது.

உண்மையில் பல்கலைக்கழகம் வரும்போது கற்க வேண்டும், சாதிக்க வேண்டும் என்ற எண்ணம்தான் எல்லோருக்கும் இருக்கும். ஆனால், தாயை வசைபாடினால் தனயனுக்கு எவ்வாறு பொறுக்க முடியாதோ அதேபோல் பல்கலைக்கழகத் தாயின் வலிகளுக்குள் நாமும் புதைந்து போவதுதான் நிதர்சனம். உலகிலே எந்த மேடைகளும் தராத புத்துணர்ச்சிகளை எமது கைலாசபதி கலையரங்கு தருவாள். வல்லமை தருவாள். எம்மை வல்லவராக்குபவளும் அவள்தான். புனித போராட்டங்களை மட்டம் தட்டும் ஊடகங்களும் ஒருவகையில், துச்சாதனன் துயிலுரிகின்றபோது சுற்றிப் பார்த்துக் கொண்டிருந்தவர்கள் நகைப்பதுபோல்தான் தோன்றுகின்றது.

எங்களுடைய விடுதலைக்காலம் மலரத் தொடங்கியது. ஆனாலும் உச்ச கட்ட விசாரணைகள் நடைபெற்றுக் கொண்டிருந்தன. மூளைச்சலவை செயற்பாடுகள்கூட நடைபெற்றன. எவ்விதமான பயங்கரவாத செயற்பாடுகளிலும் ஈடுபடக்கூடாது எனக் கட்டளை பிறப்பிக்கப்பட்டது. எங்களை அறியாமல் சிரித்தோம், "பூனைகள் ஒருபோதும் புலிகளாகாது" என்று.

தொகுப்பு: வரதராசா நவநீதன்

மௌனவலிகளின் வாக்குமூலம் 194

உயிர்காத்த பலிபீடங்கள்

எனக்கு நினைவு தெரிஞ்ச காலத்தில எங்கட அப்பா உயிரோட இல்ல. அவருக்கு ஏதோ வருத்தம் வந்து செத்துட்டாராம். அப்போ எனக்கு இரண்டு வயசாம். என்ர அம்மாவுக்கு, எனக்கு முதல் பிறந்தது ஓர் அக்கா. அவட பெயர் சுவாமியம்மா. அக்கா பிறக்கும் போது எங்கட அப்பா செல்வம், ஒரு தோணி வலை வாங்கினாராம். அதால அதிர்ஷ்டக்கார பிள்ளையாம் என்று அக்காவ சொல்வாங்கள்.

எங்கட அண்ணாமார்களான மயில்வாகனம் பொன்னம்பலம் இரண்டு பேருக்கும் நான் எண்டா ரொம்ப உயிர். எப்போ பார்த்தாலும் என்னைத் தூக்கி வச்சிருப்பானுகளாம். எங்கட அப்பா, அம்பாறை மாவட்டத்தில் உட வலவ எனும் ஊரில் சேவையரோட கூலியா வேலை செஞ்சி ரெண்டு பொம் பிள பிள்ளைகள்ர வருங்காலத்துக்காகக் காரைதீவு 10ஆம் பிரிவில வளவு வாங்கி வைச்சிருக்காரு. ஆனா, நாங்க காரைதீவு 03ஆம் பிரிவில தான் முதல்ல இருந்தம். அங்க இருந்துதான் நானும் அக்காவும் ஓலையால் வேயப் பட்ட இராமகிருஷ்ணன் சாரதா பெண்கள் பாடசாலையில் படிச்சம். எங் கட வீட்டுக்கும் பள்ளிக்கும் இடையில் இருபது மீற்றர் தூரம் இருக்கும்.

இப்படி இருக்கிற காலத்தில் எங்கட அம்மாவுக்கு வருத்தம் வந்தது. என்ன வருத்தம் எண்டு எனக்குத் தெரியாது. காரணம் அப்போ நான் இரண்டாம் ஆண்டு படிக்கன். அந்த வருத்தத்தில அம்மா செத்துப்போயிட்டாவு. பிறகு அம்மாவும் அப்பாவும் இல்லாம சரியா கஷ்டப்பட்டம். அப்போ, அம்மாட தங்கச்சி தான் எங்களப் பார்த்து வளர்த்து வந்தாவு.

அப்பா இல்லாத காலத்தில எங்கட தோணில கடலுக்கு போய் அதுல வார வருமானத்தைக் கொண்டு தருவாங்க. அந்த ஆட்கள் தந்த காசிலதான் எங்கள அம்மா வளர்த்தாவு. அதே வருமான வரவக்கொண்டுதான் எங்கட அம்மாட தங்கச்சி குஞ்சம்மா, மூன்று வருசமாக வச்சி வளர்த்தாவு. பிறகு

அண்ணாக்கள் வேலைக்குப் போய் உழைச்சி அந்தக் காசக் குஞ்சம்மாட்ட கொடுத்து அந்த வருமானத்தில வளர்த்தாவு. நான் 03ஆம் ஆண்டு வரத்தான் படிச்சன்.

எனக்குப் பன்னிரெண்டு வயசு இருக்கும். அப்போ பெரிய பிரச்சின. உட வலவ, கல்லோயா பக்கம் அங்க இருந்த கரும்புத் தொழிற்சாலையை கரும்பு காலை எல்லாம் எரிச்சாங்க. அதுதானாம் சிங்களாக்களுக்கும் தமிழாக் களுக்கும் ஏற்பட்ட முதல் பிரச்சினயாம். 1957ஆம் ஆண்டு "ஸ்ரீ" இலக்கத் தால வந்த பிரச்சினை. சிங்களவர் "ஸ்ரீ" என்ற எழுத்துகளை தமிழர்களின் வாகனத்தில் போடச் சொல்லவும் தமிழர்களால் நடாத்தப்பட்ட போராட்ட மாகும். தனிச் சிங்களச் சட்டம் அமுலாகிய பின்னர் இந்தச் சட்டம் அமு லுக்கு வந்தது.

இதனால தான் அங்கால பக்கம் வேல செஞ்ச தமிழனுக்கு எல்லாம் வேலை இல்லாம போயிட்டுது. எங்க பார்த்தாலும் டயர்கள், வைக்கோல் எல்லாம் போட்டு உயிரோட பத்தவச்சா யாருதான் போவா? இப்படி வேலை இல் லாம போனதால கடல் தாய் தான் நல்ல வழிய காட்டினாவு. கடலுக்கு போய் மீன் பிடிச்சி விற்க தொடங்கினதால நிறையப் பேர் கடல் தொழில் செய்தாங்க. இப்படியெல்லாம் வாழ்க்கை காலம் செல்ல குஞ்சம்மாவும் குஞ்சப்பாவும் இவங்கட 06 பிள்ளைகளும் நாங்க நாலுபேரும் என மொத் தம் 12 பேரும் ரெண்டு அறை ஒரு மண்டபம் ஆன ஓலைக் குடிசையில வாழ்ந்துவந்தம். அது மட்டுமில்லாம அங்க இருந்துதான் நாங்கள் எல்லா ரும் கல்யாணம் முடிச்சம்.

எனக்கு இருபது வயசு இருக்கும்போதே கல்யாணத்த பண்ணிடாங்க. எங்கட ஊர்ல இருந்து சுமார் இரண்டு கிலோமீற்றர் தூரத்தில மேற்கு பக்கம் இருக்கிற சம்மாந்துறைல கோரக்கோவில் பக்கம் இருந்த சிதம்பரபிள்ளை யிட மகன் வடிவேல் எங்கிரவர கல்யாணம் பண்ணியிருந்தாங்க. இவரு எங்கட அப்பா வேலை செஞ்ச அதே வேலையத்தான் செய்கிறாரு, அதனால தொடர்பாகித்தான் எனக்கு கல்யாணம் பண்ணி வச்சாங்க. இவரு முதல்ல அம்பாறையில வேலை செஞ்சாராம், கல்லோயா பிரச்சினை முடிய பிறகு உடவலவக்கு மாத்திட்டாங்க. நாங்க கல்யாணம் முடித்தும் (அண்ணா, அக்கா, நான்) காரைதீவு 3ஆம் பிரிவில இருந்த வீட்டை எங்கள வளர்த்து கல்யாணம் வரை பண்ணிவைச்ச குஞ்சம்மாவுக்கு நன்றிக்கட னாக அந்த வீடு வழவ, அம்மா எழுதிக்கொடுத்து விட்டு கடற்கரைப்பக்கம் இருக்கிற எங்கட அப்பாட, எங்களுக்காகச் சேர்த்த வழவில வந்து இரு அறையும் ஒரு மண்டபமும் கொண்ட ஓலைக் குடிசையால வீடு கட்டி அதில இருந்து வந்தம்.

காரைதீவு 9ஆம் குறிச்சி, இங்கால சரியான காடும் பற்றையும் போக வர ஒரு வழி தான் இருக்கு. ஆட்களின் வீடுகள் தள்ளித் தள்ளித்தான் இருக்கும் ஆனா, நல்ல பசுமையான இடம். ஒரு தொல்லையும் இல்லாம சந்தோஷ மாக இருந்தம். 1965ஆம் ஆண்டு எனக்கு ஒரு பொம்பிள பிள்ளை பிறந்

தாள். நல்ல வெள்ளை. பாக்க வெண்ணெயைப் போல இருந்தாள். சந்திரா என்று பெயர் வைச்சம். சந்திரா என்டாலே அந்த ஏரியா ஆட்களுக்குச் சரியான உயிர். இவருக்கு இரண்டு வயசு இருக்கும்போது அநேகமாக 1967 எண்டு நினைக்கன், இரண்டாவது ஆம்பிள பிள்ளையும் பிறந்தான். கடும் துடி துடிப்பானவன். இவன் வளர்ந்து வர வர அழகும் அறிவும் அதிகமாக இருந்தது. இவனுக்கு ரோசாப்பூ கலர் எண்டா ரொம்ப பிடிக்கும். அதிகமாக அந்தக் கலர் பிடிக்கும். அந்தக் கலரில தான் உடுப்பு போடுவான். இவன ரமணி என்று கூப்பிடுவம். ஆனா இவருக்கு வச்ச பேர் இந்திரன்.

இவன் பிறந்து இரண்டு மூன்று வயசில சந்திரா பள்ளிக்குப் போக ஆரம்பித்து விட்டாள். சாதாரண பெண்கள் பாடசாலையிலதான் சேர்த்தம். எங்கட காலம் சந்தோஷமாகவும் இன்பமாகவும் போய்க்கொண்டிருந்தது. எனக்கும் மூன்றாவது ஆம்பிளப் பிள்ளை பிறந்தது. அவனுக்கு ரவி என்று பெயர் வச்சம். அவருக்கு பிறகு தேவு பிறந்தான். ரமணியும் ரவியும் நல்ல கூட்டாளிகள் போல திரிவானுகள். ரமணி படிப்பிலையும் சரி விளையாட்டிலும் சரி அவன்தான் முன்னுக்கு வருவான். என்ர பெடியனுகள் மூன்று பேரும் 100 மீற்றர் தெற்கு தூரத்தில பாலயடி பால விக்னேஸ்வரர் கோவிலுக்குப் பக்கத்தில இருக்கிற விக்னேஸ்வரா பள்ளியில படிச்சானுகள். ரமணி பிறகு சுமார் 200 மீற்றர் தூரம் எங்கட வீட்ட இருந்து வடக்குப் பக்கம் இருந்த விபுலானந்தா மகா வித்தியாலயத்தில படிச்சான்.

இப்படி இருக்கும்போது எனக்கு ஐந்தாவதாக ஒரு பொம்பிள பிள்ளை பிறந்தது. அவள்ர பெயரு கீதா, நல்ல குண்டுப்பிள்ளை. இவள் பிறந்து கொஞ்ச வருசத்தால கஷ்டமான நிலைமை ஏற்பட்டிச்சு. அவருக்கு சம்பளம் குறைவாக வந்திச்சு. குடும்ப செலவு அதிகமாயிற்று. அப்போது ரமணி 9ஆம் ஆண்டு படிக்கான். இவரால குடும்ப வருமானம் குறைவு. சாப்பிட அது இது வாங்க வசதியில்லை எங்கிறத பார்த்திட்டு இருக்க முடியாம 1982ஆம் ஆண்டு காலப்பகுதிக்குள் நமச்சி எங்கிறவரிட்ட ஓடாவி வேலைக்கு பேனான். நல்லா வேலை செய்வான். இப்படி இவன் வேலை செஞ்சி இருந்த காலப்பகுதிக்க 1983ஆம் ஆண்டு காலப்பகுதி இருக்கும், யாழ்ப்பாணத்தில இயக்கம் பதின்மூன்று இராணுவத்தை கொன்று போட்டதாக என்று நாடு முழுவதும் பரபரப்பாக இருந்தது.

1983ஆம் ஆண்டில எல்லாம் கொழும்புப் பக்கம் பிரச்சினை ஏற்பட்டிருந்தது. அதுதான் ஜூலை கலவரம். தமிழர்கள் படுகொலை செய்யப்பட்ட காலகட்டம். முன்பு புளொட், ஈ.பி.ஆர்.எல்.எப், டெலோ, ஈரோஸ், விடுதலைப் புலிகள் என்று நிறைய இயக்கங்கள் இருந்தன. இயக்கங்கள் வளர்ந்த நேரத்தில என்ர மகன் ரமணிட வேலைத்திறமை, படிப்பில இருந்த அறிவு எல்லாத்தையும் புலி இயக்கத்தில் இருந்தவங்க கவனிச்சி வந்திருக்காங்க.

ஒருநாள் எனது மகனிட்ட ஒருத்தன் வந்து சொன்னானாம் "நீ நல்ல வேலையெல்லாம் செய்கிறாய், நல்லா படிக்கிறாய்... இப்படி கஷ்டப்படப் போறாயா... நீ எங்கட இயக்கத்துக்கு வந்தாய் எண்டா உனக்கு நிறையக்

காசி வரும்” என்று ஆச காட்டியிருக்கானுகள். ரமணியுடன் வேலை செய்த ஒரு பெடியன் வந்து நடந்தவற்றை என்னிட்ட சொன்னான். நான் இதை பெரிசா எடுக்கல்ல. “என்ர மகன் இயக்கத்துக்குப் போக மாட்டான்” என்று சொன்னன்.

அதுக்கப்புறம் 1984ஆம் ஆண்டு காலகட்டத்தில என்ர மூத்தமகள் சந்திரா, சாமத்தியமாகிவிட்டாள். அப்போ சின்னதாக புட்டுக்களி செய்தம். அவ ருக்கு தண்ணீர் வார்த்து, ஊரில இருக்கிற எங்கட ஏரியாவில் உள்ளவர்கள் வந்து குரவை போட்டு, அவருக்கு சாறி உடுத்தி, புட்டும் கழியும் கொடுத்தம்.

இப்படி சந்தோஷமாக இருக்கிற காலத்தில கிழக்கு மாகாணமான எங்கட பக்கம் 1985ஆம் ஆண்டு இனப் பிரச்சினைகள் ஏற்படத் தொடங்கி விட் டன. அதே நேரத்தில இயக்கங்கள் கூட வெளிக்கிட்டு பிரச்சினை ஏற்பட் டது. ஆட்கள எங்கட ஊருக்கு பக்கத்து ஊர் வடக்குப்பக்கம் இருந்த சாய்ந்த மருது முஸ்லிம் எல்லாரும் தமிழன வெட்ட வந்திட்டாங்க. நிறையப் பேரை வெட்டியும் போட்டாங்க. இது கல்முனை, காரைதீவு, சாய்ந்தமருது, பாண் டிருப்புப் பக்கம்தான் அதிகமாக உருவாகியது. இதனால புலிகளின் ஆதிக் கம் அதிகமாகி தமிழன பாதுகாக்க முஸ்லிம்களைச் சுடத் தொடங்கிட் டாங்க. இது பெரிசா வளர்ந்து வந்தது. இதனால அந்தக்காலத்தில ஜனாதி பதியாக இருந்த ஜே.ஆர். ஜெயவர்த்தனாவும் இந்தியாவின் பிரதமர் ராஜிவ் காந்தியும் ஓர் ஒப்பந்தம் செய்து, இந்திய இராணுவத்தை வரவச்சாங்க.

1986ஆம் ஆண்டு காலப்பகுதி எண்டு நினைக்கன். இந்தக் காலத்தில எங்க முஸ்லிம் ஆட்கள் வெட்ட வருவானோ என்று சரியான பயம். ஆனால் இயக்கம் இருந்ததால பயமில்ல. இந்திய இராணுவம் இலங்கைக்கு வந்து எஸ்.ரி.எப். என்ற ஒரு பாதுகாப்புப்படைய இலங்கை மக்களை வச்சி உருவாக்கினாங்க.

1987ஆம் ஆண்டு சம்மாந்துறையில இருந்த என்ர புரிசன்ட மாமாட மகன் மகேந்திரனை என்ர மூத்த மகள் சந்திராவுக்கு கல்யாணம் பண்ணி வச்சன். குமர்பிள்ளையாச்சே... இந்தப் பிரச்சினை நேரத்தில வீட்டில வச்சிருக்க ஏலாது. அது மட்டுமல்ல வீட்டை வழச்சி காடும் பற்றையும் கூட. இப்படி யான இடத்தில வயசுக்கு வந்த பிள்ளையை வச்சிருக்கப் பயம். அதனால கல்யாணம் கட்டிக் கொடுத்தன். கல்யாணத்த ஆக்களுக்கு சொல்லி பெரிசா செய்யாம பாலயடி விக்னேஸ்வரர் கோவிலில செய்தம். அப்ப ரகு ஐயாட அப்பா குருக்கள் தான் ஐயரா இருந்தவர்.

மற்றப்பிள்ளைகளும் நல்லா வந்திட்டாங்க. 1988ஆம் ஆண்டு சந்திராவுக்கு ஓர் அழகான ஆம்பிள பிள்ளை பிறந்தது. அந்தப் பிள்ளைக்கு ரிசாந் என்று பெயர் வச்சாள் சந்திரா. இவனுக்கு ஒரு வயசு இருக்கும் போது 1989 என்று நினைக்கன், பிரேமதாசா ஜனாதிபதியாக வந்து அவருக்கு இந்திய இரா ணுவம் இலங்கையில் இருக்கிறது பிடிக்காம எல்.ரீ.ரீ.ஈயுடன் ஒப்பந்தம் செய்து இந்தியாவுக்குத் திருப்பி அனுப்பிட்டாங்க.

இந்திய இராணுவம் போகும்போது ஈபிக்காறன்களின் ஆயுதம் எல்லாம் கொடுத்திட்டுப் போய்ட்டாங்க. இவனுகள் அத வச்சி என்ன செஞ்சானுகள் தெரியுமா? ஒருநாள் இரவு இந்தியா இராணுவம், காரைதீவில இருந்த விவசாய கமநல சேவை மத்திய மையத்தில பொலிஸ் நிலையம் இருந்தது. அங்கே இருந்த 39 பொலிஸ சுட்டுப் போட்டானுகள். அதுக்குப் பிறகு பார்த்தா அவளவு பேரும் முஸ்லிம் பொலிஸுகள். இதனால இனக்கலவரம் ஆரம்பமாச்சி.

சம்மாந்துறை வீரமுனை எல்லாம் ஒரு போர்க் களமாக இருந்தது. இது எப்படி ஆரம்பிச்சது என்றால் சம்மாந்துறையில இருந்த ஈபி ஆக்கள் சம்மாந்துறை முஸ்லிமையும் அங்கிருந்து சுட்டு அழிச்சி சின்னா பின்ன மாக்கிட்டாங்க. சிங்களவரும் முஸ்லிமும் நல்ல உறவாக இருந்தார்கள். இதனால தானே உடவளவையில வேலை செய்த ஆட்களுக்கு மூன்று ஏக்கர் காணி கொடுத்தவங்க. அத நாங்க எடுக்கப்போக, அத இந்த முஸ்லிம் கள் எல்லாத்தையும் அபகரிச்சிட்டாங்க.

வீரமுனைக்க புகுந்த முஸ்லிம்கள் அங்கிருந்த தமிழர்களை வெட்டத் தொடங்கிட்டாங்க. இந்த நேரத்திலதான் வீரமுனை குளத்துக்குள் இருந்த சல்லு பத்தைக்குள ஒளிச்சிருந்தாங்க. இந்தப் பிரச்சினைக் கெல்லாம் இன் னும் ஒரு காரணம் இருக்கு. பிரேமதாச, எல்.ரீ.ரீ.ஈயுடன் ஒப்பந்தம் செய்யும் போது ஈபியையும் சேர்த்து அனுப்ப வேணும் என்று இருந்தது. அப்போ ஈபி காரனை சுட்டு பிரச்சினை பண்ணி இறக்காமம், சம்மாந்துறை, கல்முனை என்டெல்லாம் ஈபி இருந்த இடத்தில எல்.ரீ.ரீ.ஈ இருந்தது. அப்போது இலங்கை அரசாங்கத்தோடு ஒத்து இயங்கியதால இலங்கை இராணுவத் துடன் எந்தப் பிரச்சினையும் ஈபிக்கு வரல்ல.

கொஞ்சக் காலத்துக்குப் பிறகு காரைதீவில் இருந்து தென் பகுதியில் 30 கிலோமீற்றர் தூரத்தில் உள்ள திருக்கோவிலுக்கு ஒருநாள் எல்.ரீ.ரீ.ஈ வேனில போகும்போது வேனை இராணுவம் சோதனை பண்ணியிருக் காங்க. இவங்க ஆயுதம் கொண்டு போறாங்களா எண்டு சோதனை பண்ணி யதால ஏற்பட்ட பிரச்சினை கொஞ்ச நஞ்சம் இல்லை. இந்த ஊர் பட்ட வேதனை வலி அதுபோல எங்கட வாழ்க்கையில கண்ணீரும் பசியும் பித்துப்பிடிச்ச உசிர கையில பிடிச்சிக்கிட்டு தப்பிக்கப்பட்ட பாடு.. ஐயோ.. மிகவும் கொடுமையோ கொடுமை.

ஒருநாள் கொஞ்சப் பேர் வந்தானுகள். வீட்ட அந்த நேரம் நான் மதியச் சாப்பாடு சாப்பிட்டுக் கொண்டிருந்தேன். வந்த நேரத்தில அவனுகள் “எங்கடி உன்ட புள்ள?” எண்டானுகள். உறுக்கினானுகள். எனக்கு நெஞ் செல்லாம் பட படத்தது. அப்போ என்ட நாலாவது புள்ள தேவு, என்ர அக்காட வீட்ட இருந்து பின் வழியாக வந்தான். அப்போது என்ர கையில இருந்த சோத்துக் கேப்பையைத் தட்டி விட்டானுகள்.

இதக் கண்டதும் தேவு "அம்மா.." எண்டு கத்திட்டு என்னைக் கட்டிப் பிடிச்சி அழுதான்.

அப்போ நான் "யார மனேய் கேட்கிறியள்?" எண்டன் நடுங்கியவாறே.

"ம்ம்ம்.. உண்ட புள்ளதானே ரமணி? எங்கடி அவன்?" எண்டு அறைய வந்தானுகள்.

அதபார்த்தும் தேவு கடுமையா "அம்மா" எண்டு கத்தினான். அதோட நான் மயங்கிட்டன், புள்ள கத்தின அதிர்ச்சில.

பிறகு கண் முழிச்சிப் பார்க்கன், அவனுகள காணல்ல. தேவு கையில தண்ணி யொக்கோட பக்கத்துல இருக்கான். கண்ண திறக்க திறக்க தல சுத்துது. உடம்பெல்லாம் நடுங்குது. எண்ட புள்ள ரமணிய ஏன் கேட்கானுகள், கொல்லப்போறானுகளோ? எண்டு பயம். இவனுகள் யாரு ஏன் இவன கேட்கானுகள் எண்டும் எனக்குத் தெரியாதே என யோசிச்சி சுவரில சாஞ்சிட்டு தலையில கைய வச்சிட்டு இருக்கன். பக்கத்து வீட்டு ஒரு பொம்பிள வந்தாள்.

என்னைப் பார்த்ததும் கிட்ட ஓடிவந்து ஒரு பதற்றத்தில "என்னடி அக்கா புளொட் காரனுகள் வந்தவனுகள்... என்ன நடந்தது?" என்றாள்.

"வந்தானுகள் ரமணிய கேட்டானுகள், அறைய வந்தானுகள். நான் மயங்கி விழுந்துட்டன். அதுக்கப்புறம் என்ன நடந்தது எண்டு தெரியாது" எண்டன்.

அவள் "ஓ ஓ கவனமா இருடியக்கா" என்று சொல்லிட்டு போயிட்டாள். அவளும் ஒண்டும் சொல்லல்ல.

பிந்நேரம் போல ரவி ஓடிவாறான். அப்போதுதான் அக்காட்ட போன பிள்ளைகள் எல்லாம் வந்துதுகள். களைச்சி விழுந்து ஓடிவந்தவன் சொன்னான்.

"அம்மா அம்மா யாரும் வந்து கேட்டா அண்ணா இல்ல எண்டு சொல்லுங்கம்மா" எண்டான். நாங்களும் பதற்றத்தில் "ஏன்டா?" எண்டன்.

"அண்ணா வந்தும்மா... அண்ணா வந்து... இயக்கத்தில இருக்கான்மா" எண்டான்.

வானம் முழங்கிறாப்போல கடும் அதிர்ச்சியா தலையெல்லாம் சுத்துது. நிலத்தில இருந்த நான் படுத்துட்டன்.

"சந்திரா... சந்திரா... என்னம்மா தம்பி இப்படி பண்ணிட்டானேம்மா" எண்டு கத்தி, ரவிய பிடிச்சி "சொல்லுடா... உண்மையாகவாடா? எப்படா போனான்?" என்றேன்.

ரவி, "அவன் 1985ஆம் ஆண்டே போயிட்டான். உங்கட்ட சொன்னா அடிப்பன் எண்டான், அதுதான் சொல்லல்ல" எண்டான்.

சந்திரா "எங்கடா இப்போ அவன்?" எண்டாள்.

ரவி "அவன் அம்பாறை மாவட்டத்துக்கே நிதிப் பொறுப்பாளரா இருக்கான். எனக்கு மட்டுமில்ல இந்த ஊராக்களுக்கே தெரியும். நம்மட பாலையடி கோவில் ஐயாவுக்கும் தெரியுமே" எண்டான்.

அப்படி இப்படி எண்டு பேசிட்டு இருக்க இரவா போயிட்டு. சந்திரா புள்ளைய தூக்கிட்டு அவள்ர பெரியம்மாட்ட போயிற்றாள். எனக்கு ரவி வந்து சொன்னதைக் கேட்டத்தில இருந்து சரியான பயம். பகல் ஒரு வாய் தான் சோறு சாப்பிட்டன். ஏற்கெனவே நான் எலும்பும் தோலும். அதுல சப்பாடு தண்ணி இல்லாம இவன என்ன செய்யப் போறானுகளோ எண்டு கடும் பயம்.

எண்ட புள்ளைகள்ல தேவு தவிர மற்ற எல்லாரையும் என்ர அக்காட்ட அனுப்பிற்றன். பிறகு இரவு 9.00 மணி இருக்கும் தேவுக்கு சாப்பாடக் கொடுத்துட்டு அப்படியே கூலி வேலைக்குப் போய் வேலை விட்டு வந்ததும் என்ர கணவனுக்கும் தேவுக்கும் சாப்பாடக் கொடுத்திட்டு என்ர கண வரிட்ட ஒன்றுமே சொல்லாம படுக்கப் பாயப்போட்டு விளக்க நூத்துட்டு அஞ்சி நிமிடம் படுதிருப்பன் எண்டு நினைக்கன், கதவுல வந்து தட்டுப்ப டுது. அது பெரிய சத்தம். பயந்து பயந்து மெதுவா வந்து கதவ திறக்க, கதவடியில வந்தன். இவரும் வேலை செய்த களைப்பில சரியான தூக்கம். நான் விளக்கக் கொழுத்திட்டு கதவ திறக்க இவர எழுப்பினன்.

இவரு போய் "யாரது இந்த நேரத்தில கதவ தட்டுற?" எண்டு கதவ திறந்தாரு. அவர தள்ளி விட்டுட்டு வீட்டுக்க புகுந்து அறையெல்லாம் தேடுறானுகள்.

மதியம் வந்த அதே ஆட்கள் "எங்கடி உண்ட புள்ள? மதியம் நாங்க வந்தத உண்ட புள்ளட்ட சொன்ன என்னடி?" எண்டான்.

அதுக்கு நான் சொன்னன் "இல்ல இல்ல... நான் சொல்லல்ல, அவன் காலை யில போனவன்தான் இன்னும் வரல" எண்டன்.

"வரலயா... பொய் சொல்லாத" என்று துவக்க எனக்கு நீட்டினான்.

இத இவரு கண்டதும் "ஐயா... அவன் இன்னும் வரல ஐயா... என்ன பிரச்சின, ஏன் அவன கேட்கிறயள்" என்றாரு.

"உண்ட புள்ள எங்கட ஆட்கள் ரெண்டு பேர சுட்டுப்போட்டு எங்கயோ தப்பிச்சிட்டான். அவன கண்டா கொண்டு போட்டுடுவம். எங்க அவன்... உன்னச் சுட்டா வருவானாடி?" எண்டு கேட்டான். நான் பயந்திட்டன்.

என்ர புருஷன் அவனுகள்ர காலில் விழுந்து விழுந்து, "இல்ல ஐயா ஒண்டும் செய்யாதிங்க" எண்டாரு. அப்போ அதுல இருந்த ஒருத்தன் சரியான கறுவல், போய்ப் படுத்திருந்த தேவுவ எழுப்பி இழுத்துட்டுப் போனான், "இவன் வேணும் எண்டா அவனக் கூட்டிட்டு வா" எண்டுட்டு.

நான் அந்தப் பத்தைக் காட்டுவழியா இருட்டுக்க, கண்ணும் தெரியாம காலில செருப்பும் இல்லாம முள்ளுக் குத்த குத்த இரவு போட்டிருந்த சட்டையோட "விடுங்க அவன விடுங்க அவன..." எண்டு கண்ணீர் வடிச்ச போல, அவனுகள் பின்னால கெஞ்சிக் கேட்டுக் கொண்டு போனன்.

என்ர புள்ள கத்திக் கத்தியே போனன். அவனுக்கு அறைஞ்சி துவக்குப் புடியால அடிச்சி இழுத்திட்டு போனானுகள். என்னையும் பத்தைக்குள் தள்ளி விட்டுட்டுப் போனானுகள். நானும் என்ர புரிசனும் அவனுகள் பின்னால் போனம் அந்த ஏரியாச் சனங்கள் எல்லாம் எழும்பிப் பாத்திட்டு நிக்குதுகள்.

பிறகு பாலயடி விக்னேஸ்வரர் கோவிலடியில நிண்டு எனக்கு ஓர் அறை அறைந்தானுகள், அதோட காதுக்குள்ள "நொய்" என்டு சத்தம் கேட்டது. தேவுவ காலால் உதைச்சி எங்களிட்ட தள்ளி விட்டுட்டு போயிட்டானுகள்.

போகும்போது சொன்னானுகள் "உன்ர மகன் கிடைக்காட்டி இனி இவன் செத்துப் போயிடுவான்" எண்டான்.

நாங்களும் எங்கட வீட்டுக்கு வந்து ஒவ்வொரு மூலையில குந்திட்டு இருந்தம். அப்படியே விடிஞ்சிட்டு. பிறகு வீட்டு வேலையெல்லாம் முடிச்சி குளிச்சிட்டு வடக்கே 60 மீற்றர் தூரத்தில் இருந்த பிள்ளையார் கோவில் போயிட்டன். கோவிலுக்குப் போயிட்டு இங்க வாறன், வீட்ட யாருமே இல்ல. கதவு வழமையா திறந்து இருக்கிற போல இருக்கு. உள்ள போய்ப் பார்த்தா நேற்று ஆக்கின பருப்பு குழம்பு, கீரிமீன் சொதிச்சட்டி எல்லாம் உடைஞ்சி கிடக்கு. மண்டபத்துக்க பூனை வந்தால் குசினிக்குளதான் உடைஞ்சி கிடந்திருக்கும் எண்டு யோசிச்சிட்டு அப்படியே அறைக்குள்ள போரன், பாய் அசவுல இருந்த பாய் எல்லாம் கீழ கிடக்கு. அதுக்க இருந்த சாமானெல்லாம் அலங்கோலமா அங்கயும் இங்கயுமாக கிடக்கு.

நான் வீதிக்கு வந்து பார்த்தன், பக்கத்து வீட்டு காசுபதியர் வாராரு.

பக்கத்தில வந்ததும் "அடியேய் பங்கயம் உன்ர மகன் ரமணி இயக்கத்தில பெரிய ஆள்ரி, அவன் காசி வெச்சிக்கிர ஆக்களிட்ட இருந்து காச எடுத்து இல்லாத கஷ்டப்படுர ஆட்களிட்ட கொடுத்து அத அவங்கட அமைப்புக்கும் அனுப்புறான். இது நல்ல வேல தான். இருந்தாலும் கொல பன்றது நல்ல மில்லதானே" எண்டாரு.

அதுக்கு நான் "எனக்கு இது எதுவும் தெரியாது. இவன் எப்போ போனான் என்ன செய்தான் எண்டும் தெரியாது. நான் நினைச்சிட்டு இருக்கன், இவன்

வேலைக்கு போறன். வீட்ட இல்லாட்டியும் அக்காட்ட இருக்கான் எண்டு நினைச்சிட்டு இருக்கன். இவன் இப்படி பண்ணுவான் எண்டு யாரு கண்டார்?" என்று சொன்னன்.

"அது இருக்கட்டும்... இப்போ இயக்கத்துக்கு அதாவது தமிழன் இராணுவத்துக்குக் காட்டிக் கொடுத்தாம் எண்டு புளொட்காரன் ரெண்டு பேர சுட்டுட்டானாமே... இராணுவத்துக்கும் ஏதோ செஞ்சாம் எண்டு என்ர வீட்ட வந்து உன்னக் கேட்டானுகள். வீட்டில யாரும் இருக்கலயா?" என்டாரு.

"இல்ல, நான் கோவில் போயிட்டன். வீட்ட யாருமில்ல சாமான் எல்லாம் கலஞ்சி போய் கிடக்கு" எண்டன்.

"ம்... இனிமேல் அவனுகள் யாரும் வந்தா வீட்டில இருக்காத. எங்கயாவது ஓடிப்போயிடு..." என்றுவிட்டு சுற்றும் முற்றும் பயத்துடன் பார்த்தவர் திரும்பி, "நான் வாரன் போயிட்டு. உன் கூட பேசறத யாரும் சொன்னாலும்" எண்டு சொல்லிக்கொண்டு சாரன மடிச்சிக் கட்டி ஓடிப்போயிட்டாரு.

சம்மாந்துறையில இருந்த என்ர சம்மந்திகாராக்கள் விபுலானந்த பள்ளில அகதியா இருந்தவங்க ஓடி வாராங்க.

"ரமணி இயக்கத்தில இருக்கானாமே? உன்ர வீட்ட எஸ்.ரீ.எப் வாராணுகளாமே? இது சரிவராது எங்க என்ட புள்ள?" எண்டு மருமகன், மகேந்திரனைக் கேட்டாவு.

"நான் அவரக் காணல்ல. ஏன் அவர கேட்கா சம்மந்திகாரி" எண்டன்.

"உங்கட வீட்ட வச்சிருந்தா என்ர புள்ளையையும் கொண்டு போயிடுவானுகள். அவன வந்தா முகாமுக்கு வரச் சொல்லு.." எண்டு சொல்லிட்டு போயிட்டாவு.

பிறகு நான் வீட்டுக்குள்ள போய் எல்லாத்தையும் ஒதுங்கப்பண்ணினன். அதுக்கப்புறம் காலையில இருந்த ஒரு கொத்து அரிச சமைச்சன். கறிக்கு என்ன செய்ற எண்டு தெரியாம வெளியால வந்தன். வேலி எல்லாம் முருங்க மரம். அதுல இருந்த முருங்கல துளிரை நோண்டி சொதி ஒன்று வச்சன். அப்போ என்ர சொந்தக்காரப் பெடியன் ஒருத்தன் வந்தான்.

"அம்மா பசிக்குது சாப்பாடு இருக்காம்மா" எண்டான். அவன இருக்கச் சொல்லிட்டு சாப்பாட எடுத்து வந்து கொடுத்தன்.

அவன் சாப்பிடும் போது, "அம்மா யாருவந்து உங்கட மகன கேட்டாலும் சொல்லாதிங்க, எனக்குத் தெரியாது... அவன் வந்து கன காலம் எண்டுங்க. அவனுகள் வார நேரத்தில யாருமே வீட்டில இருக்க வேண்டாம்" எண்டான்.

பிறகு "காத்தாங்குடி பள்ளிவாசலில நூத்துக்கணக்கில முஸ்லிம் மக்கள அரிஞ்சி போட்டிருக்கானுகள். இந்த 90ஆம் ஆண்டு ஒன்பதாம் மாதம் 15ஆம், 25ஆம் திகதிக்குள்ள குப்பமேடு போல தமிழன வெட்டிச் சுட்டு அடுக்கிப் போடுவானுகள். இதுக்கெல்லாம் எப்பதான் விடிவுகாலம் வருமோ" எண்டு கவலையா பேசிட்டு இருந்தான்.

நான் ஒண்டுமே பேசாம சாப்பாட கொடுத்துட்டு இருந்த இடத்திலேயே இருந்துட்டன்.

பிறகு அவனும் எழும்பிப் போயிட்டான். மாலையாக போகுது பிள்ளை களும் வீட்டை வரல. புருஷனும் வீட்ட வரல. அண்டு வெள்ளிக்கிழமை வேற. சாமிக்கு விளக்கக் கொழுத்திட்டு சாமி கும்பிட்டுட்டு இருக்கன் என்ட புருஷனாரு வந்தாரு.

"எங்கப்பா இவ்வளவு நேரமும் போனேள்?" எண்டன்.

"நம்மட மத்த வளவுக்க ஓலையால கூரை போட்டன் நானும் ரவி, தேவும். சந்திரா, கீதாவ கூட்டிட்டுச் சாமியம்மாட்ட போயிட்டாள். பெரியப்பா வரச் சொன்னாம் எண்டு" எண்டாரு.

அப்படியே விசாரிச்சிட்டு நடந்த சம்பவத்தையும் சொன்னன். அதுக்கு அவரு "சரி நாம அந்த நீத்து வீட்டுக்கு போய் இருப்பம். இந்தவீடு நமக்கு கண்டமா இருக்கு" எண்டாரு.

பிறகு நானும் அவரும் தனியா இந்த குடில்ல படுக்கம். பிள்ளைகள் பெரி யம்மா வீட்ட தூங்க போயிட்டுகள்.

அண்டு இரவு 10 மணி இருக்கும்.

"என்டம்மோ... என்டம்மோ... வெட்ட வாரானுகள் ஐயோ... கடவுளே கட வுளே" எண்டு சத்தம் கேட்டது.

அதறிபதறி எழும்பி பாலையடி பிள்ளையார் கோவில் பக்கம் அந்தப் பத்தைக்குள்ளால ஓடிப்போறம். முகாமில இருந்த சனமெல்லாம் ஓடிவருது கள். கத்திட்டு அப்படியே ஓடிப்போய் கோவிலுக்க இருந்துட்டம். அப்போ ஒரு பொம்பிள மேற்சட்டையும் பாவாடையோடையும் ஓடிவாராவு, பிறகு அங்கயே படுத்துக்கிடந்து எழும்பினம். இரவு ஒழுங்கான தூக்கமும் இல்ல. காலையில அங்க இருந்த சனங்கள் என்னைப் பார்த்து ஏதோ பேசுதுகள். என்ன எண்டு காதக் கொடுத்துக் கேட்டா நான்தான் ரமணிட அம்மா எண்டு ஆளுக்காள் சொல்லிட்டு இருக்குதுகள்.

இப்படியே இருந்தால் என்னை அங்கே அதாவது முகாமில் இருந்த எல் லோருக்கும் தெரிஞ்சிடும் எண்டு நான் வீட்ட வந்திட்டன். வீட்ட வந்து இருக்கும்போது மருமகன் வந்தாரு. அப்போ நான் மருமகனிட்ட, அவர்ட அம்மா வந்து சொன்னத்த சொன்னன்.

அதுக்க அவரு "ஓம் மாமி... அம்மா சொன்னது சரிதான்" எண்டு சொல் லிட்டு இருக்கும்போது காசுபதியாரிட வீட்டுப்பக்கம் இருந்து "சந்திரோ..." எண்டு பயம் ஏற்படுறது போல அலறல் சத்தம் கேட்டது.

சந்திராவுக்கு ஏதோ ஆகிட்டோ எண்டு நாங்க ஓடிப்போனம். அவர்ட வீட்ட வேலி ஓட்டைக்குள்ளால புகுந்து போறம்.

அங்க போய் அவரிட்ட "என்ன என்னாச்சி?" எண்டு கேட்டம்.

"ஐயோ இங்க நிக்காம எங்கயாவது ஓடுங்க" எண்டு விரசினாரு. அப்போ "எஸ்.ரீ.எப் வாரான் ஓடு" எண்டாரு. அப்போ பதறி அடிச்சி எல்லாரும் ஓடினம்.

நான் ஓடிப்போயிட்டு திரும்பி வாரன் பக்கத்து வீட்டுக்கார மச்சாள் "உன்ர மகன எஸ்.ரீ.எப் பிடிச்சிட்டுப் போயிட்டான்" எண்டு சொன்னாள்.

நான் என்ன செய்யிறது எண்டு தெரியாம இருந்தன். என்ர புருஷன் அவன தேடிக் கடக்கரைக்குப் போயிட்டார். அங்கபோன நேரம் துவக்கு வெடி கேட்டது. இவரு ஓடி வந்தாரு, நானும் அவரும் ஓடிப் போய் எங்கட வீட்ட கதவைப் பூட்டிட்டு இருந்திட்டம்.

அண்டு இரவு மூன்று வீடு தள்ளி இருக்கிற கார்த்திட பொண்டாட்டி ஓடி வந்து, கதவ தட்டினாள். கதவு திறந்து பார்த்தா, களைச்சி விழுந்து ஓடி வந்த வள் கடப்புக்குள்ள வந்து மூச்சி வாங்கினாள். எனக்குச் சரியான பதற்றம். ஏன் இவள் இப்படி ஓடிவாறாள், என்ன விசயம் எண்டு பதற்றத்துடன் கேட்டன்.

"சந்திராட அம்மா உங்கள இண்டைக்கு எஸ்.ரீ.எப் கொண்டு போகப் போகிறாங்க" எண்டாள்.

"என்ன? உனக்கு எப்படித் தெரியும்?" எண்டு கேட்டன்.

அதற்கு, "அவர்கள் புளொட் பெரியவன் துரை என்றவன் என்ர புருஷனுடன் கதைத்ததை நான் கேட்டிட்டுதான் இங்க வாறன்" என்டாள்.

நான் பெரிய யோசனையோட இருந்திட்டு படுக்கப் போய் பாயப் போட் டன்.

அப்போ "அம்மா... அம்மா... அம்மா..." எண்டு வெளியால கூப்பிடுற சத்தம் கேட்டது.

நான் வந்து கதவ திறந்தா இரண்டு பேர் அங்க நிக்கானுகள். ஒருவன் நல்ல உயரம், மற்றவன் அவன்ர தோளுக்கு கிட்ட இருப்பான். அவனுகள் ஒரு சாதிப்பச்சை கலரும் மஞ்சள் சாம்பல் கலரு சட்டயும் கழிசனும் போட்டு நிக்கானுகள்.

"என்ன மனே... உங்களுக்கு வேணும்? நீங்க யாரு மனே" எண்டு கேட்டன்.

"அம்மா வாங்கம்மா போவம்" எண்டானுகள்.

"இந்த நடுச்சாமத்தில எங்கடா கூப்பிடுறேல், சுடலைக்கா?" எண்டன்.

"இல்லம்மா நாங்க கடலால வந்து இப்பதான் இறங்கியிருக்கம். ரமணி உங்கள கூட்டிட்டு வரட்டாம், வாங்கம்மா போவம்" எண்டு கையப் பிடிக்க வந்தானுகள். நான் கையை எடுத்திட்டன்.

"யார்ரா எனக்கு மகன்? அவன் எனக்கு மகனுமில்லை, நான் அவனுக்கு அம்மாவும் இல்ல. என்னத்துக்கிடா வாரேல்? அவனால நிம்மதியே போயிட்டு போங்கடா" எண்டு தைரியமா பலக்க பேசினன். பேசியபடியே கதவச் சாத்திட்டன். அவனுகள் பிறகு என்ன செய்தானுகள் எண்டே எனக்குத் தெரியாது. நான் பயத்துடன் இரவு முழுவதும் நித்திரையே வரல பயத்துடன் நடுங்கிக் கொண்டு இருந்து விடிந்ததும் வெளிய வந்தன்.

"சந்திராட அம்மோ" எண்டு வழமையாக கூப்பிடுவது போல சமிச்சை ஒலி கேட்டது.

உடனே நாங்கள் ஓடத் தொடங்கினம். தேவு, சாப்பாட எடுத்து மூலைக்க போட்டிற்று விநாயகன்ட வீட்ட ஓடிட்டான். அவன் மட்டும்தான் எங்கள அவங்கட வீட்ட சேர்ப்பாங்க. மற்றவங்க உள்ளேயே எடுக்க மாட்டாங்க. ஆனா, தகவல் தார உதவி மட்டும் செய்வாங்க. அப்படியே இருந்திட்டு மாலை படும்போது காட்டு வழியாக போய் என்ர வீட்டுக்குப் பின்னால போய்ப் பார்த்தன்.

அப்போ ஒரு மெல்லிய குரலில் ரகசியமாக "சந்திராட அம்மா..." எண்ட சத்தம் கேட்டது.

திரும்பிப் பார்த்தன், காசிபதியிட மனிசி மெதுவாக சைகையால என்னை கூப்பிட்டு, "உங்கட வீட்ட வந்த எஸ்.ரீ.எப் கையில ஏதோ கொண்டு போறானுகள். என்ன எண்டு பாருங்க" என்டாள்.

அங்க போய் பார்த்தா, என்ர வெள்ளைக் கோழிய உரிச்சி எடுத்திட்டுப் போயிருக்கானுகள். அது விடுற முட்டைய வச்சித்தான் நான் ஒருவேளை உணவக் கழிக்கிறது. அதையும் அவனுகள் கொண்டு போயிட்டானுகள்.

"அவனுகள் நல்லாவே இருக்க மாட்டானுகள். என்ர வயிறு எரியுது" எண்டு திட்டினன்.

அதைக் கேட்டுக் கொண்டிருந்த காசிபதியின் மனிசி "உன்னோட கதைக்கிறத்த யாராவது கண்டாலும்.." எண்டு சொல்லிவிட்டு பயத்துடன் போனாள்.

அதைக் கேட்ட நான், "பாரு என்ட மகன் நாட்டுக்காக போராடுறான் என்னோட கதைக்கிறதுக்கும் பயப்பிடுதுகள்" என்டு சொல்லிவிட்டு உள்ளே போனன்.

அன்டு இரவு, தேவு படுக்க பாயைப் போடச் சொன்னான். நான் பாயப் போட்டபோது வீதியில நாய் குரைக்கிற சத்தம் கேட்குது. யாரோ நம்மட வீட்டதான் வாரானுகளாக்கும் எண்டு எண்ணிற்று. பேசாம விளக்கையும் அணைச்சிட்டு இருந்தம். அந்தச் சத்தம் வீட்டுக்குப் பின்னால கேட்குது. சிங்களத்தால கதைக்கிறானுகள். ஒன்றுமே விளங்கல்ல. பயம் நடுங்குது.

"நாங்க செத்தாலும் பறவாயில்ல. தேவு வீட்டுக்குள்ள இருக்கானே" எண்ட பயம்தான் எனக்கு.

பிறகு சத்தம் ஒண்டும் இல்ல. அவனுகள் போயிருப்பானுகள் எண்டு கதவு ஓட்டையால பாத்தா வசலில தீய மூட்டிட்டு அவ்விடத்திலேயே இருக்கானுகள். நாங்க விடிய விடிய குந்திட்டு இருட்டுகுள்ள இருக்கம். விடிய ஒரு நாலு மணி இருக்கும், போறானுகள்.

காலையில எழும்பி குளிச்சிட்டு பாலயடி பிள்ளையார் கோவிலுக்குப் போய் பிள்ளையார் விரதத்துக்குக் காப்பு எடுத்திட்டன். பூசை நடக்குது. நானும் சந்திராவும் இருக்கம்.

"கோவிலுக்குள்ள எஸ்.ரீ.எப் வாறானுகள்" எண்ட சத்தம் கேட்டதும் ஐயர் எங்க ரெண்டு பேரையும் கோவில் பலி பீடத்துக்குள்ள கொண்டு போய் வச்சிட்டு பூசை செய்யிறாரு.

எஸ்.ரீ.எப் சப்பாத்துக் காலோடு கோவிலுக்குள்ள வந்து நிண்டு ஆட்கள தேடுறானுகள். பலி பீடத்துக்குள்ள இருந்த நாங்க மெதுவாக பின் புறத்தால எங்கட வீட்ட போயிட்டம்.

அண்டைய நாள் போக அடுத்த நாள் ஐந்து மணி இருக்கும், குண்டு வெடிச்ச சத்தம் ஒண்டு கேட்குது. அந்தச் சத்தம் கேட்டதும் நாய், காகம், பறவைகள் எல்லாம் பறந்து பறந்து கத்தத் தொடங்கிட்டு. நானும் அவரும் வெளிய வராமல் இருந்தம்.

அப்போது "அம்மோ..." எண்ட அவலச்சத்தம் கேட்டது. நான் வெளியே ஓடி வந்தன்.

ரவி, "அம்மா..." எண்டு கத்தினான்.

நான் "என்ன? என்ன?" எண்டு கேட்டிட்டு பக்கத்தில ஓட "அம்மா... அண்ணா செத்திட்டானம்மா..." எண்டு கத்தினான்.

"இல்ல என்ட மகன் சாகமாட்டான்... சாகமாட்டான்..." எண்டபடியே கீழ விழுந்து கத்தத் தொடங்கவும், "அம்மா, அண்ணா தனியாக சாகல அவ

னோட ராணுவமும் செத்திருக்கு. அவன் கிளிப்ப கழட்டி அவனுகளையும் சாக வச்சி தானும் செத்திட்டானம்மா?" என்றான்.

நான் வீட்டுக்குள் புரண்டு புரண்டு அழுதேன். வெளியில் அழுதால் பயம். வாய் விட்டு அழவும் முடியாமல் சவமும் பார்க்க முடியாமல் இருந்தேன்.

ரமணிட சவம் எதுவும் எடுக்க முடியாம எவரும் உரிமை கோரப் போகாத நிலையில் அவ்விடத்திலேயே டயரப் போட்டு எரிச்சிட்டானுகள்.

சில நாட்களுக்குப் பிறகு ரமணிட ஆயுதம் இருப்பதாக சொல்லி பத்து பதினைந்து இராணுவம் என்ர வீட்டுக்கு வந்து என்ர மகன் தேவுக்கு அடிச்சி, பிடிச்சிட்டுப் போனானுகள். அவன இராணுவ முகாமில வச்சி இருந்திட்டு 1993ஆம் ஆண்டு விட்டிட்டானுகள். நான் இப்பவும் என்ர மகன எண்ணி அழாத நாளே இல்ல.

தொகுப்பு : சனுஜன்

குண்டுதுளைத்த தரப்பால் கூரைகள்

வளங்கள் ஒருங்கே நிறைந்துள்ள கிளிநொச்சி மாவட்டத்தில் வாழ்ந்து வரும் குடும்பங்களில் எனது குடும்பமும் ஒன்று. அம்மா அப்பா அண்ணா அக்கா தம்பிகள் தங்கை என பத்துப்பேரை உள்ளடக்கியது. நான் வீட்டில் மூன்றாவது பிள்ளையாக பங்குனி உத்தரத்தில் பிறந்த படியால் "நீ பிறந்தபோது கண்ணைக்கவரும் அழகுடன் விளங்கியதால் பாலமுரளி எனப் பெயர் வைத்து "முரளி" எனச் செல்லமாக அழைத்தோம்" என அம்மா அடிக்கடி கூறுவது வழமை. அதற்கு காரணம் உண்டு. நான் சிறு பராயத்திலிருந்து துடியாட்டம் உள்ள பிள்ளையாக இருந்தேன்.

இவ்வாறு எனது குடும்பம் ஒரு கூட்டுக்கிளிகளாக உல்லாசமாக கலகலப்பாக வாழ்ந்துவரும் வேளையில் யார் கண்பட்டதோ தெரியவில்லை எனது குடும்பத்திலும் இடி தாக்கியது. ஏழாவதாக பிறந்த தம்பி நிறோஜன் நோய் வாய்ப்பட்டான். அவன் அம்மாவின் வயிற்றில் இருக்கும்போது அம்மாவுக்கு மலேரியா காய்ச்சல் வந்தது. அதனால் பிறக்கும் போது நிறைகுறைவாகப் பிறந்தான். மூன்று வயது வரைக்கும் ஒரே வைத்தியசாலையும் வீடும் தான்.

கடைசி தம்பி பிறந்து ஒன்றரை வயதில் ஒரு நாள் அம்மாவும் அப்பாவும் கடல் கடந்து கோவிலுக்கு தம்பி நிரோசனை கொண்டு போய் வாக்கு கேட்டினம். அந்த கோயிலில் இவனுக்கு "21 நாட்கள் கூடாது தத்து ஒன்று இருக்கிறது நான் சொல்லுறபடி செய்யுங்கள்" என்று கூறி 21 கடவுளுடைய படங்களை உள்ளடக்கி ஒர் பெட்டியில் போட்டுக்கொடுத்து "21 நாட்கள் வீட்டில் உள்ள ஒவ்வொருத்தரும் விரதம் அனுஸ்டித்துவிட்டு 21ஆவது நாள் கொண்டுவருங்கள்" என கூறினர். வீட்டையும் வந்து கூட்டி பெருக்கி மெழுகி விரதம் இருந்தார்கள்.

பதினான்காம் நாள்.. தம்பி முன்பள்ளிக்கு செல்பவன். நான் அப்பொழுது நான்காம் ஆண்டு படித்துக்கொண்டிருந்தேன். துள்ளி விளையாடிய எங்கள் உறவு 12.02.2003 அன்று ஐந்து வயதில் தவிக்கவிட்டு எமது கூட்டை விட்டு நிரந்தர பிரிவில் சென்றுவிட்டான்.

எனது மனதை உலுக்கிய முதலாவது சம்பவம். வார்த்தைகளால் வடிக்க முடியாத சோகத்தில் ஆழ்ந்தோம். தம்பி இறந்ததும் அம்மா தொடர்ந்து அசைவ உணவை தவிர்த்துவிட்டார். எனது முதலாவது பிரிவை ஒருவ ராலும் ஈடுசெய்யமுடியவில்லை. ஒருவகையாக அந்த நிலையிலிருந்து மீண்டு வருகையில் எவ்வளவோ துன்பங்களை எல்லாம் அனுபவித்தும் கூட தம்பியை காப்பாற்ற முடியவில்லை என்பதே என்னுடைய ஏக்கமும் அம்மாவுடைய குமுறலாகவும் இருந்தது.

05.04.1993இல் தான் நான் பிறந்தது.

"உனக்கடா நாங்கள் அளவுக்கு மீறிய செல்லம் தந்திட்டம் அதுவும் உனக்கு சாதகமா அமைந்திட்டு" என்று அம்மா அப்பா அடிக்கடி கூறுகின்ற விடயம்.

"உனக்கு அப்ப நாலு மாதம். படலையை சாத்திவர போகும்போது அம்மாவுக்குப் பாம்பு கடித்துவிட்டதால் காலில் இரத்தம் கொட்ட ஓடி வந்தார். நான் உடன அம்மாவ ஏற்றிக்கொண்டு வைத்தியசாலைக்குப் போனேன். அங்கு கொண்டுசென்றதும் அம்மா நினைவில்லாமல் இருந் தார். நீயும் பால் குடிக்கமுடியாமல் கத்தினாய். அம்மம்மா தான் உனக்கு பால்மா கரைத்து பருக்குவார். அம்மாவுக்கு இரண்டில் ஒன்று என வைத் தியர்கள் கூறிவிட்டனர். உன்ட அதிர்ஷ்டதால ஏழாவது நாள் அம்மா கண் விழித்தார். அதால நீ தாய் பால் குடித்தது குறைவு" என்று அப்பா கூறுவார்.

நான் ஏதாவது வேண்டா வெறுப்பாக கதைத்தால் "உன்னை தலைக்குமேல் தூக்கி வைத்ததால அதிகப்படியான செல்லம்" என்று கூறி என்னை சமாதானப்படுத்துவார் அம்மா.

அம்மாவுக்கு பிள்ளைகளை அடிக்ககூடாது. ஆனால் வார்த்தைகளால் நச்ச ரித்துக்கொண்டு இருப்பார். அது எனக்கு பிடிக்காது. அப்பா என்றால் அடி விழும்.

"பிள்ளைகளை அடித்தா திருத்துவது? பக்குவமா சொல்லி புரிய வைக்க வேணும்" என்று அம்மா சொல்வார். கடைசியில் எங்களால இருவருக்கும் வாக்குவாதம் வந்துவிடும். ஒரு மாதிரி நாங்கள் தப்பித்துவிடுவம். ஆனால், அப்பா அடிக்கிறது என்றால் ஒருவருக்கு மாத்திரம் அடிவிழாது. எல்லா பிள்ளைகளையும் சேர்த்து அன்று ஏழு பேருக்கும் விழும். வருட கடை சிக்குள் மூன்று தடவையாவது இப்படி நடக்கும். அடிவிழுந்த பிறகும் நாங்கள் அப்பா வெளிய போயிட்டார் என்றால் "எப்படி உனக்கு இரண்டு அடி கூடுதலாக விழுந்தது?", "இல்லை உனக்குத் தான்", "நீ தான் கூட

அழுதனி" என்று எமக்குள் கேலி செய்வம். அப்பா மீண்டும் வந்து விட்டால் எங்கள் வாய் அடைந்து போய்விடும்.

இவ்வாறாக எமது வாழ்க்கை ஓடிக்கொண்டிருக்கும் போது நாங்கள் சிறிதும் நினைத்துக் கூட பார்க்கமுடியாத அளவுக்குப் போர் தாண்டவம் தலை தூக்க ஆரம்பித்தது. எல்லா செய்திகளிலும் சண்டை தொடங்கியதை பற்றிய பரபரப்பு. கிபிர் அடியும் பிளேன் சுற்றுவதும் ஆரம்பித்துவிட்டது. மக்கள் எல்லோரு இடப்பெயரத் தொடங்கினர். எமது கிராமம் முள்ளிவாய்க் காலுக்கு சற்று அண்மையான தூரம் என்பதால் அப்பொழுது எங்களுக்கு இடம்பெயரவேண்டிய நிலை ஏற்படவில்லை. மக்கள் எங்கள் கிராமத்தில் பல இடங்களில் இருந்து இடம் பெயர்ந்து வந்தனர். பாடசாலைக்கு சென்றால் அங்கு நிம்மதியாக படிக்கமுடிவது இல்லை. ஷெல் சத்தங்களால் நாம் நிலைகுலைந்து, படிக்கமுடியாது என்ற அளவுக்கு எங்கள் நிலைமை ஆகியிருந்தது.

எனது குடும்பமும் 05.01.2009 அன்று எமது கிராமத்தை விட்டு வெளி யேறவேண்டிய நிர்ப்பந்தத்துக்கு உள்ளாகினோம். ஷெல் வீச்சு எங்களை துரத்தியது. மாலை நான்கு மணி போல் என் வீட்டுக்கு முன்பாக ஷெல் ஒன்று வீழ்ந்து வெடித்தது. கடவுளின் செயலால் எங்கள் ஒருவருக்கும் ஒரு சேதமும் இல்லை. அந்த நிமிடத்திலிருந்து எனது குடும்பமும் பாதுகாப்பு தேடி பயணிக்க ஆரம்பித்தோம்.

இடையில் இருட்டுமடுவில் ஒரு காணியில் நான்கு தடிகளை போட்டு தரப்பாலால் கூரை அமைத்து தகரங்களால் சுற்றி அடைத்து ஒரு பத்து நாட்கள் இருந்திருப்போம். பின்னர் அங்கிருந்து இரணைப்பாலை சென்று ஏறத்தாள ஆறு இடங்களில் இருந்தோம்.

பின்னர் சுதந்திரபுரத்தில் 06.02.2009 அன்று ஒரு கிடங்கு பள்ளத்தாக்கில் போய் இருந்தோம். பங்கர் வெட்டி வெட்டி இயலாத அளவுக்குப் போய் விட்டது. அம்மா சமைப்பதற்காக தயாராகிகொண்டிருந்தார். விறகை வைத்து அடுப்பை மூட்டி சோறு சமைப்பதற்காக பானையை வைத்து அரிசியைப் போட்ட அந்த நேரத்தில் ஷெல் அடியின் சத்தம் எங்களை நோக்கி முன்னேறி வந்தது. அந்த கணம் எல்லாவற்றையும் தூக்கிக் கொண்டு அவ்விடத்தை விட்டுப் புறப்பட்டோம். அம்மா சோறு அவிப்பதற் காக வைத்த பானையை கையில் தூக்கி தனது தலையில் சுமந்தப்படி வந் தார்.

இராணுவத்தினரால் பாதுகாப்பு வலயம் என இரணப்பாலை, சுதந்திரபுரம் அறிவிக்கப்பட்டது. எனினும் பாதுகாப்புவலயம் என அறிவிக்கப்பட்ட போதிலும் அங்கும் குண்டு மழைகள் பொழிந்தன. கடைசியாக இனி மேலும் எங்களால் ஓடமுடியாது என மக்கள் எல்லோரும் இராணுவக் கட்டுப்பாட்டுக்குள் போய்கொண்டிருந்தார்கள். அப்பொழுது நாங்களும் போகமுடிவெடுத்தோம்.

"கடைசியாக நாங்கள் எல்லோரும் சாகப்போகிறோம். ஏன் கோபிகா அக்காவின் குடும்பத்தைப் பார்த்தனிங்கள் தானே?" என நான் சொன்னேன். அவர்களுடைய குடும்பம் மாத்தளனில் இருக்கும்போது கோபிகா அக்கா அவருடைய அம்மா, அப்பா என மூன்றுபேருமே அவர்களது வீட்டின் மீது வந்து விழுந்த ஷெல்லால் இறந்துபோயினர். அவர்களை நினைக்கும்போது என் குடும்பத்துக்கும் இந்நிலை ஏற்பட்டு விடுமோ என்ற அச்சம் எழ "நாங்களும் இராணுவத்திடம் சென்று சரணடைவோம்" என எனது குடும்பத்தாரை நச்சரிக்கத் தொடங்கினேன்.

அப்பொழுது என் அம்மா "அங்க போனாலும் என்னண்டு உயிரோட இருப்பம்? எனக்கெண்டா பயமா இருக்கு. செத்தாலும் பரவாயில்ல நான் வரவில்ல" என தன்முடிவைக் கூறினார். நானும் எவ்வளவோ எடுத்துச் சொல்லியும் கெஞ்சியும் பார்த்தேன்.

அதற்குப் பின் அம்மா "நாங்கள் வரவில்லை நீயும் அண்ணாவும், அக்காவையும் அப்பாவையும் கூட்டிக்கொண்டு கப்பலில் போங்கோ... நாங்கள் பிறகு வாறம்" என்றார்.

நானும் அப்பாவும் "அப்படியெல்லாம் விட்டுவிட்டு போகமுடியாது, எல்லோரும் போகிற மக்களோட சேர்ந்து போவோம்" என்றோம்.

அப்பொழுது அம்மாவையும் அக்காவையும் தவிர மீதமுள்ளவர்களுக்கு அம்மன் நோய் ஏற்பட்டது எனக்கு அம்மை போட்டு நான்காம் நாளிலிருந்து மீண்டும் "உள்ளுக்க போவம்" என நச்சரிக்க ஆரம்பித்தேன்.

எனது வேண்டுகோளுக்கு இணங்கி 20.03.2009 அன்று "எல்லோரும் சேர்ந்தே போகலாம்" என்று உறவினர்கள் அனைவருடனும் தயாராகினோம்.

அன்று முதல்நாள் போகும் போது, ரொட்டி சுட்டுக்கொண்டு வெளிக்கிட்டோம். ஆனால் எங்களது பயணத்தை இடைமறிப்பதாக ஷெல் மழை பொழிய ஆரம்பித்துவிட்டது.

அப்பொழுது அம்மா, "இப்ப நாங்களே ஷெல்ல நோக்கி வந்து அநியாயம் சாகப்போகிறம்" என்றார்.

ஷெல் வீச்சு தாங்கமுடியாமல் பங்கர் ஒன்றினுள் அப்பம்மா மற்றும் என்னுடைய சித்தப்பாக்கள் என அனைவரும் இருந்தோம். அன்று சண்டை ஓய்வதாக இல்லை. யாருக்கும் உள்ளுக்குப் போக மனசு இல்லை.

அப்பொழுது "நான் திரும்பி வரவில்லை இங்க இருக்கிறன்" என்று நான் சொன்னேன். சரி என்று அப்பம்மாவையும் சித்தியையும் அங்கே விட்டுவிட்டு அம்மாவும் அப்பாவும் நாங்கள் முன்னர் இருந்த இடத்துக்குப் போய் பிற்பகல் வருகிறோம் எனக் கூறி சென்றுவிட்டனர். நாங்கள் கொண்டுவந்த

ரொட்டியைச் சாப்பிட்டுவிட்டு இருந்தோம். நேரமோ நண்பகல் ஆகிவிட்டது.

21.03.2009 அன்று மீண்டும் இராணுவ கட்டுப்பாட்டுக்குள் போவதற்காக ஆயத்தமானோம். மீண்டும் முதல்நாள் இருந்த இடத்துக்கு வந்திருந்தார்கள். ஷெல் பொழிவு மோசமாக இருந்தது. ஷெல் அடியின் கோர தாண்டவத்தையும் தாண்டி எங்களால் உள்ளே செல்லமுடியவில்லை. அன்றைய இரவும் விடிந்துவிட்டது.

அப்போது அம்மா "இனி உள்ளுக்க போக முடியாது. நானும் அப்பாவும் எங்கட இடத்துக்குப் போய்ட்டு உங்களுக்குச் சாப்பாடு எடுத்து வாறம்" எனக் கூறிச் சென்றனர்.

நாங்கள் அனைவரும் பாதுகாப்புக் கருதி பங்கருக்குள்ளேயே இருந்தோம். எங்கள் பங்கர் உள்ள சுற்று புறத்தில் மக்களுடைய ஓலக் குரல்கள் இடைவிடாது ஒலித்துக்கொண்டே இருந்தன. மக்கள் நெருக்கமாக இருந்த பகுதிகளில் ஷெல் மழை பொழிந்ததனால் ஏராளமானவர்கள் செத்து மண்ணுக்குள் புதைந்தனர். காயப்பட்டவர்களை காப்பாற்றுவதற்குரிய மருத்துவ வசதிகள் கிடைக்காமையால் அவர்களும் துடிதுடித்து இறக்க வேண்டிய நிர்ப்பந்தம் ஏற்பட்டது. எல்லாவற்றையும் பார்க்கும் பொழுது "நாங்கள் எப்படி தப்பிபோகப்போகிறம்" என எனக்குள் நானே முணு முணுக்கத் தொடங்கி விட்டேன்.

22.04.2009 அன்று மாலை நேரம் அம்மாவும் அப்பாவும் சாப்பாடு செய்து கொண்டு எங்களிடம் வந்து சேர்ந்தனர். அம்மா கொண்டுவந்த சோறையும் பருப்புக் கறியையும் சாப்பிட்டுவிட்டு பங்கருக்குள்ளேயே இருந்தோம். ஷெல் அடியும் துப்பாக்கிச் சூடுகளும் வழமைக்கு மாறாக சற்றுக் குறைவாக காணப்பட்டன. நான் என்னை மறந்து தூங்கிவிட்டேன்.

"முரளி முரளி எழும்படா.." என அம்மா என்னைத் தட்டி எழுப்பவும் திடுக்கிட்டு விழித்துப் பார்க்கும் போது எல்லோரும் தேனீர் குடித்துக்கொண்டிருந்தனர். தூக்கத்திலிருந்து எழுந்த நான் தும்மி விட்டேன். அப்பொழுது மணி பன்னிரெண்டு ஆகிவிட்டிருந்தது.

"என்னடா முரளி வெளிக்கிடுற நேரத்தில தும்முற" என அம்மா கூற, "தும்மல் வந்தால் என்ன செய்றது, எல்லாரும் வெளிக்கிடுங்கோ உள்ளுக்க போவம்" என அப்பா கூறியவர், பொருட்களை தூக்கிக்கொண்டு எழுந்தார்.

அப்பொழுது அப்பம்மா "இப்ப ஏன் கத்துறியல்? அவன் தும்மியதற்கு கொஞ்ச நேரம் இருந்துட்டு போவமன்" என அவருடை பழக்கமுறைக்கு அமைய கூறினார். எங்காவது வெளிக்கிடும் போது யாரும் தும்மிவிட்டால் கொஞ்சம் பொறுத்தே வெளிக்கிடும் பழக்கம் எங்கள் குடும்பத்துக்கு மட்டுமல்ல நான் அறிந்தவரைக்கும் பல கிராமத்தவரது பழக்கமாகவும் கூட இருந்தது.

பதினைந்து நிமிடங்கள் காத்திருந்த நாங்கள் உள்ளே செல்ல ஆயத்தமாகி நூறு மீற்றர் வரையில் சென்று இருப்போம். அதன் பிறகு நந்திக்கடலைக் கடந்து தான் செல்லவேண்டும். நாங்கள் அனைவரும் கடலுக்குள் இறங்கி நடக்க ஆரம்பித்தோம். கடலின் ஆழம் என் நெஞ்சளவாக இருந்தது. நான் அம்மாவின் ஒரு கையைப் பிடித்தபடி சென்றுகொண்டிருந்தேன். ஷெல் அடித்த குண்டுகளால் ஏற்பட்ட பள்ளத்தாக்குகளுள் எம்முடன் வந்த பெரும்பாலானோர் விழுந்து எழும்பித் தான் வந்தார்கள். நானும் விழுந்த சிலரைத் தூக்கிவிட்டபடியே வந்தேன். கடலுக்குள் உள்ள சேற்றில் கால்கள் புதையப் புதைய விழுந்து எழும்பி இரண்டு மணித்தியாலங்கள் கடலுக்குள் எங்கள் பயணம் தொடர்ந்து சரியாக இரண்டு மணியளவில் இராணுவத்தினர் இருந்த இடத்தின் அண்மையை அடைந்தோம். எங்களுடனும் எங்களுக்கு பின்னாலும் வந்தவர்கள் ஏறத்தாள மூவாயிரம் பேர்வரை இருப்பர்.

நாம் பாதுகாப்பான இடத்தின் அண்மையை அடைந்து விட்டோம் என்ற சந்தோஷம் என் மனதைச் சூழ்ந்துகொண்டது. இராணுவத்தினர் எங்களை காலை 9.00மணிக்கு உள்ளே எடுக்கிறோம், எல்லோரும் அப்படியே அமர்ந்திருங்கள் எனக் கொச்சைத் தமிழில் கூறினர். நாங்களும் அவர்கள் கூறியபடி அமர்ந்திருந்தோம். எனக்குப் பசியாக இருந்தது. அம்மா தேனீர் மட்டும் கொண்டு வந்திருந்தவா. நான் கொஞ்சம் ஊற்றிக் குடித்துவிட்டு தம்பிக்கும் ஊற்றிக்கொடுத்தேன்.

நான் என்னுடைய புத்தகப் பையை தலையணையாக வைத்தப்படி படுத்துக் கொண்டேன். யாரும் எதிர்பாராத வகையில் பரா வெளிச்சம். நாங்கள் இருந்த இடம் பட்டப்பகலானது. நாங்கள் இருந்த இடம் ஷெல் ரேஞ்சு இடம் என்று நாங்கள் யாரும் அக்கணம் எதிர்பார்த்திருக்கவில்லை. நான் புத்தகப் பையின் மீது முகத்தை வைத்து குப்புறப் படுத்திருந்தேன். எந்தப் பக்கமிருந்து வந்ததோ என்னை இலக்கு வைத்தது போல் எனது முதுகுப் பகுதியைத் துளைத்த ஷெல் பீஸ், என் நெஞ்சுப் பகுதியால் வெளிவந்தது தான் தெரியும்.

அம்மா, "என்ர முரளி... என்ர முரளி..." எனப் பெரிதாகக் கத்தினார்.

"எனக்கு ஒன்றுமில்லை அம்மா... சரியா எரியுது, தண்ணி தாங்கோ குடிக்க" என்று கேட்டேன்.

அப்பா, உடனே தன்னுடைய சரத்தைக் கழற்றி எனக்கு இரத்தம் போவதை கட்டுப்படுத்துவதற்காக இறுக்கிக் கட்டினார். அம்மம்மாவும் தன்னுடைய போர்வையைத் தந்தார். அதில் என்னை அப்பாவும் சித்தப்பாவும் தூக்கி வைத்தனர். என்னுடைய சந்தோஷம் எல்லாம் அந்த இடத்தினுடையே சென்றுவிட்டது. என்னுடைய மட்டும் இல்லை, என்னுடைய உறவுகளின் சந்தோஷமும் தான். என்னைச் சுற்றி இருந்தவர்கள் கண்களில் கண்ணீரோட என்னை ஏக்கத்தோடு பார்த்துகொண்டிருந்தனர். என்னுடைய

கடைசித் தம்பி, "அம்மா வாங்க... இருந்த இடத்துக்குத் திரும்பப் போவம்" என அவனின் கதறல் என் காதுகளில் ஒலித்தன.

அம்மா ஒவ்வொரு கடவுளாக வேண்டி வேண்டி என்னைத் தடவிக் கொண்டே இருந்தார்.

"அம்மா எனக்கு ஒன்று மில்ல, பிறகு ஏன் அழுறியல்... நான் முளிச்சுத் தானே இருக்கிறன்... நீங்க அழாதிங்கோ" என்றேன். இடையே அப்பா குறுக்கிட்டு "முரளிக்குச் சின்னக் காயம் தான்... ஆஸ்பத்திரில போய் மருந்து கட்டினாச் சிரியாகிடும். நீங்க எல்லாரும் அழுது அவன வேதனைப் படுத்தாமல் பேசாமல் இருங்கோ... நாங்கள் முரளியக் கூட்டிக்கொண்டு ஆஸ்பத்திரில காட்டி மருந்து கட்டிட்டு வாறம், நீங்க எல்லாரும் முன்னுக்கு போங்கோ" எனக் கூறினார்.

23.03.2009 காலை 9.00மணியளவில் இராணுவத்தினர் வந்து எங்களைப் பார்த்துவிட்டு எல்லோரையும் ஒவ்வொருவராகப் பிரிக்க ஆரம்பித்தார்கள். காயப்பட்டவர்கள் பிறிதாகவும் பெண்கள், ஆண்கள் என ஒவ்வொரு வரிசையாக வரிசைப் படுத்தினர்.

பின்னர் "ஒருநாள் விடுதலைப் புலிகள் அமைப்பில் இருந்தாலும் எழும்பு" எனக் கூறியதும் இருபதுக்கும் மேற்பட்டவர்கள் எழும்பினார்கள். அவர் களை கொண்டு ஷெல் அடியால் இறந்த நான்கு பேரையும் ஓர் இடத்தைக் காட்டி, அங்கு வெட்டிப் புதைத்துவிட்டு வரும்படி உத்தரவிட்டனர். இறந்து போனவர்களின் உறவினர் அலறியடித்துக்கொண்டு "நாங்கள் அவர்களைக் கொண்டுபோகப் போறோம், எங்களிடம் தாருங்கள்" என ஓலமிட்டனர். அதற்கு இராணுவத்தினர் அவர்களை ஓங்கிய தொனியில் கட்டளையிட்டு அப்புறப்படுத்திவிட்டு இறந்தவர்களை கிடங்குவெட்டி புதைத்துவிட்டனர்.

காயப்பட்டவர்கள் பன்னிரெண்டு பேர்வரை இருக்கும். அவர்களிடம் நாங் களா உங்களைச் சுட்டோம் என வெருட்டி வெருட்டிக் கேட்டனர். அழு வதைத் தவிர அந்த நேரம் எங்களால் ஒன்றும் செய்யமுடியவில்லை. பன்னி ரெண்டு பேரையும் உழவு இயந்திரம் ஒன்றில் ஏற்றிவிட்டு அப்பாவையும் சித்தப்பாவையும் என்னைத் தூக்கிச் செல்லுமாறு பணித்தனர். அங்கிருந்து என் மீதி உறவுகளை விட்டு தேவிபுரம் நோக்கிப் புறப்பட்டது உழவு இயந்திரம். தேவிபுரத்தில் இராணுவத்தினருடைய வைத்தியசாலையில் எங் களுக்கு முதலுதவி வழங்கினார்கள். அங்கு நான் இருக்கும் போது சண்டை யில் இறந்துபோன இராணுவத்தினரையும் காயப்பட்டவர்கள் என இருபது வரையிலானோரை கொண்டுவந்தனர். குறித்த வைத்தியசாலையில் போதிய மருத்துவ வசதிகள் இல்லாமையால் சிகிச்சை செய்யமுடியாது போனதால் என்னுடன் வந்த பன்னிரெண்டு பேரில் எட்டுப் பேர் இறந்து போனார்கள்.

அதன் பின்னர் என்னையும் மற்றவர்களையும் வவுனியா வைத்தியசா லைக்குக் கொண்டுசென்றனர். நான் மயங்க ஆரம்பித்தேன். கண்கள் மேல் சென்று செருகத் தொடங்கி விட்டன. சிறிது நேரத்துக்குள் எனக்கு என்ன

நடந்தது என்றே தெரியவில்லை. பின்னர் மயக்கம் தெளிந்து கண்களை விழித்த நான் சுற்றுமுற்றுமாகப் பார்த்தேன். அப்பா மட்டும் என் அருகே நின்றுகொண்டிருந்தார். எழுந்திட எத்தணித்தும் என்னால் முடியவில்லை.

அப்போது தான் என் உணர்வுகளைப் புரிந்துகொண்ட என் அப்பா, என்னிடம் "வவுனியா வைத்தியசாலையில் அவசர சிகிச்சைப் பிரிவில் இருக்கிறோம்" என்று கூறினார். எனக்குச் சரியான நோவாக இருந்தது. காயப்பட்ட இடத்திலிருந்து கழிவு இரத்தம் வெளியேறிக்கொண்டு இருக்க எனக்கு இரத்தமும் ஏறிக்கொண்டிருந்தது.

எனக்கு சுய நினைவு வந்ததும் என்னை இரண்டாம் வாட்டுக்கு மாற்றினார்கள். நான் சுய நினைவற்று இருந்த பொழுது எனக்கு பைப்பின் வழியாக தான் தண்ணீர், சாப்பாடு எல்லாம் கொடுத்தார்களாம். எனக்கு வேதனை தாங்கமுடியாது அழுதுகொண்டு இருந்தேன். காயப்பட்டவர்கள் ஏராளமா னோர் வாட்டில் இருந்தார்கள். சிலர் சிகிச்சை பலனின்றி இறந்தும் கொண் டிருந்தார்கள். எல்லோருடைய நிலைமைகளையும் பார்க்க என் வலிகள் அதிகமாகின. என்னுடைய அம்மா, உறவுகளின் நினைவு என்னை வாட்டி யது. திடுக்கிட்ட நான் என்னை மறந்து அம்மா எங்கே எனக் கத்தினேன். யாரும் பதில் சொல்லவில்லை. அருகில் நின்ற அப்பாவையும் காண வில்லை. அப்பாவும் என்னைவிட்டுச் சென்றுவிட்டாரோ என்ற அச்சம் என்னுள் எழ அப்பா வெளியிலிருந்து என் அருகே வந்தார். அப்பாவை இழுத்து அவரின் கழுத்தைக் கட்டியணைத்து விம்மி விம்மி அழ ஆரம்பித் தேன்.

"ஏன்டா தம்பி அழுற" என்றவரிடம், "எனக்கு அம்மா வேணும்... இப்ப எங்க இருக்காங்க" எனக் கேட்டு அழுதேன்.

அதற்கு அப்பா "அழாத தம்பி... எல்லாரையும் முகாமில தான் கொண்டு வந்து வச்சிருக்காங்களாம். அம்மாக்களும் முகாமில தான் இருப்பாங்க. ஆனா எந்த முகாம் என்று தான் தெரியல. அம்மாவும் உன்ன நினைச்சு அழுதுகொண்டு தான் இருப்பா, நானும் முகாமில இருந்து ஆஸ்பத்திரிக்கு வாரவங்கள்ட எல்லார்ட்டையும் கடிதம் எழுதிக் கொடுத்துக்கொண்டு தான் இருக்கிறன். அம்மா கண்டிப்பா உன்ன பார்க்க வருவா. நீ யோசிக்காமல் இரு. முதல்ல உன்ர காயம் எல்லாம் மாறனும்" என்றார்.

அப்போது அருகே வந்த பெண் வைத்தியர் "தம்பி உங்கட பெயர் என்ன?" என்று கேட்டார். நான் விம்மிகொண்டே என் பெயரைக் கூறினேன். என் நிலையைப் புரிந்துகொண்ட வைத்தியர், அப்பாவிடம் கதைத்துவிட்டு என்னை மீண்டும் பார்த்து, "தம்பி நீ அழக்கூடாது. உனக்குச் சின்ன காயம் தான். அங்க பார், கால்கள் இல்லாமலும் கண்களப் பறிகொடுத்துவிட்டும் எத்தன பேர் பெரிய காயங்களோட இருக்கிறாங்கள் எண்டு. அப்பா தாற சாப்பாடச் சாப்பிடு. அப்ப தான் உன்ர காயம் கெதில மாறும். நாளைக்கு உன்ன கொழும்பு ஆஸ்பத்திரிக்கு மாத்திறம். அங்க உன்ர காயத்துக்கு உரிய

மருந்தக் கட்டி டொக்டர் ஆக்கள் மாத்திடிவினம். அதற்குப் பிறகு நீ ஆசைப் படுற மாதிரி உன்ட அம்மா, அக்கா, தம்பிய போய் பார்க்கலாம் சரியா" என கூறிவிட்டு சென்றார்.

சற்று நேரத்தின் பின்னர் என் வாயிலிருந்து இரத்தம் கசியத்தொடங்கியது. அப்பா அதைப் பார்த்து விட்டு வைத்தியரிடம் ஓடிச் சென்று அழைத்து வந்தார். வைத்தியர் என்னைப் பார்த்து விட்டு "முரளிக்கு ஒன்றும் இல்ல, நீங்க கொழும்பு வைத்தியசாலைக்கு நாளைக்குப் போக ஆயத்தமாகுங்க" என்றார்.

05.04.2009 அன்று கொழும்பு வைத்தியசாலைக்குக் கொண்டு செல்வதற் காக அப்பா, என்னைத் தூக்கித் தள்ளுவண்டியில் வைத்து என்னுடைய பொருட்களை எல்லாம் எடுத்துக்கொண்டு வைத்தியசாலைக்கு வெளியே தள்ளிக்கொண்டு வந்தார். இரண்டு மணித்தியாலங்கள் கழிந்தும் நாங்கள் கொழும்புக்கு அனுப்பப்படவில்லை. என் கண்கள் அம்மாவை கண்டது போல உணர்வு ஏற்பட்ட நன்றாகப் பார்த்தேன். அம்மா தான் வருகிறார். என்னைப் பார்ப்பதற்காக என்னைக் கண்டதும் ஓடிவந்து கட்டியணைத்து அழுதார்.

பின்னர் அப்பாவைப் பார்த்து "என்ர பிள்ளைக்குக் காயம் இன்னும் மாறலயா? ஏன் இப்படி மெலிஞ்சு போய்ட்டான்?" எனக் கேட்டார்.

அதற்கு அப்பா "அவன் மூண்டு நாளுக்கு முன்னுக்குத் தான் கண்ணே முழிச்சான். பிறகு எப்படி இருப்பான்" எனக் கூறி ஏக்கத்துடன் என்னைப் பார்த்தார். அம்மா, தான் கொண்டுவந்த தேனீரை ஊற்றித் தந்தார். அதனை குடித்ததும் என் வயிறு நிரம்பியது. அன்றைய நாள் அம்மாவுடனே கழிந்தது.

பின்னர் அம்மா "முகாமுக்கு நேரத்தோட போகனும். வரும்போது சரியா கஷ்டபட்டு தான் வந்தனான். நிறைய இடத்தில பதிவு செய்த பிறகு தான் விடுவாங்க... நான் போய்டு வாறன்" எனக் கூறிச் சென்றுவிட்டார்.

06.04.2009 அன்று என்னை வழமையாகப் பார்க்கும் பெண் வைத்தியர் என் அருகே வந்து "முரளி நீங்கள் ஏன் நேற்றுப் போகல, நான் உங்கள போகச் சொல்லித் தானே சொன்னான். போகயில்ல என்றால் எனக்கு ஏன் தெரியப் படுத்தல. ஓகே உம்மட பிறந்த நாள் இண்டைக்கு உம்மட ரிபோட் இப்ப நான் பாக்கைக்க தான் எனக்கு ஞாபகம் வந்தது" வைத்தியர் கூறியபோது தான் எனக்கு என்னுடைய பிறந்த நாள் என்றது ஞாபகத்தில் வந்தது.

ஒரு கேக் துண்டைத் தந்துவிட்டு என்னுடன் போட்டோவும் எடுத்துக் கொண்ட பின்னர், "ஓகே நேற்று ஏன் நீங்கள் போகல" என அப்பாவைப் பார்த்துக் கேட்டார். அப்பாவும் நடந்தவற்றை விளக்கமாகக் கூறிமுடித்தார். உடனே அறைக்குள் சென்று எங்களை அனுப்ப வேண்டியவர்கள் அவர் தளின் கடமை தவறியதால் அவர்களுக்குப் பேசிவிட்டு மீண்டும் எங்கள் அருகே வந்து "ஓகே ஓகே நீங்க போறத்துக்கு ரெடிதானே... எல்லாத்தையும்

217 சமூக சிற்பிகள்

எடுத்துக்கொண்டு வெளில உள்ள அம்புலன்ஸ் அடிக்குப் போங்கோ" எனக் கூறிவிட்டு அவர் முன்னர் அந்த இடத்துக்குச் சென்றார். அவரைப் பின் தொடர்ந்து நாங்களும் சென்றோம். நான் நோயாளர் காவு வண்டியில் ஏறி இருந்தேன். அப்பாவும் என் அருகே ஏறி இருந்தார். இப்பொழுது காவலில் நின்ற இராணுவ அதிகாரி ஒருவர் அப்பாவை வண்டியால் இறங்கும்படி பணித்தார்.

அதற்கு வைத்தியர், "அவர் கட்டாயம் செல்லவேண்டும். அவர் மகன் சிறுவன். அத்தோடு அவனுக்குத் துணை தேவையாகவுள்ளது" எனக் கூற, இராணுவ அதிகாரி "இல்லை அவருடைய அப்பா போனால் புலிகள் எனக் கூறி சிங்கள மக்கள் அவரை எதிர்பார்கள்" என்று கூறினார்.

வைத்தியர் தொடர்ந்து சிங்கள மொழியில் பேசி, அப்பாவை என்னுடன் அனுப்புவதற்குச் சம்மதம் வேண்டி என்னுடன் அப்பாவையும் அனுப்பி வைத்தார். எங்களுடன் சேர்த்து இரண்டு அண்ணாக்களையும் அனுப்பினர். அவர்களுடைய இரு கால்களும் பாதிப்புற்று நடக்கமுடியாத நிலையில் இருந்தனர்.

"ஓகே முரளி... கவனமா போய் அங்க மருந்து எல்லாம் சரியா எடுத்து எல்லாம் மாறியதும் என்னை வந்து பார்த்திட்டுச் சொல்லிட்டுத் தான் போகணும் சரியா? சுரி... எல்லாம் ரெடி தானே, போய்டுவாங்கோ" என வைத்தியர் கூறி, எங்களை அனுப்பிவைத்தார்.

காலை 8.00 மணியளவில் வைத்தியசாலையிலிருந்து வெளிக்கிட்ட நாங்கள் நண்பகல் 2.00 மணிக்கெல்லாம் கொழும்பு வைத்தியசாலையை சென்று விட்டோம். அங்கு இறங்கிய எங்களை 72ஆம் வாட்டுக்கு அனுப்பி வைத்தனர். அந்த வாட்டில் தமிழ் மொழி பேசுபவர்கள் ஒருசிலர் தான் இருந்தனர். சிங்களவர்கள் தான் அதிகமாக இருந்தனர். எனக்கு அவர்களைப் பார்க்கப் பயமாக இருந்தது. ஊடகவியலாளர்கள் வந்து என் காயம் தொடர்பாக கேள்விகளைக் கேட்டுக்கொண்டிருந்தனர். என்னால் எவருக்கும் பதில் கூற முடியவில்லை. அப்பா தான் எல்லோருக்கும் விளக்கம் அளித்துக் கொண்டிருந்தார்.

அங்கிருந்த சிங்களவர்கள் சிலர் என்னைப் பார்த்து கொச்சை தமிழில் "நீ விடுதலைப் புலியா?" என்று கேட்டனர். அதற்கு நான் "இல்லை. எனக்கு 14 வயது தான் ஆகிறது" எனக் கூறவும், "உன்ர வீட்டில அப்போ யார் இருந்தது?" எனக் கேட்டு என்னைத் தொல்லைப்படுத்தினர்.

காயத்தின் வலியால் துடித்துடிக் கொண்டிருந்த எனக்கு அவர்களின் கேள்விகள் இன்னும் வலியைக் கூட்டின. சிறிது நேரத்தின் பின்னர் எனக்கு வாயிலிருந்தும் மூக்கிலிருந்தும் இரத்தம் கசியத் தொடங்கியது. உடனே என்னை 32ஆம் வாட்டுக்கு மாற்றிவிட்டு அவசர சிகிச்சைப் பிரிவில் வைத்து சிகிச்சை அளித்தனர்.

சிங்கள மொழி எனக்குத் தெரியாததால் என்ன கதைக்கிறார்கள், என்ன நடக்கிறது என்று புரியவே இல்லை. வைத்தியர் ஒரு துண்டை எழுதி இந்த மருந்தை வெளியே சென்று வாங்கிவரசொல்லித் தந்தார். அப்பொழுது அப்பா என் பக்கத்தில் இருக்கவில்லை. அங்கு வேலைசெய்கிற சிங்களவர் ஒருவர் நான் வேண்டித் தருகிறேன் எனக் கூறி, துண்டை வாங்கினார். நானும் அவரை நம்பி என்னிடம் இருந்த 5000 ரூபாயையும் அவரிடம் கொடுத்தேன். போனவர் திரும்ப வரவே இல்லை. வைத்தியர் வரும்போது நடந்தவற்றைக் கூறினேன். "கடவுள் உன்னைக் கைவிட்டுவிட்டார்" என அவர் கூறிவிட்டுச் சென்றுவிட்டார்.

அப்பா வந்ததும் நடந்தவற்றைக் கூறினேன். வவுனியாவில் இருந்து வெளிக் கிடும்போது வைத்தியர் "உங்கள் பணங்கள் பொருட்களை எல்லாம் கவன மாக வைத்துக்கொளும். அங்க எல்லாத்தையும் களவு எடுத்திடுவாங்க" என கூறியதை அப்பா நினைவுபடுத்தினார்.

இருந்தும் என்ன பயன்? எங்கள் நிலையை அறிந்துகொண்ட தமிழ் வைத்தி யர் ஒருவர் எனக்கு மருந்து வகைகளை வாங்கித் தந்து இலவச மருத்துவம் கிடைக்க வழி செய்தார். நான் கொஞ்சம் நல்ல நிலைக்கு வரும்போது இராணுவத்தினர் என்னைச் சந்திக்க வந்தனர். என்னைப் பார்த்து என்னு டைய குடும்ப விவரங்களையும் "யார் விடுதலைப் புலிகள் அமைப்பில் இருந்தது என்றும், இப்போ உன் குடும்பம் எங்க இருக்கு" என்றும் கொச்சைத் தமிழில் திரும்பத் திரும்பக் கேட்டு, என்னை எரிச்சல் ஊட்டி னர். அவர்கள் சென்றதும் அப்பா என்னிடம் வந்து கதை கேட்க என் கோபத்தை எல்லாம் அப்பாவிடம் காட்டினேன். அப்பாவை அடித்தும் கூட இருக்கிறேன். வைத்தியர்கள் ஓர் இடத்தில் இருக்கவிடமாட்டார்கள். எழும்பு, ஓடு, நட என என் முதுகில் தட்டியும் அடித்தும் கொண்டிருப்பார் கள். அப்பா எல்லாவற்றையும் பார்த்துகொண்டு தான் இருந்தார். இருப் பினும் அவரால் ஒன்றும் செய்யமுடியாது.

ஒருநாள் வைத்தியரிடம் சென்று "நாங்கள் வீட்டுக்குப் போகலாமா?" எனக் கேட்டார்.

"மருத்துவ அறிக்கை எல்லாம் வந்ததும் நீங்கள் போகலாம்" என்று வைத் தியர் கூறினார்.

ஒரு மாதம் வரையில் அங்கு இருந்திருப்போம். மருத்துவ அறிக்கையைக் கொண்டு வந்து தந்துவிட்டு நீங்கள் வவுனியா போகலாம் எனக் கூறி, வவுனியா வைத்தியசாலைக்கு அனுப்பி வைத்தனர்.

வவுனியா வைத்தியசாலைக்கு வந்ததும் 2ஆம் வாட்டில் என்னை அனுமதித் தனர். வைத்தியசாலை வந்ததும் எனக்கு என்னைப் பார்த்த பெண் வைத்தி யரைப் பார்க்கவேண்டும் போலவே இருந்தது. அவரைக் காணவே இல்லை.

"அவரைக் கண்டீர்களா?" என்று அப்பாவிடமும் கேட்டுப் பார்த்தேன். அவரும் "இல்லை" என்று கூறிவிட்டார்.

என்னை விட்டு அப்பா எங்குமே செல்லமாட்டார். யாரும் உறவினர்கள் என்னைப் பார்க்க வந்தால் மாத்திரமே அவர் வெளியில் சென்று வருவார். அவர் என் மீது அளவற்ற பாசம் வைத்திருந்தார். பக்கத்தில் இருந்து கொண்டு என்னைத் தடவிக்கொண்டே இருப்பார்.

என்னை வைத்தியர்கள் அடிக்கடி வந்து பார்ப்பார்கள். என் கால்களைத் தூக்கி ஆட்டி, மடக்கிப் பார்ப்பார்கள். என் கால்களில் அந்த நேரம் சரியான வலி ஏற்படும். முதுகில் உள்ள காயம் மாறினால் என் கால்கள் சுகமாகி என்னால் நடக்கமுடியும் என வைத்தியர்கள் நம்பினர். நானும் நம்பினேன்.

என்னைப் பார்க்க வரும் வைத்தியரிடம் குறித்த பெண் வைத்தியரைப் பற்றி விசாரித்தேன். அவரை ஏன் காணமுடியவில்லை எனக் கேட்டேன். அதற்கு அவர், "அவரை 15 நாட்களுக்கு முன்னர் சுட்டுக் கொன்றுவிட்டார்கள்" என்று சொன்னார். என்னால் தாங்கமுடியவில்லை. "நான் இன்று உயிரோட இருக்கிறதற்குக் காரணம் அவாதான். அவாக்கு ஏன் இந்த நிலை ஏற்பட்டது? என்னை எவ்வளவு அன்புடன் பார்த்தார்" என என் உள்ளம் குமுறிக் கொண்டிருந்தது. என்னால் அவருடைய பிரிவை ஏற்றுக்கொள்ள முடியவில்லை. அப்படி நடந்திருக்காது என்றும் என்னுள் சொல்லிக்கொண்டேன்.

வவுனியா வைத்தியசாலையில் ஒரு மாதம் வரையில் இருந்திருப்போம்.

பின்னர் அங்கிருந்து என்னைச் செட்டிக்குளம் ஆயுர்வேத வைத்தியசாலைக்கு மாற்றினர். நான் அங்கு சென்றதும் எனக்கு மருத்துவம் பார்த்தார்கள். அங்கு யுத்தத்தால் பாதிக்கப்பட்டு என்னைப்போன்றவர்கள் நிறையபேர் இருந்தனர். அங்கு எல்லோருக்கும் நடை பயிற்சி, சிறிய விளையாட்டுகள், கரம்போட் என பலவற்றை நடாத்துவார்கள். என்னால் கரம்போட் மட்டுமே விளையாடமுடிந்தது. பாதிக்கப்பட்டு சிகிச்சை பெற்று வருபவர்கள் என பார்க்காது அங்கு வருகின்ற "சமயம் சார்ந்தோர்" தங்களுடைய மதத்துக்கு வந்தால் நாங்கள் உங்களை நடக்க வைத்துவிடுவோம். என்றெல்லாம் கூறிச் சிலரைத் தங்கள் மதங்களுக்கு மத மாற்றமும் செய்தனர். ஆனால், என்னால் அதனை ஏற்றுக்கொள்ளமுடியவில்லை. நான் சிறுவயதிலிருந்தே அதீத இந்துசமய பக்தன். எனது 11 வயதில் தீட்சை பெற்றவன். அம்மன் தெய்வத்தின் தீவிர பக்தன். சிறுவயதிலிருந்தே எனக்கு நோய்கள் ஏதேனும் வந்தாலும் வைத்தியசாலைக்குச் செல்லாமல் அம்மன் கோவிலுக்கே செல்வேன். ஆலயத்துக்குச் சென்று திருநீறு பூசினால் எனக்கு வருத்தம் மாறிவிடும்.

செட்டிக்குளம் வைத்தியசாலையில் ஆறுமாதங்கள் வரையில் இருந்திருப்பேன். பின்னர் என்னையும் அப்பாவையும் இராமநாதன் நலன்புரி நிலையத்

துக்கு அனுப்பினர். நானும் அப்பாவும் இரண்டு, மூன்று நாட்கள் தான் இருந்திருப்போம். தரப்பால் கொட்டகை என்பதால் வெக்கை தாங்கமுடியவில்லை. ஒரு வருடம் இருந்தது போல எனக்குத் தோன்றியது.

என்னுடைய அம்மா மற்றும் என் உறவுகளும் அருணாச்சலம் நலன்புரி நிலையத்திலிருந்து மீள்குடியேற்றம் செய்யப்பட்டு எங்கள் ஊருக்குச் சென்றுவிட்டனர்.

12.05.2010 அன்று நானும் என்னுடைய அப்பாவும் எமது ஊருக்கு மீள்குடியேற்றம் செய்யப்பட்டோம். மீள்குடியேற்றம் செய்யப்பட்டு எனது ஊரை அடைந்த நாங்கள் மிகுந்த சந்தோஷத்தின் மத்தியில் எங்களது வீட்டை அடைந்தோம். எங்களது காணி வெறிச்சோடிப் போயிருந்தது. அழகாகக் காட்சி தந்த என் வீட்டு மா மரம், இருந்த இடமே தெரியாது அழிக்கப்பட்டிருந்தது. தென்னை மரங்கள் பலவும் அழிக்கப்பட்டிருந்தன. நான் துள்ளி விளையாடிய என் முற்றம் பற்றைக்காடாகக் காணப்பட்டது. ஆனால், நான் சற்றும் எதிர்பாராத வகையில் நாங்கள் இடப்பெயர்வின் பின்னர் விட்டுச் சென்ற மூன்று நாய்களும் எருதும் பசுவும் எங்களுக்காகக் காத்திருந்தது போல எனது வீட்டில் நின்றன. ஷெல் பீஸ் தாக்கி அவைகளும் காயப்பட்டு தான் நின்றன. பசு மாட்டின் ஒரு முலை கூட அறுக்கப்பட்டிருந்தது. இவை எல்லாவற்றையும் பார்க்கும் போது கவலை என்னுள் குடிகொண்டது.

நான் வீட்டுக்குச் சென்றபோது அம்மா மட்டும் தான் நின்றார். என்னைக் கண்டதும் கட்டி அணைத்து அழுதுகொண்டே முத்தமிட்டார்.

"எல்லாரும் எங்கம்மா போய்டாங்க" எனக் கேட்டேன். "எல்லாரும் பள்ளிக்கூடம் சென்றுவிட்டாங்க" எனக் கூறினார்.

இளநீர் குடிக்கவேண்டும் போல இருந்தது. அம்மாவிடம் கேட்டேன். அம்மா இரண்டு இளநீர் வெட்டித் தந்தவா. இரண்டையும் குடித்துவிட்டு படுத்திருந்தேன். நேரம் 2.00 மணியைத் தாண்டியது. பாடசாலை போனவர்களை எதிர்பார்த்துக் காத்திருந்தேன். பாடசாலை முடிந்து வந்தவர்கள் என்னைக் கண்டு திகைத்துப் போனார்கள்.

எல்லாரும் என் அருகே வந்து அமர்ந்து கண்களில் கண்ணீர் ஓட "நடக்க முடியுமா?" எனக் கேட்டனர்.

"அவனால நடக்கமுடியும், நாங்க எல்லாரும் சேர்ந்து நடக்கவைப்பம்" என அப்பா கூறினார். எல்லோரும் என்னைப் பார்த்துச் சிறிது நேரம் அழுது கொண்டிருந்தார்கள். அப்பாவும் அம்மாவும் எல்லோருக்கும் தைரியம் சொன்னார்கள்.

பாடசாலையிலிருந்து ஆசிரியர்கள், அதிபர் என அனைவரும் என்னை வந்து பார்த்து, சுகம் விசாரித்துவிட்டு என்னை மீண்டும் வந்து படிக்கும் படியும், எனக்கு உரிய வசதிகளைச் செய்து தருவதாகவும் கூறினர். நானும்

வருகிறேன் எனக் கூறினேன். எனக்குப் படிக்கவேண்டும் என்ற ஆசை தான். ஆனாலும் என்னால் நடக்கமுடியாதே, எப்படிப் போகமுடியும்? பாடசாலையில் எல்லோரும் இரண்டு கால்களாலும் நடந்து பாடசாலை வருவார்கள். விளையாடுவார்கள். என்னால் முடியாதே? அங்கு போனால் என்னால் சந்தோஷமாக இருக்கமுடியாது.

பாடசாலைக்குப் போவதாக இருந்தால் நடந்து தான் போகவேண்டும். முடியவில்லை என்றால் படிக்காமலே இருந்திடுவம் என மனதில் நினைத் துக்கொண்டேன். அம்மாவும் அப்பாவும் பாடசாலைக்குச் செல்லும்படி கேட்டுக்கொண்டு இருப்பார்கள்.

ஒருநாள் அவர்களிடம், "என்னை பாடசாலைக்கு செல்லும்படி கூறாதீர்கள், நான் போகமாட்டேன்" என்று கண்டிப்பாகக் கூறிவிட்டேன். அதற்குப் பிறகு அவர்கள் என்னை பாடசாலை செல்லும்படி கூறுவதே இல்லை.

எனக்கு இப்பொழுது நண்பர்களாக இருப்பவர்கள் என் வீட்டு நாய்களும் எருது மாடுகளும் பசு மாடுகளும் தான். அவைகள் தான் என் சந்தோஷம். நான் என் பொழுதைக் கழிப்பதற்காக பத்திரிகைகள், வானொலி, தொலைக் காட்சி என்பவற்றைத் தேர்ந்தெடுத்திருக்கிறேன். பண்டிகைகள், கொண் டாட்டங்கள் என்றால் என் எண்ணங்கள் சோக மயமாகிடும். எனக்குள் துக்கம் குடிகொள்ளும். வீட்டுக்கு வெளியே போகமாட்டன். படுத்தபடியே இருப்பேன்.

என்னால் நடக்கமுடியாவிட்டாலும் என் உறவுகளின் அரவணைப்புடனும் சக்கரகதிரையின் உதவியுடனும் என் வாழ்க்கையை ஓட்டிக்கொண்டு இருக் கிறேன். யுத்தம் முடிந்து இன்று ஆறு வருடங்கள் கழிந்த பின்னரும் அதன் வடுக்கள் என் மனதை விட்டு இன்னும் அகலவே இல்லை. எனக்கு இப்பொழுது 21 வயதாகின்றது.

05.05.2016 அன்று என்னுடைய பிறந்த நாள். என்னுடைய பிறந்த நாளுக் காக என் குடும்பம் காத்திருக்கின்றது. ஆனால், நான் நடக்கும் நாளை எண்ணிக் காத்திருக்கிறேன். காயப்பட்ட நேரத்தில் அதன் விளைவாக எனக்கு இடுப்புக்குக் கீழே இயங்காது என்று நான் நினைத்துப் பார்த்திருக் கவே இல்லை. எனினும் இன்றும் என் நம்பிக்கையை நான் கைவிட வில்லை. என்றாவது ஒருநாள் என்னால் எழுந்து நடக்கமுடியும் என்ற நம்பிக்கையுடன் காத்திருக்கிறேன்.

தொகுப்பு: யோகவதனி குணபாலசிங்கம்

அழியாத ரணங்கள்

அன்று நாள் முழுவதும் நல்ல மழை. காற்றும் மழையும் இருளுடன் சேர்ந்து, தேயிலை மலையை மறைத்து நின்ற பனி மூட்டத்துடன் உறைய வைத்துச் சென்றது. மின்னல் வெளிச்சம் வானவேடிக்கையாகத் தொடர்ந் தாலும் மனதுக்குள் பயம் குடிகொண்டிருந்தது.

மழை நின்று காற்று ஓய்ந்தாலுமே சிறு நீர்த் துளிகளின் மெல்லிய சத்தம் தொடர்ந்தது. வீட்டிலே நிசப்தம், மௌனம் குடிகொண்டிருந்தாலும் தீடீ ரென்று என் மனம் தகர்ந்தது.

"அப்பே சிங்கள பூமியட, வெனகவுறுத் எனவனங் மரணவா" (எங்கள் சிங்கள பூமிக்கு, வேறு யாராவது வந்தால் கொலை செய்வோம்) என இடிச் சத்தம் போல எழுந்த கோஷத்தால் என்னையறியாமலேயே எனக்குள் ஒரு பயம் வந்துவிட்டது.

நான் என்ன செய்கின்றேன் என்று எனக்குத்தெரியாமல் போய்விட்டது. பைத்திக்காரன் போல் ஆகிவிட்டதாய் உணர்ந்தேன். அது பதுளை சிறைச் சாலையில் நான் இருந்தபோது ஏற்பட்ட அனுபவ உணர்வு.

அன்று எனது வாழ்வைநோக்கி ஓர் இன்பமான பயணம். நினைக்கவே மகிழ்வாக இருக்கிறது. எங்கும் பசுமை, தேயிலை வாசம். கூடையுடன் பெண்கள், தோட்டத்துத் திருவிழா, நிறைவான வாழ்க்கை என என் வண்டி ஓடுவதாக நினைத்திருந்தேன்.

மனைவி சுதா, மகள் அபி, மகன்மார் கதிர், ராகவன், ரவி என அடுத்தடுத்து மூன்று ஆண் வாரிசுகள், அப்பா, அம்மா என அன்பான குடும்பம். எழுபத் தைந்து வயதான அப்பா சுந்தரம், என்றும் இளமையாக மாடு வளர்ப்பதும் அம்மா ராசம்மா அப்பாவுக்கு உதவுவதும், தாத்தா, பாட்டி பேரப்பிள்ளை

களுடன் விளையாடி பராமரிப்பதும் என நாட்கள் ஓடி மகிழ்ந்திருந்த தருணம்.

2009.03.22இல் எனது வாழ்வில் மறக்க முடியாத தருணம். அன்று தோட்டத்தில் வேலை செய்துவிட்டு வரும்போது ரொம்பக் களைப்பாக இருந்தது. பங்குனி வெயிலுக்கு ஈடு கொடுக்க முடியவில்லை. வெளியில் வரும்போது எனது வீட்டுத் தெருவிலே பெரும் கூட்டம். அப்பாவின் முகம் வாட்டமாகவும், அம்மா கண்ணீர் கலந்த முகத்துடனும் கடைசி மகன் ரவி ஒன்றும் புரியாமலும் தடுமாறிக்கொண்டிருந்தனர்.

ஆம். நான் சந்தேகத்தின் பேரில் கைது செய்யப்படப்போகின்றேனாம். ஏன் என் மீது சந்தேகம்? தமிழன் சந்தேகத்துக்குரியவனா? தமிழன் எங்கிருந் தாலும் என்ன செய்தாலும் குற்றமா? அவர்கள் பேசும் சிங்களம் எனக்குப் புரியாமலும் நான் பேசும் தமிழ் அவர்களுக்குப் புரியாமாலும் எனது சமாதானப் பேச்சு எடுபடாமால் நான் அழைத்துச் செல்லப்படுகின்றேன்.

எனது மனைவி தேயிலை மலையிலிருந்து கத்திக் கொண்டு அழுது புலம்பி ஓடி வர... ஏன் என காரணம் தெரியாமால் எனது பிள்ளைகளும் சேர்ந்து அழுத வண்ணம் இருக்க... வயதான அப்பாவும் அம்மாவும் கண்ணீரை அடக்கிக்கொள்ளத் தெரியாமால் தடுமாறியது இப்போதும் என் கண்களை கசிய வைக்கிறது.

விளக்கு அணைந்தும் மனதில் புழுங்கிய தணலால் அன்று நான் வெகு நேரமாகத் தூங்கவில்லை. அச்சமும் கலக்கமும் வெகுவாக நிறைந்திருந்தது.

கோழைத்தனம் பிறப்புரிமையாக இருப்பதை அன்று உணர்ந்து அழுதேன். என்னைப் பலமுறை பலர் வந்து விசாரித்துப் பல பதிவுகளை எழுதினார் கள். அவர்கள் சொல்லும் இடங்களில் கையொப்பத்தை இட்டேன். பேசும் மொழி புரியாவிட்டாலும் பேச வந்த விடயத்தை உணர்ந்தேன்.

எனது கைது, வீட்டில் வறுமையின் கோர தாண்டவத்தை வெளிப்படுத்தும் என்பதை நான் நன்கு அறிவேன். அதை எனது மனைவி என்னைப் பார்க்க வந்திருந்தபோது விளங்கிக் கொண்டேன்.

“மாமாவுக்கு வயதானதால் மாட்டை வளர்க்க முடியவில்லை. அதனால் அதனை விற்றுவிட்டோம்” என்றும் “சொந்தக்காரங்க வீட்டுக்குப் போக நேரமில்லை” என்றும் சுதா கூறினாள்.

வறுமையின் பிடியில் வெள்ளைப் பசுவும் விலையானது. சொந்தங்கள் பயந்துவிலகி உறவுகொள்ளத் தயங்கும்போது, நான் எப்படி வெளியில் போவேன் என்பதை மறைமுகமாக உணர்த்தினாள். பின்னர் ஒருநாள், மகள் அபியை பொஹவந்தலாவைக்கு அவளுடைய அம்மம்மா வீட்டுக்கு அனுப்பப்போவதாக சுதா கூறியது இன்றும் என் மனதில் ஆணி அடித்தது போல் நினைவில் இருக்கிறது.

காரணம் அறிய அவளை வற்புறுத்தி வினவியபோது, பாடசாலை மாணவர்கள் அவளிடம் "உங்கப்பா பொலிஸில்தானே உள்ளார்" எனக் கிண்டல் செய்து அழ வைப்பதைக் கூறிக் கண் கலங்கினாள்.

நான், அபியை அழைத்து "உங்கப்பா ஒரு பிழையும் செய்யவில்லை" எனக் கூறவும், அவள் எனக்கு ஆறுதலாக "நீங்க ஒண்டும் யோசிக்க வேணாம் அப்பா. நான் வைராக்கியத்துடன் கல்வி கற்று உங்களை அவமானப்படுத்தியவர்கள் முன்னால வாழ்ந்து காட்டுவேன்" எனச் சொல்லி அழுதது என் மனதைக் கனக்க வைத்தது.

எனது சிறைவாசம் நாட்கள், வாரங்கள், மாதங்கள் என்று வளர்ந்துகொண்டு போனது. மனைவி சுதாவின் மாதச் சம்பளம் ஏழாயிரம் ரூபாய். அதை வைத்துக்கொண்டு குடும்பம், பிள்ளைகள், அம்மா, அப்பா என எல்லோரையும் சமாளித்து சமூகத்துக்கு அவள் எவ்வாறு முகம் கொடுப்பாள் என்ற வேதனை நாளுக்கு நாள் கூடிக் கொண்டே போனது.

எனது நம்பிக்கை வரண்ட கண்களைக் கொண்டு வானத்தை அண்ணாந்து பார்த்தேன். புழுதி படிந்த மனம்போல பல்வேறு யோசனைகள்.

சட்டத்தரணியைச் சந்திப்பதும், எனது குடும்பத்தில் கடைக்குட்டிவரை பொலிஸ் நிலையம் சென்று வருவதும், கூடவே அவர்களும் வருவதும் என வேதனைகளை ரணமாக்கிய இரவுகளே.

பணம் செலவழிக்க முடியாமல் இழுபறி நிலையில் தொடர்ந்த வழக்கு, சிறைக்குள்ளே வெளியில் சொல்ல முடியாத சித்திரவதைகள், ஆறுதலாய் இருந்த சிறை நண்பர்கள், முகம் பார்க்க முடியாமல் குழந்தைகளின் நினைவு, பணக் கஷ்டங்கள், வறுமை எனத் தொடர்ந்தும் ஏக்கங்கள்.

இவ்வாறான சூழலில் சிறையில் சந்தித்த ஒரு நண்பரின் மூலம் எனக்கு மனித உரிமைகள் இல்லத்துடன் தொடர்புகொள்ள ஒரு சந்தர்ப்பம் கிடைத்தது. அது பற்றி மனைவிக்கு அறிவித்தேன். அவளும் மனித உரிமைகள் இல்லத்துக்குப் பல தடவைகள் சென்று தேவையான ஆவணங்களைத் திரட்டிக் கொடுத்தாள்.

மனதில் புத்துணர்ச்சி தோன்றியது. வழக்கில் பல தவணைகள் சென்ற பிறகு எனக்கு விடுதலை என்று தீர்ப்பு வழங்கப்பட்டது. வர்ணிக்க முடியாத மகிழ்ச்சி. மனித உரிமைகள் இல்லத்துக்கு எத்தனைமுறை நன்றி சொன்னாலும் அது ஈடாகாது.

வெளியில் வந்துவிட்டேன். தொழிலுக்குச் சென்று குடும்ப சுமைகளைக் குறைத்துவிடலாம் என்று எண்ணி நடைபோட்டபோது மீண்டும் இடி விழுந்தது.

தோட்டத்தில் "வேலை கொடுக்க முடியாது" என்று கூறிவிட்டார்கள். சட்டம் என்னைக் குற்றவாளி இல்லை என்று கூறினாலும், சமூகம் அதை ஏற்கும் நிலையில் இல்லை.

மீண்டும் சோகம்...

பொலிஸில் என்னைக் கைது செய்தபோது பலவகைகளில் தாக்கியுள்ளார்கள். எனது கண்களையும் கைகளையும் கட்டி விட்டு முழங்காலிட்டு இரண்டு, மூன்று பொலிஸார் சேர்ந்து அடிப்பார்கள். இரவு, பகல் தெரியாத அளவுக்குக் கொடுமைப்படுத்துவார்கள். பொலிஸ் நிலையத்தின் பின்புறமாகச் சாப்பாடு தரலாம் எனக் கூறி, யாரோ இருவர் எனது கண்களைக் கட்டி, வேனில் ஏற்றி எந்த இடம்மென்று தெரியாத இடத்துக்குக் கொண்டு சென்று அடித்தார்கள். சுய நினைவு இழந்தவுடன் பொலிஸ் நிலையத்தில் கொண்டு வந்து போட்டுவிட்டார்கள்.

மறுநாள் காலை பொலிஸ் அதிகாரி ஒருவர் வந்து "நேற்று உன்னை அழைத்துச் செல்லும்போது இனம் தெரியாத நபர்கள் தான் உன்னை இவ்வாறு அடித்துவிட்டார்கள்" என்று கூறிச் சமாளித்துவிடுவார்கள்.

இதையெல்லாம் நினைக்கையில் இப்போது வலிக்கவில்லை. ஆனால், இந்த சமூகத்தை நினைக்கும்போது வெறுப்பும் கவலையும் நிறைந்து கண்களைக் குளமாக்கி நிற்கின்றன.

இருந்தும் நான் கலங்கவில்லை.

இந்த நிலை இனி எந்தவொரு யுகத்திலும் எமக்கு வரக்கூடாது. அதேபோல் எத்தனையோ இளைஞர்கள் கஷ்டப்படுகின்றனர். இதற்கு அடிப்படை இந்த இன முரண்பாடுதான். ஓர் இனம் இன்னொரு இனத்தை அழிப்பதையோ அடக்குவதையோ நிறுத்த வேண்டும். இனவெறியை ஆதாரிக்கக் கூடாது என்ற தெளிவான சிந்தனையோடு எனது சின்ன மகனின் கையைப் பிடித்துக் கொண்டு தெளிவான முடிவை எடுக்கின்றேன்.

சிறியதாய் ஒரு வீட்டுத்தோட்டம், சிறு வியாபாரம், நேரத்தை விரயமாக்காத முயற்சிகள் என எனது எண்ணத்தை நகர்த்துகின்றேன். இருந்தும் எமது வறுமை எப்போது ஒழியும்? வாழ்க்கை ஒருமுறைதான். அதனைப் பயனுள்ளதாகப் பயன்படுத்த என் மனம் புதிய முகவரியைத் தேடிச் செல்கிறது.

தொகுப்பு : கந்தையா மகேந்திரன்

குருதியில் நனைந்த வெண்கொடிகள்

நாங்கள் கிளிநொச்சியை விட்டு இடம்பெயர்த்தப்படு வதற்கு முன்னர் தேவாலய வளாகத்தில் நான் ஆறு பதுங்கு குழிகளை அமைத் திருந்தேன். இதேபோல் வன்னி முழுவதிலும் பல பதுங்குகுழிகளை நாங்கள் அமைத்திருந்தோம். ஒவ்வொரு தடவையும் நாங்கள் இடம்பெயர்த்தப்படும் போதும் முதலில் பதுங்குகுழிகளை அமைப்பதே எமது பிரதான பணியாக இருந்தது.

கிளிநொச்சி வைத்தியசாலை மீது தாக்குதல் மேற்கொண்டிருந்தவேளை யில், அங்கே நான் நான்கு நாட்களாக சிகிச்சை பெற்று வந்தேன். மருத்துவ மனைகளை குறிவைத்து தாக்குதல் நடாத்துவதானது யுத்த தந்திரோபாய மாகும். வன்னியில் யுத்தம் இடம்பெற்ற காலப்பகுதியில், மக்கள் வேறிடங் களுக்கு இடம்பெயர்ந்து சென்றபோதெல்லாம், ஸ்ரீ லங்கா இராணுவத்தினர் முதலில் வைத்தியசாலைகளைக் குறிவைத்தே தாக்குதல் நடாத்தினர். புதுக்குடியிருப்பு பிரதேசத்தில், பல ஆயிரக்கணக்கானவர்கள் காயமடைந் தனர். ஆனால் அவர்களுக்குக் கொடுப்பதற்குத் தேவையான மயக்க மருந்து இல்லாததால் அங்கு கடமையாற்றிய வைத்தியர்கள் மயக்க மருந்து வழங்காமலேயே காயமடைந்தவர்களின் உடல் உறுப்புகளை வெட்டி அகற்ற வேண்டிய இக்கட்டான நிலைக்குத் தள்ளப்பட்டனர்.

உண்மையில் இங்கு கடமையாற்றிய வைத்தியர்கள் "இயந்திரங்கள்" போலவே செயற்பட்டனர். காயமடைந்த மக்கள் ஆகக் கூடியது ஒருசில நிமிடங்களே சத்திரசிகிச்சை அறைக்குள் அனுமதிக்கப்பட்டன. இதன் பின்னர் காயமடைந்த பிற நோயாளிகளுக்குத் தொடர்ந்து சத்திரசிகிச்சை வழங்கப்பட்டது.

உடையார்கட்டு என்ற இடத்தில் தஞ்சம் புகுந்திருந்த மக்கள் மீது "பொஸ்பரஸ் குண்டுகள்" வீசப்பட்டன. இந்த வகைக் குண்டுகள் வீசப் பட்டதும் கறுப்பு நிறப் புகை வெளியேறும். அத்துடன் இந்தக் குண்டு எங்கு வீசப்படுகின்றதோ அங்கே உள்ள அனைத்தும் எரிந்து கருகிவிடும். இந்த வகைக் குண்டு வீசப்பட்டவுடன் அதன் சுவாலை "தறப்பாலில்" பற்றி அதன் பகுதிகள் மக்கள் மீது விழுந்தவுடன் மக்கள் எரிகாயங்களுக்கு உள்ளாகினர்.

பொஸ்பரஸ் குண்டொன்று வீசப்பட்டபோது அதன் சுவாலைகள் வாழை இலைகள் மீது படர்ந்து, பின் அங்கிருந்த மனிதர் ஒருவரின் உடலிலும் பற்றிக் கொண்டது. இதனால் மிக மோசமான முறையில் குறிப்பிட்ட மனிதர் எரிகாயங்களுக்கு உள்ளாகினார். இதனை நான் நேரில் பார்த்தேன். பொஸ்பரஸ் குண்டுத் தாக்குதலுக்கு உள்ளாகி மிக மோசமான எரிகாயங் களுக்கு உள்ளான பலர் யுத்த வலயத்திலிருந்து அகற்றப்பட்டு, கப்பல் மூலம் மேலதிக மருத்துவத்துக்காகக் கொண்டு செல்லப்பட்டனர்.

கொத்துக் குண்டுகள் முதலில் பரந்தன் பகுதியிலேயே வீசப்பட்டன. பல வகையான கொத்துக் குண்டுகளை ஸ்ரீ லங்கா இராணுவத்தினர் பயன்படுத் தினர். கொத்துக் குண்டொன்றின் பிரதான குண்டு, வானில் வெடித்துச் சிதறிப் பல சிறிய துண்டுகளாக உடைகின்றது. இரணைப்பாலை என்ற பிரதேசத்தில் வீசப்பட்ட கொத்துக் குண்டொன்று பல வர்ண நாடாக் களைக் கொண்டிருந்தது. இதனால் இவ்வகைக் குண்டானது சிறுவர்களின் கவனத்தை அதிகம் ஈர்த்துக் கொண்டது. சிறுவர்கள் பல வர்ண நிறங்களால் கவர்ச்சிமிக்க வகையில் உருவாக்கப்பட்டிருந்த இக் கொத்துக் குண்டின் பகுதிகளைத் தொட்டபோது அவை வெடித்துச் சிதறிய சம்பவங்களும் நடந்திருக்கின்றன.

ஜனவரி 25, 2009 அன்று ஒரு நிமிடத்தில் வெடித்த எறிகணைகள் எத்தனை என்பதை நாம் எண்ணிக்கொண்டோம். நாங்கள் ஐந்து மதகுருமார்கள், அருட் சகோதரிகளைக் கொண்ட ஒரு குழு, பெற்றோரை இழந்த பிள்ளைகள் ஆகியோர் ஒன்றாகப் பதுங்குகுழிக்குள் இருந்தோம். அந்த வேளையில் நாம் இருந்த பகுதியை நோக்கி பல் குழல் எறிகணைத் தாக்குதல்கள் மேற்கொள்ளப்பட்டன. அப்போது ஒரு நிமிடத்தில் 60 குண்டுகள் வெடித்ததை நாம் அவதானித்தோம்.

நான் உண்மையில் மிகப் பயங்கரமான, கோரமான நாட்கள் சிலவற்றைப் பற்றி எடுத்துக் கூறவேண்டும். மே 17, 2009 அன்று யுத்தம் முடிவுற்றதாக ஸ்ரீ

லங்கா அரசாங்கத் தரப்பினர் வானொலிச் செய்திகள் மூலம் அறிவித்துக் கொண்டிருந்தனர். அத்துடன் ஸ்ரீ லங்கா இராணுவம் தொடர்ந்தும் எஞ்சியுள்ள புலி உறுப்பினர்களைத் தேடி அழிக்கும் நடவடிக்கையில் ஈடுபடுவதாகவும் ஸ்ரீ லங்கா அரசாங்கத் தரப்பு அறிவித்துக் கொண்டிருந்தது.

மிகக் கோரமான அந்த யுத்தத்தின் இறுதி நாட்களில் முள்ளிவாய்க்காலில் அமைக்கப்பட்டிருந்த பதுங்குகுழியில் எம்மில் ஐந்து மதகுருமார்கள், பெற்றோரை இழந்த 40 சிறார்கள் மற்றும் அருட் சகோதரிகள் சிலரும் தஞ்சம் புகுந்திருந்தோம். எம்மிடம் சிடிஎம்ஏ தொலைபேசி ஒன்றும், சற்றலைற் தொலைபேசி ஒன்றும் இருந்தது.

நாம் முதலில் எமது ஆயர் அவர்களைத் தொலைபேசி மூலம் தொடர்பு கொண்டோம். பின்னர் இறுதி யுத்த நடவடிக்கைக்குப் பொறுப்பாக இருந்த பிரிகேடியர் சவீந்திர டீ சில்வாவுடன் தொடர்பை ஏற்படுத்திக் கொண்டோம். சவீந்திர டீ சில்வா, தற்போது ஐ.நாவுக்கான ஸ்ரீ லங்காத் தூதராகக் கடமையாற்றுகிறார். வெள்ளைக் கொடிகளை உயர்த்திப் பிடித்தவாறு பதுங்குகுழிகளை விட்டு வெளியேறுமறு பிரிகேடியர் எம்மைக் கேட்டுக் கொண்டார். இந்நிலையில் 2009 மே 17 பிற்பகல் வேளையில் வெள்ளைக் கொடிகளை ஏந்தியவாறு நாம் எமது பதுங்குகுழிகளை விட்டு வெளியேற முயற்சித்தோம். ஆனால், இராணுவத்தினர் துப்பாக்கிப் பிரயோகம் மேற்கொண்டனர்.

யுத்த வலயத்தை விட்டு நாம் வெளியேறுவதற்கு முன்னர் இறுதி நான்கு நாட்களாக நாம் எதையும் சாப்பிடவுமில்லை. அத்துடன் நீர் கூட அருந்தவில்லை. யுத்தத்தின் இறுதிக் கட்டத்தில் ஒரு பிஸ்கட்டைப் பெற்றுக் கொள்வதே மிகவும் கடினமாக இருந்தது. கைவிடப்பட்ட பதுங்குகுழி ஒன்றில் விடுதலைப் புலிகளின் மிகவும் சக்தியை வழங்கவல்ல 10 உணவுப் பொதிகளை நாம் பெரும் போராட்டத்தின் பின் பெற்றுக் கொண்டோம். அப் பொதிகளை நாம் அறுபது பேரும் பகிர்ந்து உண்டோம்.

மே 17 இரவு, நான் கிட்டத்தட்ட 50 தடவைகள் வரை ஜெபமாலை செபம் செய்திருப்பேன். நாங்கள் கடற்கரைக்கு மிக அருகில் இருந்ததால் எமது பதுங்குகுழிகள் ஆழமற்றனவாகக் காணப்பட்டன. இந்த இரவு முழுவதும் இராணுவச் சிப்பாய்கள் பதுங்குகுழிகளுக்குள் கைக்குண்டுகளை வீசி மக்களைக் கொலை செய்தனர். அந்த இரவு என்னுடன் இருந்த பெற்றோரை இழந்த சிறார்கள், "பாதிரியாரே, நாம் இங்கே சாகப் போகின்றோம்" எனக் கூறினார்கள்.

அடுத்த நாள் காலை, அதாவது மே 18, இராணுவ வீரர்கள் எம்மை நெருங்கி வந்துகொண்டிருந்த போது, நாம் இரண்டாவது தடவையாகவும் வெள்ளைக் கொடிகளை ஏந்தியவாறு பதுங்குகுழிகளை விட்டு வெளியேற முயற்சித்தோம். நாம் எம்மை அருட் சகோதரர்கள் என இனங் காண்பிப்பதற்காக அருட் சகோதர, சகோதரிகளின் அடையாளம் காட்டும் எமது வெள்ளைச்

சீருடைகளை அணிந்திருந்தோம். மூன்று தடவைகள் நாம் வெளியேற முயுற்சித்தோம். ஆனால், இந்த மூன்று தடவைகளும் ஸ்ரீ லங்கா இராணுவச் சிப்பாய்கள் துப்பாக்கிப் பிரயோகம் மேற்கொண்டனர். அவர்கள் கிட்டத் தட்ட 115 மீற்றர் தூரத்தில் நின்றவாறு துப்பாக்கிப் பிரயோகம் மேற் கொண்டனர்.

இராணுவச் சிப்பாய்கள் எம்மை நோக்கிப் பெரிய குரலில் கத்தினார்கள், "நீங்கள் விடுதலைப் புலிகள், நாங்கள் உங்களைச் சுடப்போகிறோம்" என்றார்கள். அதன்பின்னர் அவர்கள் எம்மை வெளியே வருமாறு கட்டளை யிட்டார்கள். அதனைத் தொடர்ந்து அருட் சகோதரிகள் மற்றும் பெற் றோரை இழந்த 40 சிறார்கள் ஆகியோருடன் நாம் வெள்ளைக் கொடிகளை ஏந்தியவாறு பதுங்குகுழிகளை விட்டு வெளியேறினோம். வெள்ளைக் கொடிகளை ஏந்தியவாறு முழங்கால்களில் இருக்குமாறு அவர்கள் எமக்குக் கட்டளையிட்டனர்.

அதில் நின்ற ஸ்ரீ லங்கா இராணுவ வீரன் ஒருவன் சிங்கள மொழியில், "ஒவ்வொருவரையும் கொலை செய்யுமாறு எமது கட்டளைத் தளபதி எமக்குக் கட்டளையிட்டுள்ளார்" எனக் கூறினான்.

எமது மேலாடைகளைக் களையுமாறு அவர்கள் எமக்குக் கட்டளை யிட்டனர். அதன் பின்னர் "நாம் அருட்சகோதரர்கள் எனவும் இவர்கள் சிறார்கள்" எனவும் வாதிட்டோம். அத்துடன் நாம் ஏற்கெனவே பிரிகேடிய ருடன் தொலைபேசியில் உரையாடியதாகவும் குறிப்பிட்டோம். அதன் பின்னர் நாம் பிரிகேடியரிடம் தொடர்பு கொண்ட தொலைபேசி இலக் கத்தை அந்த இராணுவ வீரர்களிடம் கொடுத்தோம். உடனே அவர்கள் தொடர்பு கொண்டு நாம் ஏற்கெனவே தொடர்பு கொண்ட விடயத்தை உறுதிப்படுத்திக் கொண்டனர்.

நாம் கிட்டத்தட்ட ஒரு மணித்தியாலங்கள் வரை இராணுவத்திடம் வாதாட்டம் மேற்கொண்டோம். எமக்கு முன் நின்ற அந்த இராணுவத்தினர் தமது முகத்தைச் சுற்றிக் கறுப்பு நிறத் துணியால் இறுகக் கட்டியிருந்தனர். கொலை செய்வதற்குத் தருணம் பார்த்துக் காத்திருக்கும் மிருகங்கள் போல அவர்கள் காணப்பட்டனர். சிடிஎம்ஏ தொலைபேசியில் பிரிகேடியருடன் தொடர்பு கொண்ட பின்னரே எம்முடன் வாதாடிய குறித்த வீரனின் கோபம் தணிந்திருந்தது.

இது ஒருபுறமிருக்க, எம்மிலிருந்து சற்றுத் தூரம் தள்ளி இராணுவ வீரர்க ளால் சுற்றிவளைக்கப்பட்டபடி மக்கள் சிலர் நிற்பதை நாம் கண்ணுற்றோம். இவர்கள் எம்மைப் போன்று இறுதிவரை பதுங்குகுழிகளுள் ஒளிந்திருந்த வர்கள் ஆவர். அந்த மக்களில் பலர் காயமடைந்திருந்தனர்.

இறுதியில், எம்மை அவ் இராணுவத்தினர் துருவித் துருவி சோதனை செய்தனர். எங்கள் ஒவ்வொருவரும் ஒரு கைப்பையை மட்டுமே எடுத்துச் செல்வதற்கான அனுமதி வழங்கப்பட்டது. இதில் நின்ற இராணுவ வீரன்

ஒருவர் எமது அருட் சகோதரர்களில் ஒருவரைக் காலால் உதைத்தான். உடனே அவர் கீழே விழுந்துவிட்டார்.

அவர்கள் எம்மை இரு பிரிவுகளாகப் பிரித்தனர். ஒவ்வொரு குழுவிலும் 30 பேர் இருந்தோம். இதனால் நாம் கொஞ்சம் வேகமாக நகர முடிந்தது. வீதியோரங்களில் எரிந்து கொண்டிருந்த வாகனங்கள் மற்றும் அந்த வாகனங்களின் கீழ் இறந்தபடி கிடந்த மக்களின் உடலங்களைக் கடந்தவாறு நாம் சென்றுகொண்டிருந்தோம். நரகத்தைப் போன்று அந்த இடம் காட்சி தந்தது.

"நாங்கள் பிரபாகரனை, பொட்டு அம்மானை, ஏனைய எல்லாத் தலைவர்களையும் கொலை செய்துவிட்டோம். இப்போது நீங்கள் எமது அடிமைகள்" எனச் சிரித்தவாறு கூறினார்கள்.

காயமடைந்த மக்களுக்கு உதவுமாறு நாம் ஸ்ரீ லங்கா இராணுவத்திடம் கேட்டுக்கொண்டோம். அத்துடன் காலால் உதைக்கப்பட்ட குறித்த அருட் சகோதரருக்கும் உதவுமாறு கேட்டுக்கொண்டோம். அவர்கள் காயப்பட்ட மக்களை சாலம்பன் என்ற இடத்துக்குக் கூட்டிச் சென்றார்கள். ஆனால், அவர்கள் இதய வருத்தமுடைய அந்த அருட் சகோதரனைத் தம்முடன் கூட்டிச் செல்லவில்லை. இதய வருத்தத்தால் அவதிப்பட்ட அந்த அருட் சகோதரனுக்கு எவ்வித மருத்துவ சிகிச்சையும் வழங்கப்படவில்லை. அவருக்கு அப்போது 38 வயதாகவே இருந்தது. அவரை அந்த இடத்திலேயே விட்டு விட்டு இராணுவத்தினர் வெளியேறினர்.

நாம் பின்னர் பேருந்து ஒன்றில் சாலம்பன் என்ற இடத்துக்குக் கொண்டு செல்லப்பட்டோம். அவர்கள் எமது ஆடைகளைக் களைந்து எம்மை நிர்வாணப்படுத்திய பின்னரே சோதனைகளை மேற்கொண்டனர்.

இதன் பின்னர் அவர்கள் எம்மை மண்டபம் ஒன்றுக்குள் கொண்டு சென்றனர். அங்கே "நாங்கள் உங்களது தலைவர்களைக் கொன்றுவிட்டோம். ஆனால், அவர்களில் சிலர் தற்போதும் உயிருடன் உள்ளனர். உங்களுக்குள்ளேயே அவர்கள் இருக்கிறார்கள். ஆகவே, விடுதலைப் புலிகள் யாராவது இருந்தால் உடனடியாக எம்மிடம் வந்து உங்களது பெயர்களைப் பதிவு செய்து கொள்ளுங்கள்" என இராணுவத்தினர் அறிவித்தல் விடுத்தனர்.

ஆனால், தமது பெயரைப் பதிவதற்கு எவரும் முன்வரவில்லை. அதன் பின்னர் அருட் சகோதரர்கள் எல்லோரையும் விடுதலைப் புலிகள் என முத்திரை குத்திய அவர்கள், எமது பெயர்களைப் பலாத்காரமாகப் பதிவு செய்து கொண்டனர். இந்த நேரத்தில், "நாங்கள் மதகுருமார்கள்" என உறுதியாகக் கூறியதுடன் எமது அடையாள அட்டைகளையும் அவர்களிடம் காண்பித்தோம்.

கருணா குழுவைச் சேர்ந்த பலர் யுத்தத்தின் இறுதியில் எமது மக்களுடன் கலந்திருந்தனர். அவ்வாறு அங்கு இருந்தவர்களுள் ஒருவரை நான் முதலில்

வன்னியில் சந்தித்திருந்தேன். இவர் என்னை மதகுரு என அடையாளப் படுத்திக் கொண்டார். நாம் நான்கு அருட் சகோதரர்களும் பிரிகேடியரைச் சந்திப்பதற்காக முள்ளிவாய்க்காலுக்கு அழைத்துச் செல்லப்பட்டோம். எம் முடன் சேர்ந்து பயணித்த அந்தச் சிறார்களை அங்கேயே விட்டுவிட்டுச் செல்வதைத் தவிர எமக்கு வேறு வழி தெரியவில்லை.

நாம் அதே இடத்துக்குத் திரும்பி வந்தபோது, எம்முடன் வந்த அந்தச் சிறார்கள் மிகக் கொடூரமான முறையில் தாக்கப்பட்டிருந்தனர். அத்துடன் புலி உறுப்பினர்கள் என அவர்களின் பெயர்கள் பலாத்காரமாகப் பதியப் பட்டன. இதன் பின்னர், நாம் செட்டிக்குளம் என்ற இடத்துக்கு அழைத்துச் செல்லப்பட்டோம். அந்த இடத்தை அடைவதற்காக நாம் இரு நாட்கள் வரை உணவின்றி பேருந்திலேயே தங்கியிருக்க வேண்டியிருந்தது.

நாங்கள் பேருந்தில் புதுக்குடியிருப்பு வீதியால் கூட்டிச் செல்லப்பட்ட போது, மணி பிற்பகல் 6.30 ஆக இருந்தது. புதுக்குடியிருப்புக்கு அருகி லுள்ள மந்துவில் என்ற இடத்தை நாம் கடந்து சென்றபோது மிகப் பயங் கரமான காட்சியைக் காணவேண்டியிருந்தது. கிட்டத்தட்ட 300 வரையான இறந்த நிர்வாணமாக்கப்பட்ட உடலங்களை ஸ்ரீ லங்கா இராணுவத்தினர் ஒன்றுகுவித்துக் கொண்டிருந்தனர்.

இதனை மக்கள் பார்க்க வேண்டும் என்பதற்காக அந்த உடலங்கள் குவிக் கப்பட்டிருந்த இடத்தில் "ரியூப் லைற்றுகள்" பொருத்தப்பட்டிருந்தன. அத்துடன் இதனைப் பார்த்து சிரித்துக் கொண்டிருந்த இராணுவ வீரர்கள், அந்த உடலங்களைப் படம் பிடித்தனர். பார்ப்பதற்கு அது ஒரு கொண்டாட் டம் போல் காணப்பட்டது. அங்கே குவிக்கப்பட்ட்டிருந்த அந்த மக்கள், அந்தப் பிரதேசத்தில் கொல்லப்பட்டிருப்பார்கள் என நான் கருதுகிறேன்.

நாம் மெனிக்பாம் முகாமில் குடியேற்றப்பட்டு முதல் ஒரு வாரமும் குடிப் பதற்கான நீரைப் பெற முடியவில்லை. பசி போக்க உணவு கிடைக்க வில்லை. மலசலகூட வசதிகள் செய்து கொடுக்கப்படவில்லை. எமது முகாமுக்குள் வெளி ஆட்கள் வருவதற்கான அனுமதி வழங்கப்படவில்லை. இதனை "விடுதலைப் புலிகளின் முகாம்" எனவும் "வலயம் 04" எனவும் அழைத்தனர்.

எமது முகாமிலிருந்த மக்கள் கொலை செய்யப்படுவார்கள் எனக் கருதப் பட்டது. எமது வாழ்வு ஆபத்தில் உள்ளதாக நாம் கருதினோம். எமது முகாமில் கிட்டத்தட்ட 40,000 பேர்வரை தங்கவைக்கப்பட்டனர். 16 பேர் படுத்து உறங்குவதற்காக சீனாத் தயாரிப்பான நீல நிறத் தறப்பாள் ஒன்று வழங்கப்பட்டது. இதனால் பெண்கள் கூடாரத்துக்குள்ளும், ஆண்கள் அதற்கு வெளியேயும் படுத்து உறங்க வேண்டிய நிலைக்குத் தள்ளப் பட்டனர். அவர்கள் எம்மை மிருகங்கள் போல் நடாத்தினர்.

யாழ்ப்பாணத்தைப் பொறுத்தளவில் ஸ்ரீ லங்கா அரசாங்கமும், இராணுவப் புலனாய்வுத் துறையும் மக்கள் மத்தியில் அச்சத்தை ஏற்படுத்தியுள்ளனர்.

யாழ்ப்பாண வீதிகளில் உள்ள விளம்பரப் பலகைகளில் "ஒரு நாடு ஒரு மக்கள்" என்ற வாசகம் பொறிக்கப்பட்டுள்ளது. இது மக்களைப் பெரிதும் கோபத்துக்கு உள்ளாக்கியுள்ளது.

ஸ்ரீ லங்கா அரசாங்கப் படையினர் அக்கராயன், முறிகண்டி, வற்றாப்பளை ஆகிய மூன்று இடங்களிலும் பல மாற்றங்களை ஏற்படுத்தியுள்ளனர். இவ்விடங்களில் சிங்கள மக்களுக்கான வீடுகள் கட்டப்படுகின்றன. வடக்கு மாகாணத்தின் மையமாக மாங்குளம் அமைக்கப்படவுள்ளது. இங்கு கிட்டத்தட்ட 300,000 மக்களைக் குடியேற்ற சிங்கள அரசாங்கம் திட்டமிடுகிறது.

ஒவ்வொரு பட்டினத்திலும் இன விகிதாசாரத்தைப் பேண அரசாங்கம் முயற்சிக்கிறது. இதனால் வடக்கில் உள்ள குடிசன பரம்பலில் மாற்றத்தைக் கொண்டு வர அரசாங்கம் திட்டமிடுகிறது. ஏற்கெனவே நாவற்குழியில் சிங்களவர்கள் குடியேறுவதற்கான அனுமதிகள் வழங்கப்பட்டுள்ளன.

தொகுப்பு : சமூக சிற்பிகள்

துறவியுடன் ஒரு சந்திப்பு

வடமத்திய மாகாணத்தின் உப பிரதான அதிகரன சங்ச நாயக்க, வீஹார மில்லேவ தம்மரக்ப்பித்த பிக்குவானவர் இப்பொழுது என் முன்னே இருக்கிறார். இது அவருடைய கதைதான்.

பதினைந்து வயதுடைய சாதா ரணமான ஒருவனாக அன்று நான் விஹார மில்லேவ விகா ரைக்கு வந்தபோது இவ்விடம் இன்று காட்சி தருவதுபோல அப்போது இருக்கவில்லை. இன்றுபோல் அல்லாது ஆயி ரம் மடங்கு இடிந்து உடைந்து வீழ்ந்திருந்தது.

கெப்பித்திகொல்லாவ விஹாரமில்லேவ கிராமத்தில் வசித்து வந்த கிராமத் தலைவர் எனது பூட்டனார் ஆவார். நான் துறவறம் பூண வேண்டுமென் பதை முதலாவதாக அவரே தீர்மானித்தார். இருப்பினும் கல்வி கற்பதில் திறமைசாலியான, குடும்பத்தில் மூத்த ஆண் பிள்ளையாக இருந்ததால் பூஜை வழிபாடுகள் செய்தவதற்கு எனது தந்தை விருப்பம் கொள்ள வில்லை.

"நான் தற்கொலை செய்துகொண்டு சாவேன்..." என தந்தை எதிர்ப்பு தெரிவித்தார்.

"செத்துப்போ... பரவாயில்லை. ஆனால், பையனை துறவறத்துக்குக் கொடுத்த பிறகு..." என பூட்டனார் தனது நிலையிலிருந்து கொஞ்சம் கூட மாறவில்லை.

இறுதியாக நான் துறவறம் பூணும் வைபவம் நிறைவேறியது. முதல் ஐந்து ஆறு ஆண்டுகள் ஆரம்ப துறவற கல்வியே வழங்கப்படும். ஆனாலும் அந்த ஆறு ஆண்டுகளில் பூர்த்தி செய்ய வேண்டிய கல்வியை மூன்று ஆண்டு களில் பூர்த்தி செய்தேன்.

*1953*ஆம் ஆண்டு ஜூலை மாதம் *14*ஆம் திகதி மல்வத்த விகாரைக்கு அழைத்துச் சென்று தீட்சை வழங்கப்பட்டது. அன்றிலிருந்து கெப்பிதி கொல்லாவ விஹாரமில்லேவ விகாரையை விட்டு போவதற்கு வாய்ப்பு அதிகப்படியான பொறுப்பால் கிடைக்கவே இல்லை.

விஹாரதிபதி பிக்குவும் பிரிவெனாவுக்குப் பொறுப்பான பிக்குவும் என்னை மேலும் கற்பதற்காக கூட்டிச்செல்வதற்கு வந்தார்கள். இருப்பினும் விகாரை யிலிருந்த குருவான பிக்குவும் நோய்வாய்ப்பட்டிருந்தார். விகாரையை நடத்திச் செல்வதற்கும் அதன் நிர்வாக நடவடிக்கைகளை மேற்கொள்வதற் கும் யாரும் இருக்கவில்லை. விகாரை என்று பெயரளவில் சொன்னாலும் உடைந்து வீழ்ந்த, களிமண்ணும் சாணத்தினாலும் கட்டப்பட்ட சிறிய வீடு போன்றே காணப்பட்டது.

"சிறிய பிக்குவின் விருப்பம் எதுவோ அதன்படியே செய்யுங்கள்" என குருவான பிக்கு கூறினார். விஹாரமில்லேவ விகாரையில் தங்குவதே சிறிய பிக்குவின் விருப்பமாக இருந்தது. விஹாரமில்லேவையை மையமாக கொண்ட பதினாறு விகாரைகள் வரையில் இருந்தன. அந்த விகாரைகள் அனைத்தையும் விகாரைகளாக உறுதிசெய்து கொள்ளும் பொறுப்பு அவ ருக்கே இருந்தது. எல்.ரீ.ரீ.ஈ குழப்பம் மெது மெதுவாகவே இப்பிரதேசத்தில் ஆரம்பித்தது. திடீரென அல்ல.

விஹாரமில்லேவையானது அமைந்திருப்பது, ஹொரவப்பொத்தான மற்றும் வவுனியாவின் எல்லையில் அமைந்துள்ள கிராமமான கெப்பித்திகொல் லாவையிலாகும். எல்லா கிராமங்களில் உள்ள விகாரைகளைப்போலவே கெப்பித்திகொல்லாவையில் உள்ள விகாரையும் பாழடைந்து கொண்டி ருந்தது. விகாரையில் வேலைகளை செய்வற்கு பிக்குகள் இருக்கவில்லை. அதனால் நான் பிரிவெனா ஒன்றை ஆரம்பித்து சிறிய பிக்குகளை கூட்டி வந்து தங்குமிட வசதிகளை சீக்கிரமாக பெற்றுக்கொடுத்து தர்மத்தை கற்றுக் கொடுக்க ஆரம்பித்தேன்.

பயங்கரவாத குழப்பம் தொடங்கியவுடன் இந்த கிராமங்களில் இருந்த அனைவரும் சென்றுவிட்டனர். யாரும் இருக்கவில்லை. எனவே என்னை யும் போகச் சொன்னார்கள். நான் போக மாட்டேன் எனச் சொன்னேன்.

“அப்படியானால் இந்த சின்ன பிக்குகளை விலக்கி விடுங்கள். ஏனெனில் செல்கள் வெடித்து வீசுப்படுவதனால் ஏதாவது பிரச்சினை ஏற்பட்டால் இவர்களைக் காப்பற்றிக்கொள்ள முடியாது. எனவே சிறிய பிக்குகளை அழைத்துக் கொண்டு கொழும்புக்கு வாருங்கள்” என்று ஒரு செய்தியை சந்திரிகா அம்மையார் எனக்கு அனுப்பினார்கள். அதனால் சிறிய பிக்கு களை அழைத்துச் சென்று கொழும்பு நுகேகொட சுஹதாராம பிரிவெனா வில் தங்கவைத்து, வரும் வழியில் சந்திரிகா அம்மையாரைச் சந்தித்துக் கதைத்தேன். பின்னர் நான் மீண்டும் திரும்பி வந்து தனியாக இருந்தேன்.

அவ்வாறு மூன்று வருடங்கள் தனியாகவே இருந்தேன். அப்பொழுதும் ஜனாதிபதியாக சந்திரிக்கா அம்மையார் அவர்களே இருந்தார். அப்படி இருக்கும்போது தான் சமீபத்தில் மரணமடைந்த சோபித்த பிக்கு அவர்கள் இங்கே வந்து என்னைக் கூட்டிச்செல்ல முனைந்தார்.

அவர் என்னிடம் “இங்கே இருக்க வேண்டாம். எந்நேரத்தில் புலிகள் தாக்கலாம் என்பதை அறியோம். அங்கே போவோம்” என்றார்.

நான் சொன்னேன் “முடியாது நான் போக மாட்டேன். நான் பிறந்தது இந்த கிராமத்தில்தான். அந்த குளத்துக்கு அருகில் இருக்கும் மலையடிவாரத்தில் தான் எனது வீடு. துறவறம் பூண்டதும் இங்கேதான். இவ்வளவு காலமும் வாழ்ந்ததும் இங்கேதான். இருந்தால் இன்னும் கொஞ்ச காலம் இங்கே இருக்க வேண்டி வரும். அதற்காக இந்த கிராமத்தையும், விகாரையையும் கைவிட்டு நான் எப்படி போவது?” என்றேன்.

ஆனாலும் அவர் என்னை அழைத்துச்செல்ல மிகவும் முயற்சி செய்தார். இருந்தும் நான் போகவில்லை. ஆறு மாதங்கள் வரை நான் தனியாகவே இருந்தேன். யாரும் இருக்கவில்லை. ஒரு பையன் மாத்திரம் இராப்பொழு தில் விகாரையில் நித்திரை கொள்வதற்காக வருவான். அவ்வளவுதான்.

அதன் பின்னர் புலிகள் இங்கே வரத்தொடங்கினார்கள். வந்து அதோ அந்தப் பக்கமாக உள்ள கிணற்றில் நீர் எடுத்துச் செல்வார்கள். ஆனால் எனக்கொரு தொந்தரவும் செய்யவில்லை. நிறைய சந்தர்ப்பங்களில் நான் விகாரைக்குள் இருக்கும் பொழுது வெளியிலே காலடிச்சத்தங்கள் எனக்கு கேட்கும். அங்கேயும், இங்கேயும் நடமாடுகின்ற சத்தம். ஆனாலும் எனக்கு எந்தப்பிரச்சினையும் ஏற்படவில்லை. நான் உள்ளே இருப்பது அவர்களுக்கு விளங்கும் போலும். அப்படி புலிகள் வருவது நள்ளிரவு பன்னிரெண்டு மணிக்குப் பிறகே. தண்ணீர் எடுப்பதற்கு வேறு ஓர் இடமும் இல்லாதபடி யால் இங்கிருந்து தண்ணீர் கொண்டு போகவே வருவார்கள். இருந்தபோதும் அவர்கள் ஒருபோதும் எனக்கொரு தொந்தரவும் செய்யவில்லை. ஆனாலும் இன்று ஓர் இடத்தில் நித்திரை செய்தால் நாளை அவ்விடத்தில் நித்திரை கொள்ள மாட்டேன். வேறொரு இடத்திலேயே நித்திரை கொள்வேன்.

இவ்வாறு இருக்கும்போது சந்திரிக்கா அம்மையார் அவர்கள் இரண்டு வருடங்களுக்குப் பிறகு என்னை மீண்டும் தொடர்பு கொண்டு திரும்பவும்

பிரிவெனாவை நடத்துங்கள் நான் பாதுகாப்பு தருகிறேன் என்று சொல்லி சிவில் பாதுகாப்பு படைவீரர்கள் நான்கு பேருடன் ஒரு பொலிஸ் அதிகாரி யையும் எனக்கு கொடுத்தார். அந்த ஐவரும் நானுமாக ஆறு பேரும் சுமார் இரண்டு வருடங்கள் விகாரையில் இருந்தோம்.

நாங்கள் சிறிய வயதில் யாழ்ப்பாணம், வவுனியா போன்ற பகுதிகளில் தமிழ் மக்களுடன் மிகவும் ஒற்றுமையாக சுமூகமாக வாழ்ந்து வந்தோம். ஒரு வேறுபாடும் இருக்கவில்லை. இங்கிருக்கும் கிராமங்களுக்கு அவர்கள் வியா பாரத்துக்கு வந்து போவார்கள். வார இறுதி நாட்களில் தங்கி பிறகு பயணம் செய்வார்கள்.

இவ்வாறு மிகவும் ஒற்றுமையாக எந்தவொரு பேதமும் இன்றி வாழ்ந்துவந் தோம். அன்றைய காலகட்டத்தில் நாங்கள் எந்தவொரு சந்தரப்பத்திலாவது யாழ்ப்பாணம் அல்லது வவுனியா போன்ற பகுதிகளுக்குப் போவதற்கு தயங்குவதில்லை. ஏனெனில் அங்கேயும் எமது சிங்கள மக்கள் இருந்தார் கள். அப்போது யாழ்ப்பாணத்தில் இருந்த சிங்கள மகா வித்தியாலயத்தில் வாராவாரம் பிரித் சொல்லி தானம் கொடுப்பார்கள். எனவே நாங்களும் செல்வோம். நாங்கள் போகும் போது ஒருபோதும் எங்களிடம் பேருந்து கட்டணத்தைகூட அவர்கள் வாங்குவதில்லை. காங்கேசன்துறைக்கும் நாங் கள் செல்வோம். எனவே மிகவும் சுமூகமாக, எங்களை மிகவும் கௌர வத்துடன் வரவேற்று அந்நடவடிக்கைகள் எல்லாம் நடைபெற்றன. சிங்கள வர் - தமிழர் என்ற பாகுபாடு இருக்கவில்லை.

புலிகளின் பிரச்சினை தொடங்கியவுடனே கிராம மக்கள் பதுகாப்புக்காக எமது விகாரைக்கு வர ஆரம்பித்தனர். இந்த விகாரைக்கு அருகில் இருக் கின்ற ஒரு பாதை நேரே வவுனியாவுக்கும் மற்றைய பாதை பதவியாவை நோக்கியும் செல்கிறது. அது சாதாரண குடிமகனின் பிரதேசமல்ல, புலி களின் பிரதேசம்.

அநேகமாக எங்களிடம் தமிழ் மக்கள் கேட்பார்கள் "ஏன் சாமி, இந்தப் பிரச்சினை என்ன? என்னத்தை பிரித்தெடுத்துக் கொள்வது" என்று.

"நாங்களும் கேட்பது அதைத்தான். நீங்களும், நாங்களும் மிகவும் ஒற்றுமை யாகத் தானே வாழ்ந்தோம்" என்று நான் சொன்னேன்.

புலிகளின் பிரச்சினை வரும் வரைக்கும் எந்தவொரு பிரச்சினையும் எங்க ளுக்குள் இருக்கவில்லை. இது இந்த தமிழ் இனத்தின் பிரச்சினை அல்ல. கிராமங்களில் இருந்த தமிழ் மக்களின் பிரச்சினையும் அல்ல. அதற்கு மேலாகச் சென்று, தமிழ்நாட்டிலும் கேரளத்திலும் இருக்கின்ற நபர்கள் தமக்கென்று நாடொன்று இல்லாததால் அவர்களின் ஆதிக்கத்தில் எமது நாட்டில் ஒரு பகுதியைப் பிரித்தெடுத்து அந்தப் பகுதியை, இந்தியாவுடன் சேர்த்துக்கொள்ள வேண்டும் என விரும்புகிறார்கள் என நினைக்கிறேன்.

இதுவே எமக்குள் நிறையப் பாதிப்பை ஏற்படுத்தியது. அவ்வாறு இல்லா மல் இது சாதாரண தமிழ் சிங்கள மக்களின் முரண்பாடு அல்ல. இங்கே குழப்பங்கள் நடைபெற்ற நேரத்திலும் நமது சிங்கள மக்கள், தமிழ் மக்களை பாதுகாத்தனர். தமிழ் மக்கள் நமது சிங்கள மக்களைப் பாதுகாத்தனர். ஒளித்து வைத்துக் கூட பாதுகாத்தனர்.

இந்த விகாரையில் இருந்து ஒன்று அல்லது இரண்டு கிலோமீற்றர் தூரம் சென்றவுடன் இருக்கும் இடத்தில்தான் கெப்பித்திகொல்லாவ பேருந்து குண்டு வெடித்தது. எனது இந்த விகாரை பிரிவெனாவில் இருந்த சிறிய பிக்குகளும், விகாரையில் பாதுகாப்புக்காக இருந்த சிவில் பாதுகாப்பு படையினரும் தான் முதன் முதலாக அவ்விடத்துக்கு ஓடியவர்கள். அங்கு போய்ப் பார்த்தபோது இரண்டு குண்டுகள், ஒன்று முன் கதவுக்கும் மற்றையது பின்புறக் கதவுக்கும் பொருத்தப்பட்டு இரண்டும் ஒரே தடைவ யில் வெடித்திருந்தன. அதிலும் சாரதி அவரது ஆசனத்திலேயே மரணித் திருந்தார். பேருந்து, பதினைந்து இருபது யார் தூரம் வரையில் இழுபட்டுச் சென்று கிடங்கொன்றில் இடிபட்டுச் சாய்ந்து கிடந்தது. அவ்விடம் ஓர் இரத்தம் நிரம்பிய குழியொன்று போல காட்சியளித்தது. அவ்விடத்திலேயே எழுபதுக்கும் அதிகமானோர் மரணித்திருந்தனர். அதற்குப் பிரதான கார ணம் அன்றைய தினத்தில் கெப்பித்திகொல்லாவ சுகாதார நிலையத்தில் நடாத்தப்பட்ட சிறுவர் தொடர் வைத்திய பரிசோதனையாகும். அதற்கு யக்காவெள பிரதேசத்திலிருந்தவர்களே அதிகமாக பேருந்துக்குள் ஏறி இருந்தனர். அதேபோல வவுனியாவில் பயங்கரவாத பிரச்சினையால் மரணித்த எங்களுடைய சிங்களப் பிள்ளை ஒருவரின் மரண வீட்டுக்குச் செல்வதற்காகப் பேருந்தில் போய்க்கொண்டிருந்த சில பெரியவர்களுமே அதில் இருந்தனர். நூற்று எண்பது பற்றுச்சீட்டுகள் எழுதப்பட்டிருந்தன.

2009ஆம் ஆண்டில் யுத்தம் முடிவடைவதற்கு முன்னரான காலகட்டத்தை நாம் நோக்கும்போது எமக்கு உயிரிழப்புகள் இல்லாவிட்டாலும் வேறு பிரச்சினைகள் காணப்பட்டன. அது என்னவென்றால் விகாரைக்கு தானம் கொண்டுவர யாருமில்லை. இப்பிரதேசத்தில் பதினைந்து கிராமங்கள் வரையில் இருந்தன. விகாரைக்குத் தானம் கொண்டுவரும் பணியை அவர்களே மேற்கொண்டனர். யுத்தத்தின்போது அவர்கள் தமது கிராமங் களைக் கைவிட்டு முகாம்களுக்குச் சென்றுவிட்டனர். முகாம்களில் அவர் கள் சுமார் மூன்று வருடங்கள் தங்கியிருந்தனர். பாரதூரமான பிரச்சினை கள் இல்லாவிட்டாலும் பதுகாப்புக் காரணங்களால் நாங்கள் பிரயாணங்கள் ஏதும் செய்வதில்லை. மாலை ஆறு மணிக்கு பிறகு ஒரு தீக்குச்சியைக் கிழிப் பதற்குக் கூடத் தடை விதிக்கப்பட்டிருந்தது.

அதன்பிறகு வவுனியா வரைக்கும் இப்பிரதேசத்தை கட்டுப்பாட்டுக்குள் வைத்திருந்த பிரதான இராணுவ முகாம் இந்த விகாரைக்கு அருகிலேயே அமைக்கப்பட்டது. விகாரைக்குச் சொந்தமான இடமொன்றை நான் இரா ணுவத்தினருக்குக் கொடுத்திருந்தேன். என்னுடைய விகாரையின் அறை களில், பிரிவெனா மண்டபத்தில் என எல்லா இடத்திலும் இராணுவத்தி

னரே இருந்தனர். பதவிய, சிங்கபுர வரைக்கும் பாதுகாப்பு நடவடிக்கையை ஆளுகை செய்தது இவ்விடத்தில் இருந்துதான். ஏனென்றால் இவ்விடத்தில் நிறைய வசதிகள் இருப்பதனால் இவ்விடத்தில்தான் அனைத்தையும் கொண்டுவந்து இறக்கிச் செல்வார்கள். சிலவேளைகளில் இருநூறு, முன் னூறு பேரைக்கூட கொண்டுவந்து இறக்குவார்கள். பின்பு போய்த் திரும்ப வும் இருநூறு, முன்னூறு பேரைக்கூடக் கொண்டுவந்து இறக்குவார்கள். எனவே, பாதுகாப்பு நன்றாக இருந்தபடியால் உயிருக்கு ஆபத்து நேரும் என்கிற உணர்வு எங்களுக்கு இருக்கவில்லை. அப்படி நடந்தாலும் எங்க ளைப் பார்த்துக்கொள்ள ஆட்கள் இருந்தார்கள் தானே.

யுத்தம் காரணமாக கிராமங்களில் உள்ள மக்களுக்கென்றால் நிறைய பிரச்சி னைகள் நடந்தேறின. அவர்கள் தமது வீடு வாசலை கைவிட்டுச் சென்றனர். முதலில் கெப்பித்திகொல்லாவ மகா வித்தியாலயத்தில் மக்கள் தற்காலிக மாக தங்கியிருந்தனர். அதன் பிறகு நீதிமன்றம் இருக்கின்ற கந்துகெட்டே அருகில்தான் அவர்களுக்கு சிறு சிறு கூடாரம் அமைத்து கொடுத்திருந் தார்கள்.

யுத்தம் முடிவடைந்த பின்பு திரும்பவும் மக்கள் தத்தமது கிராமங்களுக்கு செல்லும் வரைக்கும் எப்பொழுதுமே இப்பிரச்சினையை தீராது என நான் நினைத்தேன். ஆனாலும் மக்கள் போவதற்கு பயம்தானே. அதனால் மக்க ளின் வீடு, வாசல், பயிர்ச்செய்கைகள், தென்னைமரங்கள் போன்ற அனைத் தும் நாசமாகிபோயிருந்தன. புலிகள் வந்தவுடனேயே முதலாவதாக தென்னை மரங்களைத்தான் வெட்டுவார்கள். தேங்காயை உரிப்பார்கள். இளநீரும் குடிப்பார்கள். நாசப்படுத்திவிட்டுச் சென்றுவிடுவார்கள்.

கிராமங்களுக்கு மீண்டும் போவதற்கு விருப்பமான மக்களின் கையெ ழுத்தைப் பெற்று கிராமங்களுக்கு அனுப்புவோம் என அரசாங்கத்துக்கு யோசனை தெரிவித்தேன்.

அந்நாட்களில் பொலிஸ் நிலையத்தில் லயனல் குணதிலக்க எனப்படும் நல்லதொரு அதிகாரி இருந்தார். அவர் தற்போது கொழும்பில் இருக்கிறார். நானும் அவரும் உதவி அரசாங்க அதிபரும் சேர்ந்து போய்க் கதைத்து, கிராமத்துக்குப் போவதற்கு விருப்பமான ஆண்களை மாத்திரம் முதலில் கூட்டிச் சென்றோம். இங்கிருந்து கூட்டிச்சென்று ஹல்மில்லவெட்டிய பாடசாலையில் தங்கவைத்தோம்.

அநேக வருடங்களுக்குப் பிறகு தத்தமது வீடுகளுக்கு பாதையை தேடும் போது அவையெல்லாம் காடாகி இருந்தது. அதனால் ஆண்கள் குழுக் களாகப் போய்ப் பாதைகளைச் சுத்தம் செய்ய ஆரம்பித்தனர். அதன் பிறகு தத்தமது வீடுகளைத் துப்புரவு செய்ய நாங்கள் ஆயத்தம் செய்தோம்.

மதவாச்சி, அநுராதபுரம், கஹட்டகஸதிஹிலிய, ஹொரவப்பொத்தான போன்ற கிராமங்களுக்குப்போய் நாங்கள் பொருட்களைச் சேகரித்து வந்து இம்மக்களுக்கு உணவு வழங்கினோம். அப்படியிருந்தாலும் மக்கள் போய்

தங்குவதற்கு பயந்தார்கள். அதனால் மக்களின் பயத்தைப் போக்கப் பெரும் முயற்சி எடுக்க வேண்டி வந்தது. வீடுகள் உடைக்கப்பட்டிருந்தவர்களுக்கு வீடுகள் கட்டிக்கொள்ள நாம் உதவி உபகாரங்கள் செய்தோம். காடுகளில் மரங்கள் வெட்டிக்கொள்ளுங்கள். வீடு கட்டுவதற்கு மணல் தேவையெனின் காட்டு ஓடைகளில் மணல் அள்ளிக் கொள்ளுங்கள் என்று சொல்லி நாங்கள் மக்களுக்கு அனுமதி கொடுத்தோம். ஆனால், இவ்வாறாக எடுத்துக் கொள்ளப்பட்ட பலகை - மணல் போன்றவைகளைக் குறிப்பிட்ட தேவைகளுக்குப் பயன்படுத்தினோம் என்று எங்களுக்குக் காண்பிக்க வேண்டும் என்று மக்களுக்குச் சொல்லியிருந்தோம். இல்லையென்றால் மக்கள் அவற்றை எடுத்துக் களவாக விற்பது போன்ற செயல்களைச் செய்ய முடியும் என்பதனாலேயே தான். எனவே, இப்படி துரிதமாக அகதி முகாம்களில் இருக்கும் மக்களை கிராமங்களுக்குக் கொண்டுபோய் எங்களுக்கு முடிந்த வரையில் தங்கவைக்கின்ற நேரத்தில்தான் இந்தக் குண்டு வெடித்தது.

ஹிதிகொல்லேவ என்று சொல்லப்படும் காட்டு மூலையில் இருக்கும் கிராமத்துக்கு முல்லைத்தீவு பக்கத்தில் இருந்து வரவும் முடியும். வவுனியா பக்கத்தில் இருந்து வரவும் முடியும். அதற்கான பாதைகளும் இருந்தன. இப்பாதைகளில்தான் புலிகள் வந்தனர். நாங்கள் மாதத்துக்கு ஒருமுறை இதுபோன்ற பிரச்சினைகள் பற்றிக் கதைப்பதற்கு இராணுவ அதிகாரிகள் மற்றும் பொலிஸாரிடம் கலந்துரையாடுவோம். புலிகளின் பிரச்சினை தொடர்பாகப் பாடுபட்டு வேலை செய்த இராணுவ அதிகாரிகள் சிலர் இருந்தனர். நாங்கள் அவர்களை எந்நேரமும் சந்திப்போம். அடுத்ததாக என்ன செய்யலாம், அடுத்ததாக என்ன செய்ய வேண்டும் என்பது தொடர்பாகக் கலந்துரையாடுவோம்.

அக்காலத்தில் மக்கள் முழுவதுமாக வாழ்ந்தது அரசாங்கத்தின் உதவியினால்தான். அரசாங்கத்தினால் உணவு அனைத்தும் கொடுக்கப்பட்டன. அதற்கு மேலதிகமாக ஒவ்வொரு வீட்டுக்கும் இருபத்தொன்பதாயிரம் படி வீடுகள் கட்டிக்கொள்ளக் கொடுத்தனர். அது மட்டுமல்ல மக்கள் ஜீவனோபாயத்துக்கு ஏற்ற நிலை வரும் வரைக்கும் அந்த உதவித் தொகை கொடுக்கப்பட்டது. இல்லையென்றால் மக்களுக்கு வாழ்வதற்கு வழயில்லாமல் போயிருக்கும்.

நான் சந்திரிக்கா அம்மையாரிடம் சென்று மக்களின் பாதுகாப்புத் தொடர்பாக வவுனியா பாதையில் இருந்து பதவிய வரைக்கும் பதுங்குகுழி அமைத்து வேலி ஒன்றை அமைக்க நான் ஆலோசனை சொன்னேன். ஏனெனில் அவ்விடம் முழுமையான காடாக இருந்தது. புலிகள் நினைத்த நேரத்தில் வர முடியும். அதனால் பதுங்குகுழி ஒன்றையும் வேலி ஒன்றையும் அமைக்கச் சொன்னேன். பதுங்குகுழியையும், வேலியையும் பாதிவரைக்கும் செய்தார்கள். பின்பு பாதியிலேயே நிறுத்திவிட்டனர்.

அதன்பிறகு நான் நேரடியாக ஜனாதிபதி இல்லத்துக்குச் சென்று சந்திரிக்கா அம்மையாரிடம் இது தொடர்பாக, "ஏன் இதனை நிறுத்தினீர்கள்?" என்று கேட்டேன்.

ஏனெனில் புலிகளுக்கு வடக்கையும் கிழக்கையும் ஒன்றிணைக்க வேண்டிய பெரியதொரு தேவை இருந்தது. புலிகளுக்குக் கிழக்கிலிருந்து வடக்குக்குச் செல்லவும், வடக்கிலிருந்து கிழக்குக்குச் செல்லவும் இக்கிராமங்கள் தடையாக இருந்தபடியினால்தான் கிராமங்களில் வாழ்ந்த மக்கள்மீது புலிகள் தாக்குதல் நடத்தினர்.

அப்பொழுது சந்திரிக்கா அம்மையார் சொன்னார், "பிக்கு அவர்களே, அவர்களுக்கு போவதற்கு பாதை ஒன்றை வைக்க வேண்டாமா?" என்றார்.

நான் சொன்னேன் "அப்படியென்றால் பாதையை கொடுத்துக் கொள்ளுங்கள் நான் போகிறேன்" என்றுவிட்டு நான் அவ்விடத்தில் எழுந்து வந்தேன்.

அதே சந்திரிக்கா அம்மையார், புலிகளின் வலையில் நன்றாகச் சிக்கிக் கொண்ட பின்னர், தன்னைச் சந்திக்க வரும்படி எனக்குப் பல வாகனங்களை அனுப்பினார்கள். ஆனாலும் நான் போகவில்லை.

அக்காலத்தில் பத்திரிகையில் குறிப்பிடப்படும் செய்திகள் யாவும் முற்றிலும் பிழையானவை. அரசாங்கத்துக்குச் சார்பானதாகவே செய்திகள் வெளியாகின. பத்துப் புலிகள் இறந்தாலும் இருபது பேர் இறந்ததாக எழுதுவார்கள். எமது இராணுவத்தினர் இருபது பேர் இறந்தாலும் பத்திரிகைகளில் ஏழு, எட்டு பேர் மரணித்ததாக எழுதுவார்கள். அது என்னவென்றால் அவர்கள் கொழும்பிலிருந்துதானே எழுதுகிறார்கள். நாங்கள் இங்கே இருப்பவர்கள். நாங்கள் இந்த யுத்தத்தில் நடுவே அகப்பட்டவர்கள். இந்தப் பிரதேசத்தில் என்ன பிரச்சினை ஏற்பட்டாலும் அதை எங்களால் அறிந்துகொள்ள முடிந்தது.

அந்தக் காலத்தில் புலிகளை உயிருடன் பிடித்தால் நேரே விகாரையின் வாசலுக்குக் கொண்டுவருவார்கள்.

"பிக்கு அவர்களே... புலிகளைப் பார்க்க வாருங்கள்" என்பர். அதனால் நானும் சென்று பார்ப்பேன்.

ஐயோ... அவர்களது உடலின் உஷ்ணம் தூரத்தில் நின்றாலும் அருகில் உணர முடியும். ஏனெனில் கானகத்திலேயே இருப்பதால் குளித்திருக்க மாட்டார்கள், உடைகளைக் கழுவியிருப்பதில்லை, சுத்தமில்லை. நாற்றம் அடிப்பார்கள். மரணித்தவுடன் மரணித்தவர்களையும் இங்கே கொண்டு வந்து எனக்குக் காட்டியும் உள்ளனர். எனவே, இதுபோன்ற செயல்கள் இங்கே நடந்தேறின. உண்மையான விடயங்கள் எனக்குத் தெரியும். இருப்பினும் பத்திரிகைகளை விரித்துப் பார்க்கும் போது அதற்கு நேர் எதிராக இருக்கும்.

இந்த விகாரை எவ்வளவு பழமையானது என்று சொல்வதற்கு இதுவரையில் எந்த ஆதாரமும் இல்லை. இங்கே அருகே காணப்படும் சுலுகல்தம்புலு விகாரையில் பிராமிய எழுத்துகளால் பொறிக்கப்பட்ட கல்வெட்டு ஒன்று உள்ளது. அதில் இது தொடர்பாக இருக்கும்.

கீர்த்தி ஸ்ரீ ராஜசிங்கன் ஆட்சியில், ஸ்ரீ விக்ரம ராஜசிங்கன் ஆட்சிக் காலத்தில் எங்களுக்கு நிறைய காணி பூமிகளை அன்பளிப்புச் செய்தனர். 1872இல் வெள்ளையர்கள் தேயிலையை பயிரிடுவதற்கு மலைநாட்டில் பல இடங்களை பிடித்துக்கொண்டனர். கரையோர நிலச்சட்டம் அமுல்படுத்தப்பட்டதோடு அதில் அநேக காணி பூமிகள் அச்சட்டத்துக்கு அகப்பட்டன. 1884ஆம் ஆண்டில் பயிர்ச்செய்கை செய்யப்படாத இடங்கள் சுத்தப்படுத்தப்படுத்தி வடிகால்களை அமைக்கும்படி கூறினார்கள். வடிகால்கள் அமைக்கப்பட்டுள்ளனவா எனப் பார்வையிட வந்தனர். எங்களுக்கு பரம்பரை வழியில் வந்த இரண்டாயிரம் ஏக்கர் காணி அளவில் சொந்தமாக இருந்தது. எனவே, இரண்டாயிரம் ஏக்கர்களை சுத்தம் செய்யவும், வடிகால்களை அமைக்கவும் யாருக்கு முடியும். காணி அதிகாரிகள் வந்து உரிமையை கைவிடும் படி சொல்லி கையெழுத்து இடும்படி சொல்லினர்.

"சூரிய சந்திரன் இருக்கும் வரை விகாரையிலுள்ள பிக்குகளின் ஜீவனோபாயத்தை பெற்றுக்கொள்வதற்காக கொடுக்கப்பட்டுள்ள காணியில் எமக்கு இப்போது உரிமை இல்லை என்று சொல்லி கையெழுத்திடுவது எப்படி ஐயா?" என்று சொல்லி எங்கள் பெரிய பிக்கு அவர்கள் அந்த அதிகாரிகளிடம் கேட்டார்கள். ஆனாலும் ஒன்றும் நடக்கவில்லை.

இன்று இங்குள்ள பதினாறு விகாரைகளுக்கும் அறுபது ஏக்கர் வரையிலான காணிகளே காணப்படுகிறது.

எங்களுக்கு சிங்கள, தமிழ், முஸ்லிம் என்று சொல்லி பேதங்கள் கிடையாது. எல்லோரும் இலங்கையின் குடிமக்களே. இலங்கையின் குமாரனும், குமாரத்திகளும் தாம். இப்பொழுது எனக்கு எண்பத்தாறு வயதாகிறது. அக்காலத்தோடு நினைக்கையில் எதிர்காலம் மிகவும் வேதனைக்குரியது. அக்காலத்திலிருந்த ஒற்றுமை, எந்தவொரு இழுபறி நிலைமையும் இல்லாமல், கிடைத்தவற்றை யாவருடனும் பகிர்ந்து கொண்டு கிராமங்களில் வாழ்ந்த விதத்தை ஞாபகப்படுத்திப் பார்க்கும்போது வேதனையேற்படுகிறது. இப்பொழுது எல்லாம் மாறி விட்டது.

நாங்கள் முன்னர் அருந்தியது குளத்து நீர். குளத்தின் தண்ணீரை கையில் எடுத்தவுடன் தெளியாத சேறு நிறைந்ததாகக் காணப்படும். ஆனாலும் அதனைச் சுத்தப்படுத்துவதற்கான முறையை நாங்கள் அறிந்திருந்தோம். நாங்கள் தண்ணீரை குடத்துக்குள் குருனிக்கற்களை இட்டு வைப்போம், மறுநாள் காலை பார்க்கும் போது தண்ணீர் மிகவும் அழகாக சுத்தமாக வடிந்திருக்கும். ஆனால் பாருங்கள், இன்று அப்படியில்லையே. இன்று வெளிநாடுகளில் இருந்து எண்ணெய் மருந்துகளை கொண்டுவந்து சிறுநீரக

நோயும், இன்னும் எல்லாவித நோய்களும் உருவாகி உள்ளன. இன்று நாங்கள் சாப்பிடுவது குடிப்பது யாவும் நஞ்சு தான். வாட்டசாட்டமாக இருந்த ரஜரட்டை மக்கள் இன்று எலும்பும் தோலுமாக மாறி விட்டனர்.

"எங்களுக்கு நிறைய அனுபவங்கள் இருக்கின்றன. தற்பொழுது இருக்கின்ற நிலைமைகளின் படி எதிர்காலத்தில் யுத்தம் ஒன்று வருவதற்கான வாய்ப் பொன்று இருப்பதாக நான் நினைக்கின்றேன். இது பக்கச்சார்பாகக் கூறும் கதையல்ல. எந்தவொரு சாராரையும் பற்றிச் சொல்லுகின்ற கதையுமல்ல. நான் நடுநிலையான மனிதன். நான் யாரையும் சார்ந்தவன் அல்ல.

குடத்தில் ஊற்றப்பட்ட கலங்கிய சேற்றுநீர் குருனிக்கற்களுக்கு அடியில் இறங்கும் வரை ஒருபோதும் நீர் தெளியாது என்பதை எப்போது நாம் உணர்ந்து கொள்வோம்? சத்தியத்தை அறியாமல் குணப்படுத்தலில்லை, குணப்படுத்தலில்லாமல் நல்லிணக்கம் இல்லை. அக்குணப்படுத்தலே எமது நியதியாகும்.

தொகுப்பு : கிருஷாந்தி ராஜகருண

பங்கலிப்பாளர்கள் சுயவிவரம்

1. **ஜெயப்பிரசாந்தி ஜெயபாலசேகரம்**, யாழ்ப்பாணம்
"யாழ்ப்பாணம் ஒரு திறந்தவெளிச் சிறைச்சாலை"

இவர் யாழ்ப்பாணப் பல்கலைக்கழகத்தில், சிறப்புக்கலைப்பிரிவில் மூன்றாம் வருட மாணவியாவார். கட்டுரை, கவிதை மற்றும் சிறுகதை எழுதுவதில் ஆர்வமுடைய இவரது கவிதைகள் பத்திரிகைகளிலும் பிரசுரிக்கப்பட்டுள்ளன.

2. **லக்மாலி கௌசல்யா பஸ்நாயக்க**, கெபித்திகொல்லாவ
"நான் இன்னும் உன்னைத் தேடுகிறேன்"

களனி பல்கலைக்கழகத்தின் வெளிவாரிப் பட்டதாரியான இவர் சமூகவியல், உளவியல் மற்றும் வெகுஜன தொடர்பாடல் கற்கை நெறியைப் பயின்று வருகின்றார்.

3. **ஐ.எல். ரிப்நாஸ்**, ஒலுவில்–04
"ஆர்.டி.ஓ காக்கா"

ஆங்கிலக் கல்வியில் பட்டம் பெற்ற இவர் கட்டுமானப் பணி தொடர்பான கற்கையை முடித்துள்ளார்.

4. **அமுதமலர் செல்வராசா**, திருவையாறு, கிளிநொச்சி
"அமுதாவாகிய நான்"

தலைமைத்துவப் பண்பு கொண்ட இவர் தொண்டு நிறுவனத்தில் பணியாற்று கின்றார். நாடகம், சிறுகதை எழுதுதல் மற்றும் பாடல் பாடுவது எனப் பல கலைத்துறைத் திறமைகளை வெளிக்காட்டி வருகின்றார்.

5. **எஸ்.சிசிர குமார**, கெபித்திகொல்லாவ
"புழுதித் குமார"

களனி பல்கலைக்கழகத்தின் வெளிவாரிப் பட்டதாரியான இவர் நாடகவியல், சமூகவியல் மற்றும் வெகுஜன தொடர்பாடல் கற்கை நெறியைப் பயின்று வருகின்றார்.

6. **தட்சணாமூர்த்தி லிசாலினி**, கோளாவில் –02, அக்கரைப்பற்று
"மரணங்கள் மலிந்த பூமி"

சங்கீதத்துறையிலும் ஆர்வம்கொண்ட இவர் வெளிவாரிப் பட்டப் படிப்பினை பயின்றுவருகிறார். வறுமையான குடும்பத்தைச் சேர்ந்த இவருக்கு கடந்தகால, யுத்தம் தொடர்பாக அனுபவம் இல்லாத போதிலும் இக்கதையினை ஆர்வத்துடன் தேடியும் கேட்டும் வெற்றிகரமாக எழுதி முடித்துள்ளார்.

7. **பிரதௌவுஸ் மொஹமட் பஸாரத்**, யாழ்ப்பாணம்
"சோனகத் தெரு"

தொழில்நுட்பக் கல்லூரியில் கட்டுமானப்பணி தொடர்பான கல்வியில் மூன்றாம் வருடம் பயின்று வருகின்றார்.

8. **தங்கராசா அஜந்தன்**, பெரியபரந்தன், கிளிநொச்சி
"வெற்றியின் நினைவுச்சின்னம்"

நீர்ப்பாசனத் திணைக்களத்தில் தொழிலிநுட்ப மேற்பார்வையளராகப் பணி யாற்றி வருகின்றார். கடந்தகால யுத்தம் கொடுத்தவடுக்களை கதையாக வடித்துள்ளார். சிறுகதை, கவிதை மற்றும் பேச்சுத் திறமைகளை தன்னகத்தே கொண்டவர்.

9. **முஹம்மது ஹுசைன் முஹம்மது சியான்**, சாய்ந்தமருது – 6
"சலீம் முதலாளி எங்கே?"

சாய்ந்தமருது மிஸ்பாஹுல் ஹுதா அறநெறிப்பாடசாலையின் ஆசிரியரான இவர், அம்பாறை "ஹாடி" தொழில்நுட்ப கல்லூரியில் இயந்திரவியல் பொறியியல் டிப்ளோமா கற்கைநெறியினை பயின்று வருகின்றார். தென்கிழக்கு பல்கலைக்கழக்ததில் கலைப்பிரிவில் வெளிவாரிப் பட்டப்படிப்பை மேற் கொண்டு வருகின்றார். சிறுகதை, கவிதை மற்றும் நாடகம் எழுதுதல், சித்திரம் வரைதல், பாடல் இயற்றுதல் போன்ற கலைத்திறமைளை தன்னகத்தே கொண்டவரான இவர், ஒரு சிறந்த நிகழ்ச்சித் தொகுப்பாளராவார்.

10. **மரினா மரியநாயகம்**, பளை, கிளிநொச்சி
"கறைபடிந்த சட்டைப்பை"

க.பொ.த உயர்தரம் கற்றுள்ளார். கவிதை மற்றும் சிறுகதை எழுதுவதில் திறமையுடையவர்.

11. **பெனடிக் ஸ்ரீபன்**, பளை, கிளிநொச்சி
"குருவிக்கூடு"

யாழ்ப்பாண பல்கலைக்கழகத்தில் இளங்கலைமாணி படிப்பை நிறைவு செய்துள்ளார். கவிதை மற்றும் சிறுகதை எழுதுவதில் திறமையுடையவர்.

12. **துஸ்**, கரைச்சி, **தினு**, கரைச்சி, **கேதி**, கண்டாவளை

“வீடு நோக்கிய பயணம்”

“வீடு நோக்கிய பயணம்” எனும் கதை மூவர் கொண்ட குழுவினரால் எழுதப்பட்டது. இவர்கள் கலைத்துறையில் ஈடுபாடுடையவர்கள்.

13. **நைனா முஹமட் அப்துல்லாஹ்**, யாழ்ப்பாணம்
“கால்நடைகளாகப் புத்தளம் நோக்கி”

பேராதனைப் பல்கலைக்கழகத்தில் வெளிவாரியாக பட்டப்படிப்பை பயின்று வருகின்றார். யாழ்ப்பாணம் பிரதேச மட்ட இளைஞர் சம்மேளனத்தின் நிர்வாகக்குழு அங்கத்தவராக இருந்து சமுக விவகாரங்களில் பங்குபற்றி வருகின்றார். யாழ்ப்பாணம் முஸ்லிம்களின் 1990 தொடக்கம் 2016 வரையான காலப்பகுதியின் வரலாற்றை இக்கதையினூடாக வெளிபடுத்தியுள்ளார்.

14. **அருளானந்தராஜா நவேந்திரராஜா (நீதன்**), திருக்கோவில் -02
“வயல் மீது கவிந்த போர்க்கால மேகங்கள்”

சிவில் பாதுகாப்பு அமைப்பிலும், கிராம அபிவிருத்திச் சங்கத்திலும் அங்கத்தவராவார். க.பொ.த உயர்தரம்வரை பயின்றுள்ள இவர் வேலை வாய்ப் பின்மையால் முச்சக்கர வண்டி சாரதியாக தொழில்புரிந்து வருகின்றார்.

15. **நஜிமுதீன் மொஹமட் நிப்ராஸ்,** யாழ்ப்பாணம்
மொஹமட் ரில்வான் ரில்சானா, யாழ்ப்பாணம்
“சந்தேகத்தின் பேரில்”

நஜிமுதீன் மொஹமட் நிப்ராஸ் : கலைமாணிப் பட்டதாரியான இவர் தொண்டு நிறுவனங்களில் தொண்டராக தன்னை இணைத்துக்கொண்டு பல சமூக சேவைகளை செய்து வருகின்றார். கவிதை மற்றும் சிறுகதை எழுதுவதில் திறமையுடையவர்.

மொஹமட் ரில்வான் பாத்திமா ரில்சானா : தொண்டு நிறுவனங்களில் தொண்டராக தன்னை இணைத்துக்கொண்டு பல சமூக சேவைகளை செய்து வருகின்றார். கவிதை மற்றும் சிறுகதை எழுதுவதில் திறமையுடையவர்.

16. **வரதராசா நவநீதன்**, வட்டுக்கோட்டை, யாழ்ப்பாணம்
“பூனைகள் ஒருபோதும் புலிகளாகாது”

இளங்கலைமாணி ஊடகக்கற்கையை சிறப்புக்கல்வியாக யாழ். பல்கலைக் கழகத்தில் கற்றுள்ளார். அடக்குமுறையில்லாது எம் தலைமுறைகள் வாழ வேண்டும் என்ற எண்ணகருவால் இவ் ஆக்கத்தினை எழுதியுள்ளார். பதுங்கு குழிக்குள்ளும், பாயும் சன்னங்களுக்குள்ளும், காயாத இரத்த வாடைகளுக் குள்ளும் கற்ற ஒரு தலைமுறை அந்நியவாதத்தினால் நசுக்கப்பட்டு பழிவாங் கப்பட்டதை தனது கதையினூடாக சித்தரித்துள்ளார்.

17. **காளிதாசன் சனுஜன்,** காரைதீவு -01
"உயிர்காத்த பலிபீடங்கள்"

விளையாட்டுத்துறையில் ஆர்வமுடைய இவர், கல்வியியல் கல்லூரிக்கு தகுதி பெற்றுள்ளார. குறும்படங்களுக்கு கதை, வசனங்கள் எழுதுவதுடன் தனது நடப்புத்திறமையையும் வெளிக்காட்டி வருகிறார். கந்தலய பண்ணிசை மன்றத் தலைவரான இவர் பழைமைகளை நடனங்களினூடாக புதுமையாக மக்களுக்கு வெளிக்காட்டுவார்.

18. **யோகவதனி குணபாலசிங்கம்,** பிரமந்தனாறு, கிளிநொச்சி
"குண்டுதுளைத்த தரப்பால் கூரைகள்"

க.பொ.த உயர்தரம்வரை பயின்றுள்ள இவர் கவிதை மற்றும் சிறுகதைகள் எழுதுவதில் ஆர்முள்ளவர். போர் தந்த வடுக்களால் சிறகொடிந்த பறவையாய் தனது அனுபவத்தை கதையாக எழுதியுள்ளார்.

19. **கந்தையா மகேந்திரன்,** டிக்கோயா
"அழியாத ரணங்கள்"

இலங்கை அதிபர் சேவையில் பொறுப்பு வகிப்பவரான இவர் மலையக கலை பண்பாட்டு விடயங்களில் ஆர்வமுடையவர்.

20. **"குருதியில் நனைந்த வெண்கொடிகள்"**
சமூக சிற்பிகளால் எழுதப்பட்ட இக்கதை ஏற்கெனவே பிரசுரிக்கப்பட்டது.

21. **கிறிசாந்தி ராஜகருண**
"துறவியுடன் ஒரு சந்திப்பு"

வடக்கு - கிழக்கை மையப்படுத்திய அச்சு மற்றும் இலத்திரனியல் ஊடகங் களுக்கான ஊடகவியலாளராக பணியாற்றி வருகிறார்.